എ.പി.ജെ. അബ്ദു

1931-ൽ തമിഴ്നാട്ടിലെ രാമേശ്വരത്ത് ജനിച്ചു. യഥാ
ലബ്ദീൻ അബ്ദുൾ കലാം. പിതാവ്: ജൈനുലബ്
ടെക്നോളജി വിദഗ്ദ്ധൻ, തമിഴ് ഭാഷാപണ്ഡിത
പ്രശസ്തൻ. തിരുച്ചിയിലെ സെന്റ് ജോസഫ്സ് കോളജിൽനിന്ന് ബിരുദം. മദ്രാസ് ഇൻസ്റ്റിറ്റ്യൂട്ട് ഒഫ് ടെക്നോളജിയിൽ എയ്റോ എൻജിനീയറിങ്ങിൽ പ്രത്യേക വൈദഗ്ദ്ധ്യം നേടി. എൻ.എ.എസ്.എ.യിൽ നാലു മാസം പഠനപര്യടനം നടത്തിയിട്ടുണ്ട്. ഡിഫൻസ് റിസർച്ച് ആൻഡ് ഡെവലപ്മെന്റ് ഓർഗനൈസേഷന്റെ (DRDO) മേധാവി, ഡിപ്പാർട്ട്മെന്റ് ഒഫ് ഡിഫൻസ് റിസർച്ച് ആൻഡ് ഡെവലപ്മെന്റിന്റെ സെക്രട്ടറി, രാജ്യരക്ഷാമന്ത്രിയുടെ ശാസ്ത്രോപദേശകൻ, SLV-3-ന്റെ പ്രോജക്ട് ഡയറക്ടർ എന്നീ നിലകളിൽ സേവനമനുഷ്ഠിച്ചിട്ടുണ്ട്. ആര്യഭട്ട അവാർഡ് (1994), പദ്മഭൂഷൺ, ഭാരതരത്നം (1997) തുടങ്ങിയ ബഹുമതികൾ ലഭിച്ചു. 2002 ജൂലൈ 18-ന് ഇന്ത്യയുടെ 12-ാമത്തെ രാഷ്ട്രപതിയായി തെരഞ്ഞെടുക്കപ്പെട്ടു. *ജ്വലിക്കുന്ന മനസ്സുകൾ* (*Ignited Minds*), *വഴിവെളിച്ചങ്ങൾ* (*Guiding Souls*) എന്നീ ഗ്രന്ഥങ്ങൾ ഡിസി ബുക്സ് മലയാളത്തിൽ പ്രസിദ്ധീകരിച്ചിട്ടുണ്ട്.

അരുൺ തിവാരി

ഹൈദരാബാദിലെ പ്രതിരോധ ഗവേഷണ വികസന പരീക്ഷണശാല (DRDL)യിൽ ഡോ.എ.പി.ജെ. അബ്ദുൾ കലാമിന്റെ കീഴിൽ ഒരു ദശാബ്ദത്തിലേറെ പ്രവർത്തിച്ചു. ഇപ്പോൾ, ഹൈദരാബാദിലെ കാർഡിയോ വാസ്ക്യുലർ ടെക്നോളജി ഇൻസ്റ്റിറ്റ്യൂട്ടിന്റെ മേധാവി. തദ്ദേശീയമായ പ്രതിരോധ സാങ്കേതികവിദ്യ ഉപയോഗിച്ച് കുറഞ്ഞ ചെല വിൽ വൈദ്യശാസ്ത്ര ഉപകരണങ്ങൾ വികസിപ്പിച്ചെടുക്കുക എന്ന ഡോ. കലാമിന്റെ ദർശനത്തെ പിന്തുടരുന്നു.

പി.വി. ആൽബി

1969-ൽ ജനിച്ചു. ഊർജതന്ത്രത്തിൽ ബിരുദാനന്തരബിരുദവും പത്രപ്രവർത്തനത്തിൽ ബിരുദാനന്തര ഡിപ്ലോമയും. 1997-ൽ വികസനോന്മുഖപത്രപ്രവർത്തനത്തിനുള്ള സംസ്ഥാന അവാർഡ് ലഭിച്ചു.

എ.പി.ജെ. അബ്ദുൾ കലാം
അരുൺ തിവാരി

അഗ്നിച്ചിറകുകൾ

വിവർത്തനം
പി.വി. ആൽബി

ഡി സി ബുക്സ്

Malayalam Language
Original English title
Wings of Fire
by **A.P.J. Abdul Kalam** with **Arun Tiwari**
Autobiography
Malayalam title
Agnichirakukal
Translated by **P.V. Alby**
©Universities Press (India) Limited 1999
3-5-819, Hyderguda, Hyderabad 500 029 (A.P.)
First Published August 1999
29ᵗʰ edition July 2006

Cover Photograph
B. Jayachandran
Cover Design
N. Ajayan

Printed in India
at D C Press (P) Ltd., Kottayam 686 012

Publishers
D C Books, Kottayam 686 001
Kerala State, India
website : www.dcbooks.com
e-mail : info@dcbooks.com
Online Bookstore : www.dcbookstore.com

Distributors
D C Books
Thiruvananthapuram, Kottayam, Eranakulam, Cochin Airport,
Thekkady, Kozhikode, Kannur, New Delhi
Current Books
Kottayam, Thiruvananthapuram, Kollam, Thiruvalla, Alappuzha,
Thodupuzha, Eranakulam, Aluva, Irinjalakuda, Palakkad,
Manjeri, Kozhikode, Vatakara, Thalassery, Kalpetta, Kanhangad
D C Bookshop Thrissur, Kairali Pusthakasala Thrissur
DEECEE Eranakulam

ISBN 81-7130-990-9

D C BOOKS - The first Indian Book Publishing House to get ISO Certification

Rs. 80.00

206/06-07-Sl.No. 6783-dcb 2057-(29)5000-2000-07-06-And 18.6-p gt-r(t) ns-d(t) cl

പ്രസാധകക്കുറിപ്പ്

പ്രതിരോധശാസ്ത്രജ്ഞനെന്ന നിലയിൽ ഇന്ത്യയിലെ പരമോന്നത ബഹുമതിയായ 'ഭാരതരത്നം' ലഭിച്ച, സമാനതകളില്ലാത്ത വ്യക്തിത്വത്തിനുടമയാണ് രാഷ്ട്രപതി ഡോ. എ.പി.ജെ. അബ്ദുൾ കലാം. തമിഴ്നാട്ടിലെ രാമേശ്വരത്തുള്ള ഒരു സാധാരണ കുടുംബത്തിൽ ജനിച്ച അദ്ദേഹം ഇന്ത്യയുടെ ബഹിരാകാശസംരംഭങ്ങൾക്കും പ്രതിരോധമേഖലയ്ക്കും നല്കിയ സംഭാവനകൾ നമുക്ക് എന്നും അഭിമാനം നല്കുന്നു. ആന്തരികമായി ഒരു സന്യാസിയുടേതുപോലെ തീക്ഷ്ണതയും ക്രിയാത്മകതയും നിറഞ്ഞ കലാമിന്റെ ജീവിതവിജയം അർപ്പിതമനസ്സിന്റെയും ആത്മാർത്ഥതയുടെയും വിജയമാണ്.

തികച്ചും സാധാരണമായ ഒരു ചുറ്റുപാടിൽനിന്നുള്ള കലാമിന്റെ ഉയർച്ചയുടെയും വ്യക്തിപരവും ഔദ്യോഗികവുമായ പോരാട്ടങ്ങളുടെയും കഥയാണിത്. ബഹിരാകാശശാസ്ത്രസാങ്കേതിക വൈദഗ്ദ്ധ്യത്തിൽ ഇന്ത്യയ്ക്ക് അതിപ്രഗല്ഭരാജ്യങ്ങളിലൊന്നാവാൻ നാന്ദികുറിച്ച എസ്.എൽ.വി.-3 ഉപഗ്രഹവിക്ഷേപണവാഹനത്തിന്റെയും അന്താരാഷ്ട്രതലത്തിൽ അംഗീകരിക്കപ്പെട്ട പ്രതിരോധശക്തിയുടെ തലത്തിലേക്ക് രാജ്യത്തെ ഉയർത്തിയ പൃഥ്വി, ത്രിശൂൽ, അഗ്നി, ആകാശ്, നാഗ് മിസൈലുകളുടെയും രൂപകല്പന, നിർമ്മാണം, വിക്ഷേപണം തുടങ്ങി എല്ലാ ഘട്ടങ്ങളിലും നേതൃത്വം നല്കിയ കലാമിന്റെ ജീവിതാനുഭവങ്ങൾ ഇന്ത്യയിലെ ശാസ്ത്രസഞ്ചയത്തിനും സാധാരണക്കാരുടെ സമൂഹത്തിനും ഒരുപോലെ പ്രചോദനവും ആവേശവും നല്കുന്നു.

ഒരു ദശാബ്ദത്തിലേറെക്കാലം തന്നോടൊപ്പം പ്രവർത്തിച്ചിട്ടുള്ള അരുൺ തിവാരിയുമായി കലാം പങ്കുവച്ചിട്ടുള്ള അനുഭവങ്ങളുടെ ഈ സമാഹാരം ഇന്ത്യയുടെ ആധുനിക ശാസ്ത്രസാങ്കേതികമുന്നേറ്റത്തിന്റെയും പ്രതിരോധശക്തിയുടെയും ആവേശകരവും അഭിമാനകരവുമായ ചരിത്രമാണ്.

ഈ ഗ്രന്ഥം മലയാളത്തിൽ പ്രസിദ്ധപ്പെടുത്താൻ അനുവാദം നല്കിയ യൂനിവേഴ്സിറ്റീസ് പ്രസ്സിനോട് ഞങ്ങൾക്ക് കൃതജ്ഞതയുണ്ട്. വിവർത്തകനായ പി.വി. ആൽബിക്കും നന്ദി. ഫോട്ടോകൾക്ക് മലയാള മനോരമയോടുള്ള കടപ്പാട് ഇവിടെ രേഖപ്പെടുത്തട്ടെ.

1999 ൽ പ്രസിദ്ധീകരിച്ച *അഗ്നിച്ചിറകുകൾ* മുതിർന്നവരെയും കുട്ടികളെയും ഒരുപോലെ ആകർഷിച്ചുകൊണ്ട് പല പതിപ്പുകളായി പ്രസിദ്ധീക

രിച്ചുകൊണ്ടിരിക്കുകയാണ്. മുൻ പതിപ്പുകളിലെ പോരായ്മകൾ പരിഹരിച്ച് കുറ്റമറ്റതാക്കാനുള്ള ശ്രമങ്ങൾ നടത്തിയിട്ടുണ്ട്. അത് നിർവ്വഹിച്ചുതന്ന വി.എസ്.എസ്.സിയിലെ ഉദ്യോഗസ്ഥനായിരുന്ന ശ്രീ വി.ജെ. തോമസിനോ ടുള്ള നന്ദിയും കടപ്പാടും ഇവിടെ രേഖപ്പെടുത്തുന്നു. പുതിയ തലമുറയ്ക്ക് ദിശാബോധം നല്കാൻ പര്യാപ്തമായ ഈ പുസ്തകം അഭിമാനത്തോടെ സമർപ്പിക്കുന്നു.

രവി ഡി സി

എൻെറ മാതാപിതാക്കളുടെ സ്മരണയ്ക്ക്

എൻെറ അമ്മ

കടൽത്തിരമാലകൾ, സുവർണമണൽ, തീർത്ഥാടകരുടെ വിശ്വാസം,
രാമേശ്വരം മോസ്ക് സ്ട്രീറ്റ്, എല്ലാമലിഞ്ഞുചേരുന്നു ഒന്നായ്
എൻെറ അമ്മ!
സ്വർഗത്തിൻ കരുതലാർന്ന കരങ്ങൾപോൽ വരുന്നു നീ എന്നിലേക്ക്.
ജീവിതം ക്ലേശവും വെല്ലുവിളിയുമായിരുന്ന മഹായുദ്ധദിനങ്ങൾ
ഞാനോർക്കുന്നു—
സൂര്യോദയത്തിനുമേറെ മുമ്പേ മൈലുകൾ നീണ്ട നടത്തം,
ക്ഷേത്രത്തിനടുത്തുള്ള ഋഷിതുല്യനാം ഗുരുവിൽനിന്നും
പാഠങ്ങൾ പഠിക്കാനുള്ള നടത്തം.
വീണ്ടും, അറബിപാഠശാലയിലേക്കുള്ള നിരവധി മൈലുകൾ,
റെയിൽവേസ്റ്റേഷൻ റോഡിലെത്താൻ മണൽക്കുന്നുകൾ കയറുന്നു,
പത്രക്കെട്ടെടുക്കുന്നു ക്ഷേത്രനഗരവാസികൾക്കതു വിതരണം ചെയ്യുന്നു,
സൂര്യനുദിച്ചേതാനും മണിക്കൂറുകൾ കഴിഞ്ഞാൽ പോകുന്നു സ്കൂളിലേക്ക്.
സായാഹ്നം, രാത്രിയിലെ പഠനത്തിനു മുൻപുള്ള തൊഴിൽ സമയം,
ഒരു പിഞ്ചുബാലൻെറയീ വേദനകളെല്ലാം,
എൻെറ അമ്മേ, മാറ്റി നീ ഇവയെ പവിത്രശക്തിയായ്
നിത്യവും സർവേശകൃപയ്ക്കു മാത്രമാം
അഞ്ചുനേരത്തെ മുട്ടുകുത്തലും കുമ്പിടലുംകൊണ്ട്.
അമ്മേ, നിൻ തീക്ഷ്ണഭക്തിയാണ് ശക്തി നിൻ കുഞ്ഞുങ്ങൾക്ക്
കൂടുതലാവശ്യമുള്ളതാരായാലുമവർക്ക് നീ ഏറ്റവും നല്ലതുതന്നെ
പങ്കുവെച്ചു നൽകി,
നീയെന്നും നൽകിയിട്ടേയുള്ളൂ, സർവേശനിൽ വിശ്വാസമർപ്പിച്ചുകൊണ്ടുള്ള
നൽകൽ.
ഞാനൊരു പത്തുവയസ്സുകാരനായിരുന്നപ്പോഴത്തെ ഒരു ദിനമിന്നുമോർക്കുന്നു,
ഞാനന്നു നിൻമടിയിലുറങ്ങി ചേട്ടന്മാർക്കും ചേച്ചിമാർക്കുമസൂയയേകും പോൽ,
അതൊരു പൗർണമിരാവായിരുന്നു, എൻെറ ലോകം നീ മാത്രം അറിഞ്ഞു,
അമ്മേ! എൻെറ അമ്മേ!
എൻെറ കാൽമുട്ടുകളിലിറ്റിറ്റു വീഴുന്ന നിൻ കണ്ണുനീർത്തുള്ളികളുമായ്
പാതിരാനേരത്തു ഞാനുണർന്നപ്പോൾ
അമ്മേ, നിൻ കുഞ്ഞിൻ വേദന നീ അറിഞ്ഞു.
വേദനകളെ തഴുകി നീക്കിയ നിൻ കരുതലാർന്ന കരങ്ങൾ,
നിൻ സ്നേഹം, നിൻ പരിചരണം, നിൻ വിശ്വാസം, എനിക്കു ശക്തി നൽകി
ഭയലേശമെന്യേയീ ലോകത്തെ നേരിടാൻ, സർവേശ ശക്തിയാൽ.
നാമിനിയും കണ്ടുമുട്ടും എൻെറ അമ്മേ, ആ മഹത്തായ അന്ത്യവിധിനാളിൽ!

എ.പി. ജെ. അബ്ദുൾ കലാം

ആമുഖം

ഡോ. എ. പി. ജെ. അബ്ദുൾ കലാമിൻെറ കീഴിൽ ഞാൻ ഒരു ദശാബ്ദത്തില ധികം ജോലി ചെയ്തിട്ടുണ്ട്. അദ്ദേഹത്തിൻെറ ജീവചരിത്രകാരനാകുന്നതിന് ഇതെന്നെ അയോഗ്യനാക്കുന്നുവെന്നു തോന്നാം. ആ സ്ഥാനത്തിനു ഞാനർഹനാണെന്ന് എനിക്കൊട്ടും വിചാരമില്ലതാനും. ഒരിക്കൽ സംസാരിച്ചു കൊണ്ടിരിക്കവേ, യുവഭാരതീയർക്കായി അങ്ങേക്കെന്തെങ്കിലും സന്ദേശം നല്കാനുണ്ടോ എന്നു ഞാൻ അദ്ദേഹത്തോടു ചോദിച്ചു. അദ്ദേഹം നല്കിയ സന്ദേശം എന്നെ ആവേശഭരിതനാക്കി. പിന്നീട്, കാലത്തിൻെറ മണൽപ്പരപ്പുകളിൽ തിരിച്ചെടുക്കാനാകാത്ത വിധം വിസ്മൃതമാകുംമുമ്പ് എനിക്കു രേഖപ്പെടുത്തിവെക്കാനായി തൻെറ സ്മരണകൾ പങ്കുവയ്ക്കാമോ എന്നു ചോദിക്കാൻ ഞാനൊരിക്കൽ ധൈര്യം കാണിച്ചു.

അങ്ങനെ, രാവേറെച്ചെന്നും നക്ഷത്രങ്ങൾ ഒളിമങ്ങിത്തുടങ്ങുന്ന പുലർകാലങ്ങളിലുമായി ഞങ്ങളൊരുമിച്ച് കൂടിക്കാഴ്ചകളുടെ ഒരു നീണ്ട ശ്രേണി തന്നെ ഉണ്ടായി—എല്ലാം അദ്ദേഹത്തിൻെറ വളരെ തിരക്കുപിടിച്ച പതിനെട്ടു മണിക്കൂർ ദിനകൃത്യങ്ങളിൽനിന്നും എങ്ങനെയോ സമയം കവർന്നെടുത്തുകൊണ്ട്. അദ്ദേഹത്തിൻെറ ആശയഗാംഭീര്യവും അവയുടെ വ്യാപ്തിയും എന്നെ വശീകരിച്ചുകളഞ്ഞു. അപാരമായ ചൈതന്യത്തിൻെറ ഉടമയായ അദ്ദേഹം സ്പഷ്ടമായും ആശയങ്ങളുടേതായ ലോകത്തിൽനിന്നും അത്യധികമായ ആനന്ദം അനുഭവിച്ചിരുന്നു. അദ്ദേഹത്തിൻെറ സംഭാഷണം ശരിയാംവിധം ഗ്രഹിക്കുകയെന്നത് എല്ലായ്പോഴും എളുപ്പമല്ല. പക്ഷേ, അവ എല്ലായ്പോഴും നവ്യവും ഉത്തേജകവുമായിരുന്നു. അദ്ദേഹത്തിൻെറ വിവരണങ്ങളിൽ സങ്കീർണതകളും സൂക്ഷ്മതലങ്ങളും കുഴക്കുന്നതരം രൂപകങ്ങളും ഉപാഖ്യാനങ്ങളുമൊക്കെയുണ്ടാകും. എന്നാൽ ക്രമേണ, അദ്ദേഹത്തിൻെറ ഉജ്ജ്വലമായ മനസ്സിൻെറ ചുരുളഴിക്കൽ തുടർച്ചയായ ഒരു വിവരണത്തിൻെറ രൂപം കൈക്കൊണ്ടു.

ഈ പുസ്തകമെഴുതാനിരുന്നപ്പോൾ, എനിക്കുള്ളതിൽ കവിഞ്ഞൊരു കഴിവ് ഇതിനു വേണ്ടിവരുമെന്ന് ഞാൻ മനസ്സിലാക്കി. എന്നാൽ ഈ പ്രയത്നത്തിൻെറ പ്രാധാന്യം തിരിച്ചറിയുകയും ഇതിനു ശ്രമിക്കാൻ അനുവാദം കിട്ടിയതുതന്നെ ഒരു ബഹുമതിയായി കരുതുകയും ചെയ്തപ്പോൾ ഇതു പൂർത്തിയാക്കാനുള്ള ധൈര്യത്തിനും കഴിവിനുമായി ഞാൻ ആത്മാർത്ഥമായി പ്രാർത്ഥിച്ചു.

ഡോ. കലാമിന് അത്യധികമായ വാത്സല്യമുള്ളതും താൻ നിശ്ചയമായും ഉൾപ്പെട്ടിരിക്കുന്നതുമായ ഇന്ത്യയിലെ സാധാരണക്കാരായ മനുഷ്യർക്കുവേണ്ടിയാണ് ഈ പുസ്തകം എഴുതിയിരിക്കുന്നത്. ഏറ്റവും എളിയവരും ചെറിയവരുമായ ജനങ്ങളുമായി അദ്ദേഹത്തിന് ഒരു സഹജബന്ധമുണ്ട്. തൻെറതന്നെ ലാളിത്യത്തിനും നൈസർഗികമായ ആത്മീയഭാവത്തിനും ഒരു തെളിവാണത്.

എന്നെ സംബന്ധിച്ചിടത്തോളം ഒരു തീർത്ഥാടനംപോലെയായിരുന്നു ഈ പുസ്തകരചന. ഡോ. കലാമിലൂടെ ലഭിച്ച വലിയൊരു വെളിപാടിനാൽ ഞാൻ അനുഗൃഹീതനാണ് — യഥാർത്ഥമായ ജീവിതാനന്ദം ഒരൊറ്റ രീതിയിലേ കണ്ടെ

ത്താൻ കഴിയൂ; ആണും പെണ്ണുമായ ഓരോ വ്യക്തിയും സ്വയം തേടി കണ്ടുപിടിക്കാൻ നിയുക്തരായതും തന്നിൽതന്നെ ഒളിഞ്ഞുകിടക്കുന്നതുമായ വിജ്ഞാനത്തിൻെറ ആ നിത്യസ്രോതസ്സുമായുള്ള താദാത്മ്യം പ്രാപിക്കലിലൂടെ. നിങ്ങളിൽ മിക്കവരും ഡോ. കലാമിനെ നേരിട്ട് കണ്ടുവെന്നുവരികയില്ല. എന്നാൽ ഈ പുസ്തകത്തിലൂടെ നിങ്ങൾക്ക് അദ്ദേഹത്തിൻെറ സൗഹൃദം ആസ്വദിക്കാനാകുമെന്നും അദ്ദേഹം നിങ്ങളുടെ ഒരു ആത്മീയസുഹൃത്തായി മാറുമെന്നും ഞാൻ പ്രത്യാശിക്കുന്നു.

ഡോ. കലാം എനിക്കു വിവരിച്ചുതന്ന നിരവധിയായ സംഭവങ്ങളിൽ വളരെ ചുരുക്കം എണ്ണം മാത്രമേ എനിക്കീ പുസ്തകത്തിൽ ഉൾപ്പെടുത്താൻ കഴിഞ്ഞിട്ടുള്ളൂ. യഥാർത്ഥത്തിൽ ഈ പുസ്തകം ഡോ. കലാമിൻെറ ജീവിതത്തെക്കുറിച്ചുള്ള ഒരു നഖചിത്രം മാത്രമേ ആകുന്നുള്ളൂ. ചില സുപ്രധാന സംഭവങ്ങൾ മനഃപൂർവമല്ലാതെ വിട്ടുപോയിട്ടുണ്ടാകാനും ഡോ. കലാം നയിച്ച പ്രോജക്ടുകളിൽ ചില വ്യക്തികൾ നല്കിയ സംഭാവനകൾ രേഖപ്പെടുത്താതെ പോയിട്ടുണ്ടാകാനും നിശ്ചയമായും സാധ്യതയുണ്ട്. ഡോ. കലാമിൻെറ ഔദ്യോഗികജീവിതത്തിൻെറ ഒരു കാൽ നൂറ്റാണ്ട് ഞാൻ കാണാതെ നില്ക്കുന്നു എന്നതിനാൽ ചില സുപ്രധാന സംഭവങ്ങൾ രേഖപ്പെടുത്താനാകാതെപോകുകയോ വികലമാക്കപ്പെടുകയോ ചെയ്തിട്ടുണ്ടാകാം. ആ പോരായ്മകൾക്കൊക്കെ ഞാൻ മാത്രമാണ് ഉത്തരവാദി. എന്നാൽ അവയൊന്നുംതന്നെ മനഃപൂർവമല്ലെന്നുകൂടി പറഞ്ഞുകൊള്ളട്ടെ.

അരുൺ തിവാരി

കടപ്പാട്

ഈ പുസ്തകത്തിൻെറ രചനയിൽ സഹായിച്ച എല്ലാ മനുഷ്യരോടുമുള്ള നന്ദി ഞാൻ രേഖപ്പെടുത്താനാഗ്രഹിക്കുന്നു; വിശേഷിച്ചും, തങ്ങളുടെ സമയവും അറിവും എന്നോടൊത്ത് വളരെ ഉദാരമായി പങ്കുവെച്ച ശ്രീ വൈ. എസ്. രാജൻ, ശ്രീ എ. ശിവതാണുപിള്ള, ശ്രീ ആർ. എൻ. അഗർവാൾ, ശ്രീ പ്രഹ്ലാദ, ശ്രീ കെ. വി. എസ്. എസ്. പ്രസാദറാവു, ഡോ. എസ്. കെ. സൽവാൻ എന്നിവരോട്.

ഉള്ളടക്കത്തെക്കുറിച്ച് വിമർശനാത്മകമായ നിരൂപണങ്ങൾ നടത്തിയ പ്രൊഫ. കെ. എ. വി. പണ്ഡാല, ശ്രീ ആർ. സ്വാമിനാഥൻ എന്നിവരോട് ഞാനെന്നും നന്ദിയുള്ളവനായിരിക്കും. ഈ രചനാപദ്ധതിക്ക് സമൂർത്തമായതെങ്കിലും എന്നും അപ്രഖ്യാപിതമായ പിന്തുണ നല്കിയ ഡോ. ബി. സോമരാജുവിനോട് ഞാൻ നന്ദി പറയട്ടെ. എൻെറ ഭാര്യയും നിശിതവിമർശകയുമായ ഡോ. അഞ്ജന തിവാരിയുടെ രൂക്ഷമായ അഭിപ്രായപ്രകടനങ്ങൾക്കും തുടർന്നുള്ള സൗമ്യമായ പിന്തുണയ്ക്കും ഞാൻ ഹൃദയപൂർവം നന്ദിപറയുന്നു.

യൂനിവേഴ്സിറ്റീസ് പ്രസ്സുമായി ചേർന്നുള്ള രചന വളരെ സന്തോഷപ്രദമായിരുന്നു. അവരുടെ എഡിറ്റോറിയൽ, പ്രൊഡക്ഷൻ വിഭാഗങ്ങളിലെ ജീവനക്കാരുടെ സഹകരണം ഏറെ അഭിനന്ദനമർഹിക്കുന്നു. എന്നെയും ഈ പുസ്തകത്തിനെയും സമ്പുഷ്ടമാക്കിയ നിസ്വാർത്ഥമതികളായ നിരവധി നല്ല മനുഷ്യരുണ്ട്. അവർക്കെല്ലാം എൻെറ നന്ദി.

അവസാനമായി, ഈ പുസ്തകരചനയിലുടനീളം എനിക്ക് വൈകാരികമായ പിന്തുണ നല്കിപ്പോന്ന എൻെറ പുത്രന്മാരായ അസീം, അമോൽ എന്നിവർക്ക് എൻെറ അഗാധമായ നന്ദി. എന്തെന്നാൽ, ഡോ. കലാം സ്നേഹിക്കുകയും ആരാധിക്കുകയും ഈ പുസ്തകത്തിൽ പ്രകാശിക്കണമെന്നാഗ്രഹിക്കുകയും ചെയ്യുന്ന ജീവിതത്തോടുള്ള ആ സമീപനം അവരിൽ ഉളവാകണമെന്ന് ഞാൻ ആഗ്രഹിക്കുന്നു.

അരുൺ തിവാരി

മുഖവുര

ഭാരതത്തിൻെറ പരമാധികാരം ഊട്ടിയുറപ്പിക്കാനും സുരക്ഷ ശക്തമാക്കാനുമായുള്ള അതിൻെറ സാങ്കേതിക പരിശ്രമങ്ങൾ ലോകവ്യാപകമായി പലരാലും ചോദ്യം ചെയ്യപ്പെട്ട വേളയിലാണ് ഈ പുസ്തകം പ്രസിദ്ധീകൃതമായത്. ചരിത്രപരമായി നോക്കിയാൽ മാനവരാശി എന്നും ഒരു പ്രശ്നത്തെപ്രതി അല്ലെങ്കിൽ മറ്റൊരു പ്രശ്നത്തെപ്രതി തമ്മിൽത്തമ്മിൽ പോരടിച്ചുപോന്നിട്ടുണ്ട്. ചരിത്രാതീതകാലത്ത് ഭക്ഷണത്തിനും പാർപ്പിടത്തിനും വേണ്ടിയായിരുന്നു യുദ്ധം. കാലം ചെന്നതോടെ പോരാട്ടങ്ങൾ മതപരവും തത്ത്വശാസ്ത്രപരവുമായ ആശയങ്ങളെ പ്രതിയായി. എന്നാൽ ഇന്നാകട്ടെ, സാമ്പത്തികവും സാങ്കേതികവുമായ അധീശത്വത്തിനുവേണ്ടിയാണ് അത്യാധുനികമായ യുദ്ധങ്ങളിൽ മിക്കവയും നടക്കുന്നത്. തദ്ഫലമായി, സാമ്പത്തിക-സാങ്കേതിക മേധാവിത്തം രാഷ്ട്രീയശക്തിയുമായും ആഗോള നിയന്ത്രണവുമായും തുലനം ചെയ്യപ്പെട്ടിരിക്കുന്നു.

കഴിഞ്ഞ ഏതാനും നൂറ്റാണ്ടുകൾകൊണ്ട് സാങ്കേതികമായി വളരെയധികം ശക്തിപ്രാപിച്ച ചുരുക്കം ചില രാജ്യങ്ങൾ തങ്ങളുടെ സ്വന്തം താത്പര്യങ്ങൾക്കുമാത്രമായി നിയന്ത്രണാധികാരങ്ങൾ ബലപ്രയോഗംവഴി തങ്ങളുടെ കൈവശമാക്കിയിരിക്കുകയാണ്. പുതിയ ലോകക്രമത്തിൻെറ സ്വയംപ്രഖ്യാപിത നേതാക്കളായി ഈ മുഖ്യശക്തികൾ മാറിക്കഴിഞ്ഞു. ഇത്തരമൊരവസ്ഥയിൽ നൂറുകോടി ജനങ്ങളുള്ള ഇന്ത്യയെപ്പോലൊരു രാജ്യം എന്താണു ചെയ്യേണ്ടത്? സാങ്കേതികശക്തി നേടിയെടുക്കുകയല്ലാതെ നമ്മുടെ മുന്നിൽ മറ്റു മാർഗങ്ങളൊന്നുമില്ല. എന്നാൽ ഇന്ത്യയ്ക്ക് സാങ്കേതികരംഗത്തെ ഒരു നായകനാകാൻ കഴിയുമോ? ഒരു ഉറച്ച "ഉവ്വ്" എന്നാണ് എൻെറ ഉത്തരം. എൻെറ ജീവിതത്തിൽനിന്നും ചില സംഭവങ്ങൾ വിവരിച്ചുകൊണ്ട് ഈ ഉത്തരം സാധൂകരിക്കാൻ എന്നെ അനുവദിക്കുക.

ഈ പുസ്തകത്തിൽ ചേർത്തിരിക്കുന്ന എൻെറ അനുസ്മരണങ്ങൾ ഞാനാദ്യം വിവരിക്കാൻ തുടങ്ങിയപ്പോൾ അവയിലേതാണ് വെളിപ്പെടുത്താൻ യോഗ്യമെന്നും അല്ലെങ്കിൽ അവയ്ക്കെന്തെങ്കിലും പ്രസക്തിതന്നെ ഉണ്ടോ എന്നുമൊക്കെ എനിക്ക് നിശ്ചയമില്ലായിരുന്നു. എനിക്കെൻെറ ബാല്യം അമൂല്യമാണ്. എന്നുവെച്ച് മറ്റുള്ളവർക്ക് അതിൽ താത്പര്യമുണ്ടാകണമെന്നുണ്ടോ? ഒരു ചെറുപട്ടണത്തിലെ ബാലൻെറ കഷ്ടപ്പാടുകളും വിജയങ്ങളും വായനക്കാരനെ സംബന്ധിച്ചിടത്തോളം പ്രസക്തങ്ങളാണോ എന്നു ഞാൻ സംശയിച്ചു. എൻെറ സ്കൂൾജീവിതകാലത്തെ ക്ലേശകരമായ ചുറ്റുപാടുകൾ, എൻെറ സ്കൂൾഫീസടയ്ക്കാനായി ഞാൻ ചെയ്തുപോന്ന കൊച്ചു കൊച്ചു ജോലികൾ, കോളജ് വിദ്യാർത്ഥിയായിരിക്കെ ഭാഗികമായി സാമ്പത്തികകാരണങ്ങളാൽ ഒരു സസ്യഭുക്കാകുവാനുള്ള തീരുമാനം ഞാനെങ്ങനെ എടുത്തു എന്നു തുടങ്ങിയവയിൽ പൊതുജനത്തിന് എന്തുകൊണ്ട് താത്പര്യമുണ്ടാകണം? അവസാനം, ഇവയെല്ലാം പ്രസക്തങ്ങളാണെന്ന് എനിക്ക് ബോധ്യമായി. വ്യക്തിഗതമായ ഭാഗധേയവും അത് നിക്ഷിപ്തമായിരിക്കുന്ന സാമൂഹികഘടനയും പരസ്പരം വേർപെടുത്തിക്കാണാനാകുന്നവയല്ല എന്നതിനാൽ, മറ്റൊന്നുമില്ലെങ്കിലും, ആധുനിക ഭാരതത്തിൻെറ കഥയെക്കുറിച്ച്

ഇവയ്ക്ക് ചിലതെല്ലാം പറയാനുണ്ടാകും. ഇപ്രകാരം, ഒരു വ്യോമസേനാ വൈമാനികനാകാനുള്ള എൻെറ നിഷ്ഫലയത്നത്തെക്കുറിച്ചും ഞാനൊരു കളക്ടറാകുമെന്ന പിതാവിൻെറ സ്വപ്നത്തിൽനിന്നും വ്യത്യസ്തമായി ഞാനെങ്ങനെയൊരു റോക്കറ്റ് സാങ്കേതികവിദഗ്ധനായി എന്നതിനെക്കുറിച്ചുമുള്ള വിവരണങ്ങൾ ഉൾക്കൊള്ളിക്കുന്നത് പ്രസക്തമാണെന്ന് എനിക്കു തോന്നി.

അവസാനമായി, എൻെറ ജീവിതത്തിൽ ഗണ്യമായ സ്വാധീനം ചെലുത്തിയ വ്യക്തികളെക്കുറിച്ച് വിവരിക്കാൻ ഞാൻ തീരുമാനിച്ചു. ഈ പുസ്തകം ഒരു തരത്തിൽ എൻെറ മാതാപിതാക്കൾക്കും ഉറ്റ ബന്ധുക്കൾക്കും പിന്നെ, ഒരു വിദ്യാർത്ഥി എന്ന നിലയിലും ഔദ്യോഗികജീവിതത്തിലും എനിക്കു ലഭിക്കാൻ ഭാഗ്യമുണ്ടായ അധ്യാപകർക്കും മേലധികാരികൾക്കുമുള്ള ഒരു കൃതജ്ഞതാസമർപ്പണം കൂടിയാണ്. ഞങ്ങളുടെ സംയുക്തമായ സ്വപ്നങ്ങളുടെ സാക്ഷാത്കാരത്തിനുവേണ്ടി സഹായിച്ച എൻെറ യുവസഹപ്രവർത്തകരുടെ അക്ഷീണമായ ആവേശത്തിനും പ്രയത്നത്തിനുമുള്ള ആദരാഞ്ജലിയുമാണ് ഈ പുസ്തകം. അതികായരുടെ ചുമലിൽ കയറി നിൽക്കുന്നതിനെക്കുറിച്ചുള്ള ഐസക് ന്യൂട്ടൻെറ സുപ്രസിദ്ധമായ വാക്കുകൾ ഓരോ ശാസ്ത്രജ്ഞനെ സംബന്ധിച്ചിടത്തോളവും പ്രസക്തമാണ്. അപ്രകാരം വിക്രം സാരാഭായി, സതീഷ്ധവാൻ, ബ്രഹ്മപ്രകാശ് എന്നിവരടങ്ങിയ വിശിഷ്ടരായ ഭാരതീയ ശാസ്ത്രജ്ഞരുടെ പരമ്പരയോട് വിജ്ഞാനത്തിൻെറ കാര്യത്തിലായാലും പ്രചോദനത്തിൻെറ കാര്യത്തിലായാലും ഞാൻ നിശ്ചയമായും വളരെയേറെ കടപ്പെട്ടിരിക്കുന്നു. എൻെറ ജീവിതത്തിലും ഭാരതീയ ശാസ്ത്രചരിത്രത്തിലും അവർക്കു വലിയ സ്ഥാനമുണ്ട്.

എനിക്ക് 1991 ഒക്ടോബർ 15-ന് അറുപതു വയസ്സ് പൂർത്തിയായി. ശിഷ്ട ജീവിതകാലം, സാമൂഹിക സേവനരംഗത്ത് എൻെറ കടമകളായി ഞാൻ വിചാരിച്ചിരുന്നതെന്തോ അവയുടെ പൂർത്തീകരണത്തിനായി സമർപ്പണം ചെയ്യണമെന്ന് നിശ്ചയിച്ചിരുന്നു. പക്ഷേ, മറ്റു രണ്ടു കാര്യങ്ങൾ ഒരേ സമയത്തു സംഭവിച്ചു. ഒന്നാമതായി, സർക്കാർസേവനത്തിൽ മൂന്നു വർഷംകൂടി തുടരാൻ ഞാൻ സമ്മതിച്ചു. രണ്ടാമതായി, തനിക്ക് രേഖപ്പെടുത്താൻ തക്കവിധം എൻെറ സ്മരണകൾ പങ്കുവയ്ക്കണമെന്ന് ഒരു യുവസഹപ്രവർത്തകൻ, അരുൺ തിവാരി എന്നോട് അഭ്യർത്ഥിച്ചു. എൻെറ പരീക്ഷണശാലയിൽ 1982 മുതൽക്കേ പ്രവർത്തിച്ചു പോരുന്ന ഒരാളായിരുന്നുവെങ്കിലും 1987 ഫെബ്രുവരിയിൽ ഹൈദരാബാദിലെ നിസ്സാംസ് ഇൻസ്റ്റിറ്റ്യൂട്ട് ഓഫ് മെഡിക്കൽ സയൻസസിൻെറ ഹൃദ്രോഗ തീവ്ര പരിചരണ വിഭാഗത്തിൽവെച്ച് സന്ദർശിക്കുംവരെ ഞാനദ്ദേഹത്തെ ശരിക്കും മനസ്സിലാക്കിയിരുന്നില്ല. കേവലമൊരു 32 വയസ്സുകാരനായിരുന്നുവെങ്കിലും അദ്ദേഹം തൻെറ ജീവൻ നിലനിറുത്താൻവേണ്ടി ധൈര്യപൂർവം മല്ലിടുകയായിരുന്നു അവിടെ. അദ്ദേഹത്തിനുവേണ്ടി ഞാനെന്തെങ്കിലും ചെയ്തുതരണമെന്ന് ആഗ്രഹിക്കുന്നുണ്ടോ എന്നു ഞാൻ ചോദിച്ചു. "സർ, അങ്ങയുടെ അനുഗ്രഹം എനിക്കു തന്നാലും," അദ്ദേഹം പ്രതിവചിച്ചു, "അങ്ങനെ അങ്ങയുടെ പ്രോജക്ടുകളിൽ ഒരെണ്ണമെങ്കിലും പൂർത്തീകരിക്കാൻ കഴിയുംവിധം എനിക്കു കുറെക്കൂടി നീണ്ടൊരു ജീവിതം കിട്ടുമല്ലോ."

ആ യുവാവിൻെറ സമർപ്പണബോധം എന്നെ വല്ലാതെ ഉലച്ചു. അന്നു രാത്രി മുഴുവൻ അദ്ദേഹത്തിൻെറ രോഗശാന്തിക്കുവേണ്ടി ഞാൻ പ്രാർത്ഥിച്ചു. സർവേശ്വരൻ എൻെറ യാചന കേൾക്കുകയും ഒരു മാസത്തിനകം തിരികെ ജോലിയിൽ പ്രവേശിക്കാൻ തിവാരിക്ക് കഴിയുകയും ചെയ്തു. കേവലം മൂന്നു വർഷത്തിനകം ഒന്നുമില്ലായ്മയിൽനിന്നും 'ആകാശ്' മിസ്സൈലിൻെറ വ്യോമഘടന പൂർത്തീകരിച്ച

യത്നത്തിൽ അദ്ദേഹം ഉജ്ജ്വലമായൊരു പങ്കുവഹിക്കുകയുണ്ടായി. പിന്നെ അദ്ദേഹം എൻെറ കഥ തയ്യാറാക്കുന്ന യത്നം ഏറ്റെടുത്തു. കഴിഞ്ഞ ഒരു വർഷം കൊണ്ട് അദ്ദേഹം എൻെറ തുണ്ടും നുറുങ്ങുമായ വിവരണങ്ങളെ ശ്രദ്ധാപൂർവ്വം കോർത്തിണക്കി അനർഗളമായൊരു ആഖ്യാനമാക്കി അതിനെ മാറ്റി. മാത്രമല്ല, അദ്ദേഹം എൻെറ സ്വകാര്യ ഗ്രന്ഥശേഖരമെല്ലാം അതിവിശദമായി പരിശോധിക്കുകയും ഞാൻ പാരായണവേളയിൽ അടിവരയിട്ടുപോന്ന കാവ്യശകലങ്ങളിൽ നിന്നും പ്രസക്തമായവ തിരഞ്ഞെടുത്ത് പുസ്തകത്തിൽ ചേർക്കുകയും ചെയ്തു.

ഈ ആഖ്യാനം കേവലം എൻെറ വ്യക്തിഗത വിജയങ്ങളുടെയും വേദനകളുടെയും ഒരു വിവരണമല്ല, പ്രത്യുത, സാങ്കേതികവിദ്യയുടെ മുൻനിരയിൽ സ്വസ്ഥാനമുറപ്പിക്കുന്നതിനുവേണ്ടി അഹോരാത്രം പ്രയത്നിക്കുന്ന ആധുനിക ഭാരതത്തിലെ ശാസ്ത്രസ്ഥാപനങ്ങളുടെ വിജയങ്ങളുടെയും തിരിച്ചടികളുടെയും ചരിത്രംകൂടിയാകുമെന്ന് ഞാൻ പ്രത്യാശിക്കുന്നു. ഇത് ദേശീയമായ ആത്മപ്രചോദനത്തിൻെറയും സഹകരണമനോഭാവത്തോടുകൂടിയ മുന്നേറ്റയത്നങ്ങളുടെയും കഥയാണ്. മാത്രമല്ല, എൻെറ കാഴ്ചപ്പാടിൽ, ശാസ്ത്രീയമായ സ്വയം പര്യാപ്തതയ്ക്കും സാങ്കേതിക മികവിനുമായുള്ള ഇന്ത്യയുടെ തെരച്ചിലിൻെറ ഇതിഹാസംകൂടിയായ ഇത് നമ്മുടെ ഈ കാലഘട്ടത്തിൻെറ ഒരു അന്യാപദേശകഥകൂടിയായിരിക്കും.

താന്താങ്ങളുടെ സവിശേഷമായൊരു പങ്ക് നിർവഹിക്കാൻ വേണ്ടിയാണ് ഈ മനോഹരഗ്രഹത്തിലെ ഓരോ ജീവിയും സർവേശ്വരനാൽ സൃഷ്ടിക്കപ്പെട്ടിട്ടുള്ളത്. ജീവിതത്തിൽ ഞാൻ നേടിയതെല്ലാം അവിടുത്തെ സഹായത്താൽ മാത്രമാണ്, അവിടുത്തെ ഇച്ഛയുടെ ഒരു പ്രകാശനമാണ്. പ്രതിഭാശാലികളായ ചില അധ്യാപകരിലൂടെയും സഹപ്രവർത്തകരിലൂടെയും ദൈവം തൻെറ അനുഗ്രഹം എൻെറമേൽ വർഷിച്ചു. ഈ മഹദ്‌വ്യക്തികൾക്ക് ആദരാഞ്ജലികളർപ്പിക്കുമ്പോൾ ഞാൻ അവിടുത്തെ മഹത്ത്വത്തെ വാഴ്ത്തിപ്പാടുകമാത്രമാണ് ചെയ്യുന്നത്. ഒരിക്കലും സ്വയം ചെറുതാണെന്നോ നിസ്സഹായരാണെന്നോ തങ്ങൾക്ക് തോന്നരുതെന്ന് ഇന്ത്യയിലെ ജനകോടികളോടു പറയുന്നതിനുവേണ്ടി, കലാം എന്ന ഒരു ചെറിയ മനുഷ്യനിലൂടെ അവിടുന്നു ചെയ്ത കാര്യങ്ങൾ മാത്രമാണ് ഈ റോക്കറ്റുകളും മിസ്സൈലുകളുമെല്ലാം. ദിവ്യമായൊരു അഗ്നിജ്വാല ഹൃദയത്തിൽ പേറിക്കൊണ്ടാണ് നാമെല്ലാം ജനിക്കുന്നത്. ഈ അഗ്നിക്ക് ചിറകുകൾ നല്കാനും അതിൻെറ നന്മയുടെ തിളക്കംകൊണ്ട് ഈ ഭുവനത്തെ നിറയ്ക്കാനും വേണ്ടിയുള്ളതായിരിക്കണം നമ്മുടെ പ്രയത്നങ്ങളെല്ലാം.

സർവേശ്വരൻ നിങ്ങളെ അനുഗ്രഹിക്കട്ടെ!

എ. പി. ജെ. അബ്ദുൾ കലാം

പിതാവ്: ജൈനുലബ്ദീൻ

ജന്മഗൃഹം

കുടുംബാംഗങ്ങളുമായി ഒത്തുചേരൽ

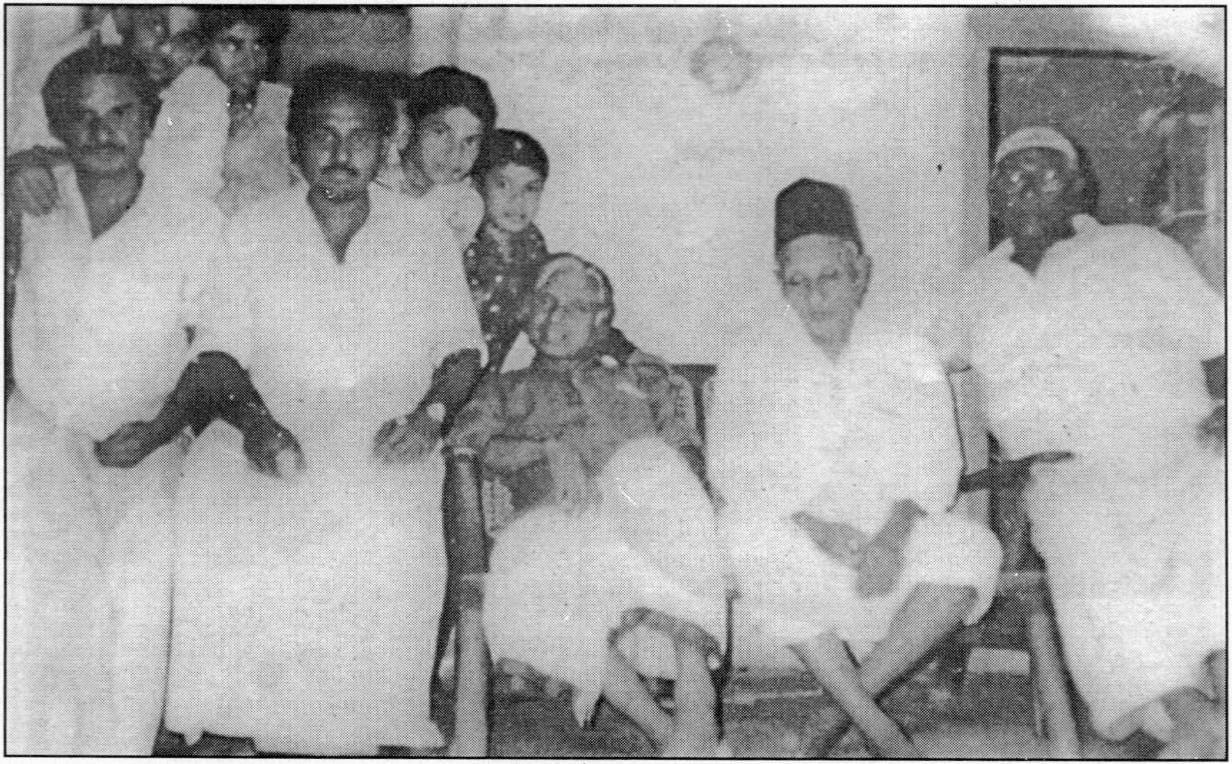

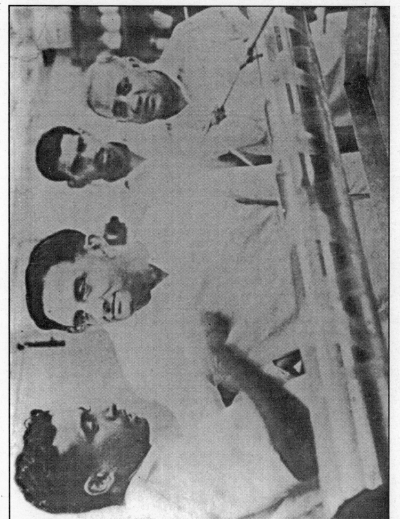

പ്രൊഫ. വിക്രം സാരാഭായിയോടൊത്ത്

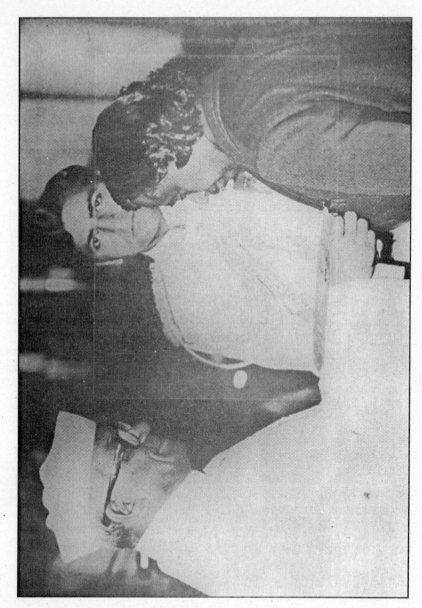

ഡോ. നീലം സഞ്ജീവറെഡ്ഡിയിൽ നിന്ന് പദ്മഭൂഷൺ സ്വീകരിക്കുന്നു

എസ്. എൽ. വി-3 വിക്ഷേപണസ്ഥലത്ത്

പൃഥ്വി വിജയകരമായി വിക്ഷേപിക്കുന്നു

അഗ്നി വിക്ഷേപണസ്ഥലത്ത്

അഗ്നിയുടെ വിജയകരമായ വിക്ഷേപണത്തിൽ ആഹ്ലാദഭരിതരായ ജനക്കൂട്ടത്തിനൊപ്പം

രാഷ്ട്രപതി കെ. ആർ. നാരായണനിൽനിന്ന് ഭാരതരത്നം സ്വീകരിക്കുന്നു

രാഷ്ട്രപതിയായി സത്യപ്രതിജ്ഞ ചെയ്യുന്നു

സല്യൂട്ട് സ്വീകരിക്കുന്നു. സമീപം മുൻ രാഷ്ട്രപതി കെ.ആർ. നാരായണനും
അന്നത്തെ ഉപരാഷ്ട്രപതി കൃഷൻകാന്തും

സത്യപ്രതിജ്ഞാവേളയിൽ മുൻ രാഷ്ട്രപതി കെ.ആർ. നാരായണനോടും അന്നത്തെ
ഉപരാഷ്ട്രപതി കൃഷൻകാന്തിനോടും ലോക്സഭാ സ്പീക്കർ മനോഹർജോഷിയോടും
അന്നത്തെ ചീഫ് ജസ്റ്റിസിനോടുമൊപ്പം

രാഷ്ട്രപതിയായി സത്യപ്രതിജ്ഞ ചെയ്യുന്നു

സല്യൂട്ട് സ്വീകരിക്കുന്നു. സമീപം മുൻ രാഷ്ട്രപതി കെ.ആർ. നാരായണനും
അന്നത്തെ ഉപരാഷ്ട്രപതി കൃഷൻകാന്തും

സത്യപ്രതിജ്ഞാവേളയിൽ മുൻ രാഷ്ട്രപതി കെ.ആർ. നാരായണനോടും അന്നത്തെ
ഉപരാഷ്ട്രപതി കൃഷൻകാന്തിനോടും ലോക്സഭാ സ്പീക്കർ മനോഹർജോഷിയോടും
അന്നത്തെ ചീഫ് ജസ്റ്റിസിനോടുമൊപ്പം

ഗാർഡ് ഓഫ് ഓണർ പരിശോധിക്കുന്നു

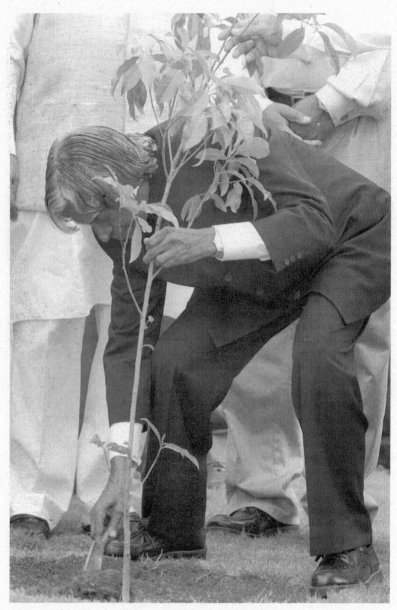

രാഷ്ട്രപതിഭവനിൽ വൃക്ഷത്തൈ നടുന്നു

ഗാർഡ് ഓഫ് ഓണർ പരിശോധിക്കുന്നു

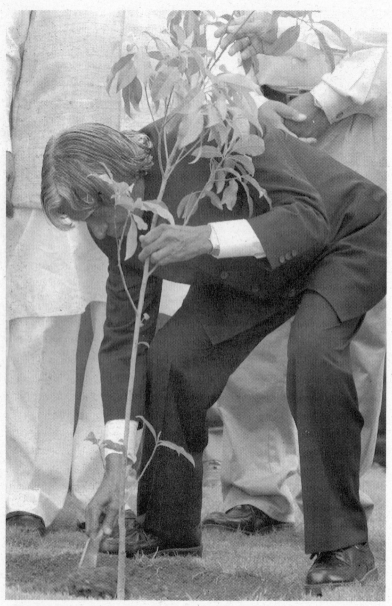

രാഷ്ട്രപതിഭവനിൽ വൃക്ഷത്തൈ നടുന്നു

I

ക്രമീകരണം
(1931 - 1963)

"ഈ ഭൂമി അവിടുത്തെ സ്വന്തമാണ്, അനന്തവിസ്തൃതമായ
ആകാശങ്ങളും അവനു സ്വന്തം. സാഗരങ്ങൾ അവനിൽ കുടി
കൊള്ളുന്നു. എന്നിട്ടും അവിടുന്ന് ശയനംകൊള്ളുന്നത് ആ
ചെറുകുളത്തിലാണ്."

—അഥർവവേദം
പുസ്തകം 4, ശ്ലോകം 16

1

ഞാൻ ജനിച്ചത് മദ്രാസ് സംസ്ഥാനത്തിലെ ദ്വീപുനഗരമായ രാമേശ്വരത്തെ ഒരു ഇടത്തരം തമിഴ്കുടുംബത്തിലാണ്. എന്റെ പിതാവ് ജൈനുലാബ്ദീന് പറയത്തക്ക ഔപചാരിക വിദ്യാഭ്യാസമോ കാര്യമായ സ്വത്തോ ഒന്നും ഉണ്ടായിരുന്നില്ല. ഈ പോരായ്മകൾ ഒഴിച്ചാൽ അദ്ദേഹം നൈസർഗ്ഗികമായിത്തന്നെ വലിയൊരു ജ്ഞാനിയും യഥാർത്ഥ ഉദാരമതിയും ആയിരുന്നു. അദ്ദേഹത്തിന്റെ ആദർശശാലിനിയായ സഹായിയായിരുന്നു എന്റെ മാതാവ് ആഷ്യാമ്മ. അവർ ഓരോ ദിവസവും തീററിപ്പോററിയിരുന്നവരുടെ എണ്ണം ഞാനിപ്പോൾ ഓർക്കുന്നില്ല. എങ്കിലും, പുറത്തുനിന്ന് ഞങ്ങളോടൊപ്പം ഭക്ഷണം കഴിച്ചിരുന്നവരുടെ സംഖ്യ ഞങ്ങളുടെ കുടുംബത്തിലെ എല്ലാ അംഗങ്ങളുടേതിലും കൂടുതലായിരുന്നു എന്ന് എനിക്ക് ഉറപ്പായി പറയാൻ കഴിയും.

എന്റെ മാതാപിതാക്കൾ പരക്കെ ഉത്തമ ദമ്പതികളായി കണക്കാക്കപ്പെട്ടിരുന്നു. എന്റെ ഉമ്മയുടെ പാരമ്പര്യത്തിനായിരുന്നു കൂടുതൽ മഹത്വം. അവരുടെ പൂർവ്വികരിൽ ഒരാൾക്ക് ബ്രിട്ടീഷുകാർ 'ബഹാദൂർ' സ്ഥാനം നല്കിയിരുന്നു.

നല്ല ഉയരവും സൗന്ദര്യവുമൊക്കെ ഉണ്ടായിരുന്ന മാതാപിതാക്കൾക്ക് ജനിച്ച പല കുട്ടികളിൽ ഒരുവനായ എനിക്ക് വലിയ പൊക്കമോ ഭംഗിയോ ഒന്നും ഉണ്ടായിരുന്നില്ല. പത്തൊൻപതാം നൂററാണ്ടിന്റെ മദ്ധ്യത്തിൽ നിർമ്മിച്ച പൂർവ്വിക ഭവനത്തിലായിരുന്നു ഞങ്ങളുടെ വാസം. രാമേശ്വരം മോസ്ക്സ്ട്രീററിൽ ചുണ്ണാമ്പുകല്ലും ചുടുകട്ടയുംകൊണ്ടു നിർമ്മിച്ച സാമാന്യം വലുതും ഉറപ്പുള്ളതുമായ ഒരു വീടായിരുന്നു അത്. ഒതുങ്ങിയ മട്ടുകാരനായിരുന്ന എന്റെ പിതാവ്, അത്യാവശ്യമില്ലാത്ത സുഖസൗകര്യങ്ങളും ആഡംബരങ്ങളുമെല്ലാം ഒഴിവാക്കിപ്പോന്നിരുന്നു. എന്നാൽ, ഭക്ഷണം, മരുന്ന്, ഉടുപുടവകൾ തുടങ്ങിയ അത്യാവശ്യ കാര്യങ്ങൾക്കൊന്നും യാതൊരു മുട്ടുമുണ്ടായിരുന്നില്ല. വാസ്തവത്തിൽ, സാമ്പത്തികമായും മാനസികമായും സുരക്ഷിതത്വം നിറഞ്ഞ ഒരു ബാല്യമായിരുന്നു എന്റേത്.

ഞാൻ സാധാരണയായി ഭക്ഷണം കഴിച്ചിരുന്നത് അടുക്കളയിൽ ഉമ്മയോടൊപ്പം നിലത്തിരുന്നിട്ടായിരുന്നു. ഉമ്മ എന്റെ മുന്നിൽ ഒരു വാഴയിലവെച്ച് അതിൽ ചോറു വിളമ്പിയിട്ട് കൊതിയൂറുന്ന മണമുള്ള സാമ്പാർ ഒഴിക്കും. പിന്നെ, വീട്ടിലുണ്ടാക്കിയ തീക്ഷ്ണഗന്ധമുള്ള ഒരുതരം അച്ചാറും ഒരു കട്ട പുതിയ തേങ്ങാച്ചമ്മന്തിയും അരികിൽ വയ്ക്കും.

തീർത്ഥാടകരുടെ പുണ്യസ്ഥലമായ രാമേശ്വരത്തെ പ്രസിദ്ധമായ ശിവ

ക്ഷേത്രത്തിലേക്ക് ഞങ്ങളുടെ വീട്ടിൽനിന്നും വെറും പത്തു മിനിട്ട് നടന്നാൽ മതി. ഞങ്ങളുടേത് മുഖ്യമായി ഒരു മുസ്ലിം പ്രദേശമായിരുന്നെങ്കിലും അവരോട് തികച്ചും സൗഹൃദത്തിൽ കഴിഞ്ഞുപോന്ന ഏതാനും ഹിന്ദുകുടുംബങ്ങളും അവിടെ ഉണ്ടായിരുന്നു. ഞങ്ങളുടെ തെരുവിലെ പുരാതന മുസ്ലിംപള്ളിയിൽ സായാഹ്നപ്രാർത്ഥനകൾക്കു പോകുമ്പോൾ പിതാവ് എന്നെയും കൊണ്ടു പോവുക പതിവായിരുന്നു. അവിടെ ഉയർന്നുകേട്ടിരുന്ന അറബിയിലുള്ള പ്രാർത്ഥനാവചസ്സുകളുടെ അർത്ഥത്തെക്കുറിച്ച് എനിക്കൊരവ്യക്തധാരണപോലും ഉണ്ടായിരുന്നില്ല. പക്ഷേ, അവ ദൈവസന്നിധിയിൽ എത്തിയിരുന്നു എന്ന കാര്യം എനിക്ക് ഉറപ്പായിരുന്നു. പ്രാർത്ഥന കഴിഞ്ഞ് എന്റെ പിതാവ് പള്ളിയിൽനിന്നും പുറത്തുവരുമ്പോൾ വിവിധമതസ്ഥരായ കുറച്ച് ആളുകൾ അദ്ദേഹത്തെയും കാത്ത് അവിടെ ഇരിക്കുന്നുണ്ടാവും. അവരിൽ പലരും നീട്ടിക്കാണിക്കുന്ന മൊന്തയിലെ ജലത്തിൽ അദ്ദേഹം വിരൽതുമ്പു മുക്കിയിട്ട് ഒരു പ്രാർത്ഥന ചൊല്ലും. ഈ ജലം അവർ വീട്ടിൽ കൊണ്ടുപോയി അവിടെയുള്ള രോഗികൾക്ക് കൊടുക്കുമായിരുന്നു. അതുകഴിച്ച് രോഗശാന്തി അനുഭവപ്പെട്ട ചിലർ നന്ദി പറയാനായി വീട്ടിൽ വന്നിരുന്നതും ഞാൻ ഓർക്കുന്നു. അതുകേട്ട് എന്റെ പിതാവ് എപ്പോഴും മന്ദഹസിക്കുകയും കരുണാമയനും ദയാപരനുമായ അല്ലാഹുവിനോടു നന്ദിപറയുവാൻ ആവശ്യപ്പെടുകയും ചെയ്തിരുന്നു.

രാമേശ്വരംക്ഷേത്രത്തിലെ പ്രധാന പൂജാരി പാക്ഷി ലക്ഷ്മണശാസ്ത്രി എന്റെ പിതാവിന്റെ വളരെയടുത്ത ഒരു സുഹൃത്തായിരുന്നു. എന്റെ ചെറുബാല്യത്തിലെ ഏററവും മിഴിവാർന്ന സ്മരണകളിലൊന്ന് തങ്ങളുടെ പരമ്പരാഗതമായ വസ്ത്രങ്ങളണിഞ്ഞ് ആത്മീയകാര്യങ്ങൾ ചർച്ചചെയ്തുകൊണ്ടിരുന്ന ഈ രണ്ടുപേരെയും കുറിച്ചുള്ളതാണ്. ചോദ്യങ്ങൾ ചോദിക്കുവാൻ മാത്രം മുതിർന്നപ്പോൾ പ്രാർത്ഥനയുടെ സാംഗത്യമെന്തെന്ന് ഞാനെന്റെ പിതാവിനോടു ചോദിക്കുകയുണ്ടായി. പ്രാർത്ഥനയിൽ യാതൊരു നിഗൂഢതയുമില്ലെന്നായിരുന്നു അദ്ദേഹത്തിന്റെ മറുപടി. വിശേഷാൽ, അത് മനുഷ്യരെ ആത്മീയതേജസ്സുമായുള്ള ഐക്യം സാധ്യമാക്കുന്നു. ''നീ പ്രാർത്ഥിക്കുമ്പോൾ,'' അദ്ദേഹം പറഞ്ഞു, ''നിന്റെ ശരീരത്തിന്റെ പരിമിതികളെ അതിലംഘിച്ച് നീ പ്രപഞ്ചത്തിന്റെതന്നെ ഒരു ഭാഗമായിത്തീരുകയാണ്. അവിടെ സമ്പത്തിന്റെയോ ജാതിയുടെയോ വിശ്വാസത്തിന്റെയോ ആയ യാതൊരു വിഭാഗീയതകളുമില്ല.''

സങ്കീർണ്ണമായ ആത്മീയതത്ത്വങ്ങൾ അതീവ ലളിതമായ തമിഴിൽ പറഞ്ഞുതരാൻ എന്റെ പിതാവിന് കഴിവുണ്ടായിരുന്നു. ഒരിക്കലദ്ദേഹം എന്നോടു പറഞ്ഞു: ''ഓരോ മനുഷ്യവ്യക്തിയും, അവന്റേതായ സമയത്തും സ്ഥലത്തും തനിമയിലും അവൻ എത്തിച്ചേർന്ന നല്ലതോ ചീത്തയോ ആയ അവസ്ഥയിലും പ്രത്യക്ഷമായ ദൈവിക അസ്തിത്വ പൂർണതയുടെ അംശങ്ങളാണ്. ആകയാൽ പ്രശ്നങ്ങളും ബുദ്ധിമുട്ടുകളും പ്രതിസന്ധികളുമൊക്കെ വരുമ്പോൾ നാമെന്തിനു ഭയപ്പെടണം? കഷ്ടതകൾ വരുമ്പോൾ, നിങ്ങളുടെ യാതനകളുടെ പ്രസക്തിയെപ്പററി മനസ്സിലാക്കാൻ ശ്രമിക്കുക. പ്രതികൂലസാഹചര്യങ്ങൾ എപ്പോഴും ആത്മപരിശോധനയ്ക്കുള്ള അവസരങ്ങളാണ് പ്രദാനം ചെയ്യുന്നത്.''

''അങ്ങനെയെങ്കിൽ, സഹായവും ഉപദേശവും തേടി അങ്ങയുടെ അടുത്തു വരുന്നവരോട് ഇതൊന്നും പറയാത്തതെന്ത്?'' ഞാൻ പിതാവിനോടു ചോദിച്ചു. അദ്ദേഹം എൻെറ ചുമലിൽ കൈ രണ്ടും വച്ചുകൊണ്ട് കണ്ണുകളിലേക്ക് ഉററു നോക്കി. കുറച്ചുനേരത്തേക്ക് അദ്ദേഹമൊന്നും പറഞ്ഞില്ല. തൻെറ വാക്കുകൾ മനസ്സിലാക്കുവാനുള്ള കഴിവ് എനിക്കുണ്ടോ എന്ന് അദ്ദേഹം വിലയിരുത്തു കയാണെന്നു തോന്നി. എന്നിട്ടദ്ദേഹം വളരെ താഴ്ന്നതും എന്നാൽ വളരെ ആഴ മുള്ളതുമായ സ്വരത്തിൽ അതിനുള്ള മറുപടി നല്കി. എൻെറ മനസ്സിൽ അസാ ധാരണമായ ഒരു ഊർജ്ജവും ആവേശവും നിറയ്ക്കുന്ന ഒന്നായിരുന്നു അത്:

'തങ്ങൾ ഒററപ്പെട്ടതായി കാണപ്പെടുമ്പോൾ മനുഷ്യജീവികൾ സ്വാഭാ വികമായും ഒരു കൂട്ടിനുവേണ്ടി തിരയുന്നു. ബുദ്ധിമുട്ടുകളുണ്ടാവുമ്പോൾ അവർ സഹായത്തിന് ആരെയെങ്കിലും പ്രതീക്ഷിക്കുകയായി. ഒരു ദുർഘട പ്രതിസന്ധിയിൽ ഉഴറുമ്പോൾ കരകയററാൻ കഴിവുള്ള ഒരാളെയായിരിക്കും നോക്കുക. ഒന്നിനു പിന്നാലെ മറെറാന്നായി വരുന്ന ഓരോ വേദനകളും ആശകളും പ്രതീക്ഷകളും അതാതിൻേറതായ ഒരു പ്രത്യേക സഹായിയെ കണ്ടെത്തുന്നു. പ്രശ്നങ്ങളിൽപ്പെട്ടുഴറി എൻെറയടുത്ത് വരുന്നവരെ സംബന്ധിച്ചിടത്തോളം, പ്രാർത്ഥനകളും അർച്ചനകളുംവഴി പൈശാചിക ശക്തികളെ ഉന്മൂലനം ചെയ്യാനുള്ള അവരുടെ ശ്രമത്തിലെ കേവലം ഒരു ഇടനിലക്കാരൻ മാത്രമാണ് ഞാൻ. ഇത് ഒരിക്കലും ശരിയായൊരു സമീപനമല്ല. അതുകൊണ്ട് ഇത് ഒരിക്കലും പിൻതുടരരുത്. വിധിയെക്കുറിച്ചുള്ള ഭയത്തോടുകൂടിയ കാഴ്ചപ്പാടും നമ്മുടെ ജീവിതലക്ഷ്യം നിറവേററുന്നതിന് നമ്മുടെ ഉള്ളിൽതന്നെ എതിരു നില്ക്കുന്ന ശത്രുവിനെ കണ്ടെത്താൻ നമ്മെ സഹായിക്കുന്ന ദർശനവും തമ്മിലുള്ള വ്യത്യാസം നാം മനസ്സിലാക്കണം.'

വെളുപ്പിന് നാലുമണിക്ക് 'നമാസ്' വായനയോടെ എൻെറ പിതാവ് തൻെറ ദിവസത്തിന് തുടക്കമിട്ടിരുന്നത് ഞാനിന്നും ഓർമ്മിക്കുന്നു. 'നമാസി'നു ശേഷം അദ്ദേഹം നാലു മൈൽ അകലെ ഞങ്ങൾക്കുണ്ടായിരുന്ന ഒരു ചെറിയ തെങ്ങിൻ തോപ്പിലേക്ക് നടക്കും. പിന്നെ തിരിച്ചുവരുന്നത്, പരസ്പരം ബന്ധിച്ച് തോളിൽ തൂക്കിയിട്ട ഒരു ഡസനോളം നാളികേരങ്ങളുമായിട്ടാണ്. അതിനുശേഷമേ അദ്ദേഹം പ്രാതൽ കഴിക്കുകയുള്ളൂ. അറുപതുകളുടെ അന്ത്യത്തിലെത്തി നില്ക്കു മ്പോഴും ഇതുതന്നെയായിരുന്നു അദ്ദേഹത്തിൻെറ ദിനചര്യ.

ശാസ്ത്രത്തിൻെറയും സാങ്കേതികവിദ്യയുടെയുമായ എൻെറ ലോകത്ത് ജീവിത കാലം മുഴുവൻ എൻെറ പിതാവിനെ അന്ധമായി അനുകരിക്കുവാൻ ഞാൻ ശ്രമി ച്ചിട്ടുണ്ട്. അദ്ദേഹം എനിക്കു വെളിപ്പെടുത്തിത്തന്ന സനാതനസത്യങ്ങളെ മനസ്സി ലാക്കാൻ ഞാൻ പ്രയത്നിക്കുകയും ചെയ്തു. ഒരു മനുഷ്യനെ അവൻെറ ആശയ ക്കുഴപ്പത്തിലും ദുരിതത്തിലും ദുഃഖത്തിലും പരാജയത്തിലും നിന്ന് ഉയർത്തി യഥാസ്ഥാനത്തു നിർത്താൻ കഴിവുള്ള ഒരു ദിവ്യശക്തി നിലനില്ക്കുന്നുണ്ടെന്ന

കാര്യം എനിക്ക് ബോദ്ധ്യമായിട്ടുണ്ട്. ഒരുവൻ തൻെറ വൈകാരികവും ശാരീരികവുമായ ബന്ധനങ്ങൾ പൊട്ടിച്ചെറിയുന്നതോടെ, അവൻ സ്വാതന്ത്ര്യത്തിലേക്കും ആനന്ദത്തിലേക്കും മനസ്സമാധാനത്തിലേക്കുമുള്ള പാതയിൽ എത്തിച്ചേരുന്നു.

രാമേശ്വരത്തുനിന്ന് ധനുഷ്കോടി (സേതുക്കര എന്നും വിളിക്കും)യിലേക്കും അവിടെനിന്നു തിരിച്ചും തീർത്ഥാടകരെ കൊണ്ടുപോകാനായി മരംകൊണ്ടുള്ള ഒരു സവാരിബോട്ട് നിർമ്മിക്കാനുള്ള ഒരു പദ്ധതിയിൽ എൻെറ പിതാവ് വ്യാപൃതനായത് എനിക്ക് ഏതാണ്ട് ആറുവയസ്സുള്ളപ്പോളാണ്. കടൽക്കരയിലായിരുന്നു അദ്ദേഹത്തിൻെറ ബോട്ടുപണി. ഒരു ബന്ധുവായിരുന്ന അഹ്മദ് ജല്ലാലുദ്ദീൻ അദ്ദേഹത്തിനു സഹായിയായിട്ടുണ്ടായിരുന്നു. പില്ക്കാലത്ത് അദ്ദേഹം എൻെറ സഹോദരി സുഹ്റയെ വിവാഹം ചെയ്യുകയുണ്ടായി. ബോട്ട് രൂപംകൊള്ളുന്നത് ഞാൻ ശ്രദ്ധാപൂർവ്വം വീക്ഷിച്ചുകൊണ്ടിരുന്നു. വിറകുകത്തിച്ച് ചൂടുപിടിപ്പിച്ചിട്ടാണ് ബോട്ടിനുവേണ്ട ഉരുപ്പടികൾ മയപ്പെടുത്തിയിരുന്നത്. ഈ ബോട്ടുപയോഗിച്ച് എൻെറ പിതാവ് നല്ല ബിസിനസ്സ് നടത്തിക്കൊണ്ടിരിക്കുകയായിരുന്നു. അങ്ങനെയിരിക്കെ ഒരു ദിവസം മണിക്കൂറിൽ 100 മൈലിലധികം വേഗതയുള്ള ഒരു കൊടുങ്കാററു വന്ന് ഞങ്ങളുടെ ബോട്ടിനെയും അതോടൊപ്പം സേതുക്കരയുടെ ഏതാനും ഭാഗങ്ങളും തകർത്തുകളഞ്ഞു. പാമ്പൻപാലം, അതിലൂടെ ഓടിക്കൊണ്ടിരുന്ന നിറയെ യാത്രക്കാരുള്ള ഒരു തീവണ്ടിസഹിതം തകർന്നു വീണു . അതുവരെ സമുദ്രത്തിൻെറ സൗന്ദര്യം മാത്രമേ ഞാൻ കണ്ടിരുന്നുള്ളൂ. അപ്പോളാകട്ടെ അതിൻെറ അനിയന്ത്രിതമായ ഊർജ്ജം ഒരു വെളിപാടുപോലെ എന്നിലേക്കു കടന്നുവന്നു.

ആ ബോട്ടിൻെറ അകാലത്തിലുള്ള അന്ത്യം എത്തിയപ്പോഴേക്കും, അഹ്മദ് ജല്ലാലുദ്ദീൻ എൻെറ ഒരു ഉററസുഹൃത്തായി മാറിയിരുന്നു; ഞങ്ങൾ തമ്മിൽ പ്രായത്തിൽ വലിയ വ്യത്യാസം ഉണ്ടായിരുന്നിട്ടുകൂടി. എന്നെക്കാൾ 15 വയസ്സിൻെറ മൂപ്പുണ്ടായിരുന്ന അദ്ദേഹം എന്നെ ആസാദ് എന്നാണു വിളിച്ചിരുന്നത്. എല്ലാ ദിവസവും ഞങ്ങൾ സായാഹ്നത്തിൽ ഒരുമിച്ച് ദീർഘദൂരം നടക്കുമായിരുന്നു. മോസ്ക്സ്ട്രീററിൽനിന്നും ആ ദ്വീപിൻെറ മണൽപുതച്ച തീരപ്രദേശത്തേക്കു നടക്കുമ്പോൾ ഞങ്ങൾ കൂടുതലും ആത്മീയകാര്യങ്ങളാണ് സംസാരിച്ചിരുന്നത്. തീർത്ഥാടകരെക്കൊണ്ടു നിറഞ്ഞ രാമേശ്വരത്തിൻെറ അന്തരീക്ഷം അത്തരം സംഭാഷണങ്ങൾക്ക് തികച്ചും അനുകൂലമായിരുന്നുതാനും. മഹാശിവൻെറ ഉത്തുംഗമായ ക്ഷേത്രമെത്തുമ്പോൾ ഞങ്ങളൊന്നു നില്ക്കും. എന്നിട്ട്, രാജ്യത്തിൻെറ വിവിധ ഭാഗങ്ങളിൽനിന്നും വന്നുചേർന്ന തീർത്ഥാടകരോടൊപ്പം അവർക്കുള്ള അതേ ബഹുമാനത്തോടെ ക്ഷേത്രത്തിന് വലംവയ്ക്കുമ്പോൾ, ഊർജ്ജത്തിൻെറ ഒരു പ്രവാഹം ഞങ്ങളിലൂടെ കടന്നുപോകുന്നതായി തോന്നിയിരുന്നു.

ജല്ലാലുദ്ദീൻ ദൈവത്തെക്കുറിച്ച് സംസാരിച്ചിരുന്നത് തനിക്ക് അദ്ദേഹവുമായി തൊഴിൽ പങ്കാളിത്തം ഉള്ളതുപോലെയായിരുന്നു. ദൈവം തൊട്ടടുത്ത് നില്പുണ്ട് എന്ന ഭാവത്തിലായിരുന്നു അദ്ദേഹം തൻെറ സംശയങ്ങളെല്ലാം അവിടുത്തെ മുന്നിൽ നിരത്തിവെച്ചിരുന്നത്. ഞാൻ ജല്ലാലുദ്ദീനെത്തന്നെ സൂക്ഷിച്ചു നോക്കി

ക്കൊണ്ടു നില്ക്കും. എന്നിട്ട്, ക്ഷേത്രത്തിനു ചുററും തടിച്ചുകൂടുന്ന തീർത്ഥാടക രിലേക്ക് ദൃഷ്ടികൾ പായിക്കും. ഞങ്ങൾ സർവശക്തനെന്നു വിളിക്കുന്ന അരൂപി യായ അതേ അജ്ഞേയശക്തിയോടുള്ള ബഹുമാനത്തോടെ കർമ്മങ്ങൾ അനുഷ്ഠിക്കുകയും പ്രാർത്ഥനകൾ ഉരുവിടുകയും സമുദ്രത്തിൽ പുണ്യസ്നാനം നടത്തുകയും ചെയ്യുന്നവർ. ഞങ്ങളുടെ പള്ളികളിൽ അർപ്പിക്കുന്ന പ്രാർത്ഥന കൾ എത്തിച്ചേർന്നിരുന്ന അതേ ലക്ഷ്യത്തിൽത്തന്നെ ക്ഷേത്രത്തിലെ പ്രാർത്ഥ നകളും എത്തിയിരുന്നു എന്ന കാര്യത്തിൽ എനിക്കൊട്ടും സംശയമുണ്ടായിരു ന്നില്ല. ജല്ലാലുദ്ദീന് ദൈവവുമായി എന്തെങ്കിലും സവിശേഷബന്ധം ഉണ്ടായി രുന്നോ എന്നു മാത്രം ഞാൻ വിസ്മയിച്ചു. വളരെ പരിമിതമായിരുന്നു ജല്ലാലു ദ്ദീൻെറ സ്കൂൾവിദ്യാഭ്യാസം, മുഖ്യമായും കുടുംബത്തിലെ സാമ്പത്തിക ഞെരു ക്കങ്ങൾ കൊണ്ട്. ഇതിനാലാകണം വിദ്യാഭ്യാസത്തിൽ തിളങ്ങാൻ അദ്ദേഹമെന്നെ നിരന്തരം പ്രോത്സാഹിപ്പിക്കുകയും എൻെറ വിജയങ്ങൾ ആവേശപൂർവം ആസ്വ ദിക്കുകയും ചെയ്തിരുന്നത്. എന്നാൽ തൻെറ ദാരിദ്ര്യാവസ്ഥയിൽ ജല്ലാലുദ്ദീൻ ഒരിക്കലും അല്പംപോലും ഖേദിച്ചിരുന്നതായി എനിക്കു തോന്നിയിട്ടില്ല. പകരം, ജീവിതം തനിക്കു തരാൻ തിരഞ്ഞെടുത്തവയെക്കുറിച്ചുള്ള കൃതജ്ഞതയാൽ നിറഞ്ഞതായിരുന്നു ആ മനസ്സ്.

ഞാനീപ്പറയുന്ന കാലത്ത് ആ ദ്വീപിൽ ഇംഗ്ലീഷ് എഴുതാൻ കഴിയുന്ന ഏക വ്യക്തി ജല്ലാലുദ്ദീനായിരുന്നു. അപേക്ഷകളായിക്കൊള്ളട്ടെ, മററു തരത്തിലുള്ള വയായിക്കൊള്ളട്ടെ, ആവശ്യമുള്ള ഏതാണ്ടെല്ലാപേർക്കും വേണ്ടി കത്തുകൾ എഴുതിക്കൊടുത്തിരുന്നു അദ്ദേഹം. എൻെറ പരിചയത്തിലോ കുടുംബത്തിലോ ചുററുപാടുമോ ഉണ്ടായിരുന്ന ആർക്കും ജല്ലാലുദ്ദീൻെറ നിലവാരത്തിലുള്ള വിദ്യാ ഭ്യാസവും പുറംലോകത്തെക്കുറിച്ചുള്ള അറിവും ഉണ്ടായിരുന്നില്ല. ജല്ലാലുദ്ദീൻ എപ്പോഴും വിദ്യാസമ്പന്നരായ മനുഷ്യരെക്കുറിച്ചും ശാസ്ത്രീയ കണ്ടുപിടിത്തങ്ങ ളെക്കുറിച്ചും സമകാലീന സാഹിത്യത്തെക്കുറിച്ചും വൈദ്യശാസ്ത്ര നേട്ടങ്ങളെ ക്കുറിച്ചുമൊക്കെ എന്നോട് സംസാരിച്ചിരുന്നു. ഞങ്ങളുടെ പരിമിതമായ ചുററു പാടുകൾക്കു പുറത്തുള്ള ഒരു 'ധീരനൂതനലോക'ത്തെക്കുറിച്ചുള്ള ധാരണകൾ അദ്ദേഹമാണ് എനിക്കു നല്കിയത്.

എൻെറ എളിയ ബാല്യത്തിൻെറ ചുററുപാടുകളിൽ പുസ്തകങ്ങൾ ഒരു അസു ലഭ വസ്തുവായിരുന്നു. അന്നത്തെ ഒരു മുൻകാല 'വിപ്ലവകാരി'യോ പടവെട്ടുന്ന ദേശീയവാദിയോ ഒക്കെ ആയിരുന്ന എസ് ററി ആർ മാണിക്കത്തിൻെറ സ്വകാര്യ ഗ്രന്ഥശേഖരം ആ പ്രാദേശിക ചുററുപാടുകളിൽ ഒരുവിധം വിപുലംതന്നെയാ യിരുന്നു. കഴിവുള്ളിടത്തോളം വായിക്കുവാൻ അദ്ദേഹം എന്നെ പ്രേരിപ്പിച്ചിരുന്നു. അങ്ങനെ പുസ്തകം കടം വാങ്ങാനായി ഞാൻ പതിവായി അദ്ദേഹത്തിൻെറ ഭവനം സന്ദർശിക്കാറുണ്ടായിരുന്നു.

എൻെറ കൗമാരപ്രായത്തെ ഏറെ സ്വാധീനിച്ച മറെറാരു വ്യക്തി മച്ചുനനായ സംസുദ്ദീനാണ്. രാമേശ്വരത്തെ ഏക പത്രവിതരണക്കാരനായിരുന്നു അദ്ദേഹം. പാമ്പനിൽനിന്ന് വെളുപ്പിനു വരുന്ന തീവണ്ടിയിൽ പത്രങ്ങൾ രാമേശ്വരം സ്റേറഷ

നിലെത്തും. രാമേശ്വരം പട്ടണത്തിലെ ആയിരത്തോളം വരുന്ന സാക്ഷരസമൂഹത്തെ സേവിക്കുന്ന ഒരു ഏകാംഗസ്ഥാപനമായിരുന്നു സംസുദ്ദീൻെറ ന്യൂസ് പേപ്പർ ഏജൻസി. ദേശീയ സ്വാതന്ത്ര്യസമരപ്രസ്ഥാനത്തിലെ സമകാലീന സംഭവവികാസങ്ങൾ അറിയുക, നക്ഷത്രഫലം നോക്കുക, മദ്രാസിലെ സ്വർണ്ണ വില പരിശോധിക്കുക എന്നിവയാണ് പ്രധാനമായും പത്രംവാങ്ങലിനു പിന്നിലുണ്ടായിരുന്ന ചേതോവികാരം. കുറെക്കൂടി സാർവദേശീയ കാഴ്ചപ്പാടുകളുള്ളവർ ഹിററ്ലർ, മഹാത്മാഗാന്ധി, ജിന്ന എന്നിവരെക്കുറിച്ച് ചർച്ച ചെയ്യുമായിരുന്നു. എങ്കിലും അവസാനം എല്ലാം ഒഴുകിയെത്തിയിരുന്നത് ഉന്നതജാതി ഹിന്ദുക്കൾക്കെതിരെ പെരിയാർ ഇ വി രാമസ്വാമി നടത്തിയിരുന്ന നീക്കങ്ങളുടെ ശക്തമായ അന്തർദ്ധാരയിലേക്കായിരുന്നു. 'ദിനമണി'യായിരുന്നു ഏററവുമധികം വായനക്കാരുള്ള പത്രം. അച്ചടിച്ചിരിക്കുന്ന കാര്യങ്ങൾ വായിക്കുന്നത് എൻെറ കഴിവിനപ്പുറത്തായിരുന്നതിനാൽ സംസുദ്ദീൻ വിതരണം നടത്തും മുൻപ് അവയിലെ ചിത്രങ്ങൾ കണ്ട് എനിക്ക് സ്വയം തൃപ്തനാകേണ്ടിവന്നു.

1939-ൽ രണ്ടാം ലോകമഹായുദ്ധം പൊട്ടിപ്പുറപ്പെട്ടു. അന്ന് എനിക്ക് എട്ടു വയസ്സുമാത്രമായിരുന്നു പ്രായം. പെട്ടെന്ന് ചന്തയിൽ പുളിങ്കുരുവിന് ആവശ്യകത ഉയർന്നതിൻെറ കാരണം എനിക്ക് പിടികിട്ടിയില്ല. ഞാനന്ന് പുളിങ്കുരു ശേഖരിച്ച് മോസ്ക്സ്ട്രീററിലെ ഒരു പലചരക്കുകടയിൽ കൊണ്ടുപോയി കൊടുക്കുമായിരുന്നു. ഒരു ദിവസത്തെ പുളിങ്കുരു ശേഖരണം എനിക്ക് രാജകീയമായ ഒരണ നേടിത്തരും. ജല്ലാലുദ്ദീൻ എന്നോട് യുദ്ധത്തെക്കുറിച്ചുള്ള കഥകൾ പറയുമായിരുന്നു. പിന്നീട് 'ദിനമണി'യിലെ തലക്കെട്ടുകളിൽ ഞാനവ കണ്ടെത്താൻ ശ്രമിക്കും. ഒററപ്പെട്ട പ്രദേശമായിരുന്നതിനാൽ യുദ്ധം ഞങ്ങളെ ബാധിച്ചിരുന്നില്ല. എന്നാൽ പിന്നീട് ഇന്ത്യയെ നിർബന്ധപൂർവം സഖ്യകക്ഷികളിൽ ചേർക്കുകയും ഒരുതരം അടിയന്തരാവസ്ഥ പ്രഖ്യാപിക്കുകയും ചെയ്തു. ഇതിൻെറ ആദ്യ ആഘാതം രാമേശ്വരം സ്റേറഷനിലെ വണ്ടിനിർത്തൽ ഇല്ലാതായതാണ്. അതുകൊണ്ട് രാമേശ്വരം റോഡിനും ധനുഷ്കോടിക്കും ഇടയ്ക്കുവെച്ച് പത്രംകെട്ടുകളാക്കി ഓടുന്ന തീവണ്ടിയിൽനിന്നും പുറത്തേക്ക് എറിയേണ്ടിവന്നു. അങ്ങനെ എറിയുന്ന പത്രക്കെട്ടുകൾ ശേഖരിക്കാൻ സംസുദ്ദീന് ഒരു സഹായിയെ ആവശ്യമായി വന്നു. സ്വാഭാവികമായും ഞാൻ ആ ഒഴിവു നികത്തി. അങ്ങനെ ജോലിചെയ്തു പ്രതിഫലം നേടാൻ ആദ്യമായി എന്നെ സഹായിച്ചത് സംസുദ്ദീനാണ്. അരനൂററാണ്ടിനുശേഷം ഇന്നും, ആദ്യമായി പ്രതിഫലം നേടിയപ്പോഴുണ്ടായ അഭിമാനത്തിരത്തള്ളൽ എനിക്ക് അനുഭവവേദ്യമാണ്.

ഓരോ ശിശുവും ഏതാനും പാരമ്പര്യസ്വഭാവങ്ങളുമായിട്ടാണ് ഒരു പ്രത്യേകമായ സാമൂഹിക-സാമ്പത്തിക-വൈകാരിക ചുററുപാടിലേക്ക് പിറന്നു വീഴുന്നത്. പിന്നീട് ആ ശിശു അധികാരപ്പെട്ടവരിലൂടെ ക്രമേണ പരിശീലനം നേടുന്നു. സത്യസന്ധതയും അച്ചടക്കബോധവുമാണ് പിതാവിൽനിന്നും എനിക്ക് കിട്ടിയത്. നന്മയിലുള്ള വിശ്വാസവും ആഴമേറിയ ദയയും എനിക്കു മാതാവിൽ നിന്നും കിട്ടി; അതുപോലെ എൻെറ മൂന്നു സഹോദരന്മാർക്കും സഹോദരിക്കും. എന്നാൽ

എൻെറ ബാല്യത്തിൻെറ തനിമയ്ക്കും പില്ക്കാലജീവിതത്തിലെ വ്യത്യസ്തത കൾക്കും ഏററവുമധികം സംഭാവനകൾ നല്കിയത് ജല്ലാലുദ്ദീനും സംസുദ്ദീനു മൊത്തു ചെലവഴിച്ച ആ കാലഘട്ടമായിരുന്നു. ഇവരുടെ അശിക്ഷിത പാണ്ഡിത്യം അത്രയ്ക്ക് അവബോധമുളവാക്കുന്നതും വാക്കുകളിലൂടെയല്ലാത്ത സന്ദേശങ്ങ ളോട് പ്രതികരിക്കുന്നവയുമായിരുന്നു. ആകയാൽ പിന്നീട് എന്നിലുളവായ സൃഷ്ടിപരതയ്ക്ക് ഇവരുമായുണ്ടായ ബാല്യകാല സൗഹൃദത്തോടാണ് കടപ്പെട്ടി രിക്കുന്നത് എന്നെനിക്കു നിസ്സംശയം പറയാം.

ചെറുപ്പത്തിൽ എനിക്ക് മൂന്ന് ഉററചങ്ങാതിമാർ ഉണ്ടായിരുന്നു. രാമ നാഥശാസ്ത്രി, അരവിന്ദൻ, ശിവപ്രകാശൻ. യാഥാസ്ഥിതിക ഹിന്ദുബ്രാഹ്മണ കുടുംബത്തിൽനിന്നുള്ളവരായിരുന്നു ഈ മൂന്നു കുട്ടികളും. രാമേശ്വരം ക്ഷേത്ര ത്തിലെ മുഖ്യപുരോഹിതനായ പാക്ഷി ലക്ഷ്മണശാസ്ത്രിയുടെ പുത്രനായിരുന്നു രാമനാഥശാസ്ത്രി. കുട്ടികളെന്ന നിലയിൽ മതപരമായ വ്യത്യാസങ്ങളോ വളർന്നു വന്ന ചുററുപാടുകളോമൂലം യാതൊരുതരം വ്യത്യാസവും ഞങ്ങൾക്ക് ഉണ്ടായി രുന്നില്ല. രാമനാഥൻ പിന്നീട് അച്ഛനിൽനിന്നും രാമേശ്വരത്തെ പൂജാരിസ്ഥാനം ഏറെറടുത്തു; അരവിന്ദൻ, തീർത്ഥാടകർക്ക് യാത്രാസൗകര്യം ഒരുക്കുന്ന പണി യിൽ ഏർപ്പെട്ടു. ശിവപ്രകാശനാകട്ടെ, ദക്ഷിണറെയിൽവേയിലെ ഒരു കാററിങ് കോൺട്രാക്ടറായി.

വർഷംതോറും നടന്നിരുന്ന ശ്രീസീതാരാമകല്യാണമഹോത്സവത്തിന് ഭഗവൽവിഗ്രഹം ക്ഷേത്രത്തിൽനിന്നും ജലമാർഗ്ഗേണ എഴുന്നള്ളിച്ച് ഞങ്ങളുടെ വീടിനടുത്തുള്ള രാമതീർത്ഥമെന്ന കുളത്തിൻെറ മദ്ധ്യഭാഗത്തുള്ള വിവാഹവേദി യിലേക്കു കൊണ്ടുവരും. ഇതിനായി വിഗ്രഹം വയ്ക്കാൻ അനുയോജ്യമായ തട്ടു കളിട്ട വിശേഷപ്പെട്ട വഞ്ചികൾ ഞങ്ങളുടെ കുടുംബത്തിൽനിന്നും ഒരുക്കുമാ യിരുന്നു. രാമായണത്തിലെയും പ്രവാചകൻെറ ജീവിതത്തിലെയും സംഭവങ്ങ ളാണ് എൻെറ അമ്മയും അമ്മൂമ്മയും രാത്രി ഞങ്ങൾ കുട്ടികൾ ഉറങ്ങാൻ നേരത്ത് കഥകളായി പറഞ്ഞുതന്നിരുന്നത്.

ഞാൻ രാമേശ്വരം എലിമെൻററി സ്കൂളിലെ അഞ്ചാം സ്ററാൻഡേർഡിൽ പഠിക്കുമ്പോൾ ഒരു ദിവസം ഒരു പുതിയ അദ്ധ്യാപകൻ ക്ലാസ്സിൽ വന്നു. ഒരു മുസ്ലിമാണെന്ന് തിരിച്ചറിയിക്കുന്ന തൊപ്പി ധരിച്ചിരുന്ന ഞാൻ മുൻനിരയിൽ, പൂണൂലിട്ട രാമനാഥശാസ്ത്രിയുടെ തൊട്ടടുത്താണ് പതിവായി ഇരുന്നിരുന്നത്. ഒരു ഹൈന്ദവപുരോഹിതൻെറ പുത്രൻ ഒരു മുസ്ലിം ബാലനോടൊപ്പം ഇരിക്കുന്നതു മായി പൊരുത്തപ്പെടാൻ പുതിയ അദ്ധ്യാപകനു കഴിഞ്ഞില്ല. താൻ മനസ്സിലാ ക്കിയിരുന്ന സാമൂഹികക്രമമനുസരിച്ച് എന്നോട് എഴുന്നേററുപോയി പിൻനിര യിൽ ഇരിക്കാൻ അദ്ദേഹം ആവശ്യപ്പെട്ടു. എനിക്ക് വലിയ ദുഃഖം തോന്നി; അതു പോലെ തന്നെ രാമനാഥശാസ്ത്രിക്കും. പിൻനിരയിലെ ഇരിപ്പിടത്തിലേക്ക് ഞാൻ മാറിയപ്പോൾ വിതുമ്പിക്കരയുന്ന അദ്ദേഹത്തിൻെറ മുഖം എൻെറ മനസ്സിൽ ഒരു മായാത്ത മുദ്രയായി.

സ്കൂൾ വിട്ട് വീട്ടിൽ ചെന്നശേഷം ഞങ്ങളിരുവരും അവരവരുടെ മാതാ

പിതാക്കളോട് ഈ സംഭവത്തെക്കുറിച്ചു പറയുകയുണ്ടായി. ലക്ഷ്മണശാസ്ത്രി ആ അദ്ധ്യാപകനെ വിളിപ്പിച്ചു. എന്നിട്ട് ഞങ്ങളുടെ സാന്നിധ്യത്തിൽത്തന്നെ, നിഷ്കളങ്കരായ കുട്ടികളുടെ മനസ്സിൽ സാമൂഹിക അസമത്വത്തിൻെറയും അസ ഹിഷ്ണുതയുടെയും വിഷം പരത്തരുതെന്നു പറയുകയുണ്ടായി. മാത്രമല്ല, ഒന്നു കിൽ മാപ്പുപറയുക, അല്ലെങ്കിൽ സ്കൂളിൽനിന്നും രാജിവെച്ച് ദ്വീപു വിട്ടുപോവുക എന്ന് ലക്ഷ്മണശാസ്ത്രി അദ്ദേഹത്തോട് മുഖത്തടിച്ച മാതിരിതന്നെ ആവശ്യപ്പെടു കയും ചെയ്തു. ചെറുപ്പക്കാരനായ ആ അദ്ധ്യാപകൻ തൻെറ തെററായ പ്രവൃത്തി യിൽ ഖേദിച്ചെന്നു മാത്രമല്ല, ലക്ഷ്മണശാസ്ത്രി നല്കിയ ശക്തമായ ആ ദൃഢവി ശ്വാസചൈതന്യംവഴി ആത്യന്തികമായി പരിവർത്തനപ്പെടുകയുമുണ്ടായി. മൊത്തത്തിൽ നോക്കിയാൽ വിവിധ വിഭാഗങ്ങൾ തമ്മിലുള്ള വേർതിരിവിൻെറ കാര്യത്തിൽ വളരെയധികം ക്രമീകൃതവും ദൃഢവുമായിരുന്നു രാമേശ്വരത്തെ ചെറുസമൂഹം. എൻെറ ശാസ്ത്രാദ്ധ്യാപകനായിരുന്ന ശിവസുബ്രഹ്മണ്യ അയ്യർ ഒരു യാഥാസ്ഥിതിക ബ്രാഹ്മണനായിരുന്നു. അദ്ദേഹത്തിൻെറ പത്നിയോ, തനി മാമൂലുകാരിയും. ഇങ്ങനെയിരുന്നിട്ടുകൂടി, ഒരു തരത്തിൽ പറഞ്ഞാൽ അല്പം വിപ്ലവകാരിയായിരുന്നു അദ്ദേഹം. വിവിധ പശ്ചാത്തലങ്ങളിലുള്ളവർ തമ്മിൽ എളുപ്പം ഇടപഴകാൻ കഴിയുംവിധം സാമൂഹികമായ വേലിക്കെട്ടുകൾ തകർക്കാൻ അദ്ദേഹം തൻെറ കഴിവിൻെറ പരമാവധി പരിശ്രമിക്കുകയുണ്ടായി. എന്നോടൊപ്പം മണിക്കൂറുകൾ ചെലവഴിച്ചിരുന്ന അദ്ദേഹം ഇപ്രകാരം പറയുമായി രുന്നു: ''വലിയ നഗരങ്ങളിലുള്ള ഉന്നത വിദ്യാഭ്യാസം സിദ്ധിച്ചവരോട് തോളോ ടുതോൾ ചേർന്നു നില്ക്കാനാകുംവിധം, കലാം, നീ വളർന്നുവരണമെന്നാണ് എൻെറ ആഗ്രഹം.''

ഒരു ദിവസം അദ്ദേഹം തൻെറ വീട്ടിലേക്ക് എന്നെ ഊണിനു ക്ഷണിച്ചു. ആചാരവിധിപ്രകാരം പരിശുദ്ധമായി കാത്തുസൂക്ഷിക്കുന്ന തൻെറ അടുക്കള യിലേക്ക് ഒരു മുസ്ലിം ബാലനെ ഭക്ഷണം കഴിക്കാൻ വിളിക്കുക എന്ന ആശയം തന്നെ അദ്ദേഹത്തിൻെറ ഭാര്യയെ ഞെട്ടിക്കുന്നതായിരുന്നു. എനിക്ക് തൻെറ അടുക്കളയിൽ ഊണുവിളമ്പാൻ അവർ തയ്യാറായില്ല. ശിവസുബ്രഹ്മണ്യ അയ്യർ അതു കണ്ട് അസഹ്യത കാട്ടുകയോ അവരുടെ നേർക്ക് ദേഷ്യപ്പെടുകയോ ചെയ്യുന്നതിനുപകരം തൻെറ കൈകൊണ്ട് എനിക്ക് ഊണുവിളമ്പിത്തരിക യാണുണ്ടായത്. മാത്രമല്ല, എൻെറ അരികിലിരുന്ന് ഊണുകഴിക്കുകയും ചെയ്തു. ഇതൊക്കെ അടുക്കളവാതിലിൻെറ പിന്നിൽനിന്ന് വീക്ഷിക്കുകയായിരുന്നു ഗുരുപത്നി. ഞാൻ ഉണ്ണുകയും വെള്ളംകുടിക്കുകയും ഊണിനുശേഷം തറ വൃത്തി യാക്കുകയും ചെയ്യുന്ന രീതിയിൽ അവരെന്തെങ്കിലും വ്യത്യാസം കണ്ടുപിടി ച്ചുവോ എന്നു ഞാൻ ആശങ്കപ്പെട്ടുകൊണ്ടിരുന്നു. അന്ന് തിരിച്ചുപോരാൻ ഇറങ്ങവേ, അടുത്ത വാരാന്ത്യത്തിലും ഒരു സദ്യയ്ക്കായി ശിവസുബ്രഹ്മണ്യ അയ്യർ എന്നെ ക്ഷണിച്ചു. എൻെറ സംശയസ്ഥിതി കണ്ട് അദ്ദേഹം ഇപ്രകാരം പറഞ്ഞുകൊണ്ട് എന്നെ ആശ്വസിപ്പിച്ചു:

''വ്യവസ്ഥിതിയെ മാററിത്തീർക്കാൻ നിങ്ങൾ നിശ്ചയിച്ചു കഴിഞ്ഞാൽ

പ്പിന്നെ ഇത്തരം പ്രശ്നങ്ങളെ നേരിടേണ്ടിവരും.'' അടുത്ത ആഴ്ച ഞാൻ ശിവ സുബ്രഹ്മണ്യ അയ്യരുടെ വീട്ടിൽ ചെന്നപ്പോൾ അദ്ദേഹത്തിൻെറ പത്നി വന്ന് എന്നെ അടുക്കളയിലേക്ക് കൂട്ടിക്കൊണ്ടു പോവുകയും സ്വന്തം കൈകൊണ്ട് ചോറുവിളമ്പിത്തരികയും ചെയ്തു.

രണ്ടാം ലോകമഹായുദ്ധം അവസാനിച്ചു. ഇന്ത്യയുടെ സ്വാതന്ത്ര്യപ്രാപ്തി ആസന്നമായിക്കഴിഞ്ഞു. ''ഇന്ത്യക്കാർ അവരുടെ സ്വന്തം ഇന്ത്യയെ കെട്ടിപ്പടുക്കും.''—ഗാന്ധിജി പ്രഖ്യാപിച്ചു. രാജ്യമാകമാനം അഭൂതപൂർവമായൊരു ശുഭപ്രതീക്ഷ നിറഞ്ഞു. രാമേശ്വരം വിട്ട് ജില്ലാകേന്ദ്രമായ രാമനാഥപുരത്തു പോയി പഠിക്കാൻ ഞാൻ പിതാവിനോട് സമ്മതം ചോദിച്ചു.

ഉറക്കെ ചിന്തിക്കുന്നതുപോലെ അദ്ദേഹം അപ്പോൾ എന്നോട് പറഞ്ഞു: ''അബ്ദുൾ! വളരുന്നതിനുവേണ്ടി നിനക്കു ദൂരെ പോകേണ്ടിവരുമെന്ന് എനിക്കറിയാം. ഒരു കൂടുപോലുമില്ലാതെ തികച്ചും ഏകാകിയായി കടൽപ്പക്ഷി സൂര്യനു കുറുകെ പറക്കുന്നില്ലേ? ഉന്നതമായ അഭിലാഷങ്ങൾ കുടികൊള്ളുന്ന മേഖലയിലേക്കു പോകുവാനായി നിൻെറ സ്മരണകളുറങ്ങുന്ന ഭൂമിയോടുള്ള അഭിനിവേശത്തെ ഉപേക്ഷിക്കേണ്ടിവരും. ഞങ്ങളുടെ സ്നേഹം നിന്നെയിവിടെ തളച്ചിടുകയോ ഞങ്ങളുടെ ആവശ്യങ്ങൾ നിന്നെ പിടിച്ചുനിറുത്തുകയോ ചെയ്യുകയില്ല.'' മടിച്ചുനിന്ന അമ്മയെ ആശ്വസിപ്പിക്കാനായി അദ്ദേഹം ഖലീൽ ജിബ്രാൻെറ വരികൾ ഉദ്ധരിച്ചു: ''നിൻെറ മക്കൾ നിൻെറ മക്കളല്ല. ജീവിതത്തിൻെറ, സ്വന്തം അഭിലാഷത്തിൻെറ പുത്രന്മാരും പുത്രികളുമാണവർ. അവർ നിന്നിലൂടെ വളരുന്നു, എന്നാൽ നിന്നിൽനിന്നല്ല. നിനക്ക് നിൻെറ സ്നേഹം അവർക്കായി നല്കാം, പക്ഷേ, നിൻെറ ചിന്തകൾ നല്കരുത്. എന്തെന്നാൽ അവർക്ക് അവരുടേതായ ചിന്തകൾ ഉണ്ട്.''

അദ്ദേഹം എന്നെയും മൂന്നു സഹോദരന്മാരെയുംകൂട്ടി പള്ളിയിൽ പോയി. എന്നിട്ട്, അവിടെവെച്ച് വിശുദ്ധ ഖുറാനിലെ ''അൽഫത്തിഹ'' എന്ന പ്രാർത്ഥന ഉരുവിട്ടു. രാമേശ്വരം സ്റേറഷനിൽവെച്ച് എന്നെ തീവണ്ടിയിൽ കയററിയിരുത്തിയ ശേഷം അദ്ദേഹം ഇങ്ങനെ പറഞ്ഞു: ''ഈ ദ്വീപായിരിക്കാം നിൻെറ ശരീരത്തിൻെറ ഗേഹം. പക്ഷേ, നിൻെറ ആത്മാവ് ഇതിലല്ല. രാമേശ്വരത്തുള്ള ഞങ്ങൾക്ക് സ്വപ്നത്തിൽപ്പോലും വന്നുകാണാനാകാത്ത നാളെയുടെ ഭവനത്തിലാകും നിൻെറ ആത്മാവ് വസിക്കുക. എൻെറ മകനേ, സർവശക്തനായ ദൈവം നിന്നെ അനുഗ്രഹിക്കട്ടെ!''

എന്നെ ഷ്വാഴ്സ് ഹൈസ്കൂളിൽ ചേർക്കാനും താമസസൗകര്യം ശരിപ്പെടുത്താനുമായി സംസുദ്ദീനും അഹ്മദ് ജല്ലാലുദ്ദീനും എന്നോടൊപ്പം രാമനാഥപുരംവരെ യാത്ര ചെയ്തു. എങ്ങനെയോ എനിക്കാ പുതിയ ചുററുപാടുകളുമായി പൊരുത്തപ്പെടാനായില്ല. ഏതാണ്ട് അൻപതിനായിരം ജനങ്ങൾ പാർത്തിരുന്ന രാമനാഥപുരം ദ്രുതഗതിയിൽ വളരുന്നതും ഭിന്നസ്വഭാവങ്ങളുള്ളതുമായ ഒരു പട്ടണമായിരുന്നു. എന്നാൽ രാമേശ്വരത്തെ യോജിപ്പും സൗഹൃദവുമൊക്കെ അവിടെ കാണാനുണ്ടായിരുന്നില്ല. ഗൃഹാതുരത്വത്തിൻെറ പിടി

യിലായ ഞാൻ രാമേശ്വരം സന്ദർശിക്കാനുള്ള ഓരോ സന്ദർഭവും മുതലാക്കി
പ്പോന്നു. രാമനാഥപുരത്തെ വിദ്യാഭ്യാസസാധ്യതകളുടെ ആകർഷകത്വത്തിന്
വീട്ടിൽ ഉമ്മയുണ്ടാക്കുമായിരുന്ന 'പോളി' എന്ന ദക്ഷിണേന്ത്യൻ മധുരപലഹാ
രത്തിൻെറ സ്വാദിനെ വെല്ലാനായില്ല. എൻെറ അമ്മ പോളിയുടെ പന്ത്രണ്ട്
വ്യത്യസ്ത വകഭേദങ്ങൾ ഉണ്ടാക്കുമായിരുന്നു. ഏററവും മികച്ച രീതിയിൽ ചേർ
ത്തിരുന്ന അതിലെ ഓരോ ചേരുവയുടെയും സ്വാദ് നമുക്കതിൽ രുചിച്ചറി
യാനാകും.

ഗൃഹാതുരത്വമൊക്കെ ഉണ്ടായിരുന്നുവെങ്കിലും പുതിയ സാഹചര്യങ്ങ
ളുമായി ഇണങ്ങിച്ചേരാൻ ഞാൻ ദൃഢനിശ്ചയം ചെയ്തിരുന്നു. എന്തെന്നാൽ,
എനിക്കറിയാം പിതാവ് വളരെ വലിയ പ്രതീക്ഷകളാണ് എന്നിൽ അർപ്പിച്ചിരി
ക്കുന്നത്. ഞാൻ ഒരു കളക്ടറായിത്തീരുന്നതായിട്ട് പിതാവ് സങ്കല്പിച്ചിരുന്നു.
രാമേശ്വരത്തിൻെറ പരിചിതത്വവും സുരക്ഷിതത്വബോധവും സൗകര്യങ്ങളു
മൊക്കെ നഷ്ടമായതിൻെറ വല്ലായ്മകൾ ഉണ്ടായിരുന്നുവെങ്കിലും പിതാവിൻെറ
സ്വപ്നം യാഥാർത്ഥ്യമാക്കേണ്ടത് എൻെറ കടമയാണെന്നു ഞാൻ കരുതി.

ശുഭചിന്തയുടെ ശക്തിയെക്കുറിച്ച് ജല്ലാലുദ്ദീൻ എന്നോട് സംസാരിക്കുമായി
രുന്നു. ഗൃഹാതുരത്വവും മനസ്സുമടുപ്പും വലയം ചെയ്യുമ്പോൾ ഞാനാ വാക്കുകൾ
ഓർമ്മിക്കും. അപ്രകാരം, എൻെറ ചിന്തകളെയും മനസ്സിനെയും നിയന്ത്രിക്കാൻ
പരിശ്രമിക്കുകവഴി ഞാൻ എൻെറ ഭാഗധേയത്തെ സ്വാധീനിക്കാൻ കഠിനശ്രമം
ചെയ്തു പോന്നു. ഏതായാലും, വിധി എന്നെ രാമേശ്വരത്തേക്കു തിരിച്ചു കൊണ്ടു
വന്നില്ല; പ്രത്യുത, എൻെറ ബാല്യം ചെലവിട്ട ആ നാട്ടിൽനിന്നും അതെന്നെ കൂടു
തൽ ദൂരത്തേക്ക് പറത്തിക്കൊണ്ടുപോയി.

2

രാമനാഥപുരം ഷ്വാഴ്സ് ഹൈസ്കൂളുമായി പൂർണ്ണമായും പൊരുത്തപ്പെട്ടു കഴിഞ്ഞതോടെ എന്നിലെ ഉത്സാഹിയായ പതിനഞ്ചുകാരൻ വീണ്ടും ഉണർന്നെഴുന്നേററു. മുന്നിൽ മറഞ്ഞിരിക്കുന്ന വ്യത്യസ്ത മാർഗ്ഗങ്ങളെയും സാധ്യതകളെയുംകുറിച്ച് വേണ്ടത്ര ബോധ്യമില്ലാത്ത ജിജ്ഞാസുക്കളായ യുവമനസ്സുകൾക്ക് ഒരു ഉത്തമ മാർഗ്ഗദർശിയായിരുന്നു എൻെറ അദ്ധ്യാപകനായിരുന്ന ഇയ്യാദുരൈ സോളമൻ. തൻെറ ഊഷ്മളതയും തുറന്ന മനഃസ്ഥിതിയുംകൊണ്ട് വിദ്യാർത്ഥികളിൽ ക്ലാസ്മുറി തികച്ചും സുഖകരമായൊരിടമാണെന്ന തോന്നലുളവാക്കാൻ അദ്ദേഹത്തിന് കഴിഞ്ഞിരുന്നു. മോശപ്പെട്ട ഒരു വിദ്യാർത്ഥിക്ക് കഴിവുററൊരു അദ്ധ്യാപകനിൽനിന്നും പഠിക്കാൻ കഴിയുന്നതിനെക്കാൾ അധികമായി നല്ലൊരു വിദ്യാർത്ഥിക്ക് മോശപ്പെട്ട അദ്ധ്യാപകരിൽനിന്നും പഠിക്കാനാകുമെന്ന് അദ്ദേഹം എപ്പോഴും പറയുമായിരുന്നു.

രാമനാഥപുരത്തെ എൻെറ താമസക്കാലത്ത് അദ്ദേഹവുമായുള്ള എൻെറ ബന്ധം അദ്ധ്യാപകനും വിദ്യാർത്ഥിയും തമ്മിലെന്നതിനുപരി വളരുകയുണ്ടായി. അദ്ദേഹവുമായുള്ള സൗഹൃദത്തിൽനിന്നും ഒരു കാര്യം ഞാൻ പഠിച്ചു: ഒരു വ്യക്തിക്ക് തൻെറതന്നെ ജീവിതസംഭവങ്ങളുടെമേൽ വളരെ വലിയ സ്വാധീനം ചെലുത്താൻ കഴിയും. ഇയ്യാദുരൈ സോളമൻ ഇപ്രകാരം പറയുമായിരുന്നു: ''ജീവിതവിജയം നേടാനും നേട്ടങ്ങൾ കൊയ്തെടുക്കാനും സാധിക്കണമെങ്കിൽ നീ മൂന്നു സുപ്രധാന ശക്തികളെക്കുറിച്ച് മനസ്സിലാക്കുകയും അവ പ്രയോഗിക്കാൻ പ്രാവീണ്യം നേടുകയും വേണം. ആഗ്രഹം, വിശ്വാസം, പ്രതീക്ഷ എന്നിവയാണാ ശക്തികൾ.'' എന്തെങ്കിലും കാര്യം സംഭവിക്കണമെന്ന് എനിക്ക് ഉദ്ദേശ്യമുണ്ടെങ്കിൽ ഞാനതിനുവേണ്ടി അതിതീവ്രമായി ആഗ്രഹിക്കുകയും അത് തീർച്ചയായും സംഭവിക്കുമെന്നു വിശ്വസിക്കുകയും ചെയ്യണമെന്ന് എന്നെ പഠിപ്പിച്ചത് പിന്നീടൊരു പാതിരിയായിത്തീർന്ന ഇയ്യാദുരൈ സോളമനാണ്. എൻെറ ജീവിതത്തിൽനിന്നു തന്നെയുള്ള ഒരു ഉദാഹരണംകൊണ്ട് ഞാനിത് വ്യക്തമാക്കാം. ചെറുപ്പത്തിൽത്തന്നെ ആകാശത്തിലെ അത്ഭുതങ്ങളും പക്ഷികളുടെ പറക്കലും എന്നെ ഉത്തേജിപ്പിച്ചിരുന്നു. കൊററികളും കടൽകാക്കകളും ആകാശത്തിലേക്ക് പറന്നുയരുന്നതുകണ്ട് ഞാനും പറക്കാൻ ആശിക്കുമായിരുന്നു. കേവലമൊരു ഉൾനാടൻ ബാലനായിരുന്നുവെങ്കിൽപ്പോലും ഒരുനാൾ ആകാശത്തിലേക്ക് ഇതുപോലെ കുതിച്ചുയരാൻ കഴിയുമെന്ന കാര്യത്തിൽ എനിക്ക് പൂർണ്ണവിശ്വാസമാണ് ഉണ്ടായിരുന്നത്. എന്തായാലും, ആകാശത്തിലേക്കു പറന്ന ആദ്യത്തെ രാമേശ്വരത്തുകാരൻ ഞാൻതന്നെയായിരുന്നു എന്നതു തീർച്ച.

മഹാനായൊരു അദ്ധ്യാപകനായിരുന്നു ഇയ്യാദുരൈ സോളമൻ. എന്തെന്നാൽ താൻ പഠിപ്പിച്ച എല്ലാ കുട്ടികളിലും താന്താങ്ങൾ ശ്രേഷ്ഠരാണെന്ന ബോധം അദ്ദേഹം ഉളവാക്കി. വിദ്യാഭ്യാസത്തിൻെറ ഗുണങ്ങളൊന്നും സിദ്ധിക്കാത്ത മാതാപിതാക്കളുടെ സന്താനമാണെങ്കിലും ഇച്ഛിക്കുന്ന എന്തുവേണമെങ്കിലും ആയിത്തീരാമെന്ന് എന്നെ ബോദ്ധ്യപ്പെടുത്തുകയും എനിക്ക് എന്നോടുതന്നെയുള്ള ബഹുമാനത്തെ ഉന്നതങ്ങളിലെത്തിക്കുകയും ചെയ്തു സോളമൻ. "വിശ്വാസംകൊണ്ട് നിനക്ക് നിൻെറ വിധിയെപ്പോലും മാററിത്തീർക്കാൻ കഴിയും" —അദ്ദേഹം പറയുമായിരുന്നു.

ഞാൻ നാലാംക്ലാസ്സിൽ പഠിക്കുന്ന കാലത്ത് ഒരു ദിവസം എൻെറ ഗണിതശാസ്ത്രാദ്ധ്യാപകനായ രാമകൃഷ്ണഅയ്യർ മറെറാരു ക്ലാസ്സിൽ പഠിപ്പിക്കുകയായിരുന്നു. അലസമായി നടക്കുകയായിരുന്ന ഞാൻ അറിയാതെ ആ ക്ലാസ്സിലേക്ക് കയറിപ്പോയി. രാമകൃഷ്ണഅയ്യർ ഒരു പൂർവകാല സ്വേച്ഛാധിപതിയെപ്പോലെ എന്നെ കഴുത്തിനു പിടിച്ചു നിറുത്തുകയും എല്ലാ കുട്ടികളുടെയും മുന്നിൽവെച്ച് ചൂരൽവടികൊണ്ട് പൊതിരെ തല്ലുകയും ചെയ്തു. ഏതാനും മാസങ്ങൾക്കുശേഷം ഞാൻ കണക്കിന് മുഴുവൻ മാർക്കും വാങ്ങിയപ്പോൾ രാമകൃഷ്ണഅയ്യർ ഈ സംഭവം പ്രഭാതത്തിലെ ഒത്തുചേരൽ സമയത്ത് സ്കൂളിലെ എല്ലാ കുട്ടികളോടുമായി വിവരിക്കുകയുണ്ടായി. "എൻെറ അടിവാങ്ങുന്ന ഏതൊരുവനും ഒരു മഹാനായിത്തീരുന്നു! ഓർമ്മിച്ചോളൂ, ഈ ബാലൻ അവൻെറ സ്കൂളിനും അവൻെറ അദ്ധ്യാപകർക്കും വലിയ കീർത്തി നേടിത്തരും." പഴയ അപമാനത്തിനു പകരമായ പ്രശംസാവചനങ്ങൾ!

ഷ്വാഴ്സിലെ പഠനം അവസാനിച്ചപ്പോഴേക്കും ഞാൻ, വിജയത്തിനായി ദൃഢനിശ്ചയം ചെയ്ത, ആത്മവിശ്വാസമുള്ള ഒരു കുട്ടിയായി മാറിയിരുന്നു. ഉപരിപഠനത്തിനു പോകാനുള്ള തീരുമാനമെടുക്കാൻ രണ്ടാമതൊന്നു ചിന്തിക്കേണ്ടിവന്നില്ല. അക്കാലത്ത് ഞങ്ങളെ സംബന്ധിച്ചിടത്തോളം പ്രൊഫഷണൽ വിദ്യാഭ്യാസത്തിൻെറ സാധ്യതകളെക്കുറിച്ചുള്ള ബോധ്യംപോലും ഉണ്ടായിരുന്നില്ല. ഉന്നതവിദ്യാഭ്യാസമെന്നതിന് കോളേജിൽ പോകുക എന്നുമാത്രമായിരുന്നു അർത്ഥം. അക്കാലത്ത് ട്രിച്ചിനോപ്പോളി അഥവാ ചുരുക്കത്തിൽ ട്രിച്ചി എന്നു വിളിച്ചിരുന്ന തിരുച്ചിറപ്പള്ളിയിലായിരുന്നു ഏററവും അടുത്ത കോളേജ് ഉണ്ടായിരുന്നത്.

ഇൻറർമീഡിയററ് പരീക്ഷയ്ക്കുള്ള പഠനത്തിനായി ഞാൻ 1950-ൽ ട്രിച്ചി സെൻറ് ജോസഫ്സ് കോളേജിൽ എത്തി. പരീക്ഷാനിലവാരങ്ങൾ അനുസരിച്ച് ഞാനൊരു മിടുക്കനൊന്നും ആയിരുന്നില്ല. പക്ഷേ, രാമേശ്വരത്തെ രണ്ട് ആത്മസുഹൃത്തുക്കൾക്കും നന്ദി. ഞാൻ വേണ്ടത്ര പ്രായോഗിക വഴക്കം അപ്പോഴേക്കും ആർജ്ജിച്ചിരുന്നു.

ഷ്വാഴ്സിൽനിന്നും രാമേശ്വരത്തു വരുമ്പോഴൊക്കെ എൻെറ ജ്യേഷ്ഠൻ മുസ്തഫാ കമാൽ റെയിൽവേസ്റേറഷൻ റോഡിലെ തൻെറ പലചരക്കുകടയിൽ ചെറിയ സഹായത്തിനായി എന്നെയിരുത്തിയിട്ട് അപ്രത്യക്ഷനാകും. പിന്നെ,

കുറെ മണിക്കൂർ കഴിഞ്ഞാകും അദ്ദേഹം തിരിച്ചുവരുക. എണ്ണ, ഉള്ളി, അരി എന്നിങ്ങനെ എല്ലാ സാധനങ്ങളും ഞാൻ വില്ക്കും. എന്നാൽ ഏററവും കൂടുതൽ വിററുപോകുന്ന വസ്തുക്കൾ സിഗരററും ബീഡിയുമാണെന്ന് ഞാൻ മനസ്സിലാക്കി. ഈ പാവങ്ങൾ, തങ്ങൾ കഠിനാദ്ധ്വാനം ചെയ്തുണ്ടാക്കിയ പണം ഇങ്ങനെ പുകച്ചു കളയുന്നതെന്തിനാണെന്ന് അപ്പോഴൊക്കെ ഞാൻ വിസ്മയിക്കുമായിരുന്നു. മുസ്തഫയിൽനിന്നും ഊരിപ്പോന്നുകഴിഞ്ഞാൽ അനുജൻ കാസിം മൊഹമ്മദ് പന്തൽപോലെ കെട്ടിയുണ്ടാക്കിയ തൻെറ കൊച്ചുകടയിൽ എന്നെ പിടിച്ചിരുത്തും. അവിടെ ഞാൻ വിററിരുന്നത് കടൽകക്കകൾകൊണ്ടുണ്ടാക്കിയ കൗതുകവസ്തുക്കളായിരുന്നു.

സെൻറ് ജോസഫ്സിൽ റവ. ഫാദർ ററി. എൻ. സെക്യൂറാ എന്ന ഒരു അദ്ധ്യാപകനെ കിട്ടാനുള്ള ഭാഗ്യം എനിക്കുണ്ടായി. ഇംഗ്ലീഷ് അദ്ധ്യാപകനായിരുന്ന അദ്ദേഹംതന്നെ ആയിരുന്നു ഞങ്ങളുടെ ഹോസ്ററൽ വാർഡനും. മൂന്നു നിലകളുള്ള ആ ഹോസ്ററൽകെട്ടിടത്തിൽ ഞങ്ങൾ, ഏതാണ്ടു നൂറു പേരാണ് താമസിച്ചിരുന്നത്. കൈയിലൊരു ബൈബിളും പിടിച്ച് റവ.ഫാദർ എല്ലാ രാത്രിയിലും ഓരോ വിദ്യാർത്ഥിയെയും സന്ദർശിക്കും. അദ്ദേഹത്തിൻെറ ചൈതന്യവും ക്ഷമയും അപാരമായിരുന്നു. അങ്ങേയററം ദയാലുവായിരുന്ന അദ്ദേഹം വിദ്യാർത്ഥികളുടെ ഏററവും ചെറിയ ആവശ്യങ്ങളിൽപ്പോലും ശ്രദ്ധ കാട്ടി. അദ്ദേഹത്തിൻെറ നിർദ്ദേശപ്രകാരം ദീപാവലിനാളിൽ ഹോസ്ററലിൻെറ ചുമതലയുള്ള ബ്രദറും ഭക്ഷണശാലയിലെ സന്നദ്ധസേവകരും ഓരോ മുറിയും സന്ദർശിച്ച് അനുഷ്ഠാനപരമായ കുളിക്കായി നല്ല എള്ളെണ്ണ വിതരണം നടത്തിയിരുന്നു.

സെൻറ് ജോസഫ്സ് കാംപസിൽ ഞാൻ പാർത്തിരുന്ന നാലു വർഷക്കാലവും എൻെറ മുറിയിൽ മററു രണ്ടുപേർകൂടി ഉണ്ടായിരുന്നു. ശ്രീരംഗത്തുനിന്നുള്ള ഒരു യാഥാസ്ഥിതിക അയ്യങ്കാരായിരുന്നു ഒരാൾ. മറ്റേയാൾ കേരളത്തിൽനിന്നുള്ള ഒരു സുറിയാനി ക്രിസ്ത്യാനിയും. ഞങ്ങൾ മൂവരും അത്യന്തം രസകരമായിട്ടാണ് അവിടെ ഒരുമിച്ചു കഴിഞ്ഞുകൂടിയിരുന്നത്. ഹോസ്റ്റലിലെ മൂന്നാംവർഷം ഞാൻ സസ്യഭക്ഷണവിഭാഗം സെക്രട്ടറിയായിരിക്കേ ഒരു ഞായറാഴ്ച ഞങ്ങൾ റെക്ടറായ റവ. ഫാദർ കളത്തിലിനെ ഉച്ചയൂണിനു ക്ഷണിച്ചു. ഞങ്ങളുടെ വൈവിദ്ധ്യമാർന്ന ഭക്ഷണപാരമ്പര്യങ്ങളിൽനിന്നും തിരഞ്ഞെടുത്ത വിശിഷ്ട ഭോജ്യങ്ങളാണ് തയ്യാറാക്കിയിരുന്നത്. എന്നാൽ ഇതിൻെറ പരിണതഫലം തികച്ചും അപ്രതീക്ഷിതമായിപ്പോയി. എങ്കിലും ഞങ്ങളെ പ്രശംസിക്കുന്നതിൽ റവ. ഫാദർ ഒട്ടും പിശുക്കു കാട്ടിയില്ല. കുട്ടികളുടേതുപോലുള്ള ആവേശത്തോടെ ഞങ്ങൾ നടത്തിയ കലപില സംഭാഷണങ്ങളിൽ പങ്കുചേർന്ന റവ. ഫാദർ കളത്തിലുമായി ചെലവഴിച്ച ഓരോ നിമിഷവും ഞങ്ങൾക്കു തികച്ചും ആസ്വാദ്യകരമായി. ഞങ്ങൾക്കെല്ലാവർക്കും അവിസ്മരണീയമായൊരു സംഭവമായിരുന്നു അത്.

'ദാനംചെയ്യുന്നത് ആസ്വാദ്യകരമായി കരുതുക' എന്നു ജനങ്ങളെ ഉദ്ബോധിപ്പിച്ച കാഞ്ചി പരമാചാര്യരുടെ യഥാർത്ഥ പിൻഗാമികളായിരുന്നു സെൻറ് ജോസഫ്സിലെ എൻെറ ഗുരുനാഥന്മാർ. ഞങ്ങളുടെ ഗണിതശാസ്ത്ര അദ്ധ്യാപകരാ

യിരുന്ന പ്രൊഫ. തോതാത്രി അയ്യങ്കാരും പ്രൊഫ. സൂര്യനാരായണ ശാസ്ത്രിയും കാംപസിലൂടെ ഒന്നിച്ചു നടക്കുന്നതിന്റെ സ്പഷ്ടമായ ഓർമ്മകൾ എന്നെ ഇന്നും ആവേശംകൊള്ളിക്കുന്നു.

സെന്റ് ജോസഫ്സിലെ അവസാന വർഷ വിദ്യാർത്ഥിയായിരിക്കേയാണ് എനിക്ക് ആംഗലേയസാഹിത്യത്തിൽ താത്പര്യം ജനിക്കുന്നത്. അങ്ങനെ ഐതിഹാസിക സാഹിത്യസൃഷ്ടികൾ ഞാൻ വായിക്കാൻ തുടങ്ങി. വൈദേശിക പശ്ചാത്തലമാണുള്ളതെങ്കിലും ടോൾസ്റ്റോയ്, സ്കോട്ട്, ഹാർഡി എന്നിവരോടാണ് എനിക്ക് സവിശേഷമായൊരു അഭിരുചി ഉണ്ടായിരുന്നത്. പിന്നീട് ഞാൻ തത്ത്വചിന്താപരമായ ചില രചനകളിലേക്ക് തിരിഞ്ഞു. ഏതാണ്ട് ഇക്കാലത്താണ് ഊർജ്ജതന്ത്രത്തിൽ എനിക്ക് വലുതായ താത്പര്യം ജനിക്കുന്നത്.

പ്രൊഫ. ചിന്ന ദുരൈയും പ്രൊഫ. കൃഷ്ണമൂർത്തിയും നല്കിയ പരമാണുവിലെ സൂക്ഷ്മകണികകളെക്കുറിച്ചുള്ള ഊർജ്ജതന്ത്രപാഠങ്ങൾ പുതിയ ചില വികിരണസ്വഭാവമുള്ള മൂലകങ്ങളുടെ അർദ്ധായുസ്സിനെക്കുറിച്ചും വികിരണം വഴിയുള്ള വസ്തുക്കളുടെ നാശത്തെക്കുറിച്ചുമുള്ള ആശയങ്ങൾ എന്റെ മുന്നിൽ അവതരിപ്പിച്ചു. അണുവിലുള്ള സൂക്ഷ്മകണങ്ങളിൽ മിക്കവയും അസ്ഥിരങ്ങളാണെന്നും ഒരു നിശ്ചിത സമയത്തിനുശേഷം അവ വിഘടിച്ച് മറ്റു കണങ്ങളായിത്തീരുമെന്നുമൊക്കെ രാമേശ്വരത്തെ എന്റെ ശാസ്ത്രാദ്ധ്യാപകനായിരുന്ന ശിവസുബ്രഹ്മണ്യഅയ്യർ ഒരിക്കലും പഠിപ്പിച്ചിട്ടില്ല. ഇതെല്ലാം ഞാൻ അറിയുന്നത് ആദ്യമായിട്ടായിരുന്നു. പക്ഷേ, നാശം എന്നത് സംയുക്തസ്വഭാവമുള്ള എല്ലാ വസ്തുക്കളുടെയും സഹജസ്വഭാവമാണെന്നും ആകയാൽ ഉത്സാഹപൂർവം പരിശ്രമിച്ചുകൊള്ളണമെന്നും പഠിപ്പിച്ചപ്പോൾ ഇതേകാര്യത്തെക്കുറിച്ചുതന്നെയായിരുന്നില്ലേ അദ്ദേഹം സംസാരിച്ചിരുന്നത്? മനുഷ്യനെ ദൈവത്തിൽനിന്നും അകറ്റുന്ന ഒരു കാര്യമായി ചിലർ ശാസ്ത്രത്തെ കാണാൻ ശ്രമിക്കുന്നത് എന്തുകൊണ്ടാണെന്ന് ഞാൻ വിസ്മയിക്കുന്നു. എന്റെ കാഴ്ചപ്പാടിൽ, ശാസ്ത്രത്തിന്റെ പാതകൾക്ക് എന്നും മനുഷ്യഹൃദയങ്ങളിലൂടെ കടന്നു പോകാൻ കഴിയും. എനിക്ക് ശാസ്ത്രമെന്നത് ആത്മീയ സമ്പന്നതയിലേക്കും ആത്മസാക്ഷാത്കാരത്തിലേക്കുമുള്ള പാതയാണ്.

യുക്തിഭദ്രമായ ശാസ്ത്രചിന്തയുടെ പ്രഭവകേന്ദ്രങ്ങൾപോലും യക്ഷിക്കഥകൾക്ക് വിളനിലമാകുന്നു. പ്രപഞ്ചശാസ്ത്രത്തെക്കുറിച്ചുള്ള പുസ്തകങ്ങളുടെ വലിയൊരു വായനക്കാരനായ ഞാൻ ആകാശവസ്തുക്കളെക്കുറിച്ചും വായിച്ചാസ്വദിക്കാറുണ്ട്. എന്റെ പല സുഹൃത്തുക്കളും ബഹിരാകാശയാത്രകളുമായി ബന്ധപ്പെട്ട ചോദ്യങ്ങൾ ചോദിക്കുമ്പോൾ ചിലപ്പോളൊക്കെ ജ്യോതിഷത്തിലേക്ക് വഴുതിവീഴും. നമ്മുടെ സൗരയൂഥത്തിലെ വിദൂരഗ്രഹങ്ങൾക്ക് മനുഷ്യർ ഇത്ര പ്രാധാന്യം കൊടുക്കുന്നതെന്തിനാണെന്ന് സത്യമായും എനിക്കിതുവരെ മനസ്സിലായിട്ടില്ല. ഒരു കലയെന്നനിലയിൽ ഞാൻ ജ്യോതിഷത്തിന് എതിരല്ല. പക്ഷേ, ശാസ്ത്രത്തിന്റെ മുഖംമൂടിയണിഞ്ഞു വന്ന് സ്വീകാര്യത അവകാശപ്പെട്ടാൽ ഞാനതിനെ തിരസ്കരിക്കും. ഈ ഗ്രഹങ്ങൾക്കും താരാഗണങ്ങൾക്കും എന്തിന്,

ഉപഗ്രഹങ്ങൾക്കുപോലും മനുഷ്യരുടെമേൽ സ്വാധീനം ചെലുത്താനാകുമെന്ന ഈ അന്ധവിശ്വാസങ്ങൾ എങ്ങനെ ഉണ്ടായി എന്ന് എനിക്കറിഞ്ഞുകൂടാ. അങ്ങേയറ്റം ആത്മനിഷ്ഠമായ നിഗമനങ്ങൾ രൂപപ്പെടുത്തിയെടുക്കാനായി ഉണ്ടാക്കിയിരിക്കുന്ന, പ്രപഞ്ചഗോളങ്ങളുടെ സൂക്ഷ്മചലനങ്ങളെ സംബന്ധിച്ച സങ്കീർണ്ണമായ കണക്കുകൂട്ടലുകൾ കേവലം യുക്തിരഹിതമായിട്ടാണ് എനിക്കു തോന്നുന്നത്. എൻെറ കാഴ്ചപ്പാടിൽ, ഈ ഭൂഗോളമാണ് ഏറ്റവും ശക്തിമത്തും ഊർജ്ജസ്വലവുമായ ഗ്രഹം. 'പാരഡൈസ് ലോസ്റ്റ്' എന്ന ഐതിഹാസിക കാവ്യത്തിൻെറ പുസ്തകം VIII-ൽ ജോൺ മിൽട്ടൺ അതിമനോഹരമായി പറയുംപോലെ:

'.... സൂര്യനീ ലോകത്തിൻെറയും താരാഗണങ്ങളുടെയും
നടുസ്ഥായിയാണെന്നിരുന്നാലും
..... ഈ ഭൂഗോളം, അതെത്ര ഉറച്ചതായി കാണപ്പെടുന്നുണ്ടെങ്കിലും
യുക്തമാം മൂന്നു ചലനരീതിയിലവ ചരിച്ചാലെന്ത്?'

ഈ ഗോളത്തിൻെറ ഏതു കോണിൽ ചെന്നാലും അവിടെ ചലനവും ജീവനുമുണ്ട്. പാറകൾ, ലോഹം, തടി, കളിമണ്ണ് എന്നിങ്ങനെ പ്രത്യക്ഷത്തിൽ അചേതനമായ വസ്തുക്കളിൽപ്പോലും നിഗൂഢമായ ചലനം കുടികൊള്ളുന്നു — അതെ, ഓരോ അണുകേന്ദ്രത്തിനും ചുറ്റുമായി നടന്നുകൊണ്ടിരിക്കുന്ന ഇലക്ട്രോണുകളുടെ അവിരാമമായ നൃത്തം. അണുകേന്ദ്രം അവയുടെമേൽ സ്ഥാപിച്ചിരിക്കുന്ന ബന്ധനത്തോടുള്ള പ്രതികരണത്തിൽനിന്നുമാണ് ഈ ചലനം ഉത്ഭവിക്കുന്നത്. വൈദ്യുതബലംകൊണ്ടുള്ള ഈ ബന്ധനമാകട്ടെ അവയെ തന്നിലേക്ക് കൂടുതൽ ചേർത്തുനിർത്താനാണ് ശ്രമിക്കുക. ഇലക്ട്രോണുകളാകട്ടെ, അല്പം ഊർജ്ജം കൈവശമുള്ള മറ്റാരെയുംപോലെ ബന്ധനങ്ങളെ വെറുക്കുന്നു. അണുകേന്ദ്രത്തിൻെറ ആകർഷണബലം എത്രകണ്ട് കൂടുന്നുവോ അത്രകണ്ട് ഇലക്ട്രോണുകളുടെ ഭ്രമണവേഗതയും കൂടും. യഥാർത്ഥത്തിൽ അണുക്കളിലെ ഇലക്ട്രോണുകളുടെ ഈ തടവിൻെറ ഫലമായി ഒരു സെക്കൻഡിൽ 1,000 കിലോമീറ്റർ എന്ന അതിഭീമമായ പ്രവേഗങ്ങൾവരെ ഉണ്ടാകാറുണ്ട്! അതിവേഗം കറങ്ങുന്ന ഫാൻ ഒരു തകിടുപോലെ കാണപ്പെടാറുണ്ടല്ലോ. ഇതുപോലെയാണ് ഈ ഉന്നതപ്രവേഗങ്ങൾ അണുവിനെ ദൃഢമായൊരു ഗോളത്തെപ്പോലെ തോന്നിപ്പിക്കുന്നത്. ഈ അണുക്കളെ കൂടുതൽ ശക്തമായി മർദ്ദിച്ചൊതുക്കുവാൻ ബുദ്ധിമുട്ടാണ്. ഇതാണ് ദ്രവ്യത്തിന് അതിൻേറതായ ഖരസ്വഭാവം നല്കുന്നത്. അങ്ങനെ എല്ലാ ഖരവസ്തുക്കളുടെയും ഉള്ളിൻെറയുള്ളിൽ ധാരാളം സ്ഥലം ഒഴിഞ്ഞുകിടക്കുന്നു. മാത്രമല്ല, എല്ലാ നിശ്ചലവസ്തുക്കളുടേയും അന്തരംഗത്തിൽ മഹത്തായ ചലനങ്ങളുമുണ്ട്. നമ്മുടെ നിലനില്പിൻെറ ഓരോ നിമിഷത്തിലും ഈ ഭൂമുഖത്ത് മഹത്തായ ആ ശിവതാണ്ഡവം നടക്കുന്നു എന്നതുപോലെയാണ് ഇതും.

സെൻറ് ജോസഫ്സിൽ ബിഎസ്സി ബിരുദപഠനത്തിനു ചേർന്നപ്പോൾ ഉന്നതപഠനത്തിനുള്ള മറ്റൊരു മാർഗ്ഗത്തെക്കുറിച്ചും എനിക്ക് അറിവ് ഉണ്ടായിരുന്നില്ല. ഒരു ശാസ്ത്രവിദ്യാർത്ഥിക്ക് എത്തിപ്പിടിക്കാവുന്ന തൊഴിൽസാധ്യതകളെക്കുറിച്ചും എനിക്ക് വിവരമുണ്ടായിരുന്നില്ല. ബിഎസ്സി കിട്ടിക്കഴിഞ്ഞാണ്

ഞാൻ മനസ്സിലാക്കുന്നത് ഫിസിക്സ് എൻെറ വിഷയമായിരുന്നില്ല എന്ന്. എൻെറ സ്വപ്നങ്ങൾ സാക്ഷാത്കരിക്കുന്നതിന് ഞാൻ എൻജിനീയറിങ്ങിന് ചേരണമായിരുന്നു. വേണമെങ്കിൽ, വളരെ മുമ്പുതന്നെ ഇൻറർമീഡിയറ്റ് കഴിഞ്ഞയുടൻ എനിക്ക് എൻജിനീയറിങ്ങിന് ചേരാമായിരുന്നു. വൈകി ചെയ്യുന്നത് ഒരിക്കലും ചെയ്യാത്തതിനേക്കാൾ നല്ലതാണല്ലോ എന്ന് ഞാൻ സ്വയം പറഞ്ഞു. അങ്ങനെ, ഈ വളഞ്ഞ വഴിയൊക്കെ താണ്ടിയശേഷമാണ് അക്കാലത്ത് ദക്ഷിണേന്ത്യയിലെ സാങ്കേതികപഠനത്തിൻെറ കിരീടമണിയായി അറിയപ്പെട്ടിരുന്ന മദ്രാസ് ഇൻസ്റ്റിറ്റ്യൂട്ട് ഓഫ് ടെക്നോളജി (എം ഐ റ്റി)യിൽ ഞാൻ പ്രവേശനത്തിന് അപേക്ഷ നല്കുന്നത്.

തിരഞ്ഞെടുക്കപ്പെട്ട വിദ്യാർത്ഥികളുടെ പട്ടികയിൽ ഞാൻ സ്ഥാനം പിടിച്ചെങ്കിലും ഈ പ്രശസ്ത സ്ഥാപനത്തിലേക്കുള്ള പ്രവേശനം വളരെ പണച്ചെലവുള്ള ഒരു കാര്യമായിരുന്നു. ഇതിനു വേണ്ടിവരുന്ന ആയിരത്തോളം രൂപ ഉണ്ടാക്കാൻ എൻെറ പിതാവിന് കഴിവുണ്ടായിരുന്നില്ല. എന്നാൽ ഈ നിർണ്ണായക സന്ദർഭത്തിൽ എൻെറ സഹോദരി സുഹ്റ എൻെറ പിന്നിൽ ഉറച്ചു നിന്നു. തൻെറ സ്വർണ്ണവളകളും മാലയും പണയംവെച്ച് എൻെറ സഹോദരി ആവശ്യത്തിനുള്ള പണമുണ്ടാക്കിത്തന്നു. എന്നെ വിദ്യാസമ്പന്നനായി കാണാനുള്ള അവരുടെ ദൃഢനിശ്ചയവും എൻെറ കഴിവിൽ അർപ്പിച്ച വിശ്വാസവും എന്നെ ആഴത്തിൽ സ്പർശിച്ചു. എൻെറ സ്വന്തസമ്പാദ്യംകൊണ്ട് പെങ്ങളുടെ വളകൾ പണയത്തിൽനിന്നും തിരിച്ചെടുക്കുമെന്ന് ഞാൻ അപ്പോൾതന്നെ ഒരു ദൃഢനിശ്ചയമെടുത്തു. ഏറ്റവും നന്നായി പഠിച്ച് ഒരു സ്കോളർഷിപ്പ് നേടുക മാത്രമായിരുന്നു ആ സമയത്ത് പണം നേടാനുള്ള ഏക മാർഗ്ഗം. അങ്ങനെ സർവശക്തിയോടും കൂടെ ഞാൻ മുന്നോട്ടുപോയി.

എം ഐ റ്റിയിൽ എന്നെ ഏറ്റവും കൂടുതൽ ആവേശംകൊള്ളിച്ചത് അവിടെ പ്രദർശിപ്പിച്ചിരുന്ന രണ്ടു പഴയ വിമാനങ്ങളാണ്. പറക്കൽ യന്ത്രത്തിൻെറ വിവിധ ഉപസംവിധാനങ്ങളെക്കുറിച്ച് പഠിപ്പിക്കാനായി സ്ഥാപിച്ചിരുന്നതായിരുന്നു അവ. എനിക്കവയോട് അസാധാരണമായ ഒരു ആകർഷണം തോന്നി. മറ്റു വിദ്യാർത്ഥികൾ ഹോസ്റ്റലിലേക്ക് മടങ്ങിയതിനുശേഷവും ദീർഘനേരത്തേക്ക് അവയുടെ സമീപത്ത് ഞാൻ ഇരിക്കുമായിരുന്നു; ഒരു പക്ഷിയെപ്പോലെ അനന്തവിഹായസ്സിൽ സ്വച്ഛന്ദം പാറി നടക്കാനുള്ള മനുഷ്യൻെറ ഇച്ഛാശക്തിയെ സ്തുതിച്ചുകൊണ്ട്. ആദ്യവർഷം പൂർത്തിയായതിനുശേഷം ഏതെങ്കിലും ഒരു സവിശേഷ ശാഖ തെരഞ്ഞെടുക്കേണ്ടിവന്നപ്പോൾ ഞാൻ സ്വമേധയാ തന്നെ വ്യോമസാങ്കേതികവിദ്യ (എയ്റോനോട്ടിക്കൽ എൻജിനീയറിങ്) തിരഞ്ഞെടുത്തു. ഇപ്പോൾ ലക്ഷ്യം എൻെറ മനസ്സിൽ വളരെ വ്യക്തമായിരുന്നു; ഞാൻ വിമാനം പറത്താൻ പോകുകയാണ്. അക്കാര്യത്തിലെനിക്ക് നല്ല ഉറപ്പായിരുന്നു; എൻെറ എളിയ ചുറ്റുപാടുകൾ ഉയർത്തുന്ന അനിശ്ചിതത്വത്തെക്കുറിച്ച് നല്ല ബോദ്ധ്യമുണ്ടായിട്ടുകൂടി. ഏകദേശം ഈ സമയത്തുതന്നെ വിവിധതരത്തിലുള്ള ആളുകളുമായി ആശയവിനിമയം നടത്താനുള്ള പ്രത്യേക ശ്രമങ്ങളും ഞാൻ ആരംഭിച്ചിരുന്നു.

അവിടെ തിരിച്ചടികളും നിരാശകളും തകരാറുകളുമൊക്കെയുണ്ടായി. എങ്കിലും അവ്യക്തമേഖലകളിലൂടെയുള്ള ഈ പ്രയാണവേളകളിൽ പിതാവിൻെറ പ്രോത്സാഹജനകമായ വാക്കുകളാണ് എന്നെ ഉറപ്പിച്ചു നിറുത്തിയത്. "മറ്റുള്ളവരെ അറിയുന്നവൻ പഠിപ്പുള്ളവനാണ്. എന്നാൽ തന്നെത്തന്നെ അറിയുന്നവനാണ് ബുദ്ധിമാൻ. ബുദ്ധികൂടാതെയുള്ള അറിവ് നിഷ്പ്രയോജനമാണ്."

എം ഐ റ്റിയിലെ എൻെറ പഠനകാലത്ത് മൂന്ന് അദ്ധ്യാപകർ എൻെറ ചിന്തകളെ രൂപപ്പെടുത്തി. പില്ക്കാലത്ത് എൻെറ പ്രൊഫഷണൽ ജീവിതസൗധം കെട്ടിപ്പടുത്തത് അവരുടെ സംയുക്ത സംഭാവനകളാൽ തീർത്ത അടിത്തറമേലായിരുന്നു. പ്രൊഫ. സ്പോൺഡർ, പ്രൊഫ. കെ എ വി പണ്ടാല, പ്രൊഫ. നരസിംഹറാവു എന്നിവരായിരുന്നു അവർ. തികച്ചും തനതായ വ്യക്തിത്വങ്ങൾക്ക് ഉടമകളായിരുന്നുവെങ്കിലും പൊതുവായ ഒരു കഴിവ് അവർക്ക് ഉണ്ടായിരുന്നു —ബുദ്ധിപരമായ തീക്ഷ്ണതയും അക്ഷീണമായ ഉത്സാഹശീലവുംകൊണ്ട് തങ്ങളുടെ വിദ്യാർത്ഥികളുടെ ബൗദ്ധിക വിശപ്പ് ശമിപ്പിക്കാനുള്ള ശേഷി.

പ്രൊഫ. സ്പോൺഡറാണ് എന്നെ വ്യോമഗതികത്തിലെ സാങ്കേതിക തത്ത്വങ്ങൾ പഠിപ്പിച്ചിരുന്നത്. വ്യോമസഞ്ചാര സാങ്കേതികവിദ്യയിലെ പ്രായോഗിക പരിചയത്തിൻെറ കാര്യത്തിൽ അതീവ സമ്പന്നനായിരുന്നു ഈ ആസ്ട്രിയക്കാരൻ. രണ്ടാം ലോകമഹായുദ്ധകാലത്ത് നാസികൾ ഇദ്ദേഹത്തെ പിടിച്ച് ഒരു പീഡനകേന്ദ്രത്തിൽ അടയ്ക്കുകയുണ്ടായി. ആർക്കും മനസ്സിലാക്കാനാകുന്നതുപോലെ ഇദ്ദേഹത്തിൽ ജർമ്മൻകാർക്കെതിരെ ശക്തമായൊരു അനിഷ്ടം വളർന്നിരുന്നു. യാദൃച്ഛികമെന്നോണം ഇവിടത്തെ എയ്റോനോട്ടിക്കൽ വകുപ്പിന് നേതൃത്വം നല്കിയിരുന്നത് ഒരു ജർമ്മൻകാരനായിരുന്നുതാനും—പ്രൊഫ. വാൾട്ടർ റിപ്പെന്തിൻ. പ്രഗല്ഭനായ വ്യോമസാങ്കേതികജ്ഞനും രണ്ടാം ലോകമഹായുദ്ധ കാലത്ത് പോരാട്ടത്തിൽ കഴിവു തെളിയിച്ച ജർമ്മൻ ഫോക്ക്വുൾഫ് എഫ് ഡബ്ല്യു 190 എന്ന ഒറ്റഇരിപ്പിടമുള്ള യുദ്ധവിമാനം രൂപകല്പനചെയ്ത വ്യക്തിയുമായ ഡോ. കുർട്ട് ടാങ്ക് ആയിരുന്നു അക്കാലത്ത് എം ഐ റ്റി യുടെ മേധാവി. പിന്നീട് ബാംഗ്ലൂരിലെ ഹിന്ദുസ്ഥാൻ എയ്റോനോട്ടിക്സ് ലിമിറ്റഡിൽ (എച്ച് എ എൽ) ചേർന്ന ഡോ. ടാങ്കിൻെറ ചുമതലയിലാണ് ഇന്ത്യയുടെ പ്രഥമ ജറ്റ് യുദ്ധവിമാനമായ എച്ച് എഫ്-24 മാരുതിൻെറ രൂപകല്പന നടന്നത്.

ഈ ചൊറിച്ചിലുകൾക്കൊക്കെ ഇടയിലും പ്രൊഫ. സ്പോൺഡർ തൻെറ വ്യക്തിത്വം കാത്തുസൂക്ഷിക്കുകയും ഉന്നതമായ പ്രൊഫഷണൽ നിലവാരം നിലനിറുത്തുകയും ചെയ്തു. ഒരിക്കലും ശാന്തത കൈവിടാതിരുന്ന ഇദ്ദേഹം ഊർജ്ജസ്വലനും തികഞ്ഞ ആത്മനിയന്ത്രണമുള്ള വ്യക്തിയുമായിരുന്നു. ഏററവും നവീനമായ സാങ്കേതികമുന്നേററങ്ങളെക്കുറിച്ചുള്ള അറിവ് സമ്പാദിച്ചിരുന്ന അദ്ദേഹം വിദ്യാർത്ഥികളും ഇപ്രകാരംതന്നെ ചെയ്യണമെന്ന് ആഗ്രഹിച്ചിരുന്നു. എയ്റോനോട്ടിക്കൽ എൻജിനീയറിങ് പഠിക്കാൻ തെരഞ്ഞെടുക്കും മുൻപ് ഞാൻ അദ്ദേഹത്തിൻെറ ഉപദേശം തേടി. ഭാവിസാദ്ധ്യതകളെക്കുറിച്ച് ആരും വിഷമിക്കരുതെന്നാണ് അദ്ദേഹം അപ്പോൾ പറഞ്ഞത്. നല്ല അടിത്തറകൾ ഇടുക

എന്നതാണ് പ്രധാനം. പിന്നെ, താൻ പഠനത്തിനായി തെരഞ്ഞെടുത്ത മേഖലയെക്കുറിച്ച് വേണ്ടത്ര ആവേശവും ഒപ്പം തീക്ഷ്ണതയും ഉണ്ടാകേണ്ടതുണ്ട്. പ്രൊഫ. സ്പോൺഡറുടെ നിരീക്ഷണത്തിൽ ഇന്ത്യക്കാരുടെ തകരാറ് അവർക്ക് വിദ്യാഭ്യാസത്തിനുള്ള അവസരങ്ങൾ ഇല്ലാത്തതോ വ്യാവസായികമായ അടിസ്ഥാന സൗകര്യങ്ങളുടെ കുറവോ അല്ല; പ്രത്യുത, വിവിധ വിഭാഗങ്ങളെ വിവേചിച്ചറിയുന്നതിലും സ്വന്തം തെരഞ്ഞെടുപ്പിനെ യുക്തിസഹമാക്കുന്നതിലുമുള്ള പരാജയമാണ്. എന്തിനാണ് എയ്റോനോട്ടിക്സ്? ഇലക്ട്രിക്കൽ എൻജിനീയറിങ് പോരേ? മെക്കാനിക്കൽ എൻജിനീയറിങ് പോരേ? സാങ്കേതിക വിദ്യാഭ്യാസ രംഗത്തെ നവമുകുളങ്ങളോട് ഞാനിപ്രകാരം പറയാനാഗ്രഹിക്കുന്നു: ഈ രംഗത്തെ സവിശേഷവിഭാഗങ്ങൾ തെരഞ്ഞെടുക്കേണ്ടിവരുമ്പോൾ പരിഗണിക്കേണ്ട സുപ്രധാനമായ കാര്യം. ഈ തെരഞ്ഞെടുപ്പ് തൻെറ ഉള്ളിൻെറയുള്ളിലുള്ള വികാരങ്ങളും അഭിനിവേശങ്ങളുമായി ഒത്തു പോകുന്നുണ്ടോയെന്നതാണ്.

പ്രൊഫ. കെ എ വി പണ്ടാല വ്യോമഘടനാരൂപകല്പനയും വിശകലനവും പഠിപ്പിച്ചു. വളരെ ചുറുചുറുക്കും സൗഹൃദമനോഭാവവും ഊർജ്ജസ്വലതയുമൊക്കെ ഉണ്ടായിരുന്ന അദ്ധ്യാപകനായിരുന്നു അദ്ദേഹം. ഓരോ വർഷവും നവ്യമായൊരു സമീപനം തൻെറ അദ്ധ്യാപനശൈലിയിൽ അദ്ദേഹം കൊണ്ടുവരുമായിരുന്നു. ഘടനാപരമായ സാങ്കേതികശാസ്ത്രത്തിൻെറ രഹസ്യങ്ങൾ ഞങ്ങൾക്കു മുന്നിൽ തുറന്നുവെച്ചത് പ്രൊഫ. പണ്ടാലയാണ്. ബുദ്ധിപരമായ ആർജ്ജവവും പാണ്ഡിത്യവും ഉണ്ടായിരിക്കേത്തന്നെ അഹങ്കാരത്തിൻെറ യാതൊരു അംശംപോലും തീണ്ടാത്ത ഒരു വ്യക്തിയായിരുന്നു ഇദ്ദേഹമെന്ന് അദ്ദേഹത്തിൻെറ ഓരോ വിദ്യാർത്ഥിയും സമ്മതിക്കുമെന്ന് ഞാൻ ഇന്നും വിശ്വസിക്കുന്നു. അദ്ധ്യാപനവേളയിൽ പല കാര്യങ്ങളിലും വിയോജിപ്പു പ്രകടിപ്പിക്കാനുള്ള സ്വാതന്ത്ര്യവും ഉണ്ടായിരുന്നു ഇദ്ദേഹത്തിൻെറ വിദ്യാർത്ഥികൾക്ക്.

പ്രൊഫ. നരസിംഹറാവു ഒരു ഗണിതജ്ഞനായിരുന്നു. താത്ത്വിക വ്യോമഗതികമായിരുന്നു (തിയററ്റിക്കൽ എയ്റോ ഡൈനാമിക്സ്) ഇദ്ദേഹം ഞങ്ങളെ പഠിപ്പിച്ചിരുന്നത്. ദ്രവഗതികം (ഫ്ലൂയിഡ് മെക്കാനിക്സ്) പഠിപ്പിക്കുന്ന അദ്ദേഹത്തിൻെറ ആ രീതി ഞാനിന്നും ഓർമ്മിക്കുന്നു. അദ്ദേഹത്തിൻെറ ക്ലാസ്സുകളിൽ ഇരിക്കുകവഴി ഗണിതപരമായ ഭൗതികശാസ്ത്രമെന്നത് എൻെറ ഏറ്റവും പ്രിയപ്പെട്ട വിഷയമായി മാറി. എയ്റോനോട്ടിക്കൽ രൂപകല്പനകളെ അവലോകനം ചെയ്യുന്ന കാര്യത്തിൽ എൻെറ കൈയിലൊരു 'ശസ്ത്രക്രിയാകത്തി' ഉണ്ടെന്ന് പലരും പറയുമായിരുന്നു. വ്യോമഗതികത്തിലെ പ്രവാഹങ്ങളെ സംബന്ധിച്ച ഗണിതസമവാക്യങ്ങൾക്ക് തെളിവുകൾ കണ്ടെത്തുന്ന കാര്യത്തിലുള്ള പ്രൊഫ. റാവുവിൻെറ ദയാപൂർണ്ണവും ആവർത്തിച്ചുള്ളതുമായ ഉപദേശങ്ങൾ ഉണ്ടായിരുന്നില്ലെങ്കിൽ ഈ രൂപകാത്മകമായ ആയുധം എനിക്ക് കിട്ടുമായിരുന്നില്ല.

വേണ്ടത്ര സ്വാതന്ത്ര്യം വാഗ്ദാനം ചെയ്യുന്ന ആവേശകരമായൊരു വിഷയമാണ് വ്യോമസാങ്കേതികവിദ്യയെന്ന എയ്റോനോട്ടിക്സ്. സ്വാതന്ത്ര്യവും പലായനവും തമ്മിൽ, ചലനവും ഇളക്കവും തമ്മിൽ, നിരങ്ങലും പ്രവാഹവും

തമ്മിൽ ഉള്ള വലിയ വ്യത്യാസങ്ങൾ ഈ ശാസ്ത്രത്തിലെ രഹസ്യങ്ങളാണ്. എന്റെ അദ്ധ്യാപകർ ഈ സത്യങ്ങൾ എനിക്ക് വെളിപ്പെടുത്തിത്തന്നു. അവരുടെ അതിനിശിതമായ അദ്ധ്യാപനശൈലി, അതെന്നിൽ എയ്റോനോട്ടിക്സിനെക്കുറിച്ചുള്ള ഒരു ആവേശം ഉളവാക്കി. സമ്മർദ്ദവിധേയമായ മാധ്യമത്തിലെ ചലനത്തിന്റെ ദ്രവഗതികമാതൃകകൾ, ആഘാതതരംഗങ്ങളും ആഘാതവും വികസിപ്പിക്കൽ, വർദ്ധിക്കുന്ന വേഗതകളിൽ ഉണ്ടാക്കുന്ന പ്രവാഹ വേർതിരിവുകൾ, ആഘാതം തടയൽ, ആഘാതതരംഗത്തിന്റെ വിഘ്നം തുടങ്ങിയ കാര്യങ്ങളിൽ ഗൗരവമേറിയ പഠനങ്ങൾ ആരംഭിക്കാൻ എന്നെ പ്രേരിപ്പിച്ചത് അവരുടെ തീക്ഷ്ണബുദ്ധിയും തെളിമയാർന്ന ചിന്തയും സൂക്ഷ്മതയോടുള്ള അഭിനിവേശവുമാണ്.

സാവകാശം, എന്റെ മനസ്സിൽ വിവിധ അറിവുകൾ തമ്മിലുള്ള ഒരു സംയോജനപ്രക്രിയ നടന്നു. വിമാനങ്ങളുടെ ഘടനാപരമായ സവിശേഷതകൾക്ക് പുതിയ അർത്ഥങ്ങൾ കിട്ടി. (ഇരട്ടച്ചിറകുള്ള വിമാനമായ) ബൈപ്ലെയ്ൻ, (ഒറ്റച്ചിറകുള്ള) മോണോ പ്ലെയ്ൻ, വാലില്ലാത്ത പ്ലെയ്ൻ, കാനാഡ് ക്രമീകരണ മുള്ളവ, ഡെൽറ്റാചിറകുള്ളവ തുടങ്ങിയവയെല്ലാം എന്നെ സംബന്ധിച്ചിടത്തോളം കൂടുതൽ പ്രാധാന്യമുള്ളതായിത്തീർന്നു. തങ്ങളുടെ മേഖലകളിൽ യഥാർത്ഥ വിദഗ്ദ്ധരായിരുന്ന ഈ മൂന്ന് അധ്യാപകരും ഒരു സംയോജിതവിജ്ഞാനം രൂപപ്പെടുത്തിയെടുക്കാൻ എന്നെ സഹായിക്കുകയുണ്ടായി.

എം ഐ റ്റിയിലെ മൂന്നാമത്തേയും അവസാനത്തേയുമായ അദ്ധ്യയനവർഷം ഒരു സംക്രമണകാലവും എന്റെ പില്ക്കാലജീവിതത്തിൽ വലിയ സ്വാധീനം ചെലുത്തിയ ഒരു സമയവും ആയിരുന്നു. അവബോധത്തിന്റേതും രാഷ്ട്രീയ വ്യാവസായിക പരിശ്രമങ്ങളുടേതുമായ ഒരു പുതിയ കാലാവസ്ഥ രാജ്യമെങ്ങും വീശിയടിക്കുന്ന ദിനങ്ങളായിരുന്നു അത്. എനിക്കെന്റെ ഈശ്വരവിശ്വാസത്തെ പരീക്ഷിക്കുകയും ശാസ്ത്രീയചിന്തയുടെ മൂശയിൽ അത് യോജിക്കുമോയെന്ന് പരിശോധിക്കുകയും ചെയ്യേണ്ടിയിരുന്നു. വിജ്ഞാനത്തിലേക്കുള്ള ഏക ആധികാരികസമീപനം ശാസ്ത്രത്തിന്റെ രീതികളിലുള്ള വിശ്വാസമാണെന്നായിരുന്നു അംഗീകൃത കാഴ്ചപ്പാട്. അങ്ങനെയെങ്കിൽ ദ്രവ്യം മാത്രമാണോ ആത്യന്തിക യാഥാർത്ഥ്യം? ആത്മീയ പ്രതിഭാസങ്ങൾ ദ്രവ്യത്തിന്റെ ഒരു പ്രകടനം മാത്രമാണോ? എന്നൊക്കെ ഞാൻ അത്ഭുതപ്പെട്ടു. ധാർമ്മികമൂല്യങ്ങളൊക്കെ ആപേക്ഷികം മാത്രമാണോ, വിജ്ഞാനത്തിന്റേയും സത്യത്തിന്റേയും സ്രോതസ്സ് ഐന്ദ്രികാനുഭവങ്ങൾ മാത്രമാണോ? 'ശാസ്ത്രത്തിന്റെ പ്രകൃത'ത്തെക്കുറിച്ചുള്ള കുഴക്കുന്ന ചോദ്യവും എന്റേതായ ആത്മീയ താത്പര്യങ്ങളും വേർതിരിക്കാൻ ശ്രമിക്കവേ ഈ പ്രശ്നങ്ങളെക്കുറിച്ചൊക്കെ ഞാൻ വിസ്മയപ്പെട്ടു. വ്യക്തമായും മതപരമായൊരു മൂല്യവ്യവസ്ഥയുടെ മൂശയിലാണ് ഞാൻ ഉരുവാക്കപ്പെട്ടത്. ഭൗതികലോകത്തിനുമപ്പുറം കുടികൊള്ളുന്ന ഒരു ആത്മീയ സാമ്രാജ്യത്തിലാണ് യഥാർത്ഥ സത്യം നിലനില്ക്കുന്നതെന്നും ആ വിജ്ഞാനം ആന്തരികമായ പരിശീലനത്തിലൂടെ മാത്രമേ കിട്ടുകയുള്ളൂ എന്നുമൊക്കെയാണ് എന്നെ പഠിപ്പിച്ചിരുന്നത്.

ഇതിനിടെ, എന്റെ പഠനസംബന്ധമായ ജോലികൾ തീർന്നപ്പോൾ താഴ്ന്ന തലത്തിൽ ആക്രമണം നടത്താനുള്ള ഒരു വിമാനം രൂപകല്പന ചെയ്യാനുള്ള ഒരു പ്രോജക്ട് മററ് നാലു സതീർത്ഥ്യരേയും കൂട്ടി എന്നെ ഏല്പിച്ചു. വിമാനത്തിന്റെ വ്യോമഗതികരൂപകല്പന തയാറാക്കി വരച്ചെടുക്കുവാനുള്ള ചുമതല ഞാൻ ഏറ്റെടുത്തു. വിമാനത്തിന്റെ ചലനസംവിധാനം, ഘടന, നിയന്ത്രണം, വിവിധ ഉപകരണങ്ങൾ എന്നിവയുടെ രൂപകല്പന മററു സംഘാംഗങ്ങൾ പങ്കിട്ടു. ഒരു ദിവസം, എന്റെ പുരോഗതി വിലയിരുത്തിയിട്ട്, രൂപകല്പനാ അദ്ധ്യാപകനും അന്നത്തെ എം ഐ ററി മേധാവിയുമായ പ്രൊഫ. ശ്രീനിവാസൻ അത് ഖേദകരവും നിരാശാജനകവുമാണെന്ന് പ്രഖ്യാപിച്ചു. ഞാൻ നിരവധി ന്യായങ്ങൾ നിരത്തിയെങ്കിലും അതൊന്നും പ്രൊഫ. ശ്രീനിവാസന് ബോദ്ധ്യപ്പെട്ടില്ല. അവസാനം, ഈ പണിപൂർത്തിയാക്കാൻ ഒരു മാസത്തെ സമയം തരണമെന്ന് ഞാൻ അഭ്യർത്ഥിച്ചു. കുറച്ചുനേരം എന്നെത്തന്നെ നോക്കി നിന്ന പ്രൊഫസർ ഇങ്ങനെ പറഞ്ഞു: ''ചെറുപ്പക്കാരാ, നോക്കൂ, ഇപ്പോൾ വെള്ളിയാഴ്ച മധ്യാഹ്നം കഴിഞ്ഞു. ഞാൻ തനിക്ക് മൂന്നു ദിവസത്തെ സമയം തരാം. തിങ്കളാഴ്ച രാവിലെ ഈ ഘടനകളുടെ രൂപകല്പന എനിക്ക് കിട്ടിയില്ലെങ്കിൽ തന്റെ സ്കോളർഷിപ്പ് ഞാൻ നിറുത്തൽ ചെയ്യും.'' ഞാനാകെ സ്തബ്ധനായിപ്പോയി. എന്റെ ഏക ജീവിതമാർഗ്ഗമായ സ്കോളർഷിപ്പ് പിൻവലിച്ചാൽ ഞാൻ തികച്ചും നിസ്സഹായനായിത്തീരും. നിർദ്ദേശിച്ച പ്രകാരം പണിപൂർത്തിയാക്കുകയല്ലാതെ മറെറാരു മാർഗ്ഗവും എന്റെ മുന്നിൽ തെളിഞ്ഞില്ല. ആ രാത്രിയിൽ അത്താഴം ഉപേക്ഷിച്ചും ഞാൻ വരപ്പുമേശയ്ക്കു (ഡ്രോയിങ് ടേബിൾ) പിന്നിൽ കുത്തിയിരുന്നു. പിറേറന്നു രാവിലെ കുളിച്ചൊരുങ്ങാനും അല്പം ഭക്ഷണം കഴിക്കാനുമായി വെറും ഒരു മണിക്കൂർ മാത്രമേ എടുത്തുള്ളൂ. ഞായറാഴ്ച പ്രഭാതമായി. ഞാൻ ജോലിയുടെ പൂർത്തീകരണത്തിനോട് വളരെ അടുക്കുകയായിരുന്നു. പെട്ടെന്ന്, മുറിയിൽ മററാരോ ഉണ്ടെന്ന് എനിക്കു തോന്നി. പ്രൊഫ. ശ്രീനിവാസൻ കുറച്ചു ദൂരെനിന്ന് എന്നെത്തന്നെ നിരീക്ഷിക്കുകയാണ്. വ്യായാമസ്ഥലത്തുനിന്നും ടെന്നീസ് വസ്ത്രവുമണിഞ്ഞ് തിരിച്ചുവരികയായിരുന്ന അദ്ദേഹം എന്റെ പുരോഗതിയൊന്നു വിലയിരുത്താൻ കയറിയതായിരുന്നു. ഞാൻ ചെയ്ത ജോലി പരിശോധിച്ച പ്രൊഫ. ശ്രീനിവാസൻ സ്നേഹപൂർവം എന്നെ ആലിംഗനം ചെയ്യുകയും അംഗീകാരസൂചകമായി പുറത്തുതട്ടുകയും ചെയ്തു. എന്നിട്ട് അദ്ദേഹം ഇപ്രകാരം പറയുകയുണ്ടായി! ''ഞാൻ, തന്നെ വലിയ സമ്മർദ്ദത്തിന് വിധേയനാക്കുകയും അസാധ്യമായ സമയപരിധി പാലിക്കാൻ നിർബന്ധിക്കുകയുമാണെന്ന് എനിക്കറിയാമായിരുന്നു. ഈ സമ്മർദ്ദത്തിനു കീഴിലും താനിത്രയ്ക്ക് മികവു കാട്ടുമെന്ന് ഞാനൊരിക്കലും പ്രതീക്ഷിച്ചിരുന്നില്ല.''

ഈ പ്രോജക്ടിന്റെ ബാക്കി വന്ന കാലയളവിൽ എം ഐ ററി തമിഴ്സംഘം (സാഹിത്യസമാജം) സംഘടിപ്പിച്ച ഒരു ഉപന്യാസമത്സരത്തിൽ ഞാൻ പങ്കെടുത്തു. തമിഴ് എന്റെ മാതൃഭാഷയാണ്. രാമായണപൂർവകാലത്ത് ജീവിച്ചിരുന്ന അഗസ്ത്യമുനിയിൽനിന്നുള്ള അതിന്റെ ഉത്ഭവത്തിൽ ഞാൻ അഭിമാനിക്കുകയും

ചെയ്യുന്നു. ക്രിസ്തുവിനുമുൻപ് അഞ്ചാംനൂററാണ്ടിലാണ് അതിൻെറ സാഹിത്യ ചരിത്രം ആരംഭിക്കുന്നത്. നിയമജ്ഞരും വൈയാകരണന്മാരും ചേർന്നാണ് ഈ ഭാഷ രൂപപ്പെടുത്തിയതെന്നു പറയുന്നു. അതിൻെറ സുവ്യക്തമായ യുക്തിഭദ്രത അന്താരാഷ്ട്ര പ്രശംസതന്നെ നേടിയിട്ടുള്ളതാണ്. ശാസ്ത്രം ഈ അത്ഭുത ഭാഷയുടെ സാധ്യതകൾക്കുപുറത്തു നിൽക്കരുതെന്ന് ഉറപ്പുവരുത്തുന്ന കാര്യത്തിൽ എനിക്കു വലിയ താത്പര്യവും ഉത്സാഹവുമായിരുന്നു.

'നമുക്ക് നമ്മുടെ സ്വന്തം വിമാനം ഉണ്ടാക്കാം' എന്ന ശീർഷകത്തിൽ ഞാനൊരു ലേഖനം തമിഴിൽ എഴുതി. ഏറെ താത്പര്യമുണർത്തിയ ആ ലേഖനം എനിക്ക് ആ മത്സരത്തിൽ വിജയം നേടിത്തന്നു. ജനപ്രിയ തമിഴ്വാരിക 'ആനന്ദ വികട'ൻെറ പത്രാധിപർ 'ദേവനി'ൽ നിന്നാണ് ഞാൻ ഒന്നാം സമ്മാനം ഏററു വാങ്ങിയത്.

എം ഐ ററി യിൽ വെച്ചുണ്ടായവയിൽ എന്നെ ഏററവുമധികം സ്പർശിച്ച സംഭവം പ്രൊഫ. സ്പോൺഡറുമായി ബന്ധപ്പെട്ടിരിക്കുന്നു. വിടവാങ്ങൽ ചടങ്ങുകളുടെ ഭാഗമായി ഞങ്ങൾ ഒന്നുചേർന്ന് ഒരു ചിത്രമെടുക്കാൻ നില്ക്കുകയായിരുന്നു. മുൻനിരയിൽ ഇരിക്കുന്ന പ്രൊഫസർമാരുടെ പിന്നിലായി ബിരുദവിദ്യാർത്ഥികളുടെ മൂന്നു നിരകൾ. പെട്ടെന്ന് പ്രൊഫ. സ്പോൺഡർ എഴുന്നേററു നിന്ന് എന്നെ തിരഞ്ഞു. മൂന്നാംനിരയിൽ നില്ക്കുകയായിരുന്നു ഞാൻ. ''വരൂ, മുന്നിൽ എന്നോടൊപ്പം ഇരിക്കൂ,'' അദ്ദേഹം പറഞ്ഞു. പ്രൊഫ. സ്പോൺഡറുടെ ഈ ക്ഷണം കേട്ടപ്പോൾ ഞാനാകെ വിസ്മയഭരിതനായിപ്പോയി. ''എൻെറ ഏററവും മിടുക്കനായ വിദ്യാർത്ഥി നീയാണ്. ഭാവിയിൽ നിൻെറ അദ്ധ്യാപകർക്ക് വലിയ പ്രശസ്തിയുണ്ടാക്കിക്കൊടുക്കാൻ കഠിനാദ്ധ്വാനം നിന്നെ സഹായിക്കും.'' പ്രശംസ കേട്ട് പരിഭ്രമിച്ചുവെങ്കിലും അംഗീകാരം കിട്ടിയതിൽ ബഹുമാനിതനായ ഞാൻ ചിത്രമെടുക്കാൻ പ്രൊഫ. സ്പോൺഡറോടൊപ്പം പോയി ഇരുന്നു. ''ദൈവമാകട്ടെ നിൻെറ പ്രത്യാശ. അവിടുന്നാകട്ടെ നിൻെറ ഉറപ്പും വഴികാട്ടിയും. ഭാവിയിലേക്കുള്ള യാത്രയിൽ നിൻെറ പാദങ്ങൾക്ക് വെളിച്ചവും അവിടുന്ന് പ്രദാനം ചെയ്യട്ടെ.'' എനിക്ക് യാത്രാമംഗളങ്ങൾ നേർന്നുകൊണ്ട് അന്തർമുഖനായ ആ പ്രതിഭാശാലി പറഞ്ഞു.

എം ഐ ററി യിൽനിന്നും ബാംഗ്ലൂരിലെ ഹിന്ദുസ്ഥാൻ എയ്റോനോട്ടിക് ലിമിററഡിലേക്ക് (എച്ച് എ എൽ) ഒരു ട്രെയിനിയായി ഞാൻ പോയി. അവിടെ എൻജിൻ ഓവർഹോളിങ് ചെയ്യുന്ന ടീമിലെ ഒരംഗമായാണ് ഞാൻ പ്രവർത്തിച്ചത്. വിമാന എൻജിനിൽ ഇപ്രകാരം ഓവർഹോളിങ് കൈകൊണ്ടു തന്നെ ചെയ്യുന്നത് അങ്ങേയററം വിജ്ഞാനപ്രദമായിരുന്നു. ക്ലാസ്മുറിയിൽവെച്ചു പഠിച്ച ഒരു തത്ത്വം ഇപ്രകാരം പ്രായോഗികമായി കാണുമ്പോൾ അത് അജ്ഞാതമായ ഏതോ ആവേശത്തിൻെറ അനുഭൂതി നമുക്കു നല്കും — അപരിചിതമായ ഒരു ആൾക്കൂട്ടത്തിൽവെച്ച് പഴയൊരു സുഹൃത്തിനെ കണ്ടുമുട്ടുമ്പോൾ ഉണ്ടാകുന്നതുപോലെ. എച്ച് എ എല്ലിൽവെച്ച് ഞാൻ പിസ്ററണും ടർബൈനുംകൊണ്ടുള്ള രണ്ടുതരം എൻജിനുകളുടെയും ഓവർഹോളിങ്ങിൽ പ്രവർത്തിക്കുകയുണ്ടായി. ഇന്ധനത്തിൻെറ ജ്വലനശേഷമുള്ള വാതകചലനങ്ങൾ, സമ്മിശ്രണം എന്നിവയെക്കു

റിച്ചുള്ള അവ്യക്തമായ അറിവുകൾ മനസ്സിലേക്കു കൂടുതൽ തെളിമയോടെ കടന്നു വന്നു. റേഡിയൽ എൻജിൻ-കം-ഡ്രം സംബന്ധമായ ജോലികളിലും ഞാൻ പരിശീലനം നേടി.

(ഒരു എൻജിനിൽ നടക്കുന്ന മുൻ-പിൻ ചലനങ്ങളെ ഒരൊററ കറക്കമാക്കി മാററുന്ന) ക്രാങ്ക്ഷാഫ്ററിൻെറ തേയ്മാനം, ക്രാങ്ക്ഷാഫ്ററിൻെറയും അതിനെ എൻജിനുമായി ഘടിപ്പിക്കുന്ന ദണ്ഡിൻെറയും ചെറിയ വളവുകൾ എന്നിവ എങ്ങനെ പരിശോധിക്കണമെന്ന് ഞാൻ പഠിച്ചു. (അന്തരീക്ഷത്തിൽനിന്നും അധികവായു വലിച്ചെടുത്ത് പ്രവർത്തിക്കുന്ന) സൂപ്പർചാർജ്ഡ് എൻജിനുമായി ഘടിപ്പിച്ചിരിക്കുന്നതും (ദലങ്ങളുടെ ചരിവ് സ്ഥിരപ്പെടുത്തിയിരിക്കുന്നതുമായ) ഫിക്സഡ് - പിച്ച് ഫാനിൻെറ അളവുകളുടെ നിർണ്ണയവും ഞാൻ ചെയ്യുകയുണ്ടായി. വായുമർദ്ദംകൊണ്ട് പ്രവർത്തിക്കുന്ന ടർബോ - എൻജിനുകളുടെ മർദ്ദവും വേഗതാവർദ്ധനവും നിയന്ത്രിക്കുന്ന സംവിധാനം, പ്രാരംഭത്തിലുള്ള വായുവിതരണ സംവിധാനം എന്നിവ ഞാൻ അഴിച്ചു പരിശോധിച്ചു. (പ്രൊപ്പല്ലർ എൻജിനുകളുടെ ഫാനിൻെറ ദലങ്ങൾ വിടർത്തുകയും ചുരുക്കുകയും വിപരീത ദിശയിലാക്കുകയും ചെയ്യുന്ന) ഫെതറിങ്, അൺഫെതറിങ്, റിവേഴ്സിങ് പ്രവർത്തനങ്ങൾ മനസ്സിലാക്കുക അതീവ ഹൃദ്യമായിത്തോന്നി. ദലങ്ങളുടെ ചരിവിൻെറ കോൺ നിയന്ത്രിക്കുന്ന അതിസൂക്ഷ്മമായ 'ബീററാ' എന്ന പ്രവർത്തനം എച്ച് എ എല്ലിലെ സാങ്കേതികജോലിക്കാർ ചെയ്തുകാണിച്ചത് ഇന്നും മനസ്സിൽ തങ്ങി നില്ക്കുന്നു. അവർ വലിയ സർവകലാശാലകളിൽ പഠിച്ചവരായിരുന്നില്ല. തങ്ങളുടെ മേധാവിയായ ഒരു വിദഗ്ദ്ധൻെറ നിർദ്ദേശങ്ങൾ കണ്ണും പൂട്ടി അനുസരിക്കുകയുമായിരുന്നില്ല അവർ. പ്രത്യുത, വർഷങ്ങളായി സ്വന്തം കൈകൊണ്ട് ചെയ്ത ജോലി അവരിൽ അതിനെക്കുറിച്ചൊരു അവബോധം സൃഷ്ടിച്ചിട്ടുണ്ടായിരുന്നു.

എച്ച് എ എല്ലിൽനിന്നും ഒരു ഗ്രാജ്വേററ് എയ്റോനോട്ടിക്കൽ എൻജിനീയറായി ഞാൻ പുറത്തിറങ്ങിയപ്പോൾ പറക്കുക എന്ന എൻെറ ദീർഘകാല സ്വപ്നവുമായി അടുത്തു ബന്ധമുള്ള രണ്ട് ജോലിസാധ്യതകൾ കാത്തു നില്പുണ്ടായിരുന്നു. ഒന്ന്, വ്യോമസേനയിലെ ഉയർച്ചാസാധ്യതയുള്ള ഉദ്യോഗം, മറേറത് പ്രതിരോധവകുപ്പിലെ ഡയറക്ടറേററ് ഓഫ് ടെക്നിക്കൽ ഡെവലപ്മെൻറ് ആൻഡ് പ്രൊഡക്ഷനി(ഡി ററി ഡി &പി — വ്യോമം)ൽ ഒരു ജോലി. രണ്ടിനും ഞാൻ അപേക്ഷിച്ചു. രണ്ടിടത്തുനിന്നും അഭിമുഖത്തിനുള്ള ക്ഷണങ്ങളും ഏതാണ്ട് ഒരേ സമയത്തുതന്നെ കിട്ടി. വ്യോമസേനാ നിയമന അധികാരികൾ എന്നോട് ഡെറാഡൂണിലെത്താനും ഡി ററി ഡി & പി (വ്യോമം)ക്കാർ ഡൽഹിയിലെത്താനുമാണ് ആവശ്യപ്പെട്ടത്. അങ്ങനെ കോറമൺഡൽ തീരത്തുനിന്നുള്ള ആ കുട്ടി വടക്കോട്ടുള്ള ഒരു ട്രെയിനിൽ കയറിയിരുന്നു. ലക്ഷ്യസ്ഥാനത്തേക്ക് 2000 കിലോമീററിലധികം ദൂരമുണ്ടായിരുന്നു. മാതൃഭൂമിയുടെ വിശാലതയുമായുള്ള എൻെറ ആദ്യത്തെ കൂടിക്കാഴ്ചയായിരുന്നു അത്.

3

തീവണ്ടിമുറിയുടെ ജാലകത്തിലൂടെ ഞാൻ പിന്നിട്ടുപോയ ഗ്രാമാന്തരങ്ങളെ നോക്കിയിരുന്നു. വെള്ളമുണ്ടും തലക്കെട്ടുമണിഞ്ഞ് വിളഭൂമികളിൽ വേല ചെയ്യുന്ന പുരുഷന്മാരും വയലേലകളുടെ ഹരിതപശ്ചാത്തലത്തിൽ വർണ്ണ ശബളിമയാർന്ന വസ്ത്രങ്ങളണിഞ്ഞ് പണിയെടുക്കുന്ന സ്ത്രീകളും ചേർന്ന ദൃശ്യം ദൂരെനിന്നു നോക്കുമ്പോൾ മനോഹരമായ ഏതോ വർണ്ണചിത്രംപോലെ തോന്നിച്ചു. ജാലകത്തോടു ചേർന്നാണ് ഞാൻ ഇരുന്നിരുന്നത്. ഒട്ടുമിക്കയിടങ്ങളിലും ജനങ്ങൾ താളാത്മകവും പ്രശാന്തവുമായ എന്തെങ്കിലും ജോലികളിൽ മുഴുകിയിരുന്നു—കന്നുകാലികളെ നയിക്കുന്ന പുരുഷന്മാർ, അരുവികളിൽ നിന്നും ജലം ശേഖരിക്കുന്ന സ്ത്രീകൾ... ഇടയ്ക്ക് ഒരു കുട്ടി പ്രത്യക്ഷപ്പെട്ട് തീവണ്ടിക്കുനേരെ കൈവീശും.

നാം വടക്കൻ പ്രദേശത്തേക്കു നീങ്ങുമ്പോൾ ഭൂപ്രകൃതിക്കു വരുന്ന മാററം വിസ്മയനീയമാണ്. ഗംഗയുടെയും അതിൻെറ അസംഖ്യം പോഷകനദികളുടെയും സമ്പത്സമൃദ്ധവും ഫലഭൂയിഷ്ഠവുമായ തടങ്ങൾ കടന്നുകയററത്തെയും സംഘർഷത്തെയും മാററത്തെയും ക്ഷണിച്ചുവരുത്തി. വിദൂര ഉത്തരപശ്ചിമദേശത്തുനിന്നും വെളുത്ത നിറമുള്ള ആര്യന്മാർ 1500 ബി സിയോടടുത്ത് ഹിമാലയചുരങ്ങളിറങ്ങിവന്നു. എ ഡി പത്താം നൂററാണ്ടിൽ കടന്നുവന്ന് തദ്ദേശീയരുമായി ഇഴുകിച്ചേർന്ന മുസ്ലിങ്ങൾ ഈ രാജ്യത്തിൻെറ അവിഭാജ്യമായ ഘടകമായി മാറി. ഒരു സാമ്രാജ്യം മറെറാന്നിന് വഴിമാറിക്കൊടുത്തു. മതപരമായ സംഘർഷങ്ങൾ തുടർക്കഥയായി. ഈ സമയങ്ങളിലെല്ലാം ഉത്തരായനരേഖയ്ക്ക് തെക്കുഭാഗത്തുള്ള ഇന്ത്യയുടെ പ്രദേശങ്ങൾ മിക്കവാറും ഇതിൻെറയൊക്കെ സ്പർശമേല്ക്കാതെ കിടക്കുകയായിരുന്നു. വിന്ധ്യാ, സത്പുരാ പർവതനിരകൾ തീർത്ത സംരക്ഷണകവചമായിരുന്നു ഇതിനു കാരണം. ഇന്ത്യൻ ഉപദ്വീപിൻെറ കൂർത്ത ആകൃതിയിൽ കിടക്കുന്ന ഈ ഭാഗത്തിന് നർമ്മദ, താപ്തി, മഹാനദി, ഗോദാവരി, കൃഷ്ണ എന്നീ നദികൾ ചേർന്ന് മിക്കവാറും അന്യൂനമായൊരു സംരക്ഷണവല നെയ്തു നല്കി. എന്നെ ഡൽഹിയിൽ കൊണ്ടെത്തിക്കുന്നതിന് ഞാൻ കയറിയ തീവണ്ടി ശാസ്ത്രപുരോഗതിയുടെ ശക്തിയാൽ ഭൂമിശാസ്ത്രപരമായ ഈ പ്രതിബന്ധങ്ങളെയെല്ലാം തരണം ചെയ്തിരുന്നു.

മഹാനായ സൂഫി സന്യാസി ഹസ്രത്ത് നിസ്സാമുദ്ദീൻെറ നഗരമായ ഡൽഹിയിൽ ഒരാഴ്ച തങ്ങിയ ഞാൻ ഡി ററി ഡി & പി (വ്യോമം)യിലെ ഇൻറർവ്യൂവിനു ഹാജരായി. ഇൻറർവ്യൂവിൽ ഞാൻ വളരെ നല്ല പ്രകടനം കാഴ്ചവെച്ചു. പതിവിൻ പടിയുള്ള ചോദ്യങ്ങൾ വിഷയത്തിലുള്ള എൻെറ വിജ്ഞാനത്തെ വെല്ലുവിളിക്കുന്ന

വയായിരുന്നില്ല. പിന്നീട് ഞാൻ എയർഫോഴ്സ് സെലക്ഷൻ ബോർഡിൻെറ ഇൻറർവ്യൂവിൽ പങ്കെടുക്കാനായി ഡെറാഡൂണിലേക്കു പോയി. ഈ സെലക്ഷൻ ബോർഡ് ബുദ്ധിവൈഭവത്തെക്കാൾ ഊന്നൽ നല്കിയിരുന്നത് പേഴ്സനാലിറ്റി യിലായിരുന്നു. ഒരുപക്ഷേ, അവർ തിരഞ്ഞിരുന്നത് കായികശേഷിയും സംഭാ ഷണചാതുര്യവുമൊക്കെയുള്ള വ്യക്തികളെയായിരുന്നിരിക്കാം. ഞാൻ ഒരേസമയം ആവേശഭരിതനും പരിഭ്രമമുള്ളവനുമായിരുന്നു, ദൃഢനിശ്ചയമുള്ളവനും ഉത്ക ണ്ഠാകുലനുമായിരുന്നു, ആത്മവിശ്വാസമുള്ളവനും പിരിമുറുക്കമുള്ളവനുമായി രുന്നു. വ്യോമസേനയിലേക്ക് എട്ട് ഉദ്യോഗസ്ഥന്മാരെ തെരഞ്ഞെടുക്കാനായി പരിഗണിച്ച 25 പേരിൽ എനിക്ക് ഒൻപതാം സ്ഥാനമേ നേടാൻ കഴിഞ്ഞുള്ളൂ. ഞാനാകെ നിരാശനായി. വ്യോമസൈന്യത്തിൽ ചേരാനുള്ള അവസരം കൈയിൽ നിന്നും വഴുതിപ്പോയി എന്ന യാഥാർത്ഥ്യത്തെ ഉൾക്കൊള്ളാൻ ഞാൻ കുറച്ചു സമയമെടുത്തു. സെലക്ഷൻ ബോർഡിനു മുന്നിൽനിന്നും പതുക്കെ പിൻ വാങ്ങിയ ഞാൻ കിഴുക്കാംതൂക്കായ ഒരു പാറക്കെട്ടിൻെറ അറ്റത്തുപോയി നിന്നു. അങ്ങ് താഴെയായി ഒരു തടാകം. ഇനിയുള്ള ദിനങ്ങൾ പ്രയാസമേറിയവയാ യിരിക്കുമെന്ന് എനിക്കറിയാമായിരുന്നു. നിരവധി ചോദ്യങ്ങൾക്ക് ഉത്തരം കണ്ടെ ത്തുകയും ഒരു കർമ്മപദ്ധതി തയ്യാറാക്കുകയും വേണം. ഞാൻ ഋഷികേശിലേക്ക് മലയിറങ്ങി.

ഗംഗയിൽ സ്നാനം ചെയ്ത ഞാൻ ആ ജലവിശുദ്ധിയിൽ ഹർഷപുളകിത നായി. എന്നിട്ട്, അല്പം ദൂരെയായി കുന്നിൻമുകളിൽ സ്ഥിതിചെയ്തിരുന്ന ശിവാ നന്ദ ആശ്രമത്തിലേക്ക് കയറിച്ചെന്നു. അങ്ങോട്ട് പ്രവേശിക്കുമ്പോൾ എൻെറയു ള്ളിൽ ശക്തമായ പ്രകമ്പനമുണ്ടായി. അവിടെ നിരവധി 'സാധു'ക്കൾ നിർവാണാ വസ്ഥയിൽ ഇരിക്കുന്നത് ഞാൻ കണ്ടു. കാര്യങ്ങളെ ആത്മബോധത്താൽ അറിയാൻ കഴിവുള്ള ആത്മീയമനുഷ്യരാണ് 'സാധു'ക്കളെന്ന് ഞാൻ വായിച്ചിട്ടു ണ്ടായിരുന്നു. വിഷണ്ണനായിരുന്ന ഞാൻ എന്നെ കുഴക്കിയിരുന്ന സംശയങ്ങൾക്ക് അവിടെനിന്നും ഉത്തരങ്ങൾ തേടി.

മഞ്ഞുപോലെ വെൺമയാർന്ന മുണ്ടും മെതിയടിയും ധരിച്ച് ഒരു ബുദ്ധനെ പ്പോലെ തോന്നിച്ച സ്വാമി ശിവാനന്ദയെ ഞാൻ ചെന്നുകണ്ടു. ഒലീവ് വർണ്ണ മുള്ള അദ്ദേഹത്തിന് തുളച്ചുകയറുന്ന കറുത്ത കണ്ണുകളാണുണ്ടായിരുന്നത്. മിക്കവാറും ഒരു ശിശുവിൻേറതെന്നു തോന്നിക്കുന്ന അപ്രതിരോധ്യമായ അദ്ദേഹ ത്തിൻെറ പുഞ്ചിരിയും കാരുണ്യഭാവവും എന്നെ വല്ലാതെ സ്പർശിച്ചു. ഞാനെ ന്നെ സ്വാമിജിക്ക് സ്വയം പരിചയപ്പെടുത്തി. എൻെറ മുസ്ലിം നാമം അദ്ദേഹത്തിൽ യാതൊരുവിധ പ്രതികരണവും ഉളവാക്കിയില്ല. എനിക്ക് പിന്നീടെന്തെങ്കിലും പറയാനാകുംമുൻപുതന്നെ അദ്ദേഹം എൻെറ ദുഃഖത്തിൻെറ ഉറവിടമെന്തെന്നു ചോദിച്ചു. ഞാൻ ദുഃഖിതനാണെന്ന് മനസ്സിലാക്കിയതെങ്ങനെ എന്നതിന് അദ്ദേഹം യാതൊരു വിശദീകരണവും നല്കിയില്ല; ഞാനൊട്ടു ചോദിച്ചുമില്ല.

ഞാൻ അദ്ദേഹത്തോട് ഇന്ത്യൻ വ്യോമസേനയിൽ ചേരാനുള്ള എൻെറ വിഫലശ്രമത്തെക്കുറിച്ചും പറക്കാനുള്ള ദീർഘകാലാഭിലാഷത്തെക്കുറിച്ചും പറ

ഞ്ഞു. എൻെറയെല്ലാ ആശങ്കകളെയും ഞൊടിയിടയ്ക്കുള്ളിൽ കഴുകിക്കളഞ്ഞു കൊണ്ട് അദ്ദേഹം പുഞ്ചിരി തൂകി. എന്നിട്ട്, ദുർബലമെങ്കിലും മുഴങ്ങുന്ന ശബ്ദത്തിൽ ഇപ്രകാരം മൊഴിഞ്ഞു:

‘അഭിലാഷം ഹൃദയത്തിൽനിന്നും ആത്മാവിൽനിന്നും ഉയർന്നുവരുമ്പോൾ, അത് ശുദ്ധവും തീക്ഷ്ണവുമായിരിക്കുമ്പോൾ അതിന് ഭയാവഹമായ ഇലക്ട്രോമാഗ്നറ്റിക് ശക്തിയുണ്ടായിരിക്കും. മനസ്സ് നിദ്രയിലമരുന്ന ഓരോ നിശീഥിനിയാലും ഈ ശക്തി ഈഥർ മാധ്യമത്തിലേക്ക് വിസരിക്കുന്നു. ഓരോ പ്രഭാതത്തിലും അത് പ്രപഞ്ചപ്രവാഹത്താൽ സുശക്തമായി ബോധമണ്ഡലത്തിലേക്കുതന്നെ തിരിച്ചെത്തും. സങ്കല്പിക്കപ്പെട്ടത് ഉറപ്പായും തീർച്ചയായും പ്രത്യക്ഷപ്പെടുകതന്നെ ചെയ്യും. ആകയാൽ യുവാവേ, സൂര്യോദയത്തിൻെറയും വസന്താഗമനത്തിൻെറയും കാര്യത്തിലുള്ള ശാശ്വത വാഗ്ദാനമെന്നപോലെതന്നെ നിനക്കീ കാലാതീതമായ വാഗ്ദാനത്തിലും വിശ്വസിക്കാം.’

“ശിഷ്യൻ സജ്ജനാകുമ്പോൾ ഗുരു പ്രത്യക്ഷപ്പെടും” — ഇതെത്ര ശരി! മിക്കവാറും വഴിതെറ്റിയിരുന്ന ശിഷ്യന് മാർഗ്ഗദർശിയാകുവാനുള്ള ഗുരു ഇതാ! “വിധിയെ സ്വീകരിച്ചുകൊണ്ട് ജീവിതം മുന്നോട്ടു കൊണ്ടുപോകുക. നീയൊരു വ്യോമസേനാ വൈമാനികനാകാൻ വിധിക്കപ്പെട്ടവനല്ല. നീയെന്തായിത്തീരാനാണോ വിധിക്കപ്പെട്ടിട്ടുള്ളത് അതിപ്പോൾ വെളിവാക്കപ്പെട്ടിട്ടില്ലെങ്കിലും പൂർവനിശ്ചിതംതന്നെ. വിധിവിഹിതമായ പാതയിലേക്ക് നയിക്കുവാൻ അനിവാര്യമായിരുന്നു എന്നതിനാൽ ഈ പരാജയത്തെ മറക്കൂ. പകരം, നിൻെറ നിലനില്പിൻെറ യഥാർത്ഥ ലക്ഷ്യമേതെന്ന് അന്വേഷിക്കൂ. എൻെറ മകനേ, നീ നിന്നോടുതന്നെ രമ്യപ്പെടുക! ദൈവേച്ഛയ്ക്കു മുമ്പിൽ സ്വയം സമർപ്പിക്കുക.” സ്വാമിജി പറഞ്ഞു.

ഞാൻ ഡൽഹിയിൽ തിരികെച്ചെന്നിട്ട് ഡി റ്റി ഡി & പി (വ്യോമം)യിൽ എൻെറ ഇൻറർവ്യൂവിൻെറ ഫലമെന്തായി എന്ന് അന്വേഷിച്ചു. മറുപടിയായി കിട്ടിയത് എനിക്കുള്ള നിയമനഉത്തരവാണ്. പ്രതിമാസം 250 രൂപ അടിസ്ഥാന ശമ്പളത്തിൽ അടുത്ത ദിവസംതന്നെ ഞാൻ ‘സീനിയർ സയൻറിഫിക് അസിസ്റ്റൻറ്’ തസ്തികയിൽ നിയമിതനായി. ഞാൻ ചിന്തിച്ചു, ഇതാണെൻെറ വിധിയെങ്കിൽ അങ്ങനെതന്നെ നടക്കട്ടെ. അവസാനം എൻെറ മനസ്സിൽ സമാധാനം വന്നു നിറഞ്ഞു. വ്യോമസേനാതിരഞ്ഞെടുപ്പിലെ പരാജയത്തിൽ എനിക്കു പിന്നെ കയ്പോ നീരസമോ തോന്നിയില്ല. ഇതെല്ലാം സംഭവിച്ചത് 1958-ലാണ്.

ഡയറക്ടറേറ്റിലെ സാങ്കേതിക കേന്ദ്രത്തിൽ (ആഭ്യന്തരവ്യോമഗതാഗതം) എനിക്ക് നിയമനം കിട്ടി. ഞാൻ വിമാനം പറത്തുവാനായില്ലെങ്കിലും ചുരുങ്ങിയ പക്ഷം അവയെ പറക്കുന്നതിനു യോഗ്യമാക്കുന്നതിൽ സഹായിക്കുന്നവനെങ്കിലുമായി. ഡയറക്ടറേറ്റിലെ ആദ്യവർഷത്തിൽ, ഓഫീസർ ഇൻചാർജായ

ആർ. വരദരാജൻെറ സഹായത്തോടെ, ഒരു ശബ്ദാതീതവേഗ (സൂപ്പർ സോണിക്) ലക്ഷ്യവിമാനം രൂപകല്പന ചെയ്യാനുള്ള പ്രോജക്ട് ജോലി നിർവഹിച്ചു. ഇത് സ്ഥാപനത്തിൻെറ മേധാവി ഡോ. നീലകണ്ഠൻെറ പ്രശംസയ്ക്ക് കാരണമായി. വിമാനങ്ങൾ കേടുപാടു തീർക്കുന്നതിൽ പണിപ്പുരയിൽനിന്നുതന്നെയുള്ള പരിശീലനം നേടുന്നതിനായി എന്നെ കാൺപൂരിലെ എയർക്രാഫ്റ്റ് ആൻഡ് ആർമമെൻറ് ടെസ്റ്റിങ് യൂംനിറ്റിലേക്ക് (എ & എ റ്റി യു) അയച്ചു. അക്കാലത്ത് 'നാട്ട് എംകെ I' വിമാനത്തിൻെറ ഉഷ്ണമേഖലയിലെ പ്രവർത്തന മൂല്യനിർണ്ണയം നടത്തുകയായിരുന്നു അവിടെയുള്ളവർ. അതിൻെറ പ്രവർത്തന സംവിധാനങ്ങളുടെ പ്രകടനം വിലയിരുത്തുന്ന ജോലിയിൽ ഞാനും പങ്കെടുത്തു.

അക്കാലത്തുപോലും ജനബാഹുല്യമേറിയ ഒരു നഗരമായിരുന്നു കാൺപൂർ. ഒരു വ്യവസായനഗരത്തിലെ ജീവിതത്തെക്കുറിച്ചുള്ള എൻെറ ആദ്യ അനുഭവമായിരുന്നു അത്. ശൈത്യം, ആൾക്കൂട്ടം, ശബ്ദഘോഷങ്ങൾ, പുക — ഇവയെല്ലാം രാമേശ്വരത്തുവെച്ച് ഞാൻ പരിചയിച്ച അന്തരീക്ഷത്തിൽനിന്നും കടകവിരുദ്ധമായിരുന്നു. പ്രഭാതഭക്ഷണംമുതൽ അത്താഴംവരെ ഭക്ഷണമേശയിൽ സർവവ്യാപിയായിരുന്ന ഉരുളക്കിഴങ്ങിൻെറ സാന്നിധ്യം എന്നെ വിശേഷിച്ചും കഷ്ടപ്പെടുത്തി. നഗരത്തെ ആകമാനം ഒരുതരം ഏകാന്തത ആവരണം ചെയ്തിരിക്കുന്നതായി എനിക്ക് അനുഭവപ്പെട്ടു. സ്വന്തം മണ്ണിൻെറ ഗന്ധവും കുടുംബമേകുന്ന സുരക്ഷിതത്വബോധവും വെടിഞ്ഞ് തങ്ങളുടെ ഗ്രാമാന്തരങ്ങളിൽനിന്നും വ്യവസായശാലകളിൽ ജോലി തേടി വന്നെത്തിയവരായിരുന്നു തെരുവുകളിലെല്ലാം.

ഡൽഹിയിൽ വീണ്ടും തിരിച്ചെത്തിയപ്പോൾ, ഡി റ്റി ഡി & പി (വ്യോമം) ഒരു 'ഡാർട്ട്' ടാർജറ്റിൻെറ ഡിസൈൻ ഏറ്റെടുത്തിരിക്കുകയാണെന്നും ഡിസൈൻ ടീമിൽ എന്നേയും ഉൾപ്പെടുത്തിയിട്ടുണ്ടെന്നും അറിവു കിട്ടി. ടീമിലെ മറ്റ് അംഗങ്ങളുമായി ചേർന്ന് ആ ജോലി ഞാൻ പൂർത്തിയാക്കി. അടുത്തതായി, ഞാൻ ഒരു ഹ്യൂമൻ സെൻട്രിഫ്യൂഗിൻെറ പ്രാഥമിക രൂപകല്പനാപഠനം നടത്തി. പിന്നീട് ഞാൻ, വിമാനത്തിന് വന്നിറങ്ങാനും പറന്നു പൊങ്ങാനുമുള്ള ഒരു ലംബപ്രതലത്തിൻെറ ഡിസൈനിങ്ങും വികസനവും നിർവ്വഹിച്ചു. ഹോട്ട് കോക്പിറ്റിൻെറ നിർമ്മാണവും വികസനവും സംബന്ധിച്ച ജോലികളുമായും ഞാൻ ബന്ധപ്പെട്ടിരുന്നു. അങ്ങനെ മൂന്നു വർഷം കടന്നുപോയി. അപ്പോളാണ് ബാംഗ്ലൂരിൽ എയ്റോനോട്ടിക്കൽ ഡെവലപ്മെൻറ് എസ്റ്റാബ്ലിഷ്മെൻറ് (എ ഡി ഇ) എന്ന സ്ഥാപനം ഉടലെടുത്തതും എന്നെ ഈ പുതിയ സ്ഥാപനത്തിലേക്കു നിയോഗിച്ചതും.

ഒരു നഗരമെന്ന നിലയിൽ ബാംഗ്ലൂർ കാൺപൂരിന് നേരേ വിപരീതമായിരുന്നു. വാസ്തവത്തിൽ, നമ്മുടെ രാജ്യത്തിന് തൻെറ ജനങ്ങളിൽ വൈരുദ്ധ്യങ്ങളുളവാക്കുന്ന ബീഭത്സമായ സ്വഭാവം ഉണ്ടെന്നെനിക്ക് തോന്നിപ്പോകുന്നു നൂറ്റാണ്ടുകളായി നടന്ന കുടിയേറ്റങ്ങളിലൂടെ ഭാരതീയർ ഒരേസമയം ഞെരുക്കപ്പെടുകയും സമ്പന്നമാക്കപ്പെടുകയും ചെയ്തതാണ് ഇതിനു കാരണമെന്ന് ഞാൻ കരുതുന്നു. വ്യത്യസ്ത ഭരണാധികാരികളോടുള്ള വിധേയത്വം ഒറ്റ അധികാരസ്ഥാന

ത്തോടു കൂറുപുലർത്താനുള്ള നമ്മുടെ ശേഷിയെ മന്ദീഭവിപ്പിക്കുകയുണ്ടായി. പകരം നാം ഒരേസമയംതന്നെ കാരുണ്യവാന്മാരും ക്രൂരന്മാരുമാകാനും, മൃദുല മനസ്കരും ദയാശൂന്യരുമാകാനും, സാമർത്ഥ്യമുള്ളവരും ചാപല്യമുള്ളവരുമാകാനും ഉള്ള അസാധാരണമായ ഒരു കഴിവ് വളർത്തിയെടുത്തു. അശിക്ഷിത നേത്രങ്ങൾക്ക് നമ്മൾ ഒരുപക്ഷേ വർണ്ണശബളിമയും മനോഹാരിതയുമുള്ളവരായി തോന്നിച്ചേക്കാം. എന്നാൽ വിമർശനദൃഷ്ടിയോടെ നോക്കുന്നവർക്ക് നാം നമ്മുടെ വിവിധ യജമാനന്മാരുടെ വികൃതാനുകരണങ്ങളാണ്. കാൺപൂരിൽ വെച്ച് ഞാൻ വാജിദ് അലിഷായുടെ 'പാൻ'തീനി പ്രതിരൂപങ്ങളെ കാണുകയുണ്ടായി. ബാംഗ്ലൂരിൽ ഇവരുടെ സ്ഥാനത്തുള്ളത് ശ്വാനസവാരി നടത്തുന്ന സാഹിബുമാരാണ്. ഇവിടേയും ഞാൻ രാമേശ്വരത്തിൻെറ ആഴവും ശാന്തതയും ഉണ്ടായിക്കാണാൻ ആഗ്രഹിച്ചു. മണ്ണിനെ കാമിക്കുന്ന ഭാരതീയൻെറ ഹൃദയവും തലച്ചോറും തമ്മിലുള്ള ബന്ധം നമ്മുടെ നഗരങ്ങളുടെ വിഭജിതസംവേദനക്ഷമതയിൽ ദ്രവിച്ചുപോയിട്ടുണ്ട്. ഞാനെൻെറ സായാഹ്നങ്ങൾ ബാംഗ്ലൂരിലെ ഉദ്യാനങ്ങളിലും വ്യാപാരശാലകളിലും പര്യവേക്ഷണം നടത്തി ചെലവഴിച്ചു.

എ ഡി ഇ ആരംഭിച്ചതിൻെറ ആദ്യവർഷം അവിടത്തെ ജോലിഭാരം തീരെ ലഘുവായിരുന്നു. ആദ്യമൊക്കെ സ്വന്തം ജോലി സ്വയം കണ്ടെത്തേണ്ട സ്ഥിതി ഉണ്ടായിരുന്നു. കാര്യങ്ങൾക്ക് ക്രമേണ ചലനവേഗം കിട്ടുന്നതുവരെ. വ്യോമയാനങ്ങളെയും മറ്റും ഭൂതലത്തിൽവെച്ച് കൈകാര്യം ചെയ്യാനുള്ള ഉപകരണങ്ങളെക്കുറിച്ചുള്ള എൻെറ പ്രാഥമികപഠനങ്ങളുടെ അടിസ്ഥാനത്തിൽ, ഒരു ഭൂതലയന്ത്ര സംവിധാനം (ജി ഇ എം) എന്ന നിലയ്ക്ക് ഒരു ഹോവർക്രാഫ്റ്റി*ൻെറ മാതൃക തദ്ദേശീയമായി രൂപകല്പനചെയ്തു വികസിപ്പിച്ചെടുക്കാനുള്ള ഒരു പ്രോജക്ട് ടീം താമസിയാതെ രൂപവൽകൃതമായി. നാലു സയൻറിഫിക് അസിസ്റ്റൻറുമാരടങ്ങിയ ഒരു ചെറിയ വർക്കിങ് ഗ്രൂപ്പായിരുന്നു ആ ടീം. ആ ടീമിനെ നയിക്കുവാൻ എ ഡി ഇ യുടെ ഡയറക്ടറായിരുന്ന ഡോ. ഒ പി മേദിരത്ത എന്നോടാവശ്യപ്പെട്ടു. പണിപൂർത്തിയാക്കുന്നതിന് മൂന്നു വർഷത്തെ കാലാവധിയും നല്കി.

ഏതു നിലയിൽ നോക്കിയാലും ഈ പ്രോജക്ട് ഞങ്ങളുടെ കൂട്ടായ ശേഷിയെക്കാളും വലുതായിരുന്നു. ഞങ്ങളിലാരുംതന്നെ ഒരു യന്ത്രം സ്വന്തമായി നിർമ്മിച്ച് പരിചയമുള്ളവരായിരുന്നില്ല. പറക്കും യന്ത്രങ്ങളുടെ കാര്യം പിന്നെ പറയേണ്ടതില്ലല്ലോ. ഒരു തുടക്കമിടാൻ സഹായിക്കുന്ന തരത്തിലുള്ള യാതൊരു വിധ രൂപകല്പനകളോ പൊതുവായ ഉപകരണങ്ങളോ ഉണ്ടായിരുന്നില്ല. ആകെക്കൂടി ഞങ്ങൾക്ക് അറിയാമായിരുന്നത് ഒന്നുമാത്രം: വായുവിനെക്കാൾ ഭാരമേറിയ ഒരു പറക്കും യന്ത്രം വിജയകരമായി നിർമ്മിച്ചെടുക്കണം. ഹോവർക്രാഫ്റ്റിനെക്കുറിച്ച് കിട്ടാവുന്നതെല്ലാം വായിച്ചു പഠിക്കാൻ ഞങ്ങൾ ശ്രമിച്ചു. പക്ഷേ, അവ

* ഹോവർക്രാഫ്റ്റ്—ഒരു വായുമെത്ത സൃഷ്ടിച്ചെടുത്ത്, അതിന്മേൽ നിന്ന് വിമാനത്തെപ്പോലെതന്നെ അതിവേഗം ചലിക്കാൻ കഴിയുന്ന വാഹനം. വിശാലമായ ഭൂവിഭാഗങ്ങൾ, ചതുപ്പ്, ജലാശയങ്ങൾ എന്നിവയിലെല്ലാം ഇത് ഒരേപോലെ പ്രവർത്തിക്കും. സൈനികാവശ്യങ്ങൾക്കും പൊതുയാത്രയ്ക്കായും ഇത് ഇന്ന് ഉപയോഗിച്ചു വരുന്നു.

കാര്യമായിട്ടൊന്നും ഉണ്ടായിരുന്നില്ല. ഈ മേഖലയിൽ അറിവുള്ളവരുടെ ഉപദേശം തേടാൻ ഞങ്ങൾ ശ്രമിച്ചു നോക്കി. എന്നാൽ അങ്ങനെ ആരേയും കണ്ടെത്താനായില്ല. ഒടുവിൽ ലഭ്യമായിട്ടുള്ള പരിമിതമായ വിജ്ഞാനവും വിഭവങ്ങളുമുപയോഗിച്ച് മുന്നോട്ടുപോകുന്നതിനുതന്നെ ഞാൻ ഒരു ദിവസം തീരുമാനമെടുത്തു.

ചിറകുകളില്ലാത്ത, ലാഘവമേറിയ, ഈ അതിവേഗയന്ത്രം നിർമ്മിക്കാനുള്ള ശ്രമങ്ങൾ എൻെറ മനസ്സിൻെറ ജാലകവാതിലുകളെ മലർക്കെ തുറന്നിട്ടു. ഒരു ഹോവർക്രാഫ്റ്റും എയർക്രാഫ്റ്റും തമ്മിൽ ഒരു രൂപകാത്മകബന്ധമെങ്കിലും എനിക്ക് ഉടനടി കണ്ടെത്താനായി. എന്തൊക്കെയായാലും സൈക്കിളുമായി ഏഴു വർഷം പണിതതിനുശേഷമാണല്ലോ റൈറ്റ് സഹോദരന്മാർപോലും ആദ്യത്തെ വിമാനം ഉണ്ടാക്കിയത്! ഈ ജി ഇ എം പ്രോജക്ടിൽ മിടുക്കും വളർച്ചയും നേടിയെടുക്കാനുള്ള വൻ അവസരങ്ങൾ ഞാൻ ദർശിച്ചു. അങ്ങനെ, ഏതാനും മാസങ്ങൾ ഡ്രായിങ് ബോർഡിൽ കഴിച്ചുകൂട്ടിയ ശേഷം ഞങ്ങൾ നേരേ ഘനയന്ത്ര ഭാഗങ്ങളുടെ വികസനപ്രക്രിയയിലേക്കു കടന്നു.

എൻേറതുപോലെയുള്ള പശ്ചാത്തലത്തിൽനിന്നും വരുന്ന വ്യക്തികൾ, അതായത് ഒരു ഗ്രാമത്തിലോ ചെറുപട്ടണത്തിലോ ഉള്ള ഇടത്തരക്കാരും പരിമിത വിദ്യാഭ്യാസം മാത്രമുള്ളവരുമായ മാതാപിതാക്കളുടെ മക്കൾ, എന്നും കേവലം നിലനില്പിൻെറ മാത്രം പ്രശ്നങ്ങളുമായി മല്ലിട്ട് വല്ല മൂലയിലും ഒതുങ്ങിക്കൂടാറാണു പതിവ്. കുറെക്കൂടി മികച്ച സാഹചര്യങ്ങളിലേക്കു നയിക്കുന്ന മഹത്തായ വഴിത്തിരിവുകളൊന്നും ജീവിതത്തിൽ ഉണ്ടായില്ലെങ്കിൽ ഇതുതന്നെയാകും സ്ഥിതി. എനിക്കുവേണ്ട അവസരങ്ങൾ ഞാൻതന്നെ സൃഷ്ടിച്ചെടുക്കണമെന്ന് എനിക്കറിയാമായിരുന്നു.

ഓരോ ഭാഗങ്ങളായി, ഉപസംവിധാനങ്ങളായി, ഘട്ടങ്ങളായി കാര്യങ്ങൾ ചലിക്കാൻ തുടങ്ങി. ഈ പ്രോജക്ടിൽ പണിയെടുക്കവെ ഞാൻ ഒരു കാര്യം പഠിച്ചു; ഒരിക്കൽ നിങ്ങളുടെ മനസ്സ് പുതിയൊരു തലത്തിലേക്ക് നീണ്ടുകഴിഞ്ഞാൽ പിന്നെയൊരിക്കലും അത് പൂർവസ്ഥാനത്തേക്ക് തിരിച്ചുപോകുകയില്ല.

അക്കാലത്ത് വി കെ കൃഷ്ണമേനോനായിരുന്നു പ്രതിരോധവകുപ്പു മന്ത്രി. ഞങ്ങളുടെ ഈ ചെറിയ പദ്ധതിയിൽ അദ്ദേഹത്തിന് വളരെ വലിയ താത്പര്യമുണ്ടായി. ഇന്ത്യൻ പ്രതിരോധ ഉപകരണങ്ങളുടെ തദ്ദേശീയമായ വികസനത്തിൻെറ നാന്ദിയായി അദ്ദേഹമതിനെ വിഭാവനം ചെയ്തു. ബാംഗ്ലൂരിൽ വരുമ്പോഴൊക്കെ ഞങ്ങളുടെ പ്രോജക്ടിൻെറ പുരോഗതി വിലയിരുത്താൻ അദ്ദേഹം സമയം കണ്ടെത്തി. ഞങ്ങളുടെ കഴിവിൽ അദ്ദേഹം കാട്ടിയ ആത്മവിശ്വാസം ഞങ്ങളുടെ ആവേശത്തെ ജ്വലിപ്പിച്ചു. പ്രാർത്ഥനയ്ക്കുവേണ്ടി പള്ളിക്കകത്തേക്കു കയറുമ്പോൾ എൻെറ പിതാവ് തൻെറ ചെരുപ്പുകൾ പുറത്തിടാറുള്ളതുപോലെ, യന്ത്രസംയോജനശാലയിലേക്ക് ഞാൻ പ്രവേശിച്ചിരുന്നത് എൻെറ മറ്റു പ്രശ്നങ്ങളെല്ലാം പുറത്തു നിർത്തിക്കൊണ്ടായിരുന്നു.

എന്നാൽ ജി ഇ എംനെക്കുറിച്ചുള്ള കൃഷ്ണമേനോൻെറ അഭിപ്രായം

എല്ലാവർക്കും സ്വീകാര്യമായിരുന്നില്ല. ലഭ്യമായ ഘടകങ്ങളും ഉപകരണങ്ങളും ഉപയോഗിച്ചുള്ള ഞങ്ങളുടെ പരീക്ഷണം മുതിർന്ന സഹപ്രവർത്തകർക്ക് ഒട്ടും ആഹ്ലാദകരമായിട്ടല്ല തോന്നിയത്. അസാദ്ധ്യമായ സ്വപ്നങ്ങൾ സാക്ഷാത്ക രിക്കാൻ നടക്കുന്ന ഭ്രാന്തൻകണ്ടുപിടുത്തക്കാർ എന്നുപോലും പലരും ഞങ്ങളെ വിളിച്ചു. 'ലൊട്ടുലൊടുക്കുപണി'ക്കാരുടെ നേതാവെന്ന നിലയിൽ ഞാൻ മുഖ്യ ശരവ്യമായി. ആകാശത്തു പറക്കൽ തന്റെ അധികാരമാണെന്നു കരുതി നട ക്കുന്ന മറ്റൊരു അലവലാതിയായി ഞാൻ പരിഗണിക്കപ്പെട്ടു. ഞങ്ങൾക്കെതിരെ യുള്ള അഭിപ്രായങ്ങളുടെ ഭാരം നിതാന്ത ശുഭാപ്തിവിശ്വാസിയായ എന്റെ മനസ്സിനെ താങ്ങിനിർത്തി. റൈറ്റ് സഹോദരന്മാരെക്കുറിച്ച് ജോൺ ട്രോബ്രിഡ്ജ് രചിച്ച് 1896-ൽ പ്രസിദ്ധീകരിച്ച ഒരു സുപ്രസിദ്ധ ആക്ഷേപകാവ്യമാണ് എ ഡി ഇ യിലെ ചില സീനിയർ സയൻറിസ്റ്റുകളുടെ അഭിപ്രായപ്രകടനങ്ങൾ എന്നെ ഓർമിപ്പിച്ചത്:

............തയ്യൽക്കാരന്റെ വിരലുറയും നൂലും
പിന്നെ മെഴുകും ചുറ്റികയും, കൊളുത്തുകളും പിരിയാണികളും,
കൂടാതെ, പ്രതിഭാശാലികൾക്കു യോജിച്ച മറ്റെല്ലാ വസ്തുക്കളും;
മാതൃക നോക്കാൻ രണ്ട് വവ്വാലുകൾ, ഹാ വിചിത്രജീവികൾ!
ഒരു മരക്കരികലവും ഒരു ജോഡി ഉലകളും.

പ്രോജക്ട് തുടങ്ങി ഏകദേശം ഒരു വർഷമായപ്പോൾ പ്രതിരോധവകുപ്പു മന്ത്രി കൃഷ്ണമേനോൻ തന്റെ പതിവു സന്ദർശനപരിപാടിയനുസരിച്ച് ഒരു ദിവസം എ ഡി ഇയിലെത്തി. അദ്ദേഹത്തെ ഞാൻ യന്ത്രസംയോജനശാലയിലേക്ക് ആനയിച്ചു. അവിടെ ഒരു മേശമേൽ ജി ഇ എം മോഡൽ പലപല ഉപ യോജിപ്പു കളായി കിടപ്പുണ്ട്. യുദ്ധരംഗത്ത് ഉപയോഗിക്കാനുള്ള ഒരു പ്രായോഗിക ഹോവർ ക്രാഫ്റ്റ് വികസിപ്പിച്ചെടുക്കാനുള്ള ഒരു വർഷത്തെ അക്ഷീണ യത്നത്തിന്റെ ആകെത്തുകയാണ് മോഡൽ പ്രതിനിധാനം ചെയ്തിരുന്നത്. വരുന്ന ഒരു വർഷ ത്തിനകം ആ മോഡലിന്റെയൊരു പ്രോട്ടോടൈപ്പ് പരിശോധനപ്പറക്കലിന് സജ്ജ മാകും എന്ന് ഉറപ്പാക്കാൻ ദൃഢനിശ്ചയം ചെയ്തിട്ടെന്നവണ്ണം മന്ത്രി ഒന്നിനു പിറകെ മറ്റൊന്നായി നിരവധി ചോദ്യശരങ്ങൾ എന്റെ നേരെ തൊടുത്തുവിട്ടു. “കലാമിന്റെ കൈയിൽ ഇപ്പോഴുള്ള ചെറുകോപ്പുകൾ വെച്ചു തന്നെ ജി ഇ എം ന്റെ പറക്കൽ സാദ്ധ്യമാണ്.” അദ്ദേഹം ഡോ. മേദിരത്തയോടു പറഞ്ഞു.

മഹേശ്വരന്റെ വാഹനമായ കാളയുടെ പേരാണ് ഈ ഹോവർക്രാഫ്റ്റിന് നല്കിയത് — 'നന്ദി'. ലഭ്യമായ അപൂർണ്ണ അടിസ്ഥാന സൗകര്യങ്ങൾ വെച്ചു നോക്കുമ്പോൾ ഈ പ്രോട്ടോടൈപ്പിന്റെ രൂപവും കരുത്തും പൂർണ്ണിമയുമെല്ലാം ഞങ്ങളുടെ കണക്കുകൂട്ടലുകളെ കവച്ചുവെക്കുന്നതായിരുന്നു. “ഇതാ ഒരു പറക്കുംയന്ത്രം. ഇത് ഒരു കൂട്ടം കിറുക്കന്മാർ ഉണ്ടാക്കിയതല്ല, പ്രത്യുത, കഴിവുറ്റ സാങ്കേതിക വിദഗ്ദ്ധരുടെ സൃഷ്ടിയാണ്. ഇതിനെ വെറുതെ നോക്കിനില്ക്കേണ്ട. എന്തെന്നാൽ ഇത് കാഴ്ചവസ്തുവല്ല, പറക്കാനുള്ളതാണ്.” ഞാൻ സഹപ്രവർത്ത കരോടായി പറഞ്ഞു.

കൂടെയുണ്ടായിരുന്ന ഉദ്യോഗസ്ഥവൃന്ദത്തിൻെറ സുരക്ഷിതത്വ മുന്നറിയിപ്പുകളെ കണക്കിലെടുക്കാതെ പ്രതിരോധമന്ത്രി കൃഷ്ണമേനോൻ 'നന്ദി'യിലേറി പറന്നു. പരിചയസമ്പന്നനല്ലാത്ത എന്നെപ്പോലൊരു സാധാരണ വൈമാനികനോടൊപ്പം പറക്കുന്നതിലുള്ള അപകടസാദ്ധ്യതയിൽനിന്നും മന്ത്രിയെ ഒഴിവാക്കാനായി ഒപ്പമുണ്ടായിരുന്ന ഒരു ഗ്രൂപ്പ് ക്യാപ്റ്റൻ സ്വയം അതു പറത്താൻ സന്നദ്ധനായി. ആയിരക്കണക്കിനു മണിക്കൂർ പറന്നു പ്രാഗല്ഭ്യം നേടിയ അദ്ദേഹം എന്നോട് ഹോവർക്രാഫ്റ്റിൽനിന്നും പുറത്തിറങ്ങാൻ ആംഗ്യം കാണിച്ചു. ഞാനുണ്ടാക്കിയ യന്ത്രം പറപ്പിക്കുന്നതിൽ പൂർണ്ണമായ ആത്മവിശ്വാസം ഉണ്ടായിരുന്നതിനാൽ ഞാൻ നിഷേധാർത്ഥത്തിൽ തലയാട്ടി. ഈ ശബ്ദരഹിത ആശയവിനിമയം നിരീക്ഷിക്കുകയായിരുന്ന കൃഷ്ണമേനോൻ ഗ്രൂപ്പ് ക്യാപ്റ്റൻെറ അപമാനകരമായ നിർദ്ദേശത്തെ ഒരു ചിരികൊണ്ട് തള്ളിക്കളഞ്ഞിട്ട് യന്ത്രം സ്റ്റാർട്ട് ചെയ്യാൻ എനിക്കു സിഗ്നൽ നല്കി. വളരെ സന്തോഷവാനായിരുന്നു അദ്ദേഹം. "ഹോവർക്രാഫ്റ്റ് വികസിപ്പിച്ചെടുക്കുന്നതിലുള്ള അടിസ്ഥാനപ്രശ്നങ്ങൾ പരിഹൃതമായതായി നിങ്ങൾ തെളിയിച്ചു കാണിച്ചിരിക്കുന്നു. കൂടുതൽ ശക്തിയുള്ള, മികവുറ്റൊരു വാഹനം നിർമ്മിച്ചെടുക്കുക. എന്നിട്ട് രണ്ടാമതൊരു സവാരിക്ക് എന്നെ വിളിക്കണം," കൃഷ്ണമേനോൻ എന്നോടു പറഞ്ഞു. സംശയാലുവായിരുന്ന ആ ഗ്രൂപ്പ് ക്യാപ്റ്റൻ (ഇപ്പോൾ എയർ മാർഷൽ) ഗോലേ പിന്നീട് എൻെറയൊരു ഉത്തമസുഹൃത്തായി മാറി.

ഞങ്ങൾ ഈ പ്രോജക്ട് നിശ്ചിതസമയത്തിനുമുമ്പുതന്നെ പൂർത്തിയാക്കി. വാഹനഭാരമടക്കം 550 കിലോഗ്രം വഹിച്ചുകൊണ്ട് 40 മില്ലീമീറ്റർ കനമുള്ള ഒരു വായുമെത്തമേൽ ചലിക്കുന്ന ഒരു ഹോവർക്രാഫ്റ്റ് ഞങ്ങൾക്കുണ്ടായിരുന്നു. ഈ നേട്ടത്തിൽ പ്രകടമായും സന്തോഷവാനായിരുന്നു ഡോ. മേദിരത്ത. എന്നാൽ ഇതിനകം സ്ഥാനഭ്രഷ്ടനായ കൃഷ്ണമേനോന് അദ്ദേഹത്തിൻെറ വാഗ്ദാനപ്രകാരം രണ്ടാംസവാരിക്കെത്താൻ കഴിഞ്ഞില്ല. മാറിയ സാഹചര്യങ്ങളിൽ, ഒരു സ്വദേശി ഹോവർക്രാഫ്ററിൻെറ സൈനികോപയോഗങ്ങളെക്കുറിച്ചുള്ള അദ്ദേഹത്തിൻെറ സ്വപ്നം പങ്കുവെക്കാൻ അധികം ആളൊന്നും ഇല്ലായിരുന്നു. യഥാർത്ഥത്തിൽ നമ്മൾ ഇപ്പോളും ഹോവർക്രാഫ്ററുകൾ ഇറക്കുമതി ചെയ്യുകയാണ്. വിവാദച്ചെളിയിലാണ്ടുപോയ ആ പ്രോജക്ട് അവസാനം ഉപേക്ഷിക്കുകയാണുണ്ടായത്. ഒരു പുതിയ അനുഭവമായിരുന്നു അതെനിക്ക്. എൻെറ അതിർത്തി ആകാശമാണെന്നായിരുന്നു അതുവരെയുള്ള എൻെറ ചിന്ത. എന്നാൽ അതിർത്തികൾ ഇപ്പോൾ കുറെക്കൂടി അടുത്താണെന്നു തോന്നിച്ചു. ജീവിതത്തെ നിയന്ത്രിക്കുന്ന ചില അതിർവരമ്പുകളുണ്ട്: നിങ്ങൾക്ക് അത്രയും ഭാരം മാത്രമേ ഉയർത്താൻ സാധിക്കുകയുള്ളൂ; നിങ്ങൾക്ക് അത്ര വേഗമേ പഠിക്കാനാവുകയുള്ളൂ; നിങ്ങൾക്ക് അത്രയും കഠിനമായി മാത്രമേ അധ്വാനിക്കാനാവുകയുള്ളൂ; നിങ്ങൾക്ക് അത്രയും ദൂരമേ പോകാനാവുകയുള്ളൂ!

ഈ യാഥാർത്ഥ്യത്തെ അഭിമുഖീകരിക്കുവാൻ ഞാൻ സന്നദ്ധനായിരുന്നില്ല. ഞാനെൻെറ ഹൃദയവും ആത്മാവും 'നന്ദി'യിൽ അർപ്പിച്ചിരുന്നു. ആകയാൽ,

അത് ഉപയോഗിക്കപ്പെടുകയില്ല എന്നു പറയുന്നത് എനിക്ക് ഉൾക്കൊള്ളാനായില്ല. അതെന്നെ നിരാശനും നിഷ്പ്രഭനുമാക്കി. ആശയക്കുഴപ്പത്തിൻെറയും അനിശ്ചിതത്വത്തിൻെറതുമായ ആ കാലയളവിൽ ബാല്യകാലസ്മരണകൾ എന്നിൽ തിരിച്ചെത്തി; അവയ്ക്കു പല പുതിയ അർത്ഥങ്ങളും ഞാൻ കണ്ടെത്തി.

പാക്ഷി ശാസ്ത്രി പറയുമായിരുന്നു: "സത്യത്തെ അന്വേഷിക്കുക, സത്യം നിന്നെ സ്വതന്ത്രനാക്കും." ബൈബിളിൽ പറയുംപോലെ, "ചോദിപ്പിൻ, നിങ്ങൾക്കു ലഭിക്കും." അത് ഉടൻതന്നെ സംഭവിച്ചില്ലെങ്കിലും ഒരിക്കലും സംഭവിക്കാതിരുന്നിട്ടില്ല. ഒരു ദിവസം ഡോ. മേദിരത്ത എന്നെ വിളിച്ചു. നമ്മുടെ ഹോവർക്രാഫ്ററിൻെറ അവസ്ഥ എങ്ങനെ എന്ന് അദ്ദേഹം ആരാഞ്ഞു. പറക്കലിന് അത് സുസജ്ജമാണെന്നു ഞാനറിയിച്ചപ്പോൾ അടുത്ത ദിവസം വന്നു ചേരുന്ന ഒരു വിശിഷ്ട സന്ദർശകനുവേണ്ടി ഒരു ഡെമോൺസ്ട്രേഷൻ സംഘടിപ്പിക്കുന്നതിന് അദ്ദേഹം നിർദ്ദേശം നല്കി. എൻെറ അറിവിൽ, അടുത്ത ആഴ്ചയിൽ ഒരു വിശിഷ്ടവ്യക്തിയും ഞങ്ങളുടെ പരീക്ഷണശാല സന്ദർശിക്കാൻ പരിപാടിയിട്ടിരുന്നില്ല. എങ്കിലും ഡോ. മേദിരത്തയുടെ നിർദ്ദേശം സഹപ്രവർത്തകരെയെല്ലാം ഞാൻ അറിയിച്ചു. പ്രത്യാശയുടെ ഒരു വേലിയേററം ഞങ്ങളിലുണ്ടായി.

അടുത്ത ദിവസം ഡോ. മേദിരത്ത ഒരു സന്ദർശകനെ ഞങ്ങളുടെ ഹോവർക്രാഫ്ററിനു സമീപം കൊണ്ടുവന്നു—ഉയരം കൂടിയ, താടിവെച്ച, സുന്ദരനായൊരാൾ. യന്ത്രത്തെക്കുറിച്ച് നിരവധി കാര്യങ്ങൾ അദ്ദേഹമെന്നോടു ചോദിച്ചു. അദ്ദേഹത്തിൻെറ ചിന്തയുടെ കാര്യമാത്രപ്രസക്തിയും തെളിമയും എന്നെ വല്ലാതെ സ്പർശിക്കുകയുണ്ടായി. "എന്നെയീ യന്ത്രത്തിൽക്കയററി ഒന്നു പറത്താമോ?" അദ്ദേഹം ചോദിച്ചു. അദ്ദേഹത്തിൻെറ അഭ്യർത്ഥന എന്നെ പുളകച്ചാർത്തണിയിച്ചു. അവസാനം ഇതാ, എൻെറ പ്രവൃത്തിയിൽ ആകൃഷ്ടനായ ഒരു മനുഷ്യൻ.

തറനിരപ്പിന് ഏതാനും സെൻറീമീററർ ഉയരത്തിൽ ഞങ്ങൾ പത്തു മിനിട്ട് ഹോവർക്രാഫ്റ്റിൽ സഞ്ചരിച്ചു. ഞങ്ങൾ പറക്കുകയായിരുന്നില്ല; പക്ഷേ, വായുവിൽ പൊങ്ങിക്കിടക്കുകയായിരുന്നുവെന്നു തീർച്ച. എന്നെക്കുറിച്ചുള്ള ഏതാനും ചോദ്യങ്ങൾക്കുശേഷം ആ സന്ദർശകൻ സവാരിക്കു നന്ദിയും പറഞ്ഞ് അവിടം വിട്ടുപോയി. സ്ഥലം വിടുന്നതിനു തൊട്ടുമുൻപ് അദ്ദേഹം സ്വയം പരിചയപ്പെടുത്തിയിരുന്നു—ടാററാ ഇൻസ്ററിററ്യൂട്ട് ഓഫ് ഫണ്ടമെൻറൽ റിസർച്ചി(ററി ഐ എഫ് ആർ)ൻെറ മേധാവിയായ പ്രൊഫ. എം ജി കെ മേനോൻ. ഒരാഴ്ച കഴിഞ്ഞ് ഇന്ത്യൻ കമ്മിററി ഫോർ സ്പേസ് റിസേർച്ചി(ഇൻകോസ്പാർ)ൽ നിന്നും എനിക്കൊരു ക്ഷണം കിട്ടി, റോക്കററ് എൻജിനീയർ എന്ന തസ്തികയിലേക്കുള്ള ഒരു ഇൻറർവ്യൂവിന് ഹാജരാകാൻ. ആ സമയത്ത് 'ഇൻകോസ്പാറി'നെക്കുറിച്ച് എനിക്കിത്ര മാത്രമേ അറിയാമായിരുന്നുള്ളൂ —ഇന്ത്യയിൽ ബഹിരാകാശ ഗവേഷണം സംഘടിപ്പിക്കുന്നതിനായി ബോംബെയിലുള്ള (ഇപ്പോൾ മുംബൈ) ററി ഐ എഫ് ആറിലെ സമർത്ഥരുടെ സംഘത്തിൽനിന്നും രൂപീകരിച്ച ഒരു സംഘടന.

ഇൻറർവ്യൂവിനു ഹാജരാകുന്നതിനുവേണ്ടി ഞാൻ ബോംബെയ്ക്കു പോയി. ഇൻറർവ്യൂവിൽ എനിക്ക് അഭിമുഖീകരിക്കേണ്ടിവരാവുന്ന ചോദ്യങ്ങളുടെ രീതിയെക്കുറിച്ച് എനിക്ക് ഒരു പിടിയുമുണ്ടായിരുന്നില്ല. എന്തെങ്കിലും വായിക്കാനോ പരിചയസമ്പന്നരോട് ചോദിക്കാനോ വേണ്ട സമയവും ഇല്ലായിരുന്നു. 'ഭഗവദ്ഗീത'യിൽനിന്നു ശ്ലോകങ്ങൾ ഉദ്ധരിക്കുന്ന ലക്ഷ്മണശാസ്ത്രിയുടെ ശബ്ദം എൻെറ കാതുകളിൽ മുഴങ്ങി:

'എല്ലാ ജീവജാലങ്ങളും മായയിലേക്കായി ജനിച്ചിരിക്കുന്നു....
രാഗദ്വേഷങ്ങളിൽനിന്നുമുളവാകുന്ന ദ്വൈതത്തെ മറികടക്കുവാനായ്.....
പാപത്തിൽനിന്നും മോചിതരാം സത്കർമ്മികൾ
ദ്വൈതത്തിൻേറതാമീ ഈ മായയിൽനിന്നും മുക്തരാക്കപ്പെട്ടിരിക്കുന്നു.
ആകയാൽ താന്താങ്ങളുടെ വ്രതങ്ങളിൽ ഉറച്ചുനിന്ന് ഈശ്വരനെ ആരാധിക്കുവിൻ.'

വിജയം ആവശ്യമാണെന്ന് കരുതാതിരിക്കുകയാണ് വിജയിക്കുവാനുള്ള ഏററവും നല്ല മാർഗ്ഗമെന്ന് ഞാൻ സ്വയം ഓർമ്മിപ്പിച്ചു. നിങ്ങൾ പിരിമുറുക്കങ്ങളൊന്നുമില്ലാതെയും സംശയവിമുക്തനായും ഇരിക്കുമ്പോഴാണ് ഏററവും മികച്ച പ്രകടനങ്ങൾ സാദ്ധ്യമാകുക. കാര്യങ്ങൾ അവ വന്നു ചേരുന്നതുപോലെ എടുക്കാൻ ഞാൻ നിശ്ചയിച്ചു. പ്രൊഫ. എം ജി കെ മേനോൻെറ സന്ദർശനമോ ഇൻറർവ്യൂവിനുള്ള ക്ഷണമോ എൻെറ ശ്രമഫലമായിരുന്നില്ല എന്നതിനാൽ ഇതായിരിക്കും ഏററവും നല്ല സമീപനമെന്ന് ഞാൻ തീർച്ചയാക്കി.

പ്രൊഫ. എം ജി കെ മേനോനും ആണവോർജ്ജ കമ്മീഷൻെറ അന്നത്തെ ഡെപ്യൂട്ടിസെക്രട്ടറി സറാഫുംകൂടി ഡോ.വിക്രം സാരാഭായിയാണ് എന്നെ ഇൻറർവ്യൂ ചെയ്തത്. മുറിയിലേക്ക് ഞാൻ കടന്നുചെന്നയുടൻതന്നെ അവരുടെ ഊഷ്മളതയും സൗഹൃദഭാവവും എനിക്ക് അനുഭവവേദ്യമായി. ഡോ. സാരാഭായിയുടെ ഊഷ്മളത എന്നെ സ്തബ്ധനാക്കിക്കളഞ്ഞു. ചെറുപ്പക്കാരനും മയമുള്ളവനുമായ ഒരു ഉദ്യോഗാർത്ഥിയെ ഇൻറർവ്യൂ ചെയ്യുമ്പോൾ അതു നടത്തുന്നവർ സാധാരണ പ്രകടിപ്പിക്കാറുള്ള ഹുങ്കോ രക്ഷാധികാരി മനോഭാവവുമോ അവിടെ കാണുകയുണ്ടായില്ല. ഡോ. സാരാഭായിയുടെ ചോദ്യങ്ങൾ എനിക്ക് അപ്പോൾ നിലവിലുള്ള അറിവുകളോ കഴിവുകളോ അന്വേഷിക്കുന്ന രീതിയിലായിരുന്നില്ല. പ്രത്യുത, എന്നിൽ നിറഞ്ഞു കിടക്കുന്ന സാധ്യതകളുടെ ഒരു പരിശോധനയായിരുന്നു അദ്ദേഹം നടത്തിയത്. ഒരു കൂട്ടായ്മയോട് ബന്ധപ്പെടുത്തിക്കൊണ്ടെന്നപോലെ അദ്ദേഹമെന്നെ വീക്ഷിക്കുകയായിരുന്നു. ആ കൂടിക്കാഴ്ച ആകപ്പാടെ സത്യത്തിൻേറതായ ഒരു സമ്പൂർണ്ണ നിമിഷമായി എനിക്കു തോന്നി; എൻെറ സ്വപ്നം കൂടുതൽ വലിയൊരു മനുഷ്യൻെറ കൂടുതൽ വിശാലമായ സ്വപ്നത്തിൽ ആവൃതമായിരിക്കുന്ന നിമിഷമായിട്ട്.

രണ്ടു ദിവസം അവിടെ തങ്ങാൻ എനിക്ക് നിർദ്ദേശം കിട്ടി. എങ്കിലും എന്നെ തെരഞ്ഞെടുത്തതായി അടുത്ത സായാഹ്നത്തിൽത്തന്നെ അറിയിപ്പു ലഭിച്ചു. 'ഇൻകോസ്പാറി'ലെ റോക്കററ് എൻജിനീയറായിട്ടാണ് എന്നെ നിയമിക്കുക.

എന്നെപ്പോലൊരു യുവാവിൻെറ സ്വപ്നങ്ങളെ സംബന്ധിച്ചിടത്തോളം വലിയൊരു മുന്നേററമായിരുന്നു അത്.

ററി ഐ എഫ് ആർ കമ്പ്യൂട്ടർ സെൻററിലെ ഒരു പരിചയപ്പെടുത്തൽ പരിപാടിയോടുകൂടി 'ഇൻകോസ്പാറി'ലെ എൻെറ ജോലി ആരംഭിച്ചു. ഡി ററി ഡി & പി(വ്യോമം)യിലേതിൽനിന്നും തികച്ചും വ്യത്യസ്തമായിരുന്നു ഇവിടത്തെ അന്തരീക്ഷം. മേൽവിലാസങ്ങൾ നിസ്സാര കാര്യമായിരുന്നു. ആർക്കും താന്താങ്ങളുടെ സ്ഥാനം ന്യായീകരിക്കുകയോ മററുള്ളവരുടെ ശത്രുതയ്ക്കിരയാകുകയോ ചെയ്യേണ്ട സാഹചര്യവും ഇല്ലായിരുന്നു.

1962-ൻെറ ഉത്തരാർദ്ധത്തിൽ കേരളത്തിലെ തിരുവനന്തപുരം ജില്ലയിലെ തുമ്പ എന്ന ഒരു നിദ്രാലസമായ മത്സ്യബന്ധനഗ്രാമത്തിൽ 'ഇക്വറേറാറിയൽ റോക്കററ് ലോഞ്ചിങ് സ്ററേഷൻ' സ്ഥാപിക്കാൻ 'ഇൻകോസ്പാർ' തീരുമാനമെടുത്തു. ഭൂമിയുടെ കാന്തികമധ്യരേഖയോട് വളരെയടുത്തു കിടക്കുന്നു എന്ന കാരണത്താൽ അനുയോജ്യമാണെന്ന് അഹമ്മദാബാദ് ഫിസിക്കൽ റിസർച്ച് ലാബറട്ടറിയിലെ ഡോ. ചിററ്നിസ് കണ്ടെത്തിയതായിരുന്നു ഈ സ്ഥലം. ഇന്ത്യയിലെ ആധുനിക റോക്കററ്അധിഷ്ഠിത ഗവേഷണത്തിൻെറ തുടക്കമായിരുന്നു ഇത്. തുമ്പയിൽ ഇതിനുവേണ്ടി കണ്ടെത്തിയ 600 ഏക്കറോളം സ്ഥലം ഏകദേശം രണ്ടര കിലോമീററർ നീളത്തിൽ തീവണ്ടിപ്പാതയ്ക്കും കടൽത്തീരത്തിനും ഇടയിലായി കിടന്നിരുന്നു. വലിയ ഒരു ക്രിസ്ത്യൻപള്ളികൂടി ഈ ഭൂപരിധിക്കുള്ളിൽ സ്ഥിതി ചെയ്തിരുന്നതുകൊണ്ട് അതുംകൂടി അക്വയർ ചെയ്യേണ്ടിവന്നു. സ്വകാര്യ വ്യക്തികളിൽനിന്നുള്ള സ്ഥലമെടുപ്പ്, വിശേഷിച്ചും കേരളംപോലുള്ള ജനസാന്ദ്രതയേറിയ പ്രദേശങ്ങളിൽ, എല്ലായ്പോഴും ബുദ്ധിമുട്ടേറിയതും കാലദൈർഘ്യം എടുക്കുന്നതുമായ ഒരു പ്രവൃത്തിയാണ്. ഇതിനും പുറമേ മതപരമായ പ്രാധാന്യമുള്ള ഒരു സ്ഥലംകൂടി ഏറെറടുക്കേണ്ട സങ്കീർണ്ണപ്രശ്നവും ഇവിടെ ഉണ്ടായിരുന്നു. 1962-ൽ തിരുവനന്തപുരം ബിഷപ്പായിരുന്ന അഭിവന്ദ്യ ഡോ. ഡെറീറയുടെ അനുഗ്രഹത്തോടും സഹകരണത്തോടുംകൂടി അന്നത്തെ തിരുവനന്തപുരം കളക്ടറായിരുന്ന കെ. മാധവൻനായർ ഈ ചുമതല ഏററവും സമർത്ഥമായും, സമാധാനപരമായും, വളരെ വേഗത്തിലും നിർവ്വഹിച്ചു. പിന്നെ വൈകിയില്ല, കേന്ദ്രപൊതുമരാമത്തു വകുപ്പ് (സി പി ഡബ്ല്യു ഡി) ചീഫ് എൻജിനീയർ ആർ ഡി ജോൺ ആ പ്രദേശത്തിൻെറ മുഖച്ഛായതന്നെ മാററിയെടുത്തു. വിശുദ്ധ മഗ്ദലേനാമറിയത്തിൻെറ നാമധേയത്തിലുള്ള ആ ദേവാലയം തുമ്പ ബഹിരാകാശകേന്ദ്രത്തിൻെറ പ്രഥമ കാര്യാലയമായി മാറി. പ്രാർത്ഥനാമുറിയായിരുന്നു എൻെറ ആദ്യത്തെ പരീക്ഷണശാല; ബിഷപ്പിൻെറ മുറിയാകട്ടെ, ഡിസൈൻ ചെയ്യാനും വരയ്ക്കാനുമുള്ള എൻെറ ഓഫീസും. ഇന്നുവരെ ഈ ദേവാലയം അതിൻെറ പൂർണ്ണഗാംഭീര്യത്തോടെ സംരക്ഷിക്കപ്പെട്ടിട്ടുണ്ട്. ഇപ്പോൾ ഇതിൽ ഇന്ത്യൻ ബഹിരാകാശ മ്യൂസിയം സ്ഥിതിചെയ്യുന്നു.

താമസിയാതെ അന്തരീക്ഷസ്ഥിതി നിരീക്ഷണത്തിനായുള്ള 'സൗണ്ടിങ്' റോക്കററുകളുടെ വിക്ഷേപണതന്ത്രങ്ങൾ പഠിക്കാനായി അമേരിക്കയിലെ

നാഷണൽ എയ്റോനോട്ടിക്സ് ആൻഡ് സ്പേസ് അഡ്മിനിസ്ട്രേഷൻെറ (നാസാ) പണിശാലകളിൽ ആറു മാസത്തെ പരിശീലനപരിപാടിക്കു പുറപ്പെടാൻ എനിക്ക് നിർദ്ദേശം കിട്ടി. വിദേശയാത്രയ്ക്കു മുൻപ് കുറച്ചു ദിവസം അവധിയെ ടുത്ത് ഞാൻ രാമേശ്വരത്തിനു തിരിച്ചു. എൻെറ പന്ഥാവിലെത്തിയ ഈ അവസര ത്തെക്കുറിച്ചറിഞ്ഞ പിതാവിന് വലിയ ആഹ്ലാദമായി. എന്നെ അദ്ദേഹം പള്ളിയി ലേക്കു കൂട്ടിക്കൊണ്ടുപോയി കൃതജ്ഞതാസൂചകമായി വിശേഷപ്പെട്ട ഒരു 'നമാസി'ന് ഏർപ്പാടുചെയ്തു. ഞങ്ങളെല്ലാം പ്രാർത്ഥനയിൽ നിർല്ലീനരായിരിക്കെ ദൈവികശക്തി, പിതാവിലൂടെ എന്നിലേക്കും തിരിച്ച് ദൈവത്തിങ്കലേക്കും പ്രവഹി ക്കുന്നത് എനിക്ക് അനുഭവിച്ചറിയാൻ കഴിഞ്ഞു.

സർഗ്ഗാത്മകമായ ആശയങ്ങളെ പ്രചോദിപ്പിക്കുകയാണ് പ്രാർത്ഥനയുടെ സുപ്രധാന ദൗത്യങ്ങളിലൊന്നെന്നു ഞാൻ വിശ്വസിക്കുന്നു. വിജയകരമായ ജീവിതത്തിനുള്ള വിഭവങ്ങളെല്ലാം മനസ്സിൻെറ കലവറയിലുണ്ട്. ബോധ തലത്തിലുള്ള ആശയങ്ങളെ പുറത്തെടുക്കുകയും വളർന്ന് സാക്ഷാത്കൃത മാകാൻ അവസരം കൊടുക്കുകയും ചെയ്താൽ അവയ്ക്ക് വിജയകരമായ സംഭവ ങ്ങളിലേക്ക് നമ്മെ നയിക്കാൻ കഴിയും. നമ്മുടെ സ്രഷ്ടാവായ ദൈവം നമ്മുടെ മനസ്സുകളിലും വ്യക്തിത്വങ്ങളിലും വളരെ വലുതായ ശക്തിയും കഴിവുമൊക്കെ സംഭരിച്ചുവെച്ചിട്ടുണ്ട്. ഈ ശക്തികളെ പുറത്തെടുത്തു വികസിപ്പിക്കാൻ പ്രാർത്ഥന നമ്മെ സഹായിക്കുന്നു.

അഹ്മദ് ജല്ലാലുദ്ദീനും സംസുദ്ദീനും എന്നെ യാത്രയാക്കാൻ ബോംബെ വിമാനത്താവളത്തിൽ വരുകയുണ്ടായി. ന്യൂയോർക്ക്പോലുള്ള ബൃഹത്താ യൊരു നഗരം ഞാൻ ആദ്യമായി കാണാൻ പോകുംപോലെ, ബോംബെപോലുള്ള ഒരു വൻനഗരം അവരും ആദ്യമായി കാണുകയായിരുന്നു. വിജയം തങ്ങളുടെ അവസ്ഥയെ ശക്തിപ്പെടുത്തും എന്ന ഉറപ്പായ വിശ്വാസത്തോടെ സ്വന്തം ജോലി കൾ നിർവ്വഹിച്ചിരുന്ന, സ്വയംപര്യാപ്തരും യാഥാർത്ഥ്യബോധമുള്ളവരും ശുഭാപ്തി വിശ്വാസികളുമായ വ്യക്തികളായിരുന്നു ജല്ലാലുദ്ദീനും സംസുദ്ദീനും. ഈ രണ്ടു വ്യക്തികളിൽനിന്നുമാണ് എൻെറ മനസ്സിലെ ക്രിയാത്മകശക്തികളുടെ കാതൽ ഞാൻ സ്വീകരിച്ചത്. എനിക്കെൻെറ വികാരങ്ങളെ അടക്കിവെക്കാനായില്ല; കണ്ണു കളിൽ അശ്രുകണങ്ങളുടെ മൂടൽമഞ്ഞു പരന്നത് ഞാനറിഞ്ഞു. അപ്പോൾ ജല്ലാലു ദ്ദീൻ പറഞ്ഞു: "ആസാദ്, നിന്നെ ഞങ്ങൾ എന്നും സ്നേഹിച്ചു, ഞങ്ങൾക്ക് നിന്നിൽ വിശ്വാസമുണ്ട്. ഞങ്ങളെന്നും നിന്നെക്കുറിച്ച് അഭിമാനിക്കും." എൻെറ കഴിവുകളിലുള്ള അവരുടെ വിശ്വാസത്തിൻെറ തീക്ഷ്ണതയും നൈർമ്മല്യവും എൻെറ അവസാന പ്രതിരോധത്തെയും തകർത്തു, എൻെറ കണ്ണുകളിൽ നീർക്ക ണങ്ങൾ ഉരുണ്ടുകൂടി.

II
സൃഷ്ടി
(1963 - 1980)

4

നാസായിലെ എൻെറ ജോലി ആരംഭിച്ചത് വിർജീനിയായിൽ ഹാംപ്ടണിലുള്ള ലാങ്‌ലി റിസർച്ച് സെൻററിലാണ് (എൽ ആർ സി). ഇത് പ്രാഥമികമായി മുന്തിയബഹിരാകാശ സാങ്കേതികവിദ്യകൾക്കുവേണ്ടിയുള്ള ഒരു ഗവേഷണ-വികസന കേന്ദ്രമായിരുന്നു.എൽ ആർ സിയെക്കുറിച്ചുള്ള സ്മരണകൾ എൻെറ ഏറ്റവും തിളക്കമാർന്ന ഒരു മനോഹര ശില്പമാണ്. രണ്ടു കുതിര കളെ പൂട്ടിയ ഒരു തേരും തേരാളിയുമാണ് ആ ശില്പത്തിൽ. ഇതിൽ ഒരു കുതിര ശാസ്ത്രീയ ഗവേഷണത്തെയും മറ്റേ കുതിര സാങ്കേതികവികസനത്തെയും പ്രതിനിധാനം ചെയ്യുന്നു. ആ കേന്ദ്രത്തിൻെറ പ്രാഥമിക ലക്ഷ്യങ്ങൾ തമ്മിലുള്ള പരസ്പര ബന്ധത്തെ എത്രയും രൂപകാത്മകമായി ചിത്രീകരിക്കുന്നതായിരിരുന്നു അത്.

എൽ ആർ സിയിൽനിന്നും ഞാൻ നേരേ പോയത് മേരിലാൻഡിലെ ഗ്രീൻ ബെൽട്ടിലുള്ള ഗൊദ്ദാർഡ് സ്പേസ് ഫ്ലൈറ്റ് സെൻററിലേക്കായിരുന്നു (ജി എസ് എഫ് സി). ശാസ്ത്രീയ ഉദ്ദേശ്യങ്ങൾക്കും മറ്റ് പ്രായോഗിക ആവശ്യങ്ങൾക്കുമുള്ള 'നാസാ'യുടെ വിവിധ കൃത്രിമ ഉപഗ്രഹങ്ങളിൽ മിക്കതിനെയും വികസിപ്പിച്ചെടുത്തിരുന്നതും നിയന്ത്രിക്കുന്നതും ഈ കേന്ദ്രമാണ്. 'നാസാ'യുടെ എല്ലാ ബഹിരാകാശ ദൗത്യങ്ങളുടെയും ഗതിനിയന്ത്രണ ശൃംഖലകൾ കൈകാര്യം ചെയ്യുന്നതും ഇവിടെത്തന്നെ. സന്ദർശനത്തിൻെറ അന്ത്യഘട്ടത്തിൽ ഞാൻ വാള്ളോപ്സ് ഫ്ലൈറ്റ് ഫെസിലിറ്റിയിലേക്ക് പോയി. വിർജീനിയായുടെ പൂർവതീരത്ത് സ്ഥിതി ചെയ്യുന്ന വാള്ളോപ്സ് ദ്വീപുകളിലുള്ള ഈ സ്ഥാപനമാണ് 'നാസാ'യുടെ അന്തരീക്ഷ നിരീക്ഷണത്തിനുള്ള 'സൗണ്ടിങ്' റോക്കറ്റ് പ്രോഗ്രാമിൻെറ പ്രധാന സ്ഥലം. ഇവിടത്തെ സ്വീകരണമുറിയിൽ വളരെ പ്രാധാന്യം നൽകി പ്രദർശിപ്പിച്ചിട്ടുള്ള ഒരു വർണ്ണചിത്രം ഞാൻ കണ്ടു. അന്തരീക്ഷത്തിൽ ഏതാനും റോക്കറ്റുകൾ ചീറിപ്പായുന്ന ഒരു യുദ്ധരംഗമാണ് അത് ചിത്രീകരിച്ചിരുന്നത്. ഒരു വ്യോമകേന്ദ്രത്തിൽ സ്ഥാപിക്കാവുന്ന സാധാരണ ചിത്രം. എന്നാൽ എൻെറ ശ്രദ്ധയെ ആകർഷിച്ചത്, അതിലെ റോക്കറ്റ് വിക്ഷേപകരായ സൈനികർ വെള്ളക്കാരായിരുന്നില്ല, പ്രത്യുത, ദക്ഷിണ ഏഷ്യൻ വംശജരുടെ ഛായയുള്ള, ഇരുണ്ട നിറക്കാരായിരുന്നു എന്നതാണ്. അങ്ങനെയിരിക്കെ ഒരു ദിവസം ജിജ്ഞാസ വർദ്ധിച്ചപ്പോൾ ഞാനാ ചിത്രം അടുത്തു ചെന്നു നോക്കി. ബ്രിട്ടീഷുകാരെ ആക്രമിക്കുന്ന ടിപ്പുസുൽത്താൻെറ സൈന്യമായിരുന്നു അതിൽ. ടിപ്പുവിൻെറ സ്വന്തം നാട്ടിൽ വിസ്മരിക്കപ്പെട്ട ഒരു വസ്തുത ഇതാ ഭൂഗോളത്തിൻെറ എതിർവശത്തുള്ള ഒരു രാജ്യത്ത് ആദരപൂർവ്വം അനുസ്മരിക്കപ്പെടുന്നു. റോക്കറ്റ് യുദ്ധസങ്കേതത്തിലെ വീരനായി

ഒരു ഭാരതീയനെ 'നാസാ' ഇപ്രകാരം ആദരിച്ചത് എന്നെ അഭിമാനപുളകിതനാക്കി.

ബെഞ്ചമിൻ ഫ്രാങ്ക്ളിന്റെ ഒരു ഉദ്ധരണികൊണ്ട് അമേരിക്കൻ ജനതയെക്കുറിച്ചുള്ള എന്റെ മതിപ്പു ഞാൻ വ്യക്തമാക്കാം. അതിതാണ്: "പരിക്കുകൾ നമ്മെ പാഠം പഠിപ്പിക്കുന്നു." ലോകത്തിന്റെ ഈ ഭാഗത്തുള്ള ജനങ്ങൾ പ്രശ്നങ്ങളെ തല ഉയർത്തിനിന്നു നേരിടുമെന്നു ഞാൻ മനസ്സിലാക്കി. പ്രശ്നങ്ങളിൽക്കിടന്ന് വീർപ്പുമുട്ടുന്നതിലേറെ അവയിൽനിന്ന് എളുപ്പം കരകയറാൻ അവർ പരിശ്രമിക്കുന്നു.

മനുഷ്യനെ സൃഷ്ടിച്ചശേഷം മാലാഖമാരോട് അവനെ നമിക്കുവാൻ ദൈവം ആവശ്യപ്പെട്ടതായ ഒരു സംഭവം എന്റെ അമ്മ വിശുദ്ധ ഖുറാനിൽനിന്നും ഒരിക്കൽ വിവരിച്ചു തന്നിരുന്നു. സാത്താനായ ഇബിലീസ് ഒഴികെ ബാക്കിയെല്ലാവരും അത് അനുസരിച്ചു. "നീയെന്താണ് പ്രണമിക്കാത്തത്?" അല്ലാഹു അവനോടു ചോദിച്ചു. ഒരു മറുചോദ്യമായിരുന്നു ഇബിലീസിന്റെ മറുപടി: "നീയെന്നെ സൃഷ്ടിച്ചത് അഗ്നിയാലാണ്; അവനെയോ കളിമണ്ണുകൊണ്ടും. ആകയാൽ ഞാൻ ആദാമിനെക്കാൾ ശ്രേഷ്ഠനല്ലേ?" ഇതു കേട്ട അല്ലാഹു അവനെ ശപിച്ചു: "സ്വർഗ്ഗത്തുനിന്നും നീ കടന്നുപോകൂ. നിന്റെ അഹങ്കാരത്തിന് ഇവിടെ സ്ഥാനമില്ല." സാത്താനത് അനുസരിച്ചു. പക്ഷേ, കടന്നുപോകുംമുമ്പ് ആദാമിനും അതേവിധിതന്നെ വന്നുചേരുമെന്നു ശപിക്കാനും അവൻ മറന്നില്ല. അധികം വൈകാതെ വിലക്കപ്പെട്ട കനി ഭക്ഷിച്ചുകൊണ്ട് ആദാമും നിയമലംഘകനായി. അല്ലാഹു അവനോടു പറഞ്ഞു:"അതുകൊണ്ട് കടന്നുപോകൂ. നിന്റെ പിൻമുറക്കാർ സംശയത്തിന്റെയും അവിശ്വസ്തതയുടെയുമായ ഒരു ജീവിതം നയിക്കും."

തികച്ചും അധിക്ഷേപാർഹമായ ഇത്തരം ഗർവാണ് ഇന്ത്യയിലെ സ്ഥാപനങ്ങളിലെ ജീവിതം പ്രയാസമുള്ളതാക്കുന്നത്. കീഴ്ജീവനക്കാരെയും നമ്മെക്കാൾ താഴെയുള്ളവരെയും ശ്രദ്ധാപൂർവം ശ്രവിക്കുന്നതിൽനിന്നും ഈ ഗർവ് നമ്മെ തടയുന്നു. നിങ്ങളാൽ അപമാനിതനായ ഒരാളിൽനിന്നും പിന്നെ യാതൊരുവിധ സദ്ഫലവും പ്രതീക്ഷിക്കേണ്ട. അതുപോലെ നിങ്ങൾ അധിക്ഷേപിക്കുകയും അകാരണമായി ശകാരിക്കുകയും ചെയ്തവൻ പിന്നെയൊരിക്കലും നിങ്ങളുടെ പക്കൽ ക്രിയാത്മകത കാട്ടുകയുമില്ല. ദൃഢനിശ്ചയത്തിനും ക്രൂരതയ്ക്കും ഇടയിലുള്ള വിഭജനരേഖ പലപ്പോഴും വളരെ നേർത്തതാണ്. അതുപോലെ ശക്തമായ നേതൃത്വത്തിനും കുതിരകയറ്റത്തിനുമിടയ്ക്കും, അച്ചടക്കപാലനത്തിനും പകവീട്ടലിനുമിടയ്ക്കുമുള്ള വിഭജനം വളരെ അവ്യക്തമായിരിക്കും. എന്നാൽ, അത് വരച്ചേ തീരൂ. നിർഭാഗ്യവശാൽ, ഇന്ന് നമ്മുടെ രാജ്യത്തു കാണുന്ന പ്രമുഖമായ ഒരേയൊരു വിഭജനരേഖ കുബേരന്മാർക്കും കുചേലന്മാർക്കും ഇടയ്ക്കുള്ളതാണ്. അതെ, നൂറുകണക്കിനുമാത്രം വരുന്ന കുബേരസമൂഹം ഇതിന്റെ ഒരു വശത്ത് നിന്നുകൊണ്ട് മറുവശത്ത് നിൽക്കുന്ന തൊള്ളായിരത്തമ്പത് ദശലക്ഷം കുചേലന്മാരെ അവിടെത്തന്നെ ഒതുക്കിയമർത്തി നിറുത്തുന്നു. ഈ സ്ഥിതി മാറ്റിയേ തീരൂ.

പ്രശ്നങ്ങളെ നേരിടുകയും പരിഹരിക്കുകയും ചെയ്യുക എന്നത് കഠിനാ

ധ്വാനം വേണ്ടിവരുന്നതും വേദന ഉളവാക്കുന്നതുമായ കാര്യമാണ്. ആകയാൽ നാം അതെല്ലാം സൗകര്യപൂർവ്വം 'നാളെ, നാളെ' എന്നു പറഞ്ഞ് അനന്തമായി നീട്ടിക്കൊണ്ടു പോകുന്നു. യഥാർത്ഥത്തിൽ പ്രശ്നങ്ങൾക്ക് ജയപരാജയങ്ങളെ ത്തമ്മിൽ വേർതിരിക്കുന്ന നിർണായകരേഖയായി മാറാനാകും. വ്യക്തികളിൽ മറഞ്ഞുകിടക്കുന്ന സഹജമായ ധീരതയെയും വിജ്ഞാനത്തെയുമെല്ലാം പുറത്തു കൊണ്ടുവരാൻ അതിനു കഴിവുണ്ട്.

'നാസാ'യിൽനിന്നും ഞാൻ തിരിച്ചു വന്ന് ഉടനേ—1963 നവംബർ 21-ന്—ഇന്ത്യയുടെ പ്രഥമ റോക്കറ്റ് വിക്ഷേപണം നടന്നു. 'നിക്കി അപ്പാച്ചേ' എന്ന ആ (അന്തരീക്ഷ നിരീക്ഷണ) സൗണ്ടിങ് റോക്കറ്റ് 'നാസാ'യിൽ നിർമ്മിച്ചതായിരുന്നു. ഞാൻ നേരത്തേ പറഞ്ഞ പള്ളിക്കെട്ടിടത്തിൽവെച്ചായിരുന്നു അതിൻെറ സംയോജനം നടത്തിയത്. ആ റോക്കറ്റിനെ കൈകാര്യം ചെയ്യാനായി ഞങ്ങൾക്ക് ഒരു ട്രക്കും മനുഷ്യനിയന്ത്രിതമായ ഒരു ഹൈഡ്രോളിക് ക്രെയ്നും മാത്രമേ ലഭ്യ മായിരുന്നുള്ളു. സംയോജനം പൂർത്തിയാക്കിയ റോക്കറ്റിനെ വിക്ഷേപണത്തറ യിലേക്ക് കൊണ്ടുവന്നത് ട്രക്കിലാണ്. ക്രെയ്ൻ ഉപയോഗിച്ച് ഉയർത്തിയശേഷം റോക്കറ്റ് വിക്ഷേപണഗോപുരത്തിലേക്ക് ഘടിപ്പിക്കാൻ തുടങ്ങവേ അത് ചരിയാൻ തുടങ്ങി. ക്രെയ്നിലെ ഹൈഡ്രോളിക് സംവിധാനത്തിലുണ്ടായ ചോർച്ചയെ ആയിരുന്നു അത് സൂചിപ്പിച്ചത്. വിക്ഷേപണത്തിന് നിശ്ചയിച്ച വൈകിട്ട് ആറു മണി എന്ന സമയപരിധി അതിവേഗം അടുത്തു വരുന്നതിനാൽ ക്രെയ്ൻ നന്നാക്കൽശ്രമമൊക്കെ മാറ്റിവെക്കേണ്ടിയിരുന്നു. ഭാഗ്യത്തിന് ചോർച്ച അത്ര കൂടുതലി ല്ലായിരുന്നു. അങ്ങനെ ഞങ്ങളെല്ലാവരുംകൂടി കായബലമുപയോഗിച്ച് പിടിച്ച് കൈകൊണ്ട് ഉയർത്തിയാണ് റോക്കറ്റിനെ അവസാനം വിക്ഷേപിണിയിൽ ഘടി പ്പിച്ചത്.

ഇദംപ്രഥമമായ നിക്കി അപ്പാച്ചേ വിക്ഷേപണത്തിൽ, സാങ്കേതികമായ സംയോജനം, സുരക്ഷാക്രമീകരണം എന്നിവയായിരുന്നു എൻെറ ചുമതല കൾ. എൻെറ സഹപ്രവർത്തകരായ ഡി. ഈശ്വർദാസും, അറവമുദനും ഈ വിക്ഷേ പണപദ്ധതിയിൽ സുപ്രധാന പങ്കുകൾ വഹിച്ചിരുന്നു. റോക്കറ്റിൻെറ സംയോജനം നിർവഹിച്ചതും വിക്ഷേപണം ക്രമീകരിച്ചതും ഈശ്വർദാസാണ്. 'ഡാൻ' എന്ന് ഞങ്ങൾ വിളിച്ചിരുന്ന അറവമുദന് റഡാർ നിരീക്ഷണം, ടെലിമെട്രി, തറയിൽ നിന്നുള്ള പിന്തുണ എന്നിവയുടെ ചുമതലയായിരുന്നു. തികച്ചും അനാ യാസവും പ്രശ്നരഹിതവുമായിരുന്നു 'നിക്കി അപ്പാച്ചേ' വിക്ഷേപണം. ഞങ്ങൾക്ക് അതുവഴി വളരെ നല്ല അന്തരീക്ഷസ്ഥിതിവിവരങ്ങൾ കിട്ടി. അങ്ങനെ തികഞ്ഞ അഭിമാനത്തോടും സംതൃപ്തിയോടുംകൂടി ഞങ്ങൾ വിക്ഷേപണ സ്ഥലത്തു നിന്ന് മടങ്ങി.

പിറ്റേന്ന് സായാഹ്നത്തിൽ ഞങ്ങൾ അത്താഴമേശയ്ക്കു ചുറ്റും സ്വസ്ഥ മായി ഇരിക്കുമ്പോൾ, ടെക്സാസിലെ ഡള്ളസിൽവച്ച് പ്രസിഡൻറ് ജോൺ എഫ് കെന്നഡി വധിക്കപ്പെട്ട വാർത്ത കേട്ടു. ഞങ്ങൾ ഞടുങ്ങിപ്പോയി. അമേരിക്കൻ ചരിത്രത്തിലെ ഒരു സുപ്രധാന കാലഘട്ടമായിരുന്നു കെന്നഡിയുടെ ഭരണകാലം.

അക്കാലത്ത് യുവജനങ്ങൾ ഊർജ്ജസ്വലതയോടെ രാജ്യകാര്യങ്ങളിൽ ഭാഗഭാഗിത്വം വഹിച്ചിരുന്നു. 'മിസ്സൈൽ പ്രതിസന്ധി' രൂക്ഷമായ 1962-ന്റെ അന്ത്യപാദങ്ങളിൽ കെന്നഡി നടത്തിയ നീക്കങ്ങളെക്കുറിച്ച് ഞാൻ വലിയ താത്പര്യത്തോടെ വായിക്കുമായിരുന്നു. അക്കാലത്ത് അമേരിക്കൻ നഗരങ്ങളിലേക്ക് വളരെ എളുപ്പത്തിൽ മിസ്സൈലുകൾ തൊടുത്തുവിടാൻ കഴിയുംവിധം സോവിയറ്റ് യൂണിയൻ ക്യൂബയിൽ മിസ്സൈൽ വിക്ഷേപണ കേന്ദ്രങ്ങൾ നിർമ്മിച്ചു. ക്യൂബയിൽ ഏതെങ്കിലും വിധത്തിലുള്ള ആക്രമണ മിസ്സൈലുകൾ സ്ഥാപിക്കുന്നതിനെ ചെറുക്കാനുള്ള ഉപരോധം കെന്നഡി പ്രഖ്യാപിച്ചു. പടിഞ്ഞാറൻ അർധഗോളത്തിലെ ഏതെങ്കിലും രാജ്യത്തേക്ക് ക്യൂബയിൽനിന്നും നടക്കുന്ന ഏത് ആണവായുധ ആക്രമണത്തിനും തിരിച്ചടിയായി തങ്ങൾ സോവിയറ്റ് യൂണിയനെ ആക്രമിക്കുമെന്നും അമേരിക്ക ഭീഷണിപ്പെടുത്തി. പ്രചണ്ഡമായ നാടകീയതകൾ നിറഞ്ഞ പതിന്നാലു ദിവസങ്ങൾക്കു ശേഷം, ക്യൂബയിൽ സ്ഥാപിച്ച മിസ്സൈൽ തറകൾ പൊളിച്ചുകളയാനും മിസ്സൈലുകൾ റഷ്യയിലേക്ക് മടക്കിക്കൊണ്ടുപോകാനും അന്നത്തെ സോവിയറ്റ് നേതാവ് ക്രൂഷ്ചേവ് ഉത്തരവിട്ടതോടെയാണ്, പ്രതിസന്ധി ഒഴിവായത്.

പ്രഥമ ഇന്ത്യൻ റോക്കറ്റ് വിക്ഷേപണം കഴിഞ്ഞ് പിറ്റേന്ന് പ്രൊഫ. വിക്രം സാരാഭായി ഞങ്ങളുമായി ഭാവിപരിപാടികളെക്കുറിച്ച് വിശദമായി ചർച്ച ചെയ്തു. ഇന്ത്യൻ ശാസ്ത്രസാങ്കേതികരംഗത്ത് പുതിയൊരു മുന്നേറ്റനിര സൃഷ്ടിക്കുകയായിരുന്നു അദ്ദേഹം. മുപ്പതുകളിലും നാല്പതുകളുടെ ആദ്യപാദത്തിലും എത്തിനിന്നിരുന്ന ശാസ്ത്രജ്ഞരുടെയും സാങ്കേതിക വിദഗ്ദ്ധരുടെയും പുതിയ ഒരു തലമുറ അപൂർവമായൊരു ചൈതന്യത്താൽ ഉത്തേജിതമായി. 'ഇൻകോസ്പാറി'ലെ ഞങ്ങളുടെ ഏറ്റവും വലിയ യോഗ്യത ഞങ്ങൾ നേടിയ ബിരുദങ്ങളോ പരിശീലനമോ ഒന്നുമായിരുന്നില്ല; പ്രത്യുത, ഞങ്ങളുടെ കഴിവിൽ പ്രൊഫ. സാരാഭായി അർപ്പിച്ച വിശ്വാസം ഒന്നുമാത്രമായിരുന്നു. 'നിക്കി അപ്പാച്ചേ'യുടെ വിജയകരമായ വിക്ഷേപണത്തിനുശേഷം ഇന്ത്യൻ നിർമ്മിതമായ ഒരു കൃത്രിമോപഗ്രഹ വിക്ഷേപണവാഹനത്തെക്കുറിച്ചുള്ള തന്റെ സ്വപ്നങ്ങൾ അദ്ദേഹം ഞങ്ങളുമായി പങ്കുവെച്ചു.

പെട്ടെന്ന് പടർന്നുപിടിക്കുന്ന ഒന്നായിരുന്നു പ്രൊഫ. സാരാഭായിയുടെ ആത്മവിശ്വാസം. തുമ്പയിലേക്ക് അദ്ദേഹം വരുന്നു എന്ന വാർത്തതന്നെ ഏവരെയും കുലുക്കിയുണർത്തും. പിന്നെ, പരീക്ഷണശാല, രൂപകല്പനാകേന്ദ്രം, നിർമ്മാണശാല എന്നിങ്ങനെ എല്ലായിടവും ഒരു തേനീച്ചക്കൂടെന്നപോലെ കർമവ്യഗ്രതയാൽ ഇരമ്പുകയായി. രാജ്യത്ത് അന്നുവരെ കാണാതിരുന്ന എന്തെങ്കിലുമൊന്ന് പ്രൊഫ. സാരാഭായിയെ കാണിക്കുവാനാണ് രാപ്പകലില്ലാത്ത ഈ അധ്വാനം. അതൊരുപക്ഷേ, പുതിയൊരു രൂപകല്പനയാകാം, നവ്യമായൊരു നിർമ്മാണരീതിയാകാം, അതുമല്ലെങ്കിൽ കേവലമൊരു വ്യത്യസ്ത ഭരണനിർവഹണ സമ്പ്രദായമാകാം. പ്രൊഫ. സാരാഭായിയാകട്ടെ, വ്യക്തികൾക്കായാലും സംഘങ്ങൾക്കായാലും ഒരേസമയം ഒന്നിലധികം വ്യത്യസ്ത ചുമതലകൾ ഏല്പിച്ചു

കൊടുക്കും. ഇവയിൽ ചിലതിന് യാതൊരു പരസ്പര ബന്ധവുമില്ലല്ലോ എന്ന് ആദ്യമൊക്കെ ഞങ്ങൾക്ക് തോന്നുമായിരുന്നു. പക്ഷേ, ജോലി പുരോഗമിക്കുന്നതോടെ അവ തമ്മിൽ ആഴത്തിലുള്ള ബന്ധങ്ങളുള്ളതായി ഞങ്ങൾക്ക് വ്യക്തമാകും. ഉപഗ്രഹ വിക്ഷേപണവാഹനമായ 'എസ് എൽ വി'യെക്കുറിച്ച് ഞങ്ങളോട് സംസാരിച്ചുകൊണ്ടിരിക്കവേതന്നെ പ്രൊഫ. സാരാഭായി, സൈനിക വിമാനത്തിനുവേണ്ടി ഒരു റോക്കറ്റ് അധിഷ്ഠിത കുതിപ്പു സംവിധാനം—'റാറ്റോ' (RATO) തയ്യാറാക്കുന്നതിനെക്കുറിച്ച് പഠനമാരംഭിക്കാൻ എന്നോട് ആവശ്യപ്പെട്ടു. മഹാനായ ആ ക്രാന്തദർശിയുടെ മനസ്സിലല്ലാതെ വേറൊരിടത്തും ഇവ തമ്മിലുള്ള പരസ്പരബന്ധം കാണാൻ കഴിയുമായിരുന്നില്ല. എൻെറ ലക്ഷ്യത്തിൽ ഉറച്ചുനിന്ന് ജാഗ്രതയോടെ പണിയെടുക്കുകയാണ് ചെയ്യേണ്ടതെന്നു ഞാൻ മനസ്സിലാക്കിയിരുന്നു; വെല്ലുവിളി ഉയർത്തുന്ന ഒരു ജോലി ഇന്നല്ലെങ്കിൽ നാളെ എൻെറ പരീക്ഷണശാലയിലേക്ക് കടന്നുവരുമെന്നും.

നൂതനമായ സമീപനങ്ങൾ പരീക്ഷിച്ചുനോക്കാനും യുവാക്കളെ അതിലേക്ക് കൊണ്ടുവരാനും സദാ സന്നദ്ധനായിരുന്നു പ്രൊഫ. സാരാഭായി. നന്നായി ചെയ്തൊരു ജോലിയെ തിരിച്ചറിയാൻ മാത്രമല്ല, അവയ്ക്ക് എപ്പോൾ വിരാമമിടണമെന്നു മനസ്സിലാക്കാനും വേണ്ട കഴിവുകൾ അദ്ദേഹത്തിനുണ്ടായിരുന്നു. എൻെറ അഭിപ്രായത്തിൽ അദ്ദേഹം പരീക്ഷണ, നവീകരണ മേഖലകളിൽ ഒരു മാതൃകാപുരുഷനായിരുന്നു. ഫലപ്രവചനം ദുസ്സാധ്യമായ വ്യത്യസ്ത പ്രവർത്തന പദ്ധതികളെ അഭിമുഖീകരിക്കുക, വിവിധ കാഴ്ചപ്പാടുകളെ സമന്വയിക്കുക തുടങ്ങിയ പ്രശ്നങ്ങളെ നേരിടേണ്ടിവരുമ്പോൾ അദ്ദേഹം സ്വീകരിക്കുക തികച്ചും പരീക്ഷണാത്മകമായൊരു മാർഗമായിരിക്കും. 'ഇൻകോസ്പാറി'ൽ 1963-ലെ സ്ഥിതിവിശേഷമിതായിരുന്നു. ശാസ്ത്രസാങ്കേതികമേഖലയിൽ, വിശേഷിച്ചും ബഹിരാകാശഗവേഷണത്തിൽ, സ്വാശ്രയത്വമെന്ന ആശയം സഫലമാക്കാനുള്ള ചുമതല അദ്ദേഹം നൽകിയത് അന്ന് അവിടെയുണ്ടായിരുന്ന, പരിചയസമ്പന്നരല്ലെങ്കിലും ഊർജ്ജസ്വലരും ആവേശഭരിതരുമായ യുവശാസ്ത്രജ്ഞന്മാർക്കായിരുന്നു. വിശ്വാസത്തിൽ അധിഷ്ഠിതമായ നേതൃത്വശേഷിയുടെ ഉത്തമ ദൃഷ്ടാന്തമാണിത്.

റോക്കറ്റ് വിക്ഷേപണ സ്ഥലം പിന്നീട് 'തുമ്പ ഇക്വറ്റോറിയൽ റോക്കറ്റ് ലോഞ്ച് സ്റ്റേഷൻ' (ടേൾസ്) ആയി വികസിച്ചു. ഫ്രാൻസിൻെറയും അമേരിക്കയുടെയും സോവിയറ്റ് യൂണിയൻെറയും ക്രിയാത്മക സഹകരണവും അതു സ്ഥാപിക്കുന്നതിൽ ലഭ്യമായി. ഈ പദ്ധതിക്ക് ഉയർത്താവുന്ന വെല്ലുവിളികളെക്കുറിച്ചും അതിൻെറ ഫലങ്ങളെക്കുറിച്ചും ഇന്ത്യൻ ബഹിരാകാശപദ്ധതിയുടെ നായകനായ പ്രൊഫ. സാരാഭായിക്ക് വ്യക്തമായ ബോധ്യമുണ്ടായിരുന്നു. 'ഇൻകോസ്പാറി'ന് തുടക്കം കുറിച്ചപ്പോൾത്തന്നെ ഒരു കാര്യം ഉത്തമബോധ്യമുണ്ടായിരുന്നു അദ്ദേഹത്തിന്—റോക്കറ്റുകളും വിക്ഷേപിണികളും തദ്ദേശീയമായി വികസിപ്പിക്കാനും നിർമ്മിക്കാനും കഴിയുന്ന സാമഗ്രികളും സംവിധാനങ്ങളും അടങ്ങിയ ഒരു സംയോജിത ദേശീയ ബഹിരാകാശപദ്ധതി രൂപവൽക്കരിക്കണം.

ഈ കാഴ്ചപ്പാടോടുകൂടി തിരുവനന്തപുരത്തെ സ്പേസ് സയൻസ് ആൻഡ് ടെക്നോളജി സെൻറർ, അഹമ്മദാബാദിലെ ഫിസിക്കൽ റിസർച്ച് ലാബറട്ടറി എന്നിവയിൽ വിപുലമായ ശാസ്ത്രസാങ്കേതിക വികസന പരിപാടികൾ സമാരംഭിച്ചു. റോക്കററുകൾക്കു വേണ്ടുന്ന ഇന്ധനം, കുതിപ്പിനുള്ള സംവിധാനങ്ങൾ, വ്യോമയാത്ര, അതിനുള്ള വിവിധ വസ്തുക്കൾ, മുന്തിയ നിർമ്മാണ സങ്കേതങ്ങൾ, റോക്കറ്റിൻെറ യന്ത്രോപകരണവിദ്യ, നിയന്ത്രണരീതി, വഴികാട്ടൽസംവിധാനം, വിദൂര അളവെടുപ്പുരീതി, ഗതിനിർണയസംവിധാനം, വ്യോമപരീക്ഷണങ്ങൾക്കു വേണ്ട ശാസ്ത്ര ഉപകരണങ്ങൾ തുടങ്ങിയവ വികസിപ്പിച്ചെടുക്കുക എന്ന ലക്ഷ്യത്തോടെ. ഉന്നതമായ കഴിവുകളുള്ള ഒട്ടനവധി ഇന്ത്യൻ ബഹിരാകാശശാസ്ത്രജ്ഞരെ ആനുഷംഗികമായി ഈ ഗവേഷണശാലകൾ വാർത്തെടുത്തിട്ടുണ്ട്.

'രോഹിണി സൗണ്ടിങ് റോക്കറ്റ്' (ആർ എസ് ആർ) പ്രോഗ്രാമോടെ ഇന്ത്യൻ ബഹിരാകാശ പരിപാടിയുടെ യഥാർത്ഥ പ്രയാണം ആരംഭിച്ചിരുന്നു. എന്താണ് ഒരു സൗണ്ടിങ് റോക്കറ്റിന്, ഉപഗ്രഹ വിക്ഷേപണ വാഹന(എസ്എൽവി)വും അല്ലെങ്കിൽ മിസ്സൈലുമായുള്ള വ്യത്യാസം? വാസ്തവത്തിൽ ഇവ മൂന്നുതരം വ്യത്യസ്ത റോക്കറ്റുകളാണ്. സമീപ ഭൗമാന്തരീക്ഷത്തെക്കുറിച്ചും അതിൻെറ ഉന്നത തലങ്ങളെക്കുറിച്ചും പഠിക്കാൻ ഉപയോഗിക്കുന്നവയെ സൗണ്ടിങ് റോക്കറ്റുകൾ എന്നു പറയുന്നു. ചില ശാസ്ത്രീയ ഉപകരണങ്ങളെ ചില ഉയരങ്ങൾ വരെ ഉയർത്താൻ ഇവയ്ക്കു കഴിവുണ്ട്. പക്ഷേ, അവയെ ഭൂമിയെ ചുറ്റാൻ തക്ക ഒരു ഭ്രമണപഥത്തിലേക്ക് എത്തിക്കുവാൻ വേണ്ടിവരുന്ന അന്തിമപ്രവേഗം നൽകാൻ ഈ റോക്കറ്റിന് സാധ്യമല്ല. എന്നാൽ ഇത്തരം ഉപകരണങ്ങളെയോ കൃത്രിമ ഉപഗ്രഹത്തെത്തന്നെയോ ഒരു ഭൗമഭ്രമണപഥത്തിലേക്ക് എത്തിക്കുവാൻ കഴിവുള്ളവയാണ് വിക്ഷേപണവാഹനങ്ങൾ. ഒരു ഉപഗ്രഹത്തിനു ഭ്രമണപഥത്തിൽ കയറാൻ തക്ക പ്രവേഗം ഈ വാഹനത്തിൻെറ അന്ത്യഘട്ടം നൽകുന്നു. ഗതി നിർണയിക്കാനും നിയന്ത്രിക്കാനുമായി സ്ഥാപിച്ചിരിക്കുന്ന ചില സങ്കീർണ്ണ സംവിധാനങ്ങൾ വഴിയാണ് ഇത് സാധിക്കുന്നത്. ഇതേ റോക്കറ്റ് കുടുംബത്തിലെ ഒരംഗമാണെങ്കിലും കുറെക്കൂടി സങ്കീർണമായൊരു സംവിധാനമാണ് മിസ്സൈലുകൾ. ഉയർന്ന അന്ത്യപ്രവേഗം, സ്വന്തമായ ഗതിനിർണയ-നിയന്ത്രണ സംവിധാനങ്ങൾ എന്നിവയ്ക്കു പുറമെ നിശിതമായൊരു ലക്ഷ്യത്തിൽചെന്നു തറയ്ക്കാനുള്ള ശേഷിയും അതിന് ഉണ്ടായിരിക്കണം. ഒരു മിസ്സൈലിൻെറ ലക്ഷ്യം പലപ്പോഴും അതിവേഗം ചലിക്കുന്നതും തന്ത്രപൂർവം ഗതിമാറുന്നതുമാകയാൽ അവയെ കൃത്യമായി പിൻതുടരാനുള്ള സംവിധാനങ്ങളും അനിവാര്യമാണ്.

ഇന്ത്യയിലെ ശാസ്ത്രീയ പര്യവേക്ഷണങ്ങൾക്കുവേണ്ടി സൗണ്ടിങ് റോക്കറ്റുകൾ, അവയിൽ ഘടിപ്പിക്കേണ്ട ഗവേഷണ ഉപകരണങ്ങൾ എന്നിവയുടെ വികസനവും നിർമ്മാണവുമായിരുന്നു ആർ എസ് ആറിൻെറ ചുമതലകൾ. ഈ പദ്ധതിയുടെ കീഴിൽ, തികച്ചും പ്രവർത്തനസജ്ജമായ ഒരു കൂട്ടം സൗണ്ടിങ് റോക്കറ്റുകൾ വികസിപ്പിച്ചെടുക്കുകയുണ്ടായി. വിപുലമായ കഴിവുകളുള്ള

ഇത്തരം നൂറുകണക്കിനു റോക്കറ്റുകൾ ഇന്നുവരെ നിരവധി ശാസ്ത്രസാങ്കേതിക പഠനങ്ങൾക്കായി വിക്ഷേപിച്ചിട്ടുണ്ട്.

ഞാനിന്നും ഓർക്കുന്നു, കേവലം 32 കിലോഗ്രാം ഭാരമുള്ള ഒരൊറ്റ ഖര ഇന്ധന മോട്ടോർ മാത്രമേ പ്രഥമ രോഹിണി റോക്കറ്റിന് ഉണ്ടായിരുന്നുള്ളു. ഏഴു കിലോഗ്രാം മാത്രം ഭാരമുള്ള ഒരു വസ്തുവിനെ പത്തു കിലോമീറ്റർ അത് ഉയർത്തി. രണ്ടു ഘട്ടങ്ങളുള്ള ഒരു റോക്കറ്റാണ് പിന്നീട് വിക്ഷേപിച്ചത്. നൂറു കിലോഗ്രാം ഭാരമുള്ള വിവിധോദ്ദേശ്യ പരീക്ഷണോപകരണങ്ങളെ മുന്നൂറ്റമ്പതു കിലോ മീറ്ററിലധികം ഉയരത്തിലെത്തിക്കാൻ അതിനായി.

ഈ റോക്കറ്റുകളുടെ വികസിപ്പിക്കൽ, സൗണ്ടിങ് റോക്കറ്റുകളുടെയും അവ യുടെ ഇന്ധനങ്ങളുടെയും തികച്ചും തദ്ദേശീയമായ നിർമ്മാണശേഷിയിലെത്തി ച്ചേർന്നു. പോളിയുറീത്തേൻ, പോളി ബ്യുട്ടേൻ എന്നിവയിൽ അധിഷ്ഠിതമായ ഉന്നതശേഷിയുള്ള ഖരഇന്ധനങ്ങളുടെ നിർമ്മാണവിദ്യ അങ്ങനെ ഇന്ത്യയിലു മെത്തി. റോക്കറ്റ് എൻജിനുകൾക്കുവേണ്ട തന്ത്രപരമായ രാസവസ്തുക്കൾ ഉത്പാ ദിപ്പിക്കാനുള്ള പ്രൊപ്പലൻറ് ഫ്യൂവൽ കോംപ്ലക്സ് (പി എഫ് സി), ഇന്ധനങ്ങൾ ഉത്പാദിപ്പിക്കവാനുള്ള റോക്കറ്റ് പ്രൊപ്പലൻറ് പ്ലാൻറ് (ആർ പി പി) എന്നിവയുടെ സ്ഥാപനത്തിനും പിന്നീടത് വഴിതെളിച്ചു.

പതിനെട്ടാം നൂറ്റാണ്ടിൽ ടിപ്പു സുൽത്താൻ കണ്ട ഒരു സ്വപ്നത്തിൻെറ സാക്ഷാത്കാരമായി ഇരുപതാം നൂറ്റാണ്ടിലെ ഈ ഇന്ത്യൻ റോക്കറ്റുകളെ വില യിരുത്താം. ടിപ്പു വധിക്കപ്പെട്ട 1799-ലെ തുറുക്കനഹള്ളി യുദ്ധത്തിനുശേഷം അദ്ദേഹത്തിൻെറ ആയുധശേഖരത്തിൽനിന്നും 700-ലേറെ റോക്കറ്റുകളും 900 - ലേറെ റോക്കറ്റുകൾക്കുള്ള അനുബന്ധ ഉപകരണങ്ങളും ബ്രിട്ടീഷ് സൈന്യം പിടിച്ചെടുത്തു. 'കുഷൂൺ' എന്ന പേരിൽ അറിയപ്പെട്ടിരുന്ന തൻെറ 27 സൈനിക ദളങ്ങളിലും 'ജർക്ക്' എന്ന ഓരോ റോക്കറ്റ് വിക്ഷേപണപ്പടയും ഉണ്ടായിരുന്നു ടിപ്പുവിന്. ഇങ്ങനെ പിടിച്ചെടുത്ത റോക്കറ്റുകളെ ബ്രിട്ടീഷ് സൈന്യാധിപനാ യിരുന്ന വില്യം കോൺഗ്രീവ് ഇംഗ്ലണ്ടിലേക്കയച്ചു. ഇന്നു നാം ' വിപരീത സാങ്കേ തിക പഠനം' (റിവേഴ്സ് എൻജിനീയറിങ്) എന്നു വിളിക്കുന്ന രീതിയിൽ അവർ ആ റോക്കറ്റുകളുടെ അടിസ്ഥാന ഘടകങ്ങളെ വിശകലനം ചെയ്തു മനസ്സിലാക്കി. ഇതിന് തടസ്സം നിൽക്കാൻ അന്ന് ഒരു 'ഗാട്ട്' കരാറോ, ഐ പി ആർ ആക്റ്റോ കുത്തകാവകാശനിയന്ത്രണനിയമമോ ഒന്നും ഉണ്ടായിരുന്നില്ല. ടിപ്പുവിൻെറ മരണ ത്തോടെ, ഇന്ത്യൻ റോക്കറ്റ് ശാസ്ത്രവും മൃതിയടഞ്ഞു—ചുരുങ്ങിയത് 150 വർഷ ത്തേക്കെങ്കിലും.

അതേ സമയം വിദേശങ്ങളിൽ റോക്കറ്റ് സാങ്കേതികവിദ്യ പുതിയ പുതിയ ഉയരങ്ങളിലേക്ക് കുതിച്ചുകയറുകയായിരുന്നു. കോൺസ്റ്റൻൈറൻ സ്യോൾ ക്കോവ്സ്കി റഷ്യയിലും (1903), റോബർട്ട് ഗൊദാർഡ് അമേരിക്കയിലും (1914), ഹെർമൻ ഓബെർത്ത് ജർമനിയിലും (1923) ഈ സാങ്കേതികവിദ്യയ്ക്ക് നിരവധി പുതിയ മാനങ്ങൾ നൽകി. നാസി ജർമനിയിൽ വെർണർ ഫൊൺബ്രൗണിൻെറ നേതൃത്വത്തിലുള്ള ഗവേഷകർ നിർമ്മിച്ച 'വി-2' ഹ്രസ്വദൂര ബാലിസ്റ്റിക് മിസ്സൈ

ലുകൾ സഖ്യകക്ഷിസൈന്യങ്ങൾക്കുമീതേ ആകാശത്തിൽനിന്നും അഗ്നി വർഷിച്ചു. യുദ്ധത്തിനു ശേഷം, പിടിച്ചെടുത്ത ജർമ്മൻ റോക്കറ്റുകളെയും സാങ്കേതികവിദഗ്ദ്ധരെയും സോവിയറ്റ് യൂണിയനും അമേരിക്കയും ചേർന്ന് പകുത്തെടുത്തു. ഈ കൊള്ളമുതലിനെ മൂലധനമാക്കിയാണ് മിസ്സൈലുകളും മറ്റ് യുദ്ധോപകരണങ്ങളുംകൊണ്ടുള്ള തങ്ങളുടെ മാരകായുധമത്സരത്തിന് അവർ തുടക്കം കുറിച്ചത്.

റോക്കറ്റ് യുഗം ഇന്ത്യയിൽ പുനരവതരിപ്പിച്ചതിന് പ്രധാനമന്ത്രി ജവഹർലാൽ നെഹ്രുവിൻെറ സാങ്കേതികവിദ്യാപരമായ ദർശനത്തിന് നന്ദി പറയുക. ഈ ദർശനത്തെ സാർത്ഥകമാക്കുക എന്ന വെല്ലുവിളി പ്രൊഫ. വിക്രം സാരാഭായി ഏറ്റെടുത്തു. പക്ഷേ, തങ്ങളുടെ ദരിദ്രജനകോടികളെ തീറ്റിപ്പോറ്റാൻ പോലും വിഷമിക്കുന്ന ഒരു നവജാത രാജ്യത്തിൻെറ ബഹിരാകാശ പരീക്ഷണപദ്ധതികളെ ഹ്രസ്വദൃഷ്ടികളായ പലരും ചോദ്യം ചെയ്തു. പക്ഷേ, നെഹ്രുവിനോ പ്രൊഫ. സാരാഭായിക്കോ ഇതിൽ യാതൊരു സന്ദിഗ്ദ്ധതയും ഇല്ലായിരുന്നു. വളരെ വ്യക്തമായിരുന്നു അവരുടെ ദർശനം: യഥാർത്ഥ ജീവിതത്തിലെ പ്രശ്നങ്ങളെ പരിഹരിക്കാനുള്ള ശാസ്ത്രസാങ്കേതികവിദ്യകളുടെ പ്രയോഗത്തിൽ നാം ആരുടെയും പിന്നിലാകരുത്. എങ്കിലേ ഭാരതത്തിന് അന്താരാഷ്ട്രസമൂഹത്തിൽ സാർത്ഥകമായൊരു സ്ഥാനം സുസ്ഥിരമാക്കാൻ കഴിയുകയുള്ളൂ. റോക്കറ്റ് സാങ്കേതികവിദ്യയെ തങ്ങളുടെ ശക്തിപ്രകടനങ്ങൾക്കുള്ള ഉപാധിയായി മാറ്റാൻ അവർക്കിരുവർക്കും യാതൊരുദ്ദേശ്യവും ഉണ്ടായിരുന്നില്ല.

5

പ്രൊഫ. സാരാഭായി, തന്റെ ഇടയ്ക്കിടെയുള്ള തുമ്പസന്ദർശനവേളകളിൽ, മൊത്തം സംഘാംഗങ്ങളോടും ചേർന്ന് എല്ലാ ജോലികളുടെയും തുറന്ന അവലോകനങ്ങൾ നടത്താറുണ്ടായിരുന്നു. അദ്ദേഹം ഒരിക്കലും ആജ്ഞകൾ നല്കിയിരുന്നില്ല. പ്രത്യുത, കാഴ്ചപ്പാടുകളുടെ സ്വതന്ത്രമായ കൈമാറ്റത്തിലൂടെ ഞങ്ങളെ പുതിയൊരു മേഖലയിലേക്ക് നയിക്കുകയാണ് ചെയ്തിരുന്നത്. അവ ഞങ്ങൾക്ക് മിക്കപ്പോഴും മുൻകൂട്ടി കാണാൻ കഴിയാതിരുന്ന പരിഹാരം കാണിച്ചുതരുകയും ചെയ്തിരുന്നു. ഒരു സവിശേഷലക്ഷ്യം, തനിക്കത് വളരെ വ്യക്തവും സാക്ഷാത്കരിക്കുന്നതിനു വേണ്ട നിർദ്ദേശങ്ങൾ കൊടുക്കാവുന്നതുമൊക്കെ ആണെങ്കിൽപ്പോലും തന്റെ സംഘാംഗങ്ങൾക്കത് ബോധിച്ചില്ലെങ്കിൽ അവർ അതിനുവേണ്ടിയുള്ള ശ്രമങ്ങളെ ചെറുത്തേക്കും എന്ന് അദ്ദേഹത്തിന് ബോധ്യമുണ്ടായിരുന്നിരിക്കണം. പ്രശ്നത്തെക്കുറിച്ചുള്ള സമഗ്രധാരണയെയാണ് അദ്ദേഹം കാര്യക്ഷമമായ നേതൃത്വശേഷിയുടെ മുഖ്യഗുണമായി പരിഗണിച്ചിരുന്നത്. ഒരിക്കൽ അദ്ദേഹം എന്നോടു പറഞ്ഞു, "നോക്കൂ, തീരുമാനങ്ങൾ എടുക്കുകയാണ് എന്റെ ജോലി. എന്നാൽ ആ തീരുമാനങ്ങൾ എന്റെ സംഘാംഗങ്ങൾക്ക് സ്വീകാര്യമാണെന്ന് ഉറപ്പുവരുത്തുന്നതും തുല്യപ്രാധാന്യമുള്ള കാര്യമാണ്."

യഥാർത്ഥത്തിൽ, പ്രൊഫ. സാരാഭായി പല പല തീരുമാനങ്ങളും എടുക്കുകയും അവ നിരവധി പേരുടെ ജീവിതനിയോഗങ്ങളായി മാറുകയും ചെയ്തിട്ടുണ്ട്. നമുക്ക് നമ്മുടെ സ്വന്തം റോക്കറ്റുകളും സ്വന്തം ഉപഗ്രഹവിക്ഷേപണ വാഹനങ്ങളും (എസ് എൽ വി കൾ) സ്വന്തം ഉപഗ്രഹങ്ങളും ഉണ്ടാക്കേണ്ടിയിരുന്നു. ഇവ ഒന്നൊന്നായി ചെയ്താൽ പോരാ, പകരം ഒരു ബഹുതലപ്രവർത്തനശൈലിയിലൂടെ ഒരേ സമയം ചെയ്യേണ്ടിയിരുന്നു. സൗണ്ടിങ് റോക്കറ്റുകളിൽ സ്ഥാപിക്കാനുള്ള ഉപകരണങ്ങൾ (പേലോഡുകൾ) വികസിപ്പിച്ചെടുക്കുന്ന കാര്യത്തിൽ ഒരെണ്ണം സംഘടിപ്പിച്ച്, അതു പിന്നെ റോക്കറ്റിന് അനുയോജ്യമാക്കി മാറ്റിയെടുക്കുന്നതിനുപകരം മറ്റൊരു രീതിയാണ് സ്വീകരിച്ചത്. ഞങ്ങൾ ഈ വിഷയം വിവിധ സ്ഥലങ്ങളിലെ വിവിധ സ്ഥാപനങ്ങളിൽ ജോലിചെയ്യുന്ന പേലോഡ് ശാസ്ത്രജ്ഞരുമായി തലനാരിഴ കീറി ചർച്ചചെയ്തു. സൗണ്ടിങ് റോക്കറ്റ് പരിപാടിയുടെ ഏറ്റവും മികച്ച ഫലം, ദേശവ്യാപകമായി ഒരു പരസ്പരവിശ്വാസം സ്ഥാപിച്ച് നിലനിറുത്താനായി എന്നതാണെന്നു വരെ ഞാൻ പറയും.

നിയമപ്രകാരമുള്ള അധികാരപ്രയോഗത്തിന്റെ മാർഗ്ഗത്തിനുപകരം ആളുകളെ അവർക്ക് നിർദ്ദേശിക്കപ്പെട്ടപോലെ ചെയ്യാൻ പ്രേരിപ്പിക്കുന്ന രീതിയിലാണ്

എനിക്ക് താത്പര്യമെന്ന് പ്രൊഫ. സാരാഭായി മനസ്സിലാക്കിയിട്ടാകണം, പേലോഡ് ശാസ്ത്രജ്ഞർക്കു വേണ്ട പ്രത്യക്ഷ പിന്തുണ നല്കാനുള്ള കർത്തവ്യം എന്നെ ഏല്പിച്ചത്. അന്ന് ഇന്ത്യയിലെ ഒട്ടെല്ലാ ഫിസിക്കൽ റിസേർച്ചു ലാബറട്ടറികളും സൗണ്ടിങ് റോക്കറ്റ് പദ്ധതിയിൽ ഭാഗഭാക്കുകളായിരുന്നു. ഓരോന്നിനും അതിൻേറതായ ദൗത്യങ്ങളും ലക്ഷ്യങ്ങളും പേലോഡുകളും നിർണ്ണയിച്ചു കൊടുത്തിരുന്നു. ഈ ഓരോ ഉപകരണങ്ങളും ബഹിരാകാശയാത്രാവേളയിൽ ശരിയായി പ്രവർത്തിക്കുകയും കേടാകാതെയിരിക്കുകയും ചെയ്യുന്ന വിധത്തിലാണ് റോക്കറ്റിൻെറ ഘടനയോട് പൂർണ്ണമായും സംയോജിപ്പിക്കേണ്ടിയിരുന്നത്. നക്ഷത്രങ്ങളിലേക്ക് നോക്കാനായി ഞങ്ങൾക്ക് എക്സ്റേ ഉപയോഗിച്ചുള്ള ഉപകരണങ്ങളുണ്ടായിരുന്നു. വായുമണ്ഡലത്തിൻെറ ഉന്നതതല വാതകഘടന വിശകലനം ചെയ്യാനായി റേഡിയോ തരംഗാവൃത്തിയിലുള്ള മാസ് സ്പെക്ട്രോമീറ്ററുകൾ ഘടിപ്പിച്ച പേലോഡുകളുണ്ടായിരുന്നു. കാറ്റിൻെറ സ്ഥിതിവിവരങ്ങൾ, ദിശയും പ്രവേഗവും, നിർണ്ണയിക്കാനായി സോഡിയം പേലോഡ് ഉണ്ടായിരുന്നു. അന്തരീക്ഷത്തിലെ വിവിധ മണ്ഡലങ്ങളെക്കുറിച്ച് പഠിക്കാനായി അയോണിക മണ്ഡലത്തിനനുയോജ്യമായ പേലോഡുകളാണ് ഉണ്ടായിരുന്നത്. എനിക്ക് റ്റി ഐ എഫ് ആർ, നാഷണൽ ഫിസിക്കൽ ലാബറട്ടറി (എൻ പി എൽ), ഫിസിക്കൽ റിസർച്ച് ലാബറട്ടറി(പി ആർ എൽ) എന്നിവിടങ്ങളിലെ ശാസ്ത്രജ്ഞർക്കു പുറമെ യു എസ് എ, യു എസ് എസ് ആർ, ഫ്രാൻസ്, ജർമ്മനി, ജപ്പാൻ എന്നിവിടങ്ങളിലെ പേലോഡ് ശാസ്ത്രജ്ഞരുമായും നിരന്തരം ബന്ധപ്പെടണമായിരുന്നു.

ഖലീൽ ജിബ്രാൻെറ കൃതികൾ പലപ്പോഴും വായിക്കാറുണ്ടായിരുന്ന ഞാൻ അദ്ദേഹത്തിൻെറ വാക്കുകളിൽ നിറഞ്ഞിരിക്കുന്ന വിജ്ഞാനം കണ്ടറിഞ്ഞിട്ടുണ്ട്. "സ്നേഹം ചേർക്കാതെ ചുട്ട അപ്പം കയ്പുള്ള അപ്പമായിരിക്കും: അത് ഒരു മനുഷ്യൻെറ പാതി വിശപ്പിനേ ശമനമാകയുള്ളൂ." ഹൃദയസമർപ്പണത്തോടെ ജോലി ചെയ്യാൻ സാധിക്കാത്തവർക്കു ചുറ്റും കയ്പുചുരത്തുന്ന പൊള്ളയായ പാതി വിജയങ്ങൾ മാത്രമാണ് നേടാനാകുക. രഹസ്യമായി ഒരു അഭിഭാഷകനോ ഭിഷഗ്വരനോ ആകാൻ ഉദ്ദേശിക്കുന്ന ഒരു എഴുത്തുകാരനാണ് നിങ്ങളെങ്കിൽ വായനക്കാരൻെറ പാതി വിശപ്പു ശമിപ്പിക്കാനേ നിങ്ങളുടെ വാക്കുകൾക്ക് കെല്പുണ്ടാകയുള്ളൂ. വ്യാപാരിയാകാനിച്ഛിക്കുന്ന ഒരു അദ്ധ്യാപകനാണ് നിങ്ങളെങ്കിൽ നിങ്ങളുടെ നിർദ്ദേശങ്ങൾ വിദ്യാർത്ഥികൾക്കുവേണ്ട വിജ്ഞാനത്തിൻെറ പാതിമാത്രമേ നല്കുകയുള്ളൂ. ശാസ്ത്രത്തെ വെറുക്കുന്ന ഒരു ശാസ്ത്രകാരനാണ് നിങ്ങളെങ്കിലോ, നിങ്ങളുടെ ദൗത്യത്തിനു വേണ്ടതിൻെറ പാതി നല്കാനേ നിങ്ങൾക്കു സാധിക്കൂ. ചതുരാകാരമായ ഒരു വിടവിൻെറ വൃത്താകാരമായ അടപ്പാകാൻ ശ്രമിക്കുന്നതുകൊണ്ടുള്ള വ്യക്തിപരമായ സന്തോഷരാഹിത്യവും ലക്ഷ്യസാക്ഷാത്കാരത്തിലെ പരാജയവും ഒട്ടുംതന്നെ പുതിയതല്ല. പക്ഷേ, ഇതിന് പ്രൊഫ. ഓഡ, സുധാകർ തുടങ്ങിയവരെപ്പോലുള്ള അപവാദങ്ങൾ ഉണ്ടായിരുന്നു. ഇവർ തങ്ങളുടെ വ്യക്തിഗതസ്വഭാവസവിശേഷതകൾ, ആന്തരിക

പ്രചോദനം, ഹൃദയങ്ങളിൽ ഘനീഭവിച്ചു കിടന്നിരിക്കാനിടയുള്ള സ്വപ്നങ്ങൾ എന്നിവയെ ആധാരമാക്കിക്കൊണ്ട് തങ്ങളുടെ പ്രവൃത്തികളിൽ ഐന്ദ്രജാലികമായൊരു വ്യക്തിത്വമുദ്ര ചാർത്തിയവരാണ്. സ്വന്തം പ്രയത്നത്തിന്റെ വിജയത്തിലുണ്ടാകുന്ന നേരിയ മങ്ങൽപോലും വലിയ ദുഃഖത്തിന് കാരണമാകുംവിധം അവർ തങ്ങളുടെ ജോലികളുമായി വൈകാരികമായ ഒരു തന്മയീഭാവം പ്രാപിച്ചിരുന്നു.

ജപ്പാനിലെ ഇൻസ്റ്റിറ്റ്യൂട്ട് ഓഫ് സ്പേസ് ആൻഡ് എയ്റോനോട്ടിക്കൽ സയൻസി(ഐ എസ് എ എസ്)ലെ ഒരു എക്സ്റേ പേലോഡ് ശാസ്ത്രജ്ഞനായിരുന്നു പ്രൊഫ. ഓഡ. ബുദ്ധിതീക്ഷ്ണത പ്രസരിപ്പിക്കുന്ന നയനങ്ങളും ഉന്നത വ്യക്തിത്വവുമുള്ള ആ കുറിയ മനുഷ്യനെ ഞാൻ ഓർമ്മിക്കുന്നു. തികച്ചും ശ്ലാഘനീയമായിരുന്നു സ്വന്തം ജോലിയിലുള്ള അദ്ദേഹത്തിന്റെ ആത്മസമർപ്പണം. അദ്ദേഹം ഐ എസ് എ എസ്സിൽനിന്നും എക്സ്റേ പേലോഡുകൾ കൊണ്ടുവരുമായിരുന്നു. ഇവയെ എന്റെ സംഘം, പ്രൊഫ. യു ആർ റാവു നിർമ്മിച്ച എക്സ്റേ പേലോഡുകളുമായി ചേർത്ത് സാങ്കേതിക ക്രമീകരണങ്ങൾ നടത്തി രോഹിണി റോക്കറ്റിന്റെ അഗ്രഭാഗമായ നോസ് കോണിൽ ഘടിപ്പിക്കാൻ യോഗ്യമാക്കിത്തീർക്കും. റോക്കറ്റ് 150 കിലോമീറ്റർ ഉയരത്തിലെത്തുമ്പോൾ ഒരു ഇലക്ട്രോണിക് ടൈമർ വഴി ജ്വലനസംവിധാനം പ്രവർത്തിപ്പിച്ച് നോസ് കോണിനെ വേർപെടുത്തണം. ഇങ്ങനെയാണ് അവിടെ വെച്ചിരിക്കുന്ന എക്സ്റേ സംവേദന ഉപകരണങ്ങൾ ബഹിരാകാശത്തിലേക്ക് മിഴിതുറക്കുന്നതും താരാഗണങ്ങളിൽനിന്നുള്ള വികിരണങ്ങളെക്കുറിച്ച് വേണ്ട വിവരങ്ങൾ ശേഖരിക്കുന്നതും. പ്രൊഫ. ഓഡയും പ്രൊഫ. റാവുവും ചേർന്നാൽ അത് ധിഷണയുടെയും ആത്മസമർപ്പണത്തിന്റെയും അപൂർവമായൊരു അതുല്യ യോജിപ്പായിരുന്നു. ഒരു ദിവസം പ്രൊഫ. ഓഡയുടെ പേലോഡുകൾ എന്റെ സമയനിയന്ത്രിണിയുമായി സംയോജിപ്പിക്കാൻ ശ്രമിക്കുകയായിരുന്നു ഞാൻ. അപ്പോൾ, താൻ ജപ്പാനിൽനിന്നു കൊണ്ടുവന്ന സമയനിയന്ത്രിണി ഉപയോഗിക്കണമെന്ന് അദ്ദേഹം നിർബന്ധിച്ചു. എനിക്കവ തികച്ചും നിസ്സാരമായിട്ടാണ് കാണപ്പെട്ടതെങ്കിലും ഇന്ത്യൻ ഉപകരണം മാറ്റി ജപ്പാന്റേത് ഘടിപ്പിക്കണമെന്നതിൽ പ്രൊഫ. ഓഡ ഉറച്ചു നിൽക്കുകയാണുണ്ടായത്. അതിനു വഴങ്ങിയ ഞാൻ സമയനിയന്ത്രിണികൾ മാറ്റി. റോക്കറ്റ് വിക്ഷേപണം ഗംഭീരമായി നടക്കുകയും നിർദ്ദിഷ്ട ഉയരത്തിൽ എത്തുകയും ചെയ്തു. എന്നാൽ സമയനിയന്ത്രിണിയുടെ പ്രവർത്തനത്തകരാറുമൂലം ദൗത്യം പരാജയപ്പെട്ടു എന്നാണ് വിദൂര വിവരങ്ങൾ ശേഖരിക്കുന്ന ടെലിമെട്രി സന്ദേശങ്ങൾ സൂചിപ്പിച്ചത്. ആകെ അസ്വസ്ഥനായ പ്രൊഫ. ഓഡയുടെ കണ്ണുകളിൽ ബാഷ്പകണങ്ങൾ ഉരുണ്ടുകൂടി. അദ്ദേഹത്തിന്റെ പ്രതികരണത്തിൽ ദൃശ്യമായ വൈകാരികതീവ്രത എന്നെ ഉലച്ചു. തന്റെ ജോലിയിൽ ഹൃദയവും ആത്മാവും പൂർണ്ണസമർപ്പണം ചെയ്തിരുന്നു അദ്ദേഹം.

പേലോഡ് പ്രിപ്പറേഷൻ ലാബറട്ടറിയിലെ എന്റെ സഹപ്രവർത്തകനായിരുന്നു സുധാകർ. വിക്ഷേപണത്തിനു മുൻപുള്ള തയ്യാറെടുപ്പുകളുടെ ഭാഗമായി

ഞങ്ങൾ, അപകടസാദ്ധ്യത നിറഞ്ഞ(വെള്ളം വീണാൽ കത്തുന്ന) ലോഹമായ സോഡിയവും ഉന്നത താപജ്വലനമിശ്രിതമായ തെർമൈറ്റും ചേർത്ത് നിറയ്ക്കുകയും ദൂരെനിന്ന് അമർത്തുകയും ചെയ്യുകയായിരുന്നു. തുമ്പയിൽ സാധാരണ ഉണ്ടാകാറുള്ളതുപോലെ അന്തരീക്ഷത്തിൽ നല്ല ഈർപ്പവും കടുത്ത ഉഷ്ണവുമുള്ള ഒരു ദിവസമായിരുന്നു അത്. ആറു തവണ ഇപ്രകാരം ചെയ്തശേഷം മിശ്രിതം നല്ലവണ്ണം നിറഞ്ഞുവെന്ന് ഉറപ്പുവരുത്താനായി സുധാകറും ഞാനും പേലോഡ് മുറിയിലേക്കു പോയി. പെട്ടെന്ന് സുധാകറിൻെറ നെറ്റിയിൽനിന്നും ഒരു തുള്ളി വിയർപ്പ് സോഡിയത്തിലേക്കു വീണു. എന്താണ് സംഭവിക്കുന്നതെന്നു മനസ്സിലാക്കാനാകുംമുൻപുതന്നെ മുറിയെ പ്രകമ്പനംകൊള്ളിച്ചുകൊണ്ട് ഒരു വൻസ്ഫോടനം നടന്നുകഴിഞ്ഞിരുന്നു. ആകെ മരവിച്ചുപോയ ഏതാനും നിമിഷനേരത്തേക്ക് എന്തു ചെയ്യണമെന്ന് എനിക്ക് അറിയില്ലായിരുന്നു. ജലത്തിന് ശമിപ്പിക്കാനാകാത്ത സോഡിയത്തിൻെറ അഗ്നി കത്തിപ്പടരുകയായിരുന്നു. ഈ നാരകീയാഗ്നിയിൽ കുടുങ്ങിപ്പോയെങ്കിലും സുധാകറിൻെറ മനസ്സാന്നിദ്ധ്യം നഷ്ടപ്പെട്ടില്ല. തൻെറ വെറും മുഷ്ടി കൊണ്ട് സ്ഫടികജനൽപ്പാളികൾ ഇടിച്ചു തകർത്ത അദ്ദേഹം എന്നെ സുരക്ഷിതമായി പുറത്തേക്കെടുത്തിട്ടശേഷം സ്വയം ചാടി രക്ഷപ്പെട്ടു. കൃതജ്ഞതാനിർഭരനായ ഞാൻ സുധാകറിൻെറ രക്തമൊഴുകുന്ന കരം തഴുകി. വേദനയുടെ ഈ സമയത്തും മന്ദഹസിക്കുകയായിരുന്നു അദ്ദേഹം. അന്ന് ഉണ്ടായ ഗുരുതരമായ പൊള്ളലിൽനിന്നും സുഖം പ്രാപിക്കുവാൻ സുധാകറിന് നിരവധി ആഴ്ചകൾ ആശുപത്രിയിൽ കിടക്കേണ്ടിവന്നു.

'ടേൾസി'ൽ ഞാൻ റോക്കറ്റ് തയ്യാറാക്കൽ പ്രവർത്തനങ്ങൾ, പേലോഡ് സംയോജനം, പരിശോധന, മൂല്യനിർണ്ണയം എന്നീ കാര്യങ്ങളിലായിരുന്നു മുഴുകിയിരുന്നത്. ഇവയ്ക്കു പുറമെ പേലോഡ് ആവരണം, തെറിപ്പിക്കാവുന്ന നോസ് കോൺ തുടങ്ങിയ ഉപസംവിധാനങ്ങളുടെ ചുമതലയും ഉണ്ടായിരുന്നു. നോസ് കോണുകളുമായുള്ള ബന്ധം എന്നെ സ്വാഭാവികമായും സംയോജിത പദാർത്ഥങ്ങളുടെ മേഖലയിലേക്ക് നയിക്കുകയുണ്ടായി.

സംയോജിത വസ്തുക്കൾകൊണ്ടുള്ള വില്ലുകൾ ഇന്ത്യക്കാർ ഉപയോഗിച്ചിരുന്നതായി വിവിധ സ്ഥലങ്ങളിൽ നടത്തിയ പുരാവസ്തു ഉദ്ഖനനങ്ങൾ വ്യക്തമാക്കിയിട്ടുണ്ട്. മധ്യകാല യൂറോപ്പിൽ അവ നിർമ്മിക്കുന്നതിന് 500 വർഷങ്ങളെങ്കിലും മുൻപേ 11-ാം നൂറ്റാണ്ടിൽ തന്നെ മരം, ഞരമ്പ്, കൊമ്പ് എന്നിവ അടങ്ങിയ സംയോജിതവസ്തുക്കൾകൊണ്ടുള്ള വില്ലുകൾ ഇന്ത്യാക്കാർ നിർമ്മിച്ചിരുന്നുവെന്നത് ശ്രദ്ധേയമാണ്. നാം ആഗ്രഹിക്കുന്ന വിധത്തിലുള്ള ഘടന, താപീയ, വൈദ്യുതി, രാസ, യാന്ത്രിക ഗുണങ്ങൾ ഉള്ളതുകൊണ്ട് സംയോജിത വസ്തുക്കളുടെ വിവിധോപയോഗക്ഷമത എന്നെ ഏറെ ആകർഷിച്ചു. മനുഷ്യനിർമ്മിതമായ ഈ വസ്തുക്കളിൽ ജനിച്ച താത്പര്യം അവയെക്കുറിച്ചുള്ള എല്ലാ വിവരങ്ങളും ഒറ്റരാത്രികൊണ്ടെന്നപോലെ പഠിച്ചറിയാനുള്ള ത്വര എന്നിലുണ്ടാക്കി. തത്സംബന്ധമായ വിഷയങ്ങളെക്കുറിച്ച് കണ്ണിൽപ്പെടുന്ന ഒട്ടെല്ലാ കാര്യങ്ങളും ഞാൻ വായിക്കുമായിരുന്നു. സ്ഫടികം, കാർബൺ എന്നിവയുടെ നാരുകൾകൊണ്ട്

ബലപ്പെടുത്തിയ സംയോജിത പ്ലാസ്റ്റിക് (എഫ് ആർ പി) പദാർത്ഥങ്ങളിൽ എനിക്ക് പ്രത്യേക താത്പര്യമായി.

ഒരു അകാർബണിക (ഇനോർഗാനിക്) വസ്തുകൊണ്ടുള്ള നാര് നമുക്കാ വശ്യമുള്ള രൂപത്തിലും വലിപ്പത്തിലും ഒരു അച്ചുപോലെ നെയ്തെടുത്ത് പ്ലാസ്റ്റിക് പശകൊണ്ട് അടച്ചു ബലപ്പെടുത്തിയാണ് എഫ് ആർ പി സംയോജിത വസ്തുക്കൾ ഉണ്ടാക്കുന്നത്. 1969 ഫെബ്രുവരിയിൽ അന്നത്തെ പ്രധാനമന്ത്രി ഇന്ദിരാ ഗാന്ധി 'ടേൾസി'നെ അന്താരാഷ്ട്ര ബഹിരാകാശശാസ്ത്രസമൂഹത്തിലേക്ക് സമർപ്പിക്കാനായി തുമ്പ സന്ദർശിക്കുകയുണ്ടായി. ആ സന്ദർഭത്തിൽ ഞങ്ങളുടെ പരീക്ഷണശാലയിൽ സ്ഥാപിച്ചിരുന്നതും ഇന്ത്യയിൽ ആദ്യത്തേതുമായ നാരുകൾ ചുറ്റിയെടുക്കുന്ന യന്ത്രം (ഫിലമെൻറ് വൈൻഡിങ് മെഷീൻ) രാഷ്ട്രത്തിന് സമർപ്പിച്ചു. സി ആർ സത്യ, പി എൻ സുബ്രഹ്മണ്യൻ, എം എൻ സത്യനാരായണ എന്നിവരടങ്ങിയ എൻെറ സംഘത്തിന് ആ സംഭവം വലിയ സംതൃപ്തി നൽകി. ഞങ്ങൾ, കാന്തികസ്വാധീനമില്ലാത്ത പേലോഡ് ആവരണങ്ങൾ ഉണ്ടാക്കാനായി അതിശക്തമായ ഗ്ലാസ് ക്ലോത്ത് ലാമിനേറ്റു*കൾ നിർമ്മിക്കുകയും രണ്ടു ഘട്ടമുള്ള സൗണ്ടിങ് റോക്കറ്റിലേറ്റി പറത്തുകയും ചെയ്തു. മാത്രമല്ല, 360 മില്ലീമീറ്റർവരെ വ്യാസമുള്ള റോക്കറ്റ് മോട്ടോർ കവചങ്ങളും ഇപ്രകാരം ഞങ്ങൾ നിർമ്മിച്ച് പരീക്ഷിക്കുകയുണ്ടായി.

ക്രമേണ, എന്നാൽ പതറാതെ, രണ്ട് ഇന്ത്യൻ റോക്കറ്റുകൾ തുമ്പയിൽ പിറവിയെടുത്തു. ആകാശാധിപതിയായ ഇന്ദ്രൻെറ കൊട്ടാരംനർത്തകിമാരിൽപ്പെട്ട രോഹിണിയുടെയും മേനകയുടെയും നാമധേയങ്ങളാണ് ഇവയ്ക്കിട്ടത്. ഇനി ഇന്ത്യൻ ഉപകരണങ്ങൾ ഫ്രഞ്ച് റോക്കറ്റുകളിലേറ്റി വിക്ഷേപിക്കേണ്ടതില്ല. 'ഇൻകോസ്പാറി'ൽ പ്രൊഫ. സാരാഭായി സൃഷ്ടിച്ചെടുത്ത വിശ്വാസത്തിൻെറയും ആത്മസമർപ്പണത്തിൻേറതുമായ അന്തരീക്ഷം ഇല്ലായിരുന്നെങ്കിൽ ഇത് സാധിക്കുമായിരുന്നോ? ഓരോ വ്യക്തിയുടെയും അറിവും കഴിവും അദ്ദേഹം ശരിക്കും ഉപയോഗപ്പെടുത്തി. പ്രശ്നപരിഹാരങ്ങളിൽ താനും നേരിട്ട് ബന്ധപ്പെട്ടിരിക്കുന്നു എന്ന തോന്നൽ അദ്ദേഹം ഓരോ വ്യക്തിയിലും ഉളവാക്കുകയും ചെയ്തു. സംഘാംഗങ്ങളുടെ പങ്കാളിത്തത്താൽ ഓരോ പരിഹാരവും തനിമയുള്ളതാകുകയും മൊത്തം സംഘത്തിൻെറ വിശ്വാസം ആർജിക്കുകയും ചെയ്തു. ഇത് അവയുടെ നടപ്പാക്കൽ പ്രക്രിയയിൽ സർവരുടെയും പ്രതിബദ്ധത നേടാനും സഹായിച്ചു.

കാര്യമാത്രപ്രസക്തിയോടെ ഇടപെട്ടിരുന്ന പ്രൊഫ. സാരാഭായി ഒരിക്കലും തൻെറ ഇച്ഛാഭംഗം മറച്ചുവെച്ചിരുന്നില്ല. അദ്ദേഹം ഞങ്ങളോട് തികച്ചും സത്യസന്ധവും വസ്തുതാപരവുമായ രീതിയിലാണ് സംസാരിച്ചിരുന്നത്. ചില സമയങ്ങളിൽ അദ്ദേഹം ചില കാര്യങ്ങളെ അവ യഥാർത്ഥത്തിൽ ആയിരിക്കുന്നതിനെക്കാൾ

* സ്ഫടികനാരുകൊണ്ട് തുണിപോലെ നെയ്തെടുത്ത സ്തരങ്ങളും പ്ലാസ്റ്റിക് പശയും പല പല അടരുകളായി ചേർത്തമർത്തി നിർമ്മിക്കുന്ന അതിശക്തമായ തകിടുകൾ.

കൂടുതൽ ശോഭനമായി തോന്നിപ്പിക്കാൻ ശ്രമിക്കുന്നത് ഞാൻ കണ്ടിട്ടുണ്ട്. അങ്ങനെ അദ്ദേഹം തൻെറ മിക്കവാറും ഐന്ദ്രജാലികമായ പ്രേരണാശക്തികൊണ്ട് ഞങ്ങളെ വശീകരിച്ചുകളയും. ചിലപ്പോൾ ഞങ്ങൾ വരപ്പുമേശയ്ക്കു പിന്നിലിരിക്കുമ്പോളാകും അദ്ദേഹം വികസിതലോകത്തുനിന്നും ഒരാളെ സാങ്കേതിക കൂട്ടുകെട്ടിനായി കൊണ്ടുവരുക. ഞങ്ങളിൽ ഓരോരുത്തരുടെയും കഴിവുകളെ വികസിപ്പിച്ചെടുക്കാനായി ഞങ്ങളുടെ മുന്നിൽ വെല്ലുവിളികൾ ഉയർത്തുന്ന അദ്ദേഹത്തിൻെറ സൂക്ഷ്മബുദ്ധിയായിരുന്നു അത്.

അതേസമയം, ഏതെങ്കിലും ലക്ഷ്യങ്ങൾ നേടുന്നതിൽ ഞങ്ങൾ പരാജയപ്പെട്ടാൽപ്പോലും ചെയ്ത അത്രയും കാര്യങ്ങൾക്ക് അദ്ദേഹം പ്രശംസിക്കുമായിരുന്നു. എപ്പോഴെങ്കിലും ആരെങ്കിലും തൻെറ കാര്യശേഷിക്കും നൈപുണ്യത്തിനും അതീതമായൊരു കാര്യത്തിനായി പരിശ്രമിക്കുന്നതു കണ്ടാൽ പ്രൊഫ. സാരാഭായി, അയാൾക്ക് കുറെക്കൂടി മെച്ചപ്പെട്ട രീതിയിൽ ജോലി ചെയ്യാനാകുംവിധം സമ്മർദ്ദം കുറയ്ക്കുന്ന രീതിയിൽ പ്രവൃത്തികളെ പുനർനിർണ്ണയിച്ചു കൊടുക്കും. 'ടേൾസി'ൽ നിന്നും 1967 നവംബർ 20ന് പ്രഥമ രോഹിണി-75 റോക്കറ്റ് വിക്ഷേപിച്ച സമയമായപ്പോഴേക്കും ഞങ്ങളിൽ മിക്കവരും അവരവരുടേതായ കർമ്മപഥങ്ങളിൽ എത്തിക്കഴിഞ്ഞിരുന്നു.

അടുത്ത വർഷമാദ്യം ഒരു ദിവസം പ്രൊഫ. സാരാഭായി എന്നെ അത്യാവശ്യമായി ഡൽഹിയിൽവെച്ചു കാണണമെന്ന് ആവശ്യപ്പെട്ടു. ഇതിനകം എനിക്ക് അദ്ദേഹത്തിൻെറ പ്രവർത്തനരീതികളുമായി നല്ല പരിചയം സിദ്ധിച്ചിരുന്നു. സദാ ശുഭാപ്തിവിശ്വാസവും ഊർജ്ജസ്വലതയും നിറഞ്ഞ ഒരു വ്യക്തിയായിരുന്നു അദ്ദേഹം. അത്തരമൊരു മാനസികാവസ്ഥയിൽ ആത്മപ്രചോദനത്തിൻേറതായ പൊടുന്നനെയുള്ള വെളിപാടുകൾ സ്വാഭാവികമാണ്. ഡൽഹിയിലെത്തിയ ഞാൻ പ്രൊഫ. സാരാഭായിയുടെ സെക്രട്ടറിയുമായി ബന്ധപ്പെട്ടു. അദ്ദേഹത്തെ പുലർച്ചെ 3.30 ന് ഹോട്ടൽ അശോകയിൽവെച്ചു കാണാനാണ് എനിക്കു നിർദ്ദേശം കിട്ടിയത്. ഡൽഹി എനിക്കത്ര പരിചിതമല്ലാത്ത സ്ഥലമായതിനാലും ദക്ഷിണേന്ത്യയിലെ ഈർപ്പവും ചൂടും പരിചയിച്ച ഒരാൾക്ക് യോജിച്ച കാലാവസ്ഥയല്ലാത്തതിനാലും അത്താഴത്തിനുശേഷം ഹോട്ടലിൻെറ വിശ്രമമുറിയിൽ കാത്തിരിക്കാൻ ഞാൻ നിശ്ചയിച്ചു.

ഈശ്വരനുമായി ഒരു പ്രവൃത്തിപങ്കാളിത്തം നിലനിറുത്തുന്ന വ്യക്തി എന്ന നിലയിൽ ഞാനെന്നും ദൈവവിശ്വാസമുള്ളവനാണ്. ഏറ്റവും നന്നായി പ്രവർത്തിക്കാൻ യഥാർത്ഥത്തിൽ ഉള്ളതിനെക്കാൾ കഴിവ് വേണമെന്ന് എനിക്കറിയാമായിരുന്നു. ആകയാൽ ദൈവത്തിനുമാത്രം നല്കാനാകുന്ന സഹായം എനിക്കാവശ്യമാണ്. ഞാനെൻെറ കഴിവിൻെറ ഒരു യഥാർത്ഥ കണക്കെടുത്തു. എന്നിട്ട് അത് 50 ശതമാനം കണ്ട് ഉയർത്തി. പിന്നെ, എന്നെ പൂർണ്ണമായി ദൈവതൃക്കരങ്ങളിൽ സമർപ്പിക്കുകയും ചെയ്തു. എന്നും എനിക്കുവേണ്ട ശക്തി ഈ പങ്കാളിത്തത്തിലൂടെ ലഭിച്ചിട്ടുണ്ട്. മാത്രമല്ല, അതെന്നിലേക്ക് ഒഴുകിയെത്തുന്നതായി അനുഭവിച്ചറിയാനും സാധിക്കുന്നു. എനിക്കിന്ന് ഉറപ്പിച്ചു പറയാൻ കഴിയും, നിങ്ങളുടെ

ലക്ഷ്യങ്ങൾ നേടിയെടുക്കുവാനും സ്വപ്നങ്ങൾ സാക്ഷാൽക്കരിക്കാനും സഹായിക്കുന്ന വിധത്തിൽ ഈ ശക്തിയുടെ രൂപത്തിൽ ദൈവരാജ്യം നിങ്ങളുടെ ഉള്ളിൽത്തന്നെയുണ്ട്.

ഈ ആന്തരികശക്തിയുടെ പ്രതിപ്രവർത്തനത്തെ നിർണ്ണായകമാക്കിത്തീർക്കുന്ന വ്യത്യസ്തമായ, നിരവധി തരത്തിലും തലങ്ങളിലുമുള്ള അനുഭവങ്ങളുണ്ട്. ചിലപ്പോൾ, നാം സന്നദ്ധരാണെങ്കിൽ അവിടുന്നുമായുള്ള ഏറ്റം സൗമ്യമായൊരു സമ്പർക്കം നമ്മെ ഉൾക്കാഴ്ചയാലും വിജ്ഞാനത്താലും നിറയ്ക്കും. ഇതൊരു പക്ഷേ വരുന്നത് മറ്റൊരു വ്യക്തിയുമായുള്ള കൂടിക്കാഴ്ചയിൽനിന്നാകാം, ഒരു വാക്കിൽനിന്നോ ചോദ്യത്തിൽനിന്നോ അംഗചലനത്തിൽനിന്നോ നോക്കിൽ നിന്നുപോലുമോ ആകാം. പലപ്പോഴും ഇതൊരു പുസ്തകത്തിൽനിന്നോ സംഭാഷണത്തിൽനിന്നോ വാക്യബന്ധത്തിൽനിന്നോ കവിതയിൽനിന്നോ, എന്തിന് ഒരു ചിത്രത്തിൻെറ ദർശനത്തിൽനിന്നുപോലുമോ ആകും വരുക. യാതൊരു മുന്നറിയിപ്പുമില്ലാതെ തികച്ചും നവ്യമായ എന്തോ ഒന്ന് നിങ്ങളുടെ ജീവിതത്തിലേക്ക് തുളച്ചുകയറുന്നു. അങ്ങനെ തുടക്കത്തിലേതന്നെ ഒട്ടും ബോധപൂർവ്വമല്ലാത്ത ഒരു രഹസ്യതീരുമാനം എടുക്കുകയായി.

ഹോട്ടലിൻെറ പ്രൗഢിയെഴുന്ന വിശ്രമമുറിയിൽ ഞാനൊന്ന് കണ്ണോടിച്ചു. അടുത്തുള്ള സോഫായിൽ ആരോ ഒരു പുസ്തകംവെച്ചിട്ടുപോയിട്ടുണ്ട്. ആ തണുത്ത രാവിൻെറ മധ്യയാമത്തെ അല്പം ചൂടുള്ള ചിന്തകൾകൊണ്ട് നിറയ്ക്കാനെന്നവണ്ണം ഞാനാ പുസ്തകം കൈയിലെടുത്തു. ഇന്ന് ആ സംഭവത്തെക്കുറിച്ച് യാതൊരുവിധ സ്മരണകളും അവശേഷിപ്പിക്കാത്തവിധം ഞാനാ പുസ്തകത്തിൻെറ ഏതാനും താളുകൾ മറിക്കുകമാത്രമേ ചെയ്യുമായിരുന്നുള്ളൂ.

വ്യാപാരഭരണത്തെ (ബിസിനസ്സ് മാനേജ്മെൻറിനെ)ക്കുറിച്ചുള്ള ഏതോ ജനപ്രിയ പുസ്തകമായിരുന്നു അത്. ഞാനത് വായിക്കുകയേ ആയിരുന്നില്ല, ഓരോ ഖണ്ഡികയിലുമായി ഓടിച്ചുനോക്കി കേവലം താളുകൾ മറിച്ചു പോകുകമാത്രമായിരുന്നു. പെട്ടെന്ന് എൻെറ കണ്ണുകൾ ആ പുസ്തകത്തിലെ ഒരു ഭാഗത്ത് ഉടക്കി—ജോർജ് ബർണാഡ്ഷായുടെ ഒരു ഉദ്ധരണിയായിരുന്നു അത്. അതിൻെറ സാരാംശം ഇതായിരുന്നു: വിവേകികളായ എല്ലാ മനുഷ്യരും ലോകത്തോട് സ്വയം രമ്യപ്പെട്ടുപോകും. എന്നാൽ ചുരുക്കം ചില അവിവേകികളാകട്ടെ ലോകത്തെ തന്നോട് രഞ്ജിപ്പിക്കാനാകും ശ്രമിക്കുക. ലോകത്തിൻെറ സർവ പുരോഗതിയും ആശ്രയിച്ചിരിക്കുന്നത് ഈ അവിവേകികളിലും അവരുടെ നവീനവും പലപ്പോഴും നാട്ടുനടപ്പിനിണങ്ങാത്തതുമായ പ്രവൃത്തികളിലുമാണ്.

ബർണാഡ്ഷായുടെ വാക്യം മുതൽ ഞാനാ പുസ്തകം വായിച്ചു തുടങ്ങി. വ്യവസായത്തിലും വ്യാപാരത്തിലും നൂതനത്വം കൊണ്ടുവരുന്നതു സംബന്ധിച്ച ആശയങ്ങളെയും പ്രവർത്തനങ്ങളെയും ചുഴ്ന്നു നില്ക്കുന്ന ചില ഐതിഹ്യങ്ങളെ(മിത്തുകളെ) വിവരിക്കുകയാണ് ഗ്രന്ഥകാരൻ. തന്ത്രപ്രധാനമായ ആസൂത്രണം സംബന്ധിച്ച ഐതിഹ്യത്തെക്കുറിച്ച് ഞാൻ വായിച്ചു, 'വിസ്മയനീയ

മല്ലാത്ത' ഒറ്റപ്പെട്ട ഫലങ്ങളെ വർദ്ധിപ്പിക്കാൻ ഗണ്യമായ തോതിലുള്ള തന്ത്രപരവും സാങ്കേതികവുമായ ആസൂത്രണത്തിന് കഴിയും എന്നൊരു പൊതുവിശ്വാസമുണ്ട്. എന്നാൽ ഒരു പ്രോജക്ട് മാനേജർ അനിശ്ചിതത്വവും സന്ദിഗ്ദ്ധതയും നിറഞ്ഞ സാഹചര്യങ്ങളിൽ ജീവിക്കാൻ നിർബന്ധമായും പഠിച്ചിരിക്കണമെന്ന അഭിപ്രായക്കാരനാണ് ഗ്രന്ഥകർത്താവ്. കൃത്യമായി ഗണിച്ചെടുക്കാനുള്ള ശേഷിയിലാണ് സാമ്പത്തികവിജയത്തിൻെറ താക്കോൽ കുടികൊള്ളുന്നത് എന്നതൊരു അന്ധവിശ്വാസമാണെന്ന് (മിത്താണെന്ന്) അദ്ദേഹം കരുതുന്നു. ഈ അന്ധവിശ്വാസത്തെ ഖണ്ഡിക്കാൻ അദ്ദേഹം ജനറൽ ജോർജ് പാറ്റണെ ഉദ്ധരിച്ചിട്ടുണ്ട്: ഒരു സമ്പൂർണ്ണ പദ്ധതി അടുത്തയാഴ്ച നടപ്പാക്കുന്നതിനേക്കാൾ എന്തുകൊണ്ടും മെച്ചം ഒരു നല്ല പദ്ധതി അതിശക്തമായി ഇന്നുതന്നെ നടപ്പാക്കുന്നതായിരിക്കും. വൻ വിജയങ്ങൾ നേടാൻ ഒരുവൻ ഉന്നത മികവിനുവേണ്ടി യത്നിക്കണമെന്നത് കേവലമൊരു ഐതിഹ്യം മാത്രമാണെന്ന് ഗ്രന്ഥകാരൻ വിശ്വസിക്കുന്നു. ഉന്നത മികവ് ഉണ്ടാക്കൽ കടലാസിൽ മാത്രമേ വിജയിക്കുകയുള്ളൂ, യഥാർത്ഥലോകത്തിൽ അത് പിന്നീട് അനിവാര്യമായും പരാജയപ്പെടുന്നു എന്നാണ് പുസ്തകം പറയുന്നത്.

എന്നെ സംബന്ധിച്ചായാലും പ്രൊഫ. സാരാഭായിയെ സംബന്ധിച്ചായാലും, രണ്ടു മണിക്കൂർ കഴിഞ്ഞുള്ള ഒരു കൂടിക്കാഴ്ചയ്ക്കായി അർദ്ധരാത്രിക്കുശേഷം ഒരു മണിക്ക് ഒരു ഹോട്ടലിൻെറ വിശ്രമമുറിയിൽ കാത്തിരിക്കുക എന്നത് യുക്തിപൂർവമായ ഒരു കാര്യമല്ലതന്നെ. പക്ഷേ, പ്രൊഫ. സാരാഭായി എന്നും തൻെറ സ്വഭാവത്തിൽ യാഥാസ്ഥിതികവിരുദ്ധമായ ശക്തമായൊരു ഘടകം എന്നും കാണിച്ചിട്ടുണ്ട്. അദ്ദേഹം എന്തായാലും ഈ രാജ്യത്തിലെ ബഹിരാകാശഗവേഷണത്തെ വിജയകരമായ രീതിയിൽ നയിക്കുകയായിരുന്നു, അതും കുറച്ച് ആളുകളും കൂടുതൽ ജോലിഭാരവുമായി.

പെട്ടെന്ന്, എൻെറ എതിർവശമുള്ള സോഫായിൽ മറ്റൊരാൾ വന്നിരിക്കുന്നതായി എനിക്കു തോന്നി. വളരെ ബുദ്ധിവൈശിഷ്ട്യം തോന്നിക്കുന്നതും പരിഷ്കൃതഭാവങ്ങളുള്ളതുമായൊരു ദൃഢഗാത്രനായിരുന്നു അയാൾ. എന്നെപ്പോലെ അലസമായതായിരുന്നില്ല, തികച്ചും ആഢ്യത്വം സ്ഫുരിക്കുന്നതായിരുന്നു ആ വ്യക്തിയുടെ വസ്ത്രധാരണം. അർദ്ധരാത്രിയിലെ ആ സമയത്തും തികച്ചും ഉണർവും ഉന്മേഷവുമുള്ള ഒരു വ്യക്തി.

അദ്ദേഹത്തെ ചുഴ്ന്നുനിന്ന ഏതോ ഒരു ആകർഷണവലയം നൂതനാശയങ്ങളെക്കുറിച്ചൊക്കെയുള്ള എൻെറ ചിന്തകളെ പാളം തെറ്റിച്ചു. പിന്നെ എനിക്കെൻെറ കൈയിലുണ്ടായിരുന്ന പുസ്തകത്തിലേക്ക് വീണ്ടും ഉൾവലിയാൻ കഴിയുംമുൻപേ പ്രൊഫ. സാരാഭായി എന്നെ സ്വീകരിക്കാൻ തയ്യാറായിരിക്കുന്നു എന്ന അറിയിപ്പു കിട്ടി. പുസ്തകം ഞാൻ എടുത്തയിടത്തുതന്നെ തിരികെവെച്ചു. അപ്പോൾ എൻെറ എതിർവശത്തിരുന്ന വ്യക്തിയെക്കൂടി അകത്തേക്കു വിളിച്ചത് എന്നെ അത്ഭുതപ്പെടുത്തി. ആരായിരിക്കാം ഇദ്ദേഹം? എൻെറ സംശയത്തിന് ഉത്തരം കിട്ടാൻ വൈകിയില്ല. ഇരിക്കുംമുൻപേതന്നെ പ്രൊഫ. സാരാഭായി

ഞങ്ങളിരുവരെയും പരസ്പരം പരിചയപ്പെടുത്തി. വ്യോമസേനാ ആസ്ഥാനത്തു നിന്നുമുള്ള ഗ്രൂപ്പ് ക്യാപ്റ്റൻ വി എസ് നാരായണനായിരുന്നു അദ്ദേഹം.

ഞങ്ങൾക്കിരുവർക്കും കാപ്പി കൊണ്ടുവരാൻ പറഞ്ഞിട്ട്, സൈനികവിമാനങ്ങൾക്ക് പറന്നുയരാനുള്ള ഒരു റോക്കറ്റ് അധിഷ്ഠിത സംവിധാനം (റോക്കറ്റ് അസിസ്റ്റഡ് ടേക്ക് ഓഫ് സിസ്റ്റം—'റാറ്റോ') വികസിപ്പിച്ചെടുക്കാനുള്ള തൻെറ പദ്ധതി പ്രൊഫ. സാരാഭായി വെളിപ്പെടുത്തി. ഹിമാലയപർവതമേഖലയിലെ ഹ്രസ്വമായ റൺവേകളിൽനിന്നും യുദ്ധവിമാനങ്ങൾക്ക് കുതിച്ചുയരാൻ ഇത് സഹായിക്കും. ലഘുസംഭാഷണങ്ങൾക്കിടയിൽ ചൂടുകാപ്പി വന്നു. പ്രൊഫ. സാരാഭായിയെ സംബന്ധിച്ചിടത്തോളം തികച്ചും നൈസർഗ്ഗികമല്ലായിരുന്നു ഇത്. കാപ്പി കുടിച്ചു കഴിഞ്ഞപ്പോൾ പ്രൊഫ. സാരാഭായി എഴുന്നേറ്റു; ഡൽഹിയുടെ പ്രാന്തപ്രദേശത്തുള്ള തിൽപ്പട്ട് റേഞ്ചിലേക്ക് തന്നെ അനുഗമിക്കുവാൻ ഞങ്ങളോടാവശ്യപ്പെട്ടു. വിശ്രമമുറിയിലൂടെ കടന്നുപോകവേ ആ പുസ്തകം വെച്ചു പോന്ന സോഫായിലേക്ക് ഞാനൊന്ന് കണ്ണോടിച്ചു. ആ പുസ്തകം അവിടെ ഉണ്ടായിരുന്നില്ല.

റേഞ്ചിലേക്ക് ഒരു മണിക്കൂർ യാത്ര ഉണ്ടായിരുന്നു. പ്രൊഫ. സാരാഭായി ഞങ്ങൾക്ക് ഒരു റഷ്യൻ 'റാറ്റോ' കാണിച്ചുതന്നു. 'ഇതിൻെറ മോട്ടോറുകൾ ഞാൻ റഷ്യയിൽനിന്നും സംഘടിപ്പിച്ചുതന്നാൽ നിങ്ങൾക്കിത് പതിനെട്ടു മാസം കൊണ്ട് പൂർത്തിയാക്കാൻ കഴിയുമോ?'' പ്രൊഫ. സാരാഭായി ഞങ്ങളോട് ചോദിച്ചു: "ഉവ്വ്, ഞങ്ങൾക്കു കഴിയും." ഗ്രൂപ്പ് ക്യാപ്റ്റൻ വി എസ് നാരായണനും ഞാനും ഏതാണ്ട് ഒരേ സമയംതന്നെ മറുപടി നല്കി. അതു കേട്ട് വികസിച്ച പ്രൊഫ. സാരാഭായിയുടെ മുഖത്ത് ഞങ്ങളുടെ ആവേശം പ്രതിഫലിച്ചു. ഞാനൊരിക്കൽ വായിച്ചത് അപ്പോൾ അനുസ്മരിച്ചു: 'നടന്നു വരാൻ അവിടുന്ന് നിൻെറമേൽ പ്രകാശം ചൊരിയും.'

ഞങ്ങളെ തിരികെ ഹോട്ടൽ അശോകയിൽ വിട്ടിട്ട് പ്രൊഫ. സാരാഭായി പ്രധാനമന്ത്രി നെഹ്രുവുമൊത്തുള്ള ഒരു പ്രാതൽ കൂടിക്കാഴ്ചയ്ക്കായി പോയി. അന്നു വൈകുന്നേരംതന്നെ, മികവുറ്റ സൈനികവിമാനങ്ങളെ ചെറുദൂരം മാത്രം ഓടിക്കൊണ്ട് ഉയർന്നു പൊങ്ങാൻ സഹായിക്കുന്ന ഒരു സംവിധാനം തദ്ദേശീയമായി വികസിപ്പിച്ചെടുക്കാൻ തീരുമാനിച്ചതായും അതിനുള്ള പ്രോജക്ടിൻെറ മേധാവിയായി എന്നെ നിയമിച്ചതായുമുള്ള വാർത്ത പരസ്യമായി വന്നു. സന്തോഷം, കൃതജ്ഞത, ഒരുതരം സാഫല്യബോധം എന്നിങ്ങനെ വ്യത്യസ്ത വികാരങ്ങൾ എന്നിൽ വന്നു നിറഞ്ഞു. പത്തൊമ്പതാം നൂറ്റാണ്ടിലെ അധികമറിയപ്പെടാത്ത ഒരു കവിയുടെ ഈ വരികൾ എൻെറ മനസ്സിലൂടെ കടന്നുപോയി:

"നിങ്ങളുടെ എല്ലാ ദിനങ്ങൾക്കും വേണ്ടി തയ്യാറെടുക്കുക
എല്ലാറ്റിനെയും ഒരുപോലെ എതിരേല്ക്കുക
നിങ്ങളൊരു അടികല്ലായാൽ സഹിക്കുക
നിങ്ങളൊരു ചുറ്റികയായാൽ അടിക്കുക."

ചില പ്രതികൂല സാഹചര്യങ്ങളിൽ പറന്നുപൊങ്ങേണ്ട വിമാനങ്ങൾക്ക് റൺവേയിലൂടെയുള്ള ഓട്ടത്തിൽ അധികതള്ളൽ നൽകാൻ വേണ്ടിയാണ് 'റാറ്റോ' മോട്ടോറുകൾ ഘടിപ്പിക്കുന്നത്. സ്ഫോടനങ്ങളിൽ ഭാഗികമായി തകർന്ന റൺവേകൾ, വളരെ ഉയർന്ന വ്യോമതാവളങ്ങൾ, നിശ്ചിത അളവിലും കൂടുതൽ ഭാരം വഹിക്കേണ്ട സാഹചര്യങ്ങൾ, വളരെ ഉയർന്ന അന്തരീക്ഷ താപനില തുടങ്ങിയ പ്രതികൂലാവസ്ഥകളിൽ ഈ സംവിധാനം ഏറെ സഹായകരമാണ്. ഇന്ത്യൻ വ്യോമസേനയ്ക്ക് തങ്ങളുടെ എസ്-22, എച്ച് എഫ്-24 വിമാനങ്ങൾക്കായി ധാരാളം 'റാറ്റോ' മോട്ടോറുകൾ അത്യാവശ്യമായിരുന്നു.

തിൽപ്പട്ട് റേഞ്ചിൽ ഞങ്ങളെ കാണിച്ചു തന്ന റഷ്യൻ 'റാറ്റോ' മോട്ടോറിന് 3,000 കിലോഗ്രാമിൻെറ തള്ളൽ (ത്രസ്റ്റ്) ശക്തിയും, ആകെ ഒരു ഹ്രസ്വകാലയളവിലേക്ക് സെക്കൻഡിൽ 24,500 കിലോഗ്രാം വരുന്ന കുതിപ്പുശക്തി(ഇംപൾസ്)യും നല്കാനും കഴിവുള്ളതായിരുന്നു. ഉരുക്കു കവചമുള്ള ഇരട്ട ഇന്ധന അറയോടു കൂടിയ അതിന് 220 കിലോഗ്രാം ഭാരവും ഉണ്ടായിരുന്നു. ഞങ്ങളുടെ വികസന പ്രവർത്തനങ്ങൾ സ്പേസ് സയൻസ് ആൻഡ് ടെക്നോളജി സെൻററിൽവെച്ച് ഡിഫൻസ് റിസർച്ച് ആൻഡ് ഡെവലപ്മെൻറ് ഓർഗനൈസേഷൻ (ഡി ആർ ഡി ഒ), എച്ച് എ എൽ, ഡി റ്റി ഡി &പി (വ്യോമം), വ്യോമസേനാ ആസ്ഥാനം എന്നിവയുടെ സഹായത്തോടെയാണ് ചെയ്യേണ്ടിയിരുന്നത്.

ലഭ്യമായ സാധ്യതകളെ വിശദമായി വിശകലനം ചെയ്തശേഷം മോട്ടോർ കവചമായി സ്ഫടികനാര്(ഫൈബർഗ്ലാസ്) ഉപയോഗിക്കാമെന്നു നിശ്ചയിച്ചു. വർദ്ധിതമായ കുതിപ്പ് നല്കാനും ഇന്ധനം പൂർണ്ണമായി വിനിയോഗിക്കാൻ പോന്ന അധികജ്വലനസമയം ലാഭിക്കാനും വേണ്ടി ഒരു സംയുക്ത ഇന്ധനം ഉപയോഗിക്കാനും ഞങ്ങൾ തീരുമാനിച്ചു. അധിക സുരക്ഷിതത്വ ഉപാധിയെന്ന നിലയിൽ, സാധാരണ മർദത്തിൻെറ ഇരട്ടിയിലധികം മർദ്ദം ഏതെങ്കിലും കാരണവശാൽ ജ്വലന അറയിൽ വന്നാൽ കീറിപ്പിളർന്നു പോകുന്ന ഒരു സുരക്ഷാതകിട് (ഡയഫ്രം) ക്രമീകരിച്ചുവെക്കാനും ഞാൻ നിശ്ചയിച്ചു.

'റാറ്റോ' വികസന പ്രവർത്തനവേളയിൽ ശ്രദ്ധേയമായ രണ്ട് സംഭവവികാസങ്ങൾ ഉണ്ടായി. പ്രൊഫ. സാരാഭായി തയ്യാറാക്കിയ, രാജ്യത്തെ ബഹിരാകാശ ഗവേഷണത്തെക്കുറിച്ചുള്ള ഒരു ദശവത്സര രൂപരേഖയായിരുന്നു ആദ്യത്തേത്. തൻെറ സഹപ്രവർത്തകർ നടപ്പാക്കാനായി ഒരു മേധാവി നൽകിയ കേവലമൊരു പ്രവർത്തനപദ്ധതിയായിരുന്നില്ല ആ രൂപരേഖ. പ്രത്യുത, ചർച്ചകൾക്കുശേഷം പിന്നീടൊരു സമഗ്രപരിപാടിയായി രൂപപ്പെടുത്താവുന്ന ഒരു വിഷയാവതരണ പ്രബന്ധമായിരുന്നു അത്. യഥാർത്ഥത്തിൽ, തൻെറ രാജ്യത്തിലെ ബഹിരാകാശ ഗവേഷണ പ്രവർത്തനവുമായി ഗാഢാനുരാഗത്തിലായ ഒരു വ്യക്തിയുടെ പ്രണയാർദ്രമായ പ്രകടനപത്രികയായി ഞാനതിനെ കണ്ടു.

ഇൻകോസ്പാറിൽ ജനിച്ച ആശയങ്ങളെ മുഖ്യമായും കേന്ദ്രീകരിച്ചുള്ളതായിരുന്നു ആദ്യ പദ്ധതി. ടെലിവിഷൻ സംപ്രേഷണം, വികസനോന്മുഖവിദ്യാഭ്യാസം, കാലാവസ്ഥാ നിരീക്ഷണം, പ്രകൃതിവിഭവ വിനിയോഗത്തിനായുള്ള വിദൂരസംവേ

ദനം (റിമോട്ട് സെൻസിങ്) എന്നിവയ്ക്കായി ഉപഗ്രഹങ്ങളെ ഉപയോഗിക്കുന്ന കാര്യം അതിൽ ഉൾപ്പെടുത്തിയിരിക്കുന്നു. ഇതിനോടൊപ്പം ഉപഗ്രഹവിക്ഷേപണ വാഹനങ്ങളുടെ വികസനവും വിക്ഷേപണവും കൂടി ചേർത്തിരുന്നു.

ആദ്യകാലങ്ങളിൽ മുന്നിട്ടുനിന്നിരുന്ന അന്താരാഷ്ട്ര സഹകരണത്തെ പിന്നിലേക്കു മാറ്റി സ്വയംപര്യാപ്തതയ്ക്കും തദ്ദേശീയ സാങ്കേതികവിദ്യകൾക്കും ഈ പദ്ധതിയിൽ ഊന്നൽ നൽകിയിരുന്നു. ഭാരം കുറഞ്ഞ ഉപഗ്രഹങ്ങളെ ഉയരം കുറഞ്ഞ ഭൗമഭ്രമണപഥത്തിൽ എത്തിക്കാൻ കഴിവുള്ള ഒരു വിക്ഷേപണ വാഹനത്തിന്റെ സാക്ഷാത്കാരം, ഇന്ത്യൻ ഉപഗ്രഹങ്ങളെ കേവലം പരീക്ഷണ ശാലാമാതൃകകൾ എന്നതിൽ നിന്ന് ബഹിരാകാശപേടകങ്ങളാക്കിത്തീർക്കൽ, (ഉപഗ്രഹത്തെ കൂടുതൽ ഉയരത്തിലെത്തിക്കാനും സ്ഥാനഭേദം വരുത്താനു മൊക്കെയുള്ള) അപ്പോജിയും, ബൂസ്റ്റർ മോട്ടോറുകളും, (യന്ത്രത്തിന്റെ സംവേഗം നിലനിറുത്താനുള്ള ചക്രമായ) മോമെൻറം വീൽ, സൗരഫലകങ്ങളെ വിന്യസി ക്കാനുള്ള യന്ത്രം എന്നീ ഉപസംവിധാനങ്ങളെ വികസിപ്പിച്ചെടുക്കൽ എന്നിവയെ പ്പറ്റിയും ഈ പദ്ധതിയിൽ പറഞ്ഞിരുന്നു. കൂടാതെ ബഹിരാകാശേതര ഉപയോ ഗങ്ങൾക്കായി സാങ്കേതികവിദ്യയിൽ നിന്നും ഉരുത്തിരിഞ്ഞു വരാൻ സാധ്യ തയുള്ള (വിമാനത്തിന്റെ ചലനാവസ്ഥ അറിയാനുള്ള ഉപകരണമായ) ജൈറോ കൾ, (ചലനത്തെയും മർദത്തെയുമൊക്കെ വൈദ്യുത സ്പന്ദനങ്ങളായി മാറ്റുന്ന) ട്രാൻസ്ഡ്യൂസറുകൾ, (വിദൂര അളവെടുപ്പുകൾക്കുള്ള) ടെലിമെട്രി, പശകൾ, (പ്ലാസ്റ്റിക്കിന്റേയും മറ്റും അടിസ്ഥാനവസ്തുവായ) പോളിമറുകൾ തുടങ്ങിയ ധാരാളം ഉല്പന്നങ്ങളുടെ വികസനവും വാഗ്ദാനം ചെയ്യപ്പെട്ടിരുന്നു. സർവോപരി, വൈവിധ്യമാർന്ന ശാസ്ത്രസാങ്കേതിക രംഗങ്ങളിലുള്ള ഗവേഷണ വികസനപ്രവർ ത്തനങ്ങളെ പിന്തുണയ്ക്കാൻ കഴിവുള്ള അടിസ്ഥാന സൗകര്യങ്ങളെക്കുറിച്ചുള്ള സ്വപ്നവും ഉണ്ടായിരുന്നു അതിൽ.

പ്രതിരോധമന്ത്രാലയത്തിൽ ഒരു മിസ്സൈൽ സമിതി രൂപീകരിച്ചതായിരുന്നു രണ്ടാമത്തെ സംഭവം. നാരായണനെയും എന്നെയും അതിലെ അംഗങ്ങളാക്കി. നമ്മുടെ സ്വന്തം രാജ്യത്ത് മിസ്സൈലുകൾ നിർമ്മിക്കുക എന്ന ആശയം ആവേശ ജനകമായിരുന്നു. അങ്ങനെ ഞങ്ങൾ വിവിധ വികസിതരാജ്യങ്ങളുടെ മിസ്സൈ ലുകളെപ്പറ്റി പഠിക്കാൻ നിരവധി മണിക്കൂറുകൾ ചെലവാക്കി.

ടാക്റ്റിക്കൽ മിസ്സൈലും സ്ട്രാറ്റജിക് മിസ്സൈലും തമ്മിലുള്ള വ്യത്യാസം മിക്കപ്പോഴും വളരെ നേർത്തതായിരിക്കും. 'സ്ട്രാറ്റജിക്' എന്നതുകൊണ്ട് അർത്ഥ മാക്കുന്നത് മിസ്സൈൽ ആയിരക്കണക്കിന് കിലോമീറ്റർ പറക്കും എന്നാണ്. യുദ്ധ ത്തിൽ ഈ പദം ഉപയോഗിക്കുന്നത് മിസ്സൈൽ പോകുന്ന ദൂരം എന്നതിനേക്കാൾ ലക്ഷ്യം ഏതു തരത്തിലുള്ളതാണെന്നു സൂചിപ്പിക്കുവാനാണ്. ശക്തിപ്രയോഗത്തി നെതിരെ സൈനികശക്തിയുടെമേൽ നടത്തുന്ന പ്രത്യാക്രമണങ്ങൾക്കോ, ആൾ സ്വത്തുനാശങ്ങൾക്കെതിരെ സമൂഹത്തിന്മേൽ—സാരാംശത്തിൽ അർത്ഥമാക്കു ന്നത് ശത്രുനഗരങ്ങളെന്നാണ്—നടത്തുന്ന പ്രത്യാക്രമണങ്ങൾക്കോ, ആയി ശത്രു വിന്റെ മർമ്മപ്രധാനമായ സ്ഥലങ്ങളേ പ്രഹരിക്കുന്നവയാണ് സ്ട്രാറ്റജിക് മിസ്സൈലുകൾ.

കരയിലോ കടലിലോ ആകാശത്തോ ഇവ മൂന്നിലും കൂടിയോ നടക്കുന്ന ഒരു സംഘട്ടനത്തിൽ സ്വാധീനിക്കുന്നതിന് ശത്രുസങ്കേതത്തിൽ പ്രയോഗിക്കുന്ന വയാണ് 'ടാക്റ്റിക്കൽ' ആയുധങ്ങൾ. അമേരിക്കൻ വ്യോമസേനയുടെ ഭൗമവിക്ഷേപണ ടോമാഹാക് മിസ്സൈൽ ഏതാണ്ട് 3,000 കിലോമീറ്റർ ദൂരപരിധിയുള്ളതായിട്ടുപോലും ടാക്റ്റിക്കൽ രീതിയിൽ ഉപയോഗപ്പെടുത്തിയതോടെ ഈ വിഭജനം അർത്ഥശൂന്യമായിക്കഴിഞ്ഞു. എന്നാൽ അക്കാലത്ത്, 1,500 നോട്ടിക്കൽ മൈൽ അഥവാ 2,780 കിലോമീറ്റർ പരിധിയുള്ള മധ്യദൂര ബാലിസ്റ്റിക് മിസ്സൈലുകൾ (ഐ ആർ ബി എം), ഇതിനേക്കാൾ ദൂരം പോകുന്ന ഭൂഖണ്ഡാന്തര ബാലിസ്റ്റിക് മിസ്സൈലുകൾ (ഐ സി ബി എം) എന്നിവയുടെ പര്യായമായിരുന്നു സ്ട്രാറ്റജിക് മിസ്സൈലുകൾ.

ഗ്രൂപ്പ് ക്യാപ്റ്റൻ നാരായണന് തദ്ദേശീയ നിയന്ത്രിത മിസ്സൈലുകളോട് അവാച്യമായൊരു അഭിനിവേശംതന്നെ ഉണ്ടായിരുന്നു. റഷ്യൻ മിസ്സൈൽ വികസനപദ്ധതിയുടെ അതിശക്തമായ സമീപനത്തിൻെറ വലിയൊരു ആരാധകനായിരുന്നു അദ്ദേഹം. "അവർക്കത് അവിടെ ചെയ്യാമെങ്കിൽ നമുക്കിവിടെ എന്തുകൊണ്ട് ആയിക്കൂടാ? മിസ്സൈൽ സാങ്കേതികവിദ്യാവികസന പരിപാടിക്കു വേണ്ടിയുള്ള എല്ലാ കളമൊരുക്കലുകളും ബഹിരാകാശഗവേഷണം വഴി നടന്നുകഴിഞ്ഞിട്ടുള്ളതല്ലേ?" എന്നു ചോദിച്ച് നാരായണൻ എന്നെ കുത്തിയിളക്കുക പതിവായിരുന്നു.

1962ലും 1965ലും നടന്ന രണ്ടു യുദ്ധങ്ങളും നല്കിയ കയ്പേറിയ പാഠങ്ങൾ, സൈനിക യന്ത്ര ഉപകരണങ്ങളുടെയും ആയുധ സന്നാഹങ്ങളുടെയും കാര്യത്തിൽ സ്വയംപര്യാപ്തത നേടുകയല്ലാതെ നിവൃത്തിയില്ല എന്ന സ്ഥിതിയിൽ ഇന്ത്യൻ നേതൃത്വത്തെ എത്തിച്ചിരുന്നു. നമ്മുടെ തന്ത്രപ്രധാനമായ സ്ഥലങ്ങളെ സംരക്ഷിക്കുവാനായി യു എസ് എസ് ആറിൽനിന്നും ധാരാളം ഭൗമ ആകാശ മിസ്സൈലുകൾ ('സാം') കിട്ടിയിരുന്നു. ഈ മിസ്സൈലുകൾ നമ്മുടെ രാജ്യത്തുതന്നെ ഉണ്ടാക്കുന്നതിനുവേണ്ടി ഗ്രൂപ്പ് ക്യാപ്റ്റൻ നാരായണൻ ആവേശപൂർവം വാദിക്കുകയുണ്ടായി.

'റാറ്റോ' മോട്ടോർ, മിസ്സൈൽ സമിതി എന്നിവയ്ക്കായി ഒരുമിച്ചു പ്രവർത്തിക്കുന്ന വേളകളിൽ നാരായണനും ഞാനും ഗുരുവിൻെറയും ശിഷ്യൻെറയും സ്ഥാനങ്ങൾ ആവശ്യാനുസരണം പരസ്പരം മാറിമാറി കൈകാര്യം ചെയ്യുമായിരുന്നു. റോക്കറ്റ് സാങ്കേതികവിദ്യയെക്കുറിച്ച് അറിയാൻ അങ്ങേയറ്റം തത്പരനായിരുന്നു അദ്ദേഹം. ഞാനാകട്ടെ ആകാശായുധസംവിധാനങ്ങളെക്കുറിച്ച് ഏറെ ജിജ്ഞാസുവും. നാരായണൻെറ ബോധ്യങ്ങളുടെ ആഴവും പ്രായോഗിക ശക്തിയും ആവേശജനകമായിരുന്നു. പ്രൊഫ. സാരാഭായിയുമൊത്ത് പുലർച്ചയ്ക്കു മുൻപേ തിൽപ്പട്ട് റേഞ്ചിൽ നടത്തിയ ആ സന്ദർശനദിവസംമുതൽക്കുതന്നെ നാരായണൻ തൻെറ 'റാറ്റോ' മോട്ടോറിൻെറ കാര്യത്തിൽ തിരക്കിട്ട പണിതുടങ്ങി. ആവശ്യമുള്ള എന്തും, ചോദിക്കുന്നതിനുമുൻപേ അദ്ദേഹം തയ്യാറാക്കിയിരുന്നു. പദ്ധതിക്കായി 75 ലക്ഷം രൂപയുടെ ഒരു ഫണ്ടു നീക്കിവയ്ക്കലും മുൻകൂട്ടി കാണാത്ത

ചെലവുകൾക്കായുള്ള ഉറപ്പും അദ്ദേഹം നേടിയെടുക്കുകയുണ്ടായി. “എന്താണു വേണ്ടതെന്ന് താങ്കൾ പറയുക, ഞാനത് കൊണ്ടുവന്നു തരാം. പക്ഷേ, സമയം മാത്രം ചോദി ക്കരുത്.” അദ്ദേഹം പറഞ്ഞു. ചിലപ്പോഴൊക്കെ ഞാനദ്ദേഹത്തിൻെറ അക്ഷമതയെ കളിയാക്കി. എന്നിട്ട് റ്റി. എസ്. എലിയറ്റിൻെറ ‘പൊള്ളമനുഷ്യർ’ എന്ന കൃതിയിൽ നിന്ന് ഈ വരികൾ വായിച്ചു കേൾപ്പിക്കുകയും ചെയ്തിട്ടുണ്ട്:

“ആശയത്തിനും സൃഷ്ടിക്കുമിടയിൽ,
ആവേശത്തിനും പ്രതികരണത്തിനുമിടയിൽ
വീഴുന്നിതാ നിഴൽ.”

അക്കാലത്ത് പ്രതിരോധ ഗവേഷണവും വികസനവും മിക്കവാറും ഇറക്കുമതി ഉപകരണങ്ങളെ ആശ്രയിച്ചുള്ളതായിരുന്നു. തദ്ദേശീയമായിട്ട് ഒന്നുംതന്നെ ലഭ്യമല്ലെന്ന അവസ്ഥ. ആകയാൽ ഞങ്ങളൊരുമിച്ച് നീണ്ട ഒരു പട്ടിക ഉണ്ടാക്കുകയും ഒരു ഇറക്കുമതിപദ്ധതി തയ്യാറാക്കുകയും ചെയ്തു. പക്ഷേ, എന്നെയത് വല്ലാതെ അസന്തുഷ്ടനാക്കി. ഇതിനൊരു പരിഹാരമോ മറ്റു വഴിയോ ഇല്ലേ? ‘സ്ക്രൂ ഡ്രൈവർ ടെക്നോളജി’യുമായി കാലം കഴിക്കാൻ വിധിക്കപ്പെട്ടതാണോ ഈ രാജ്യം? ഇന്ത്യയെപ്പോലൊരു ദരിദ്രരാജ്യത്തിന് ഇമ്മാതിരി വികസനരീതി താങ്ങാൻ കഴിയുമോ?

ഒരു ദിവസം ഞാൻ വൈകി ജോലിചെയ്തുകൊണ്ടിരിക്കുമ്പോൾ—‘റാറ്റോ’ പദ്ധതികൾ ഏറ്റെടുത്തതിനുശേഷം ഇതൊരു പതിവായിരുന്നു—ജയചന്ദ്രബാബു എന്ന യുവസഹപ്രവർത്തകൻ വീട്ടിലേക്ക് തിരിക്കുന്നത് കാണാനിടയായി. ബാബു അവിടെ വന്നിട്ട് കുറച്ചു മാസങ്ങൾ മാത്രമേ ആയിരുന്നുള്ളൂ. ശുഭാപ്തിവിശ്വാസിയും സ്പഷ്ടമായി കാര്യങ്ങൾ പറയുന്ന ഒരു ചെറുപ്പക്കാരനെന്നും മാത്രമേ അദ്ദേഹത്തെക്കുറിച്ച് എനിക്ക് അറിയാമായിരുന്നുള്ളൂ. ഞാനദ്ദേഹത്തെ എൻെറ ഓഫീസിലേക്ക് വിളിച്ചിട്ട് ചില ചിന്തകൾ പങ്കുവെച്ചു. “താങ്കൾക്കെന്തെങ്കിലും നിർദ്ദേശങ്ങൾ വെയ്ക്കാനുണ്ടോ?” ഞാൻ ചോദിച്ചു. അല്പനേരം നിശ്ശബ്ദനായി നിന്ന ബാബു എൻെറ ചോദ്യത്തിന് ഉത്തരം നല്കുന്നതിനുള്ള ഒരുക്കത്തിനായി അടുത്ത സായാഹ്നംവരെ സമയം ചോദിച്ചിട്ടുപോയി.

അടുത്ത ദിവസം വൈകുന്നേരം നിശ്ചിതസമയത്തിനു മുൻപുതന്നെ ബാബു കടന്നു വന്നു. അദ്ദേഹത്തിൻെറ മുഖം പ്രത്യാശയാൽ തിളങ്ങി. “നമുക്കത് ചെയ്യാം സർ! ഇറക്കുമതികളൊന്നും കൂടാതെ നമുക്ക് ‘റാറ്റോ’ സംവിധാനം ഉണ്ടാക്കാം. സാധനങ്ങൾ വാങ്ങുന്നതിലും ഉപകരാറുകൾ കൊടുക്കുന്നതിലും നമ്മുടെ സ്ഥാപനത്തിലുള്ള വ്യവസ്ഥിതിപരമായ അയവില്ലായ്മമാത്രമാണ് ഇതിനുള്ള തടസ്സം. ഇറക്കുമതി ഒഴിവാക്കാനുള്ള രണ്ട് സുപ്രധാന കാര്യങ്ങളും ഇവയാണുതാനും.” അദ്ദേഹം ഏഴ് നിർദ്ദേശങ്ങൾ വെച്ചു, അഥവാ ഏഴു കാര്യങ്ങളിലുള്ള സ്വാതന്ത്ര്യം ചോദിച്ചു—സാമ്പത്തിക അംഗീകാരങ്ങൾക്ക് അധികാര ശ്രേണി മുഴുവൻ കയറിയിറങ്ങുന്നതിനുപകരം ഒരൊറ്റ വ്യക്തിയുടെ തീർപ്പ്, ജോലിചെയ്യുന്ന ഏവർക്കും സ്ഥാനവ്യത്യാസമില്ലാതെ വിമാനയാത്ര നടത്താനുള്ള അനുമതി, ഒരു വ്യക്തിയോടുമാത്രമുള്ള ബാദ്ധ്യത, ചരക്കുകൾ വ്യോമമാർഗ്ഗം

കൊണ്ടുവരൽ, സ്വകാര്യമേഖലയ്ക്ക് ഉപകരാറുകൾ കൊടുക്കൽ, സാങ്കേതിക താരതമ്യത്തെ ആധാരമാക്കിയുള്ള ഓർഡർ കൊടുക്കൽ, കാലദൈർഘ്യം കൂടാതെയുള്ള കണക്കു ശരിപ്പെടുത്തൽ എന്നിവ.

യാഥാസ്ഥിതിക പ്രവണതയുള്ള സർക്കാർ സംവിധാനങ്ങളിൽ ഈ ആവശ്യങ്ങൾ കേൾക്കപ്പെടാതെപോയി. എങ്കിലും അദ്ദേഹത്തിൻെറ നിർദ്ദേശങ്ങളുടെ പ്രായോഗികത എനിക്ക് ദൃശ്യമായിരുന്നു. 'റാറ്റോ' പദ്ധതി ഒരു പുതിയ കളിയാണ്, ആകയാൽ തികച്ചും പുതിയതായ ഒരുകൂട്ടം നിയമങ്ങൾ അനുസരിച്ച് അതു കളിക്കുന്നതിൽ യാതൊരു തെറ്റുമില്ല. ഒരു രാത്രി മുഴുവൻ ഞാൻ ബാബുവിൻെറ നിർദ്ദേശങ്ങളുടെ വിവിധ വശങ്ങൾ വിശദമായി താരതമ്യംചെയ്തു പഠിച്ചശേഷം അവ പ്രൊഫ. സാരാഭായിയുടെ മുൻപിൽ സമർപ്പിക്കാൻ തീരുമാനിച്ചു. ഭരണപരമായ ഉദാരവത്കരണത്തിനുവേണ്ടിയുള്ള എൻെറ വാദവും അതിനു പിന്നിലുള്ള ഗുണവശങ്ങളും ശ്രദ്ധിച്ച പ്രൊഫ. സാരാഭായി രണ്ടാമതൊരു ചിന്ത കൂടാതെ ആ നിർദ്ദേശങ്ങൾ അംഗീകരിച്ചു.

വലിയ പണച്ചെലവുള്ള വികസനജോലികളിൽ ഒരു വ്യാപാരബുദ്ധി കാണിക്കേണ്ടതിൻെറ പ്രാധാന്യം തൻെറ നിർദ്ദേശങ്ങളിലൂടെ ബാബു ചൂണ്ടിക്കാട്ടിയിരുന്നു. നിലവിലുള്ള പ്രവർത്തനസാഹചര്യങ്ങളിൽ കാര്യങ്ങൾ ത്വരിതപ്പെടുത്തണമെങ്കിൽ നിങ്ങൾ കൂടുതൽ ആളുകളെയും സാധനങ്ങളും പണവും തുറക്കേണ്ടിവരും. നിങ്ങൾക്കത് ചെയ്യാൻ സാധിക്കുന്നില്ലെങ്കിൽ നിങ്ങളുടെ പരിമാണങ്ങൾ മാറ്റുക! സഹജമായിത്തന്നെ ഒരു ബിസിനസ് വാസനയുണ്ടായിരുന്ന ആ ചെറുപ്പക്കാരൻ—ബാബു—ഏറെക്കാലം ഞങ്ങളുടെകൂടെ ഉണ്ടായിരുന്നില്ല. കൂടുതൽ സമൃദ്ധവും ഹരിതാഭവുമായ മേച്ചിൽപ്പുറങ്ങൾതേടി അദ്ദേഹം ഐ എസ് ആർ ഒ വിട്ട് നൈജീരിയയിലേക്കു പോയി. പണ ഇടപാടുകളിൽ ബാബുവിനുണ്ടായിരുന്ന സാമാന്യബുദ്ധി എനിക്കൊരിക്കലും മറക്കാനാകുകയില്ല.

'റാറ്റോ' മോട്ടോർ കവചനിർമ്മാണത്തിനായി സ്ഫടികതന്തുക്കളും ഇപ്പോക്സി (പ്ലാസ്റ്റിക് പശ)യും ചേർത്തുള്ള സംയോജിതവസ്തുകൊണ്ടുള്ള ഘടനയാണ് ഞങ്ങൾ സ്വീകരിച്ചത്. അതുപോലെ, ഉന്നതോർജ്ജമുള്ള ഒരു മിശ്രിത ഇന്ധനവും ഞങ്ങൾ ഉപയോഗിച്ചു. യഥാർത്ഥ സമയത്തെ ആധാരമാക്കിയുള്ള, സംഭവാധിഷ്ഠിത ജ്വലനതെറിപ്പിക്കൽ സംവിധാനവും തയ്യാറാക്കി. വിമാനത്തിൽ നിന്നും വാതകധാരയെ (ജെറ്റിനെ) വ്യതിചലിപ്പിക്കുവാൻ തക്കവിധമുള്ള ചരിവുള്ളതരം ബഹിർഗമനക്കുഴലും (നോസിലും) രൂപകല്പന ചെയ്തിരുന്നു. പദ്ധതിക്ക് തുടക്കംകുറിച്ചതിൻെറ 12-ാം മാസത്തിൽ ഞങ്ങൾ 'റാറ്റോ'യുടെ സ്ഥിര സ്ഥിതിയിലുള്ള പ്രഥമ പരീക്ഷണം നടത്തി. അടുത്ത നാലു മാസംകൊണ്ട് ഇതേ രീതിയിൽ 64 പരീക്ഷണങ്ങൾകൂടി ചെയ്തു. ഞങ്ങൾ, കേവലം ഇരുപതോളം എൻജിനീയർമാർ മാത്രമാണ് ഈ പ്രോജക്ടിൽ പ്രവർത്തിച്ചിരുന്നത്.

6

ഭാവിയിൽ ഉപഗ്രഹ വിക്ഷേപണവാഹനം (എസ്എൽവി) നിർമ്മിക്കുക എന്ന ആശയവും ഇതിനോടകം രൂപം കൊണ്ടിരുന്നു. തനതായ ബഹിരാകാശ സാങ്കേതികവിദ്യകൾ വികസിപ്പിച്ചെടുത്താൽ ഉണ്ടാക്കാവുന്ന സാമ്പത്തികവും സാമൂഹികവുമായ മെച്ചങ്ങളെക്കുറിച്ച് തികച്ചും ബോധവാനായിരുന്നു സാരാഭായി. ആകയാൽ 1969-ൽ അദ്ദേഹമൊരു തീരുമാനമെടുത്തു: കൃത്രിമോപഗ്രഹ നിർമ്മാണ, വിക്ഷേപണരംഗങ്ങളിൽ സ്വാശ്രയത്വം കൈവരിക്കാനുള്ള യജ്ഞം പൂർണതോതിൽത്തന്നെ മുന്നോട്ടു കൊണ്ടുപോകുക. മാത്രമല്ല, വൻ റോക്കററുകൾ വിക്ഷേപിക്കാനുള്ള സൗകര്യപ്രദമായൊരു സ്ഥലം കണ്ടെത്തുന്നതിനായി ഇന്ത്യയുടെ പൂർവതീരങ്ങളിൽ നടത്തിയ ഒരു വ്യോമ നിരീക്ഷണത്തിന് വ്യക്തിപരമായിത്തന്നെ അദ്ദേഹം മുന്നിട്ടിറങ്ങുകയും ചെയ്തു.

പടിഞ്ഞാറുനിന്നും കിഴക്കോട്ടുള്ള ഭൂമിയുടെ ഭ്രമണത്തെ പൂർണമായും അനുഗുണമാക്കി മാററാൻ പ്രൊഫ. സാരാഭായി പൂർവതീരങ്ങളിൽ ശ്രദ്ധ കേന്ദ്രീകരിച്ചിരുന്നു. അങ്ങനെ ചെന്നൈ നഗരത്തിൽനിന്നും നൂറു കിലോമീററർ വടക്കുമാറി സ്ഥിതിചെയ്യുന്ന ശ്രീഹരിക്കോട്ട ദ്വീപ് അദ്ദേഹം കണ്ടെത്തി. 'ഷാർ' (SHAR) റോക്കററ് വിക്ഷേപണകേന്ദ്രത്തിൻെറ പിറവി അങ്ങനെയായിരുന്നു. തീരത്തോടു ചേർന്ന് ചന്ദ്രക്കലയുടെ രൂപത്തിൽ കിടന്നിരുന്ന ആ ദ്വീപിന് എട്ടു കിലോമീറററാണ് പരമാവധി വീതി. വിസ്തൃതി കണക്കാക്കിയാൽ ചെന്നൈ നഗരത്തോളം വലുതാണ്. ദ്വീപിൻെറ പടിഞ്ഞാറെ അതിരിലായി ബക്കിങ്ഹാം തോടും പുലിക്കട്ട് തടാകവും സ്ഥിതിചെയ്യുന്നു.

ഞങ്ങൾ 1968-ൽ ഇന്ത്യൻ റോക്കററ് സൊസൈററിക്ക് രൂപം നൽകി. താമസിയാതെ, ഇന്ത്യൻ നാഷണൽ സയൻസ് അക്കാദമി(ഐ എൻ എസ് എ)യുടെ കീഴിൽ ഒരു ഉപദേശകസമിതിയായി 'ഇൻകോസ്പാർ' പുനഃസംഘടിപ്പിക്കപ്പെട്ടു. യഥാർത്ഥ ബഹിരാകാശ ഗവേഷണങ്ങൾക്കായി അണുശക്തി വകുപ്പിൻെറ (ഡി എ ഈ) കീഴിൽ ഇന്ത്യൻ സ്പേസ് റിസർച്ച് ഓർഗനൈസേഷനും (ഐ എസ് ആർ ഒ) രൂപവൽകൃതമായി.

ഇതേസമയം പ്രൊഫ. സാരാഭായി തൻെറ 'ഇന്ത്യൻ എസ് എൽ വി' എന്ന സ്വപ്നം സാക്ഷാത്കരിക്കുന്നതിനായി ഒരുകൂട്ടം ആളുകളെ തിരഞ്ഞെടുത്തിരുന്നു. അതിലെ ഒരു പ്രോജക്ട് ലീഡർ സ്ഥാനത്തേക്ക് എന്നെ തിരഞ്ഞെടുത്തത് ഒരു ഭാഗ്യമായി ഞാൻ കരുതുന്നു. മാത്രമല്ല, എസ് എൽ വി യുടെ നാലാം ഘട്ടം രൂപകല്പന ചെയ്യാനുള്ള അധികച്ചുമതലയും അദ്ദേഹം എനിക്കു

നല്കി. ഡോ. വി ആർ ഗൊവാരിക്കർ, എം ആർ കുറുപ്പ്, എ ഇ മുത്തുനായകം എന്നിവർക്ക് മററു മൂന്നു ഘട്ടങ്ങളുടെയും രൂപകല്പനയുടെ ചുമതല നൽകി.

മഹത്തായ ഈ ദൗത്യത്തിനായി ഞങ്ങളെ കുറച്ചുപേരെ തിരഞ്ഞെടുക്കാൻ പ്രൊഫ. സാരാഭായിയെ പ്രേരിപ്പിച്ചത് എന്തായിരിക്കാം? ബന്ധപ്പെട്ട മേഖലയിലെ വിദഗ്ധരെന്ന പശ്ചാത്തലമാകാം ഒന്ന്. സംയുക്ത ഇന്ധനങ്ങളുടെ കാര്യത്തിൽ ഡോ. ഗൊവാരിക്കർ ശ്രദ്ധേയമായ പ്രവർത്തനംതന്നെ നടത്തുന്നുണ്ടായിരുന്നു. എം ആർ കുറുപ്പാകട്ടെ ഇന്ധനങ്ങൾ, കുതിപ്പ്, ജ്വലനവിദ്യകൾ എന്നിവയിൽ ആഴത്തിലുള്ള പഠനം നടത്താനായി മികവാർന്നൊരു പരീക്ഷണശാല സ്ഥാപിച്ച വ്യക്തിയാണ്. മുത്തുനായകമാണെങ്കിൽ ഉന്നതോർജ്ജ ഇന്ധനങ്ങളുടെ കാര്യത്തിൽ കഴിവു തെളിയിച്ച വ്യക്തിയും. വിവിധ സങ്കേതങ്ങൾ സമന്വയിക്കുന്ന നാലാംഘട്ടത്തിന് തികച്ചും നവീനമായ നിരവധി നിർമ്മാണവിദ്യകൾ ആവിഷ്കരിക്കേണ്ടിയിരുന്ന സംയുക്തഘടനയാകയാലാകണം എന്നെയും സംഘത്തിലേക്ക് കൊണ്ടുവന്നത്.

ഉചിതമായ ഏകദേശ സാദൃശ്യം, സംഭ്രമരഹിതമായ പിന്തുണ എന്നീ രണ്ട് പാറകളിന്മേൽ ഞാനെൻെറ നാലാം ഘട്ടത്തിൻെറ അസ്തിവാരമിട്ടു. എന്തു കാര്യത്തിലായാലും പരിപൂർണത പ്രാപിക്കുന്നതിൻെറ വില കനത്തതാണെന്ന് അറിയാമായിരുന്നതിനാൽ അറിവുനേടലിൻെറ ഭാഗമായി തെററുകൾ സംഭവിക്കുന്നത് അനുവദിച്ചിരുന്നു. പരിപൂർണതയേക്കാൾ അല്പം ധീരതയും സ്ഥൈര്യവുമാണ് ഞാൻ ഇഷ്ടപ്പെടുന്നത്. എൻെറ സംഘാംഗങ്ങൾക്ക് ഓരോ ചുവടുവയ്പിലും ഉണ്ടാകുന്നത് വിജയമായാലും പരാജയമായാലും അവയെ തികഞ്ഞ ജാഗ്രതയോടെ നിരീക്ഷിച്ച് അറിവുനേടുന്നതിന് ഞാനെപ്പോഴും പിന്തുണ നൽകി.

എൻെറ സംഘത്തിൽ ഓരോ ചെറിയ ഘട്ടത്തിലും ഓരോ പുരോഗതിയും അംഗീകരിക്കപ്പെടുകയും സ്ഥിരീകരിക്കപ്പെടുകയും ചെയ്തു. നാലാം ഘട്ടത്തെക്കുറിച്ച് സഹപ്രവർത്തകർക്ക് ആവശ്യമായ എല്ലാ വിവരവും ശേഖരിക്കാൻ ഞാൻ വഴിതുറന്നു കൊടുത്തിരുന്നെങ്കിലും പിന്തുണയുടെ സ്രോതസ്സും സഹായകനുമായി എനിക്ക് കൂടുതൽ സമയം ചെലവഴിക്കാനാകുകയില്ലെന്ന് ഞാൻ മനസ്സിലാക്കി. എൻെറ സമയവിനിയോഗരീതിയിൽ എന്തെങ്കിലും പിശകുണ്ടോ എന്ന് ഞാൻ സംശയിച്ചു. ഈ ഘട്ടത്തിൽ പ്രശ്നം ശരിയായവിധത്തിൽ എനിക്കു ചൂണ്ടിക്കാണിച്ചുതരാൻ കഴിവുള്ള ഒരു ഫ്രഞ്ച് സന്ദർശകനെ ഒരു ദിവസം പ്രൊഫ. സാരാഭായി കൊണ്ടുവന്നു. ഫ്രാൻസിൽ ഞങ്ങളുടേതിന് സമാന സ്ഥാപനമായ 'സെൻട്രെ നാഷണാലേ ദെ എററ്യൂദെസ് സ്പാഷ്യാലെസി'ൻെറ (സി എൻ ഇ എസ്) അധ്യക്ഷനായ പ്രൊഫ. കൂരിയനായിരുന്നു ആ വ്യക്തി. അക്കാലത്ത് അവർ 'ഡയമണ്ട്' എന്ന പേരിലുള്ള വിക്ഷേപണ വാഹനങ്ങൾ വികസിപ്പിച്ചു കൊണ്ടിരിക്കുകയായിരുന്നു. തികഞ്ഞൊരു വിദഗ്ദ്ധനായിരുന്നു പ്രൊഫ. കൂരിയൻ. പ്രൊഫ. സാരാഭായിയും പ്രൊഫ. കൂരിയനും ചേർന്ന് എന്നെ ഒരു ലക്ഷ്യനിർണ്ണയത്തിന് സഹായിച്ചു. അത് നേടിയെടുക്കാനുള്ള മാർഗ്ഗങ്ങൾ

ചർച്ചചെയ്യവേ ഭാവിയിൽ ഉണ്ടായേക്കാവുന്ന പരാജയസാധ്യതകളെപ്പറ്റിയും അന്നു മുതൽ സൂചന നൽകി. പ്രൊഫ. കൂരിയൻെറ തികച്ചും രചനാത്മകമായ ഉപദേശങ്ങളിലൂടെ ഞാൻ എൻെറ 'നാലാംഘട്ട'ത്തിൻെറ പ്രശ്നങ്ങളെക്കുറിച്ച് കൂടുതൽ ബോധവാനായിക്കൊണ്ടിരിക്കവേ പ്രൊഫ. സാരാഭായിയുടെ ഇട പെടൽ 'ഡയമണ്ട്' പ്രോഗ്രാമിലെ തൻെറ പുരോഗതിയെക്കുറിച്ച് വീണ്ടും വീണ്ടും വിശദീകരിക്കാൻ കൂരിയനെ പ്രേരിപ്പിച്ചു.

കാര്യമായ വെല്ലുവിളികളൊന്നുമില്ലാത്ത ചെറിയ ചെറിയ ജോലികളിൽ നിന്നൊക്കെ എന്നെ ഒഴിവാക്കിയിട്ട് വലിയ നേട്ടങ്ങൾ കൈവരിക്കാൻ ഉതകുന്ന അവസരങ്ങൾ കൂടുതലായി കൊടുക്കണമെന്ന് പ്രൊഫ. സാരാഭായിയെ പ്രൊഫ. കൂരിയൻ ഉപദേശിക്കുകയുണ്ടായി. തൻെറ 'ഡയമണ്ടി'ൻെറ നാലാംഘട്ടം ഇവിടെ നിർമിക്കാമോ എന്ന് ആരായുവാൻ തക്കവിധം ഞങ്ങളുടെ തികച്ചും നന്നായി ആസൂത്രണം ചെയ്ത പരിശ്രമം അദ്ദേഹത്തിന് അത്യന്തം ഇഷ്ടപ്പെട്ടു. അതു കേട്ട പ്രൊഫ. സാരാഭായിയുടെ ചുണ്ടുകളിൽ അഭിമാനത്തിൻേറതായ ഒരു നിഗൂഢ മന്ദസ്മിതം മിന്നിമറഞ്ഞത് ഞാൻ ഓർമ്മിക്കുന്നു.

യഥാർത്ഥത്തിൽ എസ് എൽ വി യുടെയും ഡയമണ്ടിൻെറയും വ്യോമ ഘടനകൾ പരസ്പരം യോജിക്കാത്തവയായിരുന്നു. ഇരുവാഹനങ്ങളുടെയും വ്യാസങ്ങൾക്ക് വലിയ വ്യത്യാസം ഉണ്ടായിരുന്നതിനാൽ ഒരു പരസ്പരബന്ധം വരുത്താൻ കുറെ മൗലികമായ നവീനതകൾ ആവിഷ്കരിക്കേണ്ടതുണ്ടായിരുന്നു. എവിടെനിന്ന് തുടങ്ങണമെന്ന് ഞാൻ വിസ്മയിച്ചു. ആകയാൽ പ്രശ്നപരിഹാര ത്തിനായി എൻെറതന്നെ സഹപ്രവർത്തകരിലേക്കു തിരിയാൻ ഞാൻ തീരു മാനിച്ചു. അവരുടെ ദൈനംദിന പ്രവർത്തനങ്ങളിൽ നിരന്തര പരീക്ഷണത്തിനാ യുള്ള ത്വര പ്രതിഫലിക്കുന്നുണ്ടോ എന്ന് ഞാൻ എപ്പോഴും നിരീക്ഷിക്കുമായി രുന്നു. അല്പമെങ്കിലും കഴിവുകാണിക്കുന്ന ആരോടും സംസാരിക്കുകയും അവരെ ശ്രവിക്കുകയും ചെയ്യാൻ ഞാൻ തുടങ്ങി. ഇതിനെ ഒരുതരം നിഷ്കളങ്കത യായി എടുത്തുകാട്ടിക്കൊണ്ട് ചില സുഹൃത്തുക്കൾ എനിക്ക് മുന്നറിയിപ്പു നല്കുകകൂടി ചെയ്തു. അഞ്ചോ പത്തോ ദിവസങ്ങൾക്കുള്ളിൽ ശരിയായ തുടർ നടപടികൾ എടുക്കണമെന്ന് അഭ്യർത്ഥിച്ചുകൊണ്ടുള്ള കുറിപ്പുകൾ സ്വന്തം കൈപ്പടയിൽ എഴുതി, സാങ്കേതിക, രൂപകല്പനാ വിഭാഗങ്ങളിലെ സഹപ്രവർത്ത കർക്ക് കൊടുക്കുക, അവരുടെ വ്യക്തിപരമായ നിർദ്ദേശങ്ങളെക്കുറിച്ച് കണിശമായ കുറിപ്പുകൾ തയ്യാറാക്കുക എന്നിവ ഞാൻ ഒരിക്കലും തെറ്റാത്ത പതിവാക്കി.

ഈ രീതി വിസ്മയകരമാംവിധം നന്നായി ഫലിച്ചു. യൂറോപ്പിൽ ഇതേ പണി ചെയ്തിരുന്നവർ മൂന്നു വർഷംകൊണ്ട് കിണഞ്ഞു നേടിയത് ഞങ്ങൾ ഒരൊററ വർഷംകൊണ്ട് കരസ്ഥമാക്കിയെന്ന് പുരോഗതിവിലയിരുത്തൽവേളയിൽ പ്രൊഫ. കൂരിയൻ സാക്ഷ്യപ്പെടുത്തി. അധികാരശ്രേണിയിൽ മുകളിലും കീഴിലു മുള്ളവരുമായി ചേർന്ന് ഓരോരുത്തരും ജോലിയെടുത്തതാണ് ഞങ്ങളുടെ ഗുണ വശം എന്ന് അദ്ദേഹം എടുത്തു പറഞ്ഞു. സംഘം ആഴ്ചയിൽ ഒരിക്കലെങ്കിലും യോഗം ചേരണമെന്ന ഒരു ചിട്ടതന്നെ ഞാൻ വച്ചിരുന്നു. സമയവും ഊർജ്ജവും

ചെലവഴിക്കേണ്ടിവന്നുവെങ്കിലും ഇത് അനിവാര്യമാണെന്ന് കരുതി.

ഒരു നേതാവിന്റെ മികവ് എത്രത്തോളമുണ്ടാകും? ഒരു പ്രോജക്ടിലെ പൂർണ്ണപങ്കാളികളെന്ന നിലയിൽ തന്റെ സഹപ്രവർത്തകർ കാണിക്കുന്ന സമർപ്പണമനോഭാവം, ആത്മാർത്ഥത എന്നിവയേക്കാൾ ഒട്ടും കൂടുതലാകുക യില്ല അത്! കൊച്ചുകൊച്ചു വിജയങ്ങൾ, അനുഭവങ്ങൾ, സദ്ഫലങ്ങൾ എന്നി ങ്ങനെ ഏതു നിസ്സാര കാര്യങ്ങളും പരസ്പരം പങ്കുവയ്ക്കാൻ ഞാനവരെ ഒരു മിച്ചുകൂട്ടി. ഇതിന് എന്റെ സമയവും കഴിവുമെല്ലാം പൂർണമായി സമർപ്പിക്കു ന്നത് തികച്ചും ഉചിതമാണെന്ന് ഞാൻ കരുതി. ആ പ്രതിജ്ഞാബദ്ധതയ്ക്കും സംഘചൈതന്യത്തിനും വിലയായി നല്കേണ്ടിവന്നത് ചെറിയൊരു കാര്യം മാത്ര മായിരുന്നു — സഹപ്രവർത്തകരിലുള്ള വിശ്വാസം. എന്റെ ആ ചെറിയ സംഘ ത്തിൽ നല്ല നേതൃത്വശേഷിയുള്ള പലരെയും ഞാൻ കണ്ടെത്തി. ഏതു തലത്തിലും നേതാക്കൾ ഉണ്ടെന്ന് ഞാൻ മനസ്സിലാക്കി. ഞാൻ പഠിച്ച സുപ്രധാനമായൊരു മാനേജ്മെന്റ് പാഠമായിരുന്നു അത്.

ഇതിനകം 'ഡയമണ്ടി'ന്റെ വ്യോമഘടനയ്ക്കൊത്തവിധം എസ് എൽ വി യുടെ നാലാംഘട്ടത്തെ ഞങ്ങൾ പുതുക്കിയിരുന്നു. നാനൂറ് മില്ലീമീറ്റർ വ്യാസവും 250 കിലോഗ്രാം ഭാരവുമുള്ള ഒരു ഘടനയിൽനിന്നും 650 മില്ലീമീറ്റർ വ്യാസവും 600 കിലോഗ്രാം ഭാരവുമുള്ള മറ്റൊരു ഘടനയാക്കി ഞങ്ങളതിനെ മാറ്റി. അങ്ങനെ രണ്ടു വർഷം നീണ്ട തപസ്യയുടെ അന്ത്യത്തിൽ സാങ്കേതികവിദ്യ സി എൻ ഇ എസ്സിനു കൈമാറാൻ തയ്യാറെടുക്കുമ്പോൾ ഫ്രഞ്ചുകാർ തങ്ങളുടെ 'ഡയമണ്ട് ബിസി' പരിപാടി പൊടുന്നനേ ഉപേക്ഷിച്ചു. ഞങ്ങൾ തയ്യാറാക്കിയ നാലാംഘട്ടം തങ്ങൾക്കിനി ആവശ്യമില്ലെന്ന് അവർ അറിയിക്കുകയും ചെയ്തു. എനിക്ക് വലിയൊരു ആഘാതമായിരുന്നു അത്. ഡെറാഡൂണിൽവച്ച് വ്യോമസേനയിൽ ചേരാനുള്ള അവസരം നഷ്ടപ്പെട്ടപ്പോഴും ബാംഗ്ലൂരിൽ എ ഡി ഇ യിൽവച്ച് 'നന്ദി' പ്രോജക്ട് പാളിയപ്പോഴും തോന്നിയ അതേ ഇച്ഛാഭംഗം എന്നെ ബാധിച്ചു.

'ഡയമണ്ട്' റോക്കറ്റിലേറ്റി പറത്താനനുയോജ്യമാക്കാൻ നാലാം ഘട്ടത്തിന്റെ രൂപകല്പനയിൽ ഞാൻ വലിയ പ്രതീക്ഷകൾ അർപ്പിക്കുകയും ഏറെ പ്രയത്നം നടത്തുകയും ചെയ്തിരുന്നു. അതേസമയം മറ്റു മൂന്നു ഘട്ടങ്ങളുടെ വികസനം കുറഞ്ഞത് അഞ്ചു വർഷമെങ്കിലും അകലെയായിരുന്നു. റോക്കറ്റിന്റെ കുതിപ്പു സംബന്ധമായ ഗവേഷണങ്ങൾ പൂർത്തിയാക്കാൻ ഭീമമായ ജോലികൾ ചെയ്യേണ്ടി യിരുന്നു എന്നതാണ് അതിനു കാരണം. ഏതായാലും ഡയമണ്ട് ബിസി മൂലമു ണ്ടായ ഇച്ഛാഭംഗം എന്നെ ദീർഘകാലത്തേക്ക് അലട്ടിയില്ല. എന്തൊക്കെയാ യാലും ഈ പ്രോജക്ടിലെ ജോലി ഞാൻ ശരിക്കും ആസ്വദിച്ചിരുന്നു. തക്ക സമയ ത്തുതന്നെ, ഡയമണ്ട് ബിസി നാലാംഘട്ടം എന്നിൽ സൃഷ്ടിച്ച ശൂന്യത നിക ത്താൻ എന്നവണ്ണം 'റാറ്റോ' എത്തി.

റാറ്റോ പ്രോജക്ട് നടന്നുകൊണ്ടിരിക്കുമ്പോൾത്തന്നെ എസ് എൽ വി യും സാവകാശം രൂപംകൊണ്ടുതുടങ്ങിയിരുന്നു. ഇപ്പോഴേക്കും ഒരു വിക്ഷേപണ വാഹനത്തിന്റെ എല്ലാ പ്രധാന സംവിധാനങ്ങൾക്കും വേണ്ട ശേഷി തുമ്പയിൽ

സജ്ജമായി. തങ്ങളുടെ അതുല്യമായ പ്രവർത്തനമികവിലൂടെ വസന്ത് ഗൊവാരിക്കർ, എം.ആർ. കുറുപ്പ്, മുത്തുനായകം എന്നിവർ 'ടേൾസി'നെ റോക്കറ്റ് മേഖലയിൽ വലിയൊരു കുതിച്ചുചാട്ടത്തിനായി ഒരുക്കി.

നല്ലൊരു പ്രവർത്തനസംഘത്തെ വാർത്തെടുക്കുക എന്ന കലയിൽ തികച്ചുമൊരു മാതൃകാപുരുഷനായിരുന്നു പ്രൊഫ. സാരാഭായി. ഒരു സന്ദർഭത്തിൽ, എസ് എൽ വി ക്കു വിദൂരകല്പനകൾ നല്കാൻ കെല്പുള്ള ഒരു സംവിധാനം രൂപപ്പെടുത്താൻ കഴിവുള്ള വ്യക്തിയെ അദ്ദേഹത്തിന് തിരഞ്ഞെടുക്കേണ്ടതുണ്ടായിരുന്നു. അതിന് അനുയോജ്യരായ രണ്ടു വ്യക്തികൾ അന്നുണ്ടായിരുന്നു. പരിചയസമ്പന്നനും വിദഗ്ധനുമായ യു ആർ റാവുവും പരീക്ഷണനിപുണനെങ്കിലും അത്രയ്ക്കൊന്നും അറിയപ്പെടാത്ത ജി മാധവൻനായരും. മാധവൻനായരുടെ അർപ്പണബോധത്തിലും കഴിവുകളിലും എനിക്ക് അഗാധമായ മതിപ്പുണ്ടായിരുന്നുവെങ്കിലും അദ്ദേഹത്തെ തെരഞ്ഞെടുക്കാൻ സാധ്യത കുറവാണ് എന്നായിരുന്നു ഞാൻ കരുതിയത്. ഒരിക്കൽ തൻെറ പതിവുസന്ദർശനം നടത്തുകയായിരുന്നു പ്രൊഫ. സാരാഭായി. അന്ന് മാധവൻനായർ, താൻ കരുതിക്കൂട്ടി സജ്ജമാക്കിയതല്ലെങ്കിലും തികച്ചും ആശ്രയയോഗ്യമായ ഒരു വിദൂരകല്പന നല്കൽ സംവിധാനം ധൈര്യപൂർവം അദ്ദേഹത്തിനു മുൻപിൽ പ്രവർത്തിപ്പിച്ചു കാണിച്ചു കൊടുത്തു. പരിചയസമ്പന്നനായ ഒരു വിദഗ്ധനുപകരം ഈ യുവഗവേഷകനെ തിരഞ്ഞെടുക്കാൻ പ്രൊഫ. സാരാഭായിക്ക് അധികസമയം വേണ്ടിവന്നില്ല. മാധവൻനായർ അദ്ദേഹത്തിൻെറ പ്രതീക്ഷയ്ക്കൊത്ത് ഉയർന്നു എന്നു മാത്രമല്ല അതിനപ്പുറം പോകുകകൂടി ചെയ്തു. ഈ ശാസ്ത്രജ്ഞൻ പിന്നീട് 'പോളാർ സാറ്റലൈറ്റ് ലോഞ്ച് വെഹിക്കിളിൻെറ (പി എസ് എൽ വി) പ്രോജക്ട് ഡയറക്ടറായി.

എസ് എൽ വിയെയും മിസ്സൈലിനെയും മച്ചുനന്മാരായി കണക്കാക്കാം. രൂപസങ്കല്പത്തിലും ഉദ്ദേശത്തിലും തികച്ചും വ്യത്യസ്തമാണെങ്കിലും ഇവരിരുവരും റോക്കറ്റ് വിദ്യയിലെ ഏകകുലജാതരാണ്. അക്കാലത്ത് ഹൈദരാബാദിലെ ഡി ആർ ഡി ഒ യുടെ ഡിഫൻസ് റിസർച്ച് ആൻറ് ഡെവലപ്മെൻറ് ലാബററ്ററി ഒരു വൻ മിസ്സൈൽ വികസനപദ്ധതി ഏറ്റെടുത്തു നടത്തുന്നുണ്ടായിരുന്നു. ഭൂതലത്തിൽനിന്നും ആകാശത്തിലേക്ക് തൊടുത്തുവിടാവുന്ന ഈ മിസ്സൈൽ വികസന പദ്ധതി ചൂടുപിടിച്ചതോടെ മിസ്സൈൽ സമിതി യോഗങ്ങളും ഗ്രൂപ്പ് ക്യാപ്റ്റൻ നാരായണനുമായുള്ള എൻെറ കൂടിക്കാഴ്ചകളും ഏറിവന്നു.

പ്രൊഫ. സാരാഭായി 1968-ലെ തൻെറ പതിവുസന്ദർശനങ്ങളിലൊന്നിൽ തുമ്പയിലെത്തി. റോക്കറ്റുകളുടെ അഗ്രഭാഗമായ നോസ്കോണിനെ തള്ളുവാനുള്ള സംവിധാനം ഞങ്ങൾ അദ്ദേഹത്തിന് കാട്ടിക്കൊടുത്തു. ഞങ്ങളുടെ പ്രവർത്തനഫലങ്ങൾ പ്രൊഫ. സാരാഭായിയുമായി പങ്കുവയ്ക്കുവാൻ എന്നത്തെയും പോലെ ഉത്സുകരായിരുന്നു അന്നും ഞങ്ങൾ. ഒരു സമയനിർണ്ണയ പരിപഥം വഴിയുള്ള അതിൻെറ ജ്വലനസംവിധാനം ഔപചാരികമായി ഉദ്ഘാടനം ചെയ്യാൻ ഞങ്ങൾ അദ്ദേഹത്തോട് അഭ്യർത്ഥിച്ചു. അദ്ദേഹം ഒരു പുഞ്ചിരിയോടെ ബട്ടൺ അമർത്തി. പക്ഷേ, യാതൊന്നും സംഭവിച്ചില്ല. ഞങ്ങളാകപ്പാടെ സ്തബ്ധരായി.

സമയനിർണയിനി രൂപകല്പനചെയ്ത് സംയോജിപ്പിച്ച പ്രമോദ് കാലെയുടെ മുഖത്തേക്ക് ഞാൻ നോക്കി. ഇതിനിടയിലും ഞൊടിയിടകൊണ്ട് ഞങ്ങളെല്ലാവരും മനസ്സിൽ പരാജയകാരണം വിശകലനം ചെയ്യുകയുമായിരുന്നു. ഏതാനും മിനിറ്റുകൾ ക്ഷമിക്കാൻ ഞങ്ങൾ പ്രൊഫ. സാരാഭായിയോട് അഭ്യർത്ഥിച്ചു. എന്നിട്ട് സമയനിർണയിനി അഴിച്ചു മാററി ജ്വലനസംവിധാനത്തിലേക്ക് നേരിട്ട് ബന്ധം നല്കി. അദ്ദേഹം വീണ്ടും ബട്ടണമർത്തിയപ്പോൾ ജ്വലനം നടക്കുകയും അഗ്രഭാഗം കുതിക്കുകയും ചെയ്തു. പ്രൊഫ. സാരാഭായി കാലെയെയും എന്നെയും അഭിനന്ദിച്ചെങ്കിലും അദ്ദേഹത്തിൻെറ മനോവിചാരങ്ങൾ മറ്റെങ്ങോ ആണെന്ന് മുഖഭാവത്തിൽനിന്നും ഞങ്ങൾക്ക് മനസ്സിലായി. പക്ഷേ, അദ്ദേഹത്തിൻെറ മനസ്സിലെന്താണെന്ന് ഞങ്ങൾക്കാർക്കും പിടികിട്ടിയില്ല. ഏതായാലും ഈ ആകാംക്ഷ അധികം നീളുംമുൻപ് പ്രൊഫ. സാരാഭായിയുടെ സെക്രട്ടറിയുടെ ഫോൺ എനിക്കു കിട്ടി. ഒരു അത്യാവശ്യ ചർച്ചയ്ക്കായി ഇന്നു രാത്രി അത്താഴത്തിനുശേഷം അദ്ദേഹത്തെ ചെന്നു കാണുക.

തിരുവനന്തപുരത്തുള്ളപ്പോൾ തൻെറ പതിവു വാസസ്ഥലമായ കോവളം പാലസ് ഹോട്ടലിലാണ് പ്രൊഫ. സാരാഭായി അന്നും തങ്ങിയിരുന്നത്. കാണാൻ ചെല്ലുമ്പോൾ എനിക്കു ലേശം പരിഭ്രമമുണ്ടായിരുന്നു. എന്നാൽ തൻെറ സ്വതസ്സിദ്ധമായ ഊഷ്മളതയോടെതന്നെയാണ് അദ്ദേഹം എന്നെ സ്വീകരിച്ചത്. എന്നിട്ട് അദ്ദേഹം വിക്ഷേപണത്തറകൾ, റഡാർ, ബ്ലോക്ക് ഹൗസ്, വിദൂരമാപിനികൾ തുടങ്ങിയ സംവിധാനങ്ങളാൽ പൂർണസജ്ജമായ ഒരു റോക്കറ്റ് വിക്ഷേപണകേന്ദ്രത്തെക്കുറിച്ച് ദീർഘമായി സംസാരിച്ചു. ഇന്ന് ഇവയൊക്കെ നമ്മുടെ നാട്ടിൽ സാധാരണമായിക്കഴിഞ്ഞിട്ടുണ്ട്. അതിനുശേഷം അദ്ദേഹം അന്നു രാവിലെയുണ്ടായ ദൗർഭാഗ്യകരമായ സംഭവം എടുത്തിട്ടു. അതുതന്നെയായിരുന്നു ഞാനും ഭയപ്പെട്ടിരുന്നത്. പക്ഷേ, അതിനെക്കുറിച്ച് അദ്ദേഹത്തിൽനിന്നും രൂക്ഷമായ വിമർശനം ഉണ്ടാകുമെന്ന ആശങ്ക അസ്ഥാനത്തായി. ആ സംവിധാനത്തിൻെറ പരാജയ കാരണം തൻെറ കീഴ്ജീവനക്കാരുടെ അറിവില്ലായ്മയോ കഴിവില്ലായ്മയോ നിയന്ത്രണസംവിധാനത്തെക്കുറിച്ചുള്ള തെറ്റിദ്ധാരണയോ ആണെന്ന് സ്ഥാപിക്കാൻ അദ്ദേഹം ശ്രമിച്ചില്ല. പകരം അദ്ദേഹം ചോദിച്ചത് വേണ്ടത്ര വെല്ലുവിളിയില്ലാത്ത ആ ജോലിയിൽ ഏർപ്പെട്ട് ഞങ്ങൾക്ക് വിരസത ബാധിച്ചുവോ എന്നായിരുന്നു. ഞാൻ ശരിക്കും മനസ്സിലാക്കാത്ത വല്ല പ്രശ്നവും എൻെറ ജോലിയെ ബാധിക്കുന്നുണ്ടോ എന്ന് ചിന്തിച്ചുനോക്കാനും അദ്ദേഹം ആവശ്യപ്പെടുകയുണ്ടായി. അവസാനം അദ്ദേഹം പ്രധാനപ്പെട്ട വിഷയത്തിലേക്കു കടന്നു. വിവിധ റോക്കറ്റ് ഘട്ടങ്ങളുടെയും സംവിധാനങ്ങളുടെയും സുഗമമായ സംയോജനം നടത്താൻ നമുക്കൊരു പൊതുമേൽക്കൂര ഇല്ല. വൈദ്യുതിസംബന്ധമായതും ഘടനാപരവുമായ സംയോജന പ്രക്രിയകൾ വളരെ നീണ്ട സ്ഥലകാല വ്യത്യാസത്തിലാണ് നടന്നിരുന്നത്. ഇവയെ ഒന്നിച്ചുകൊണ്ടുവരാൻ കാര്യമായ പ്രയത്നമൊന്നും ഉണ്ടായിരുന്നുമില്ല. പിന്നീട് അടുത്ത ഒരു മണിക്കൂർ കൊണ്ട് പ്രൊഫ. സാരാഭായി ഞങ്ങളുടെ കർമപഥങ്ങളെ പുനർനിർണയിച്ചു. അങ്ങനെ ആ

രാത്രിയുടെ അന്ത്യയാമമായപ്പോൾ —റോക്കറ്റ് എൻജിനീയറിങ്ങിനു മാത്രമായി ഒരു വിഭാഗം സ്ഥാപിക്കുക എന്ന തീരുമാനം എടുത്തു കഴിഞ്ഞിരുന്നു.

വ്യക്തികളുടെയും സ്ഥാപനങ്ങളുടെയും ശരിയായ ലക്ഷ്യപ്രാപ്തിയെ താമസിപ്പിക്കുകയോ തടസ്സപ്പെടുത്തുകയോ ചെയ്യാൻ പിശകുകൾക്ക് കഴിയും. പക്ഷേ, പ്രൊഫ. സാരാഭായിയെപ്പോലുള്ള ഒരു ദാർശനികന് അത്തരം തെറ്റുകളെ, നവീകരണത്തിനുള്ള അവസരങ്ങളായോ പുതിയ ആശയങ്ങൾ വികസിപ്പിച്ചെടുക്കാനുള്ള സന്ദർഭങ്ങളായോ മാറ്റുവാൻ കഴിവുണ്ട്. സമയനിർണയിനിയിൽ ഉണ്ടായ പിശകിനെക്കുറിച്ച് വ്യാകുലപ്പെടാനോ ആരെയെങ്കിലും പഴിചാരാനോ അദ്ദേഹം മെനക്കെട്ടില്ല. പ്രത്യുത, അത്തരം തെറ്റുകൾ തികച്ചും സ്വാഭാവികവും തിരുത്താൻ കഴിയുന്നവയുമാണെന്ന ധാരണയിൽ അധിഷ്ഠിതമായിരുന്നു അദ്ദേഹത്തിൻെറ സമീപനം. പ്രതിസന്ധികളെ കൈകാര്യം ചെയ്യുമ്പോഴാണല്ലോ പ്രതിഭകൾ വെളിപ്പെടുക. തെറ്റുകളെ തടുക്കാനുള്ള ഏറ്റവും നല്ല മാർഗം അവയെ മുൻകൂട്ടിത്തന്നെ കാണുകയാണെന്ന് ഞാൻ പിന്നീട് അനുഭവങ്ങളിലൂടെ മനസ്സിലാക്കി. ഇവിടെ ഈ സമയനിർണയിനിയുടെ പരാജയം തികച്ചും നൂതനമായൊരു റോക്കറ്റ് സാങ്കേതികവിദ്യാ പരീക്ഷണശാലയുടെ പിറവിക്ക് കളമൊരുക്കുകയാണുണ്ടായത്.

അക്കാലത്ത് ഓരോ മിസ്സൈൽ സമിതിയോഗത്തിനു ശേഷവും പ്രൊഫ. സാരാഭായിയെ വിവരങ്ങൾ സംക്ഷിപ്തമായി ധരിപ്പിക്കുക എന്നത് എൻെറ സ്ഥിരം ചുമതലയായിരുന്നു. ഡൽഹിയിൽ 1971 ഡിസംബർ 30ന് നടന്ന അത്തരമൊരു യോഗത്തിനുശേഷം തിരുവനന്തപുരത്തേക്ക് തിരിച്ചുവരികയായിരുന്നു ഞാൻ. എസ് എൽ വിയുടെ രൂപകല്പന അവലോകനം ചെയ്യാനായി പ്രൊഫ. സാരാഭായി അന്ന് തുമ്പ സന്ദർശിക്കുന്നുണ്ടായിരുന്നു. ആകയാൽ വിമാനത്താവളത്തിൽവച്ചുതന്നെ ഫോൺ ചെയ്ത് അന്നത്തെ സമിതിയോഗത്തിലെ പ്രധാന വിഷയങ്ങളെക്കുറിച്ച് ഞാൻ അദ്ദേഹത്തിന് വിവരങ്ങൾ നല്കി. തിരുവനന്തപുരത്തെത്തിയാൽ വിമാനത്താവളത്തിൽത്തന്നെ കാത്തുനിൽക്കണമെന്നും താൻ അന്നു രാത്രി ബോംബെയ്ക്ക് പറക്കാൻ വരുമ്പോൾ നേരിൽ കാണണമെന്നും അപ്പോൾ അദ്ദേഹം എന്നോട് ആവശ്യപ്പെട്ടു.

ഞാൻ തിരുവനന്തപുരത്ത് വന്നിറങ്ങി. പക്ഷേ, അന്തരീക്ഷത്തിലാകെ ശ്മശാന മൂകത. വിമാനത്തിൽ ഗോവണി ഘടിപ്പിക്കാൻ വന്ന കുട്ടിയെന്ന ജോലിക്കാരൻ ഗദ്ഗദകണ്ഠനായി പ്രൊഫ. സാരാഭായി ദിവംഗതനായി എന്ന് എന്നെ അറിയിച്ചു. ഏതാനും മണിക്കൂറുകൾക്കുമുൻപുണ്ടായ ഒരു ഹൃദയാഘാതത്തെത്തുടർന്ന് പ്രൊഫ. വിക്രം സാരാഭായി മൃതിയടഞ്ഞു. അടിമുടി ഞാൻ ഞെട്ടിപ്പോയി. ഞങ്ങൾ ഫോണിൽ സംസാരിച്ചൊരു മണിക്കൂറിനുള്ളിൽ അതു സംഭവിച്ചിരിക്കുന്നു. എനിക്ക് വ്യക്തിപരമായി കനത്തൊരു ആഘാതമായിരുന്നു എന്നതിലുപരി ഇന്ത്യൻ ശാസ്ത്രസാങ്കേതിക മേഖലകൾക്ക് അതിഭീമമായ നഷ്ടംകൂടിയായിരുന്നു ആ വേർപാട്. പിന്നെ, പ്രൊഫ. സാരാഭായിയുടെ മൃതദേഹസംസ്കാരത്തിനായി അഹമ്മദാബാദിലേക്ക് വിമാനത്തിൽ കൊണ്ടുപോകാനുള്ള ഒരുക്കങ്ങളിൽ ആ രാത്രിയും കടന്നുപോയി.

1966 നും 1971 നും ഇടയ്ക്കുള്ള അഞ്ചു വർഷക്കാലം ഏതാണ്ട് 22 ശാസ്ത്രജ്ഞരും സാങ്കേതികവിദഗ്ധരും പ്രൊഫ. സാരാഭായിയുമായി അടുത്തിടപഴകി പ്രവർത്തിച്ചിരുന്നു. അവരെല്ലാവരുംതന്നെ പിന്നീട് സുപ്രധാനമായ ശാസ്ത്രസാങ്കേതിക പ്രോജക്ടുകളുടെ സാരഥികളുമായി. മഹാനായൊരു ശാസ്ത്രജ്ഞൻ മാത്രമല്ല കഴിവുറ്റൊരു നേതാവുകൂടിയായിരുന്നു അദ്ദേഹം. 1970 ജൂണിൽ അദ്ദേഹം നടത്തിയ എസ് എൽ വി-3ൻെറ ദ്വൈമാസ അവലോകനം ഞാനിന്നും ഓർമിക്കുന്നു. ഒന്നുമുതൽ നാലുവരെയുള്ള ഓരോ ഘട്ടത്തെയുംകുറിച്ചുള്ള അവതരണങ്ങൾ തയ്യാറാക്കിയിരുന്നു. ആദ്യത്തെ മൂന്ന് അവതരണങ്ങളും ഭംഗിയായി നടന്നു. അവസാന അവതരണം എൻേറതാണ്. രൂപകല്പനയിൽ വിവിധ പങ്കുകൾ വഹിച്ച എൻെറ അഞ്ചു സംഘാംഗങ്ങളെ ഞാൻ പരിചയപ്പെടുത്തി. ഏവരെയും വിസ്മയിപ്പിച്ചുകൊണ്ട് അവർ അഞ്ചുപേരും താന്താങ്ങളുടെ ഭാഗങ്ങൾ ആധികാരികവും ആത്മവിശ്വാസത്തോടെയും വിവരിച്ചു. നീണ്ടൊരു അവലോകന ചർച്ചയായിരുന്നു പിന്നീട്. പദ്ധതി തൃപ്തികരമാംവിധം പുരോഗമിക്കുന്നുണ്ടെന്നായിരുന്നു പൊതുവേ ഉരുത്തിരിഞ്ഞ അഭിപ്രായം.

പെട്ടെന്ന്, പ്രൊഫ. സാരാഭായിയുമായി വളരെയടുത്ത് പ്രവർത്തിച്ചിരുന്ന ഒരു മുതിർന്ന ശാസ്ത്രജ്ഞൻ എൻെറ നേർക്കു തിരിഞ്ഞ് കുത്തുവാക്കു പറഞ്ഞു: "കൊള്ളാം. താങ്കളുടെ സംഘാംഗങ്ങൾ അവരവരുടെ പ്രവർത്തനഫലങ്ങൾ നന്നായിത്തന്നെ അവതരിപ്പിച്ചു. പക്ഷേ, ഈ പ്രോജക്ടിനുവേണ്ടി താങ്കളെന്താണ് ചെയ്തത്?" പ്രൊഫ. സാരാഭായി ശരിക്കും മുഷിയുന്നത് ഞാനന്ന് ആദ്യമായി കണ്ടു. അദ്ദേഹം ഈ സഹപ്രവർത്തകനോടു പറഞ്ഞു: "ഒരു പ്രോജക്ട് നിയന്ത്രണം എന്നുവച്ചാൽ എന്താണെന്ന് താങ്കൾ മനസ്സിലാക്കണം. അതിൻെറ വളരെ നല്ലൊരു ഉദാഹരണമാണ് നാമിപ്പോൾ കണ്ടത്. കൂട്ടായ പ്രവർത്തനത്തിൻെറ ഉദാത്തമായൊരു ഉദാഹരണമാണിത്. വ്യക്തികളെ രചനാത്മകമായ രീതിയിൽ ഒന്നിച്ചുകൊണ്ടുവരുന്ന ഒരാളാണ് യഥാർത്ഥ നായകൻ. അതുതന്നെയാണ് കലാം ചെയ്തതും." ഇന്ത്യൻ ശാസ്ത്രത്തിൻെറ മഹാത്മാഗാന്ധിയായി പ്രൊഫ. സാരാഭായിയെ ഞാൻ കാണുന്നു. തൻെറ സംഘാംഗങ്ങളിൽ നേതൃത്വഗുണം പരിപോഷിപ്പിക്കുകയും ആശയങ്ങളിലൂടെയും മാതൃകകളിലൂടെയും അവരെ എന്നും പ്രചോദിപ്പിക്കുകയും ചെയ്ത മഹാൻ.

പ്രൊഫ. എം ജി കെ മേനോൻെറ ഇടക്കാല നേതൃത്വത്തിനുശേഷം ഐ എസ് ആർ ഒയെ നയിക്കുവാൻ പ്രൊഫ. സതീഷ് ധവാൻ നിയോഗിക്കപ്പെട്ടു. തുമ്പയിലന്ന് 'ടേൾസി'നു പുറമെ, സ്പേസ് സയൻസ് ആൻഡ് ടെക്നോളജി സെൻറർ (എസ് എസ് റ്റി സി), റോക്കറ്റ് ഫാബ്രിക്കേഷൻ ഫെസിലിറ്റി (ആർ എഫ് എഫ്), പ്രൊപ്പലൻറ് ഫ്യൂവർ ഫെസിലിറ്റി എന്നീ സ്ഥാപനങ്ങൾ ഉണ്ടായിരുന്നു. ഇവയെ ലയിപ്പിച്ച് ഒരു സംയോജിത ബഹിരാകാശ കേന്ദ്രമായി രൂപപ്പെടുത്തി വിക്രം സാരാഭായി സ്പേസ് സെൻറർ (വി എസ് എസ് സി) എന്നു നാമകരണം ചെയ്തു; ആ സ്ഥാപനത്തിൻെറ അസ്തിത്വത്തിനുതന്നെ കാരണക്കാരനായ വ്യക്തിക്കുള്ള തികച്ചും ഉചിതമായൊരു ആദരാഞ്ജലിയായി. വിഖ്യാതനായ

ലോഹശാസ്ത്രവിദഗ്ധൻ ഡോ. ബ്രഹ്മപ്രകാശ് വി എസ് എസ് സി യുടെ പ്രഥമ ഡയറക്ടറായി സ്ഥാനമേറ്റു.

ഉത്തരപ്രദേശിലെ ബറേയ്ലി വ്യോമസേനാകേന്ദ്രത്തിൽവച്ച് 1972 ഒക്ടോബർ എട്ടാം തീയതി ഞങ്ങൾ ആവിഷ്കരിച്ച 'റാറ്റോ' സംവിധാനത്തെ പ്രഥമ പരീക്ഷണത്തിന് വിധേയമാക്കി. അന്ന് ഒരു 'സുഖോയ്-16' ജറ്റുവിമാനം പതിവുള്ള രണ്ടു കിലോമീറ്റർ ഓട്ടത്തിനു പകരം 1200 മീറ്റർ മാത്രം ഓടിക്കൊണ്ട് ആകാശത്തിലേക്കുയർന്നു; 'റാറ്റോ' മോട്ടോറിൻെറ 66-ാം പരീക്ഷണം. എയർ മാർഷൽ ശിവദേവ് സിങ്ങും പ്രതിരോധമന്ത്രിയുടെ ശാസ്ത്രോപദേശകൻ ഡോ. ബി ഡി നാഗ്ചൗധുരിയും ഈ ഗുണപരീക്ഷണം വീക്ഷിച്ചു. ഈ സംവിധാനത്തിൻെറ കണ്ടുപിടിത്തത്തിലൂടെ നമ്മുടെ രാജ്യം അന്ന് നേടിയത് നാലുകോടി രൂപയുടെ വിദേശനാണ്യ ലാഭമാണ്. വ്യവസായികൂടിയായിരുന്ന ഒരു ശാസ്ത്രജ്ഞൻെറ ദീർഘവീക്ഷണം അന്ന് സഫലമാകുകയായിരുന്നു.

'ഇൻകോസ്പാറി'ൻെറ ചെയർമാൻസ്ഥാനവും ഇന്ത്യയിൽ ബഹിരാകാശ ഗവേഷണപ്രക്രിയ കരുപ്പിടിപ്പിക്കാനുള്ള ചുമതലയും ഏൽക്കുംമുൻപ്, വിജയകരമായ നിരവധി വ്യവസായസ്ഥാപനങ്ങൾ സ്വന്തമായി പടുത്തുയർത്തിയ വ്യക്തിയാണ് പ്രൊഫ. സാരാഭായി. ആകയാൽ വ്യവസായത്തെ മാറ്റി നിറുത്തിക്കൊണ്ടുള്ള ശാസ്ത്രഗവേഷണത്തിൻെറ ഫലശൂന്യതയെക്കുറിച്ച് അദ്ദേഹത്തിന് നല്ല ബോധ്യമുണ്ടായിരുന്നു. സാരാഭായി കെമിക്കൽസ്, സാരാഭായി ഗ്ലാസ്, സാരാഭായി ഗെയ്ഗി ലിമിറ്റഡ്, സാരാഭായി മെർക്ക് ലിമിറ്റഡ്, സാരാഭായി എൻജിനീയറിങ് ഗ്രൂപ്പ് എന്നിവയായിരുന്നു ആ ശാസ്ത്രജ്ഞൻ അസ്തിവാരമിട്ട വ്യവസായ സ്ഥാപനങ്ങൾ. എണ്ണക്കുരു സംസ്കരണം, കൃത്രിമ അലക്കുപൊടി നിർമ്മാണം, സൗന്ദര്യവർധകങ്ങളുടെ തയ്യാറാക്കൽ എന്നിവയിൽ മുൻപന്തിയിൽ നിന്ന സ്ഥാപനമായിരുന്നു അദ്ദേഹത്തിൻെറ സ്വസ്തിക് ഓയിൽ മിൽസ്. അക്കാലത്ത് വൻ വിലകൊടുത്ത് വിദേശത്തുനിന്നും ഇറക്കുമതിചെയ്തിരുന്ന പെൻസിലിൻ മരുന്ന് വൻതോതിൽ ഉത്പാദിപ്പിക്കുന്ന ഒരു സ്ഥാപനമാക്കി അദ്ദേഹം തൻെറ സ്റ്റാൻഡേഡ് ഫാർമസ്യൂട്ടിക്കൽസ് ലിമിറ്റഡിൻെറ പ്രവർത്തനത്തെ മാറ്റി. ഇപ്പോൾ 'റാറ്റോ'യുടെ തദ്ദേശീയ നിർമാണത്തിലൂടെ അദ്ദേഹത്തിൻെറ ദൗത്യം മറ്റൊരു തലംകൂടി വെട്ടിപ്പിടിച്ചു. സൈനികയന്ത്രഭാഗങ്ങളുടെ നിർമ്മാണത്തിലെ സ്വയംപര്യാപ്തതയും അതുവഴി കോടികളുടെ വിദേശ നാണ്യത്തിലുള്ള ലാഭവുമായിരുന്നു അത്. 'റാറ്റോ' സംവിധാനത്തിൻെറ വിജയകരമായ പരീക്ഷണവേളയിൽ ഞാനിക്കാര്യം ഓർത്തുപോയി. പരീക്ഷണം, നിർമ്മാണം എന്നിവയ്ക്കായി ഞങ്ങൾ ആ പ്രോജക്ടിന് ആകെ ചെലവഴിച്ചത് കേവലം 25 ലക്ഷം രൂപയായിരുന്നു. ഇറക്കുമതി ചെയ്തിരുന്ന 'റാറ്റോ'യ്ക്ക് 33,000 രൂപ വില വന്നിരുന്നപ്പോൾ ഞങ്ങളുടേതിന് വെറും 17,000 രൂപ മാത്രമാണ് ചെലവ് വന്നത്.

എസ് എൽ വി യുടെ ജോലികൾ വിക്രം സാരാഭായി സ്പേസ് സെൻററിൽ പൂർണതോതിൽത്തന്നെ മുന്നോട്ടു പൊയ്ക്കൊണ്ടിരുന്നു ഉപസംവിധാനങ്ങ

ളുടെയെല്ലാം രൂപകല്പനകൾ പൂർത്തിയാക്കി; ഉചിതമായ സാങ്കേതികവിദ്യകൾ തിരഞ്ഞെടുത്തു. പ്രവർത്തനരീതികൾ ഉറപ്പാക്കി; പ്രവർത്തനകേന്ദ്രങ്ങൾ നിശ്ചയിച്ചു. മാനവശേഷിയുടെ വിഭജനം പൂർത്തിയാക്കി; സമയക്രമം നിർണ്ണയിച്ചു. ഇനി ഈ ബൃഹദ്പദ്ധതിയെ ഫലപ്രദമായി നയിക്കാനും തനതായ പ്രവർത്തനരീതികളും നിയന്ത്രണസംവിധാനങ്ങളുമായി പലയിടത്തും വ്യാപിച്ചു കിടക്കുന്ന ജോലികളെ കൂട്ടിയിണക്കിക്കൊണ്ടുപോകുവാനും കഴിവുള്ള ഒരു നിയന്ത്രണ ഘടനയാണ് വേണ്ടിയിരുന്നത്.

ഡോ. ബ്രഹ്മപ്രകാശുമായി കൂടിയാലോചിച്ച ശേഷം പ്രൊഫ. ധവാൻ ഈ ജോലിക്കായി എന്നെ തിരഞ്ഞെടുത്തു. അങ്ങനെ എസ് എൽ വി യുടെ പ്രോജക്ട് മാനേജർ എന്ന സ്ഥാനത്തേക്ക് ഞാൻ നിയമിതനായി. വി എസ് എസ് സി യുടെ ഡയറക്ടറുമായി നേരിട്ടായിരുന്നു ഞാൻ ബന്ധപ്പെടേണ്ടിയിരുന്നത്. ഈ പ്രോജക്ടിൻെറ സമഗ്രനിയന്ത്രണത്തിനുള്ള ഒരു രൂപരേഖ തയ്യാറാക്കുക എന്നതായിരുന്നു എൻെറ പ്രഥമ ജോലി. ഗൊവാരിക്കർ, മുത്തുനായകം, കുറുപ്പ് തുടങ്ങിയ പ്രഗല്ഭർ നില്ക്കവേ ഇതിനായി എന്നെ തിരഞ്ഞെടുക്കാൻ കാരണമെന്തെന്ന് ഞാൻ വിസ്മയിച്ചു. ഈശ്വർദാസ്, അറവമുദൻ, എസ് സി ഗുപ്ത തുടങ്ങിയ കരുത്തുറ്റ സംഘാടകർക്കു മുന്നിൽ ഈ ഞാൻ എങ്ങനെ മികവു കാട്ടാനാണ്? ഏതായാലും ഈ സംശയങ്ങൾ ഞാൻ ഡോ. ബ്രഹ്മപ്രകാശിനോട് നേരിട്ടു ചോദിക്കുകതന്നെ ചെയ്തു. മറ്റുള്ളവർക്കുള്ള കഴിവുകളിൽ തൻേറതിനേക്കാൾ കൂടുതൽ ശ്രദ്ധയൂന്നാതെ, അവരുടെ കാര്യശേഷിയെ വികസിപ്പിക്കാൻ ശ്രമിക്കുക എന്ന് അദ്ദേഹം എന്നോട് നിർദേശിച്ചു.

കാര്യശേഷി കുറയ്ക്കുന്നവരെ ശ്രദ്ധിക്കണമെന്ന് ഡോ. ബ്രഹ്മപ്രകാശ് എന്നെ ഉപദേശിച്ചു. അതേസമയം കീഴ്ത്തലങ്ങളിൽനിന്നും ഒറ്റയടിക്ക് പരമാവധി മികവ് നേടാൻ ശ്രമിക്കരുതെന്ന മുന്നറിയിപ്പും എനിക്കു നല്കി. “ഏവരും അവരവരുടേതായ ‘എസ് എൽ വി ശകലങ്ങൾ’ നിർമ്മിക്കാനാകും ശ്രമിക്കുക. അതിൽനിന്നും ഒരു ‘സമ്പൂർണ എസ് എൽ വി’യെ സൃഷ്ടിക്കുന്നതിൽ താങ്കൾക്ക് അവരോടുള്ള ആശ്രയത്വമാകും ഇതിലെ മുഖ്യ പ്രശ്നം. എസ് എൽ വി ദൗത്യം നിരവധിപേരുടെ കൂട്ടായ്മയിലൂടെയേ പൂർത്തിയാകുകയുള്ളൂ. ആകയാൽ താങ്കളുടെ പക്ഷത്തുനിന്നും വലിയ ക്ഷമയും സഹിഷ്ണുതയുമൊക്കെ ആവശ്യമായി വരും.” അദ്ദേഹം ചൂണ്ടിക്കാട്ടി. തെററും ശരിയും തമ്മിലുള്ള വ്യത്യാസത്തെക്കുറിച്ച് വിശുദ്ധ ഖുറാനിൽനിന്നും എൻെറ പിതാവ് വായിച്ചുകേൾപ്പിക്കുന്ന ചില വാക്യങ്ങളാണ് ഈ ഉപദേശം എന്നെ ഓർമ്മിപ്പിച്ചത്. “ഭക്ഷിക്കുകയോ ചന്തസ്ഥലങ്ങളിൽ ചുറ്റിനടക്കുകയോ ചെയ്യാത്തവനായി ഒരൊറ്റ അപ്പോസ്തലനെയും നിനക്കു മുൻപിലായി ഞങ്ങൾ അയച്ചിട്ടില്ല. ഓരോരോ കാരണങ്ങൾകൊണ്ട് ഞങ്ങൾ നിന്നെ പരീക്ഷിച്ചുകൊണ്ടിരിക്കും. നിനക്കതിനുള്ള ക്ഷമയുണ്ടോ?”

ഇത്തരം സന്ദർഭങ്ങളിൽ സാധാരണ ഉയരാറുള്ള വൈരുദ്ധ്യങ്ങളെക്കുറിച്ച് ഞാൻ ബോധവാനായിരുന്നു. സാധാരണഗതിയിൽ സംഘനായകന്മാർ രണ്ടു തരക്കാരായിരിക്കും. ഒരു കൂട്ടർക്ക് ജോലിയാണ് ഏറ്റവും വലിയ പ്രചോദന

മാകുന്നത്. മറുകൂട്ടർക്കാകട്ടെ ജോലിക്കാരിലാണ് സമസ്ത താത്പര്യവും. ഇതിനു രണ്ടിനുമിടയ്ക്ക് വരുന്നവരോ രണ്ടിനും പുറത്ത് വരുന്നവരോ ആയ വേറെ നിരവധി പേരുമുണ്ട്. ഇവരിൽ, ജോലിയിലോ ജോലിക്കാരിലോ താത്പര്യമില്ലാത്തവരെ ഒഴിവാക്കിക്കൊണ്ടായിരിക്കും ഞാൻ പ്രവർത്തിക്കുക. മേൽപ്പറഞ്ഞ രണ്ടു വിഭാഗങ്ങളിലും പെട്ടുപോകുന്നതിൽനിന്നും അവരെ തടഞ്ഞുനിറുത്തുമെന്ന് ഞാൻ ദൃഢനിശ്ചയം ചെയ്തു. ജോലിയും ജോലിക്കാരും സമരസപ്പെട്ടുപോകുന്ന ഒരു സാഹചര്യം സൃഷ്ടിച്ചുകൊണ്ടായിരിക്കും ഇത് സാധിച്ചെടുക്കുക. ഓരോരുത്തരും പരസ്പരപൂരകങ്ങളായി പ്രവർത്തിക്കണം. അങ്ങനെ ഒരുമിച്ചുള്ള ജോലിയുടെ ആനന്ദം ആസ്വദിക്കുന്ന ഒരു കൂട്ടായ്മയെ ഞാൻ സ്വപ്നം കണ്ടു.

എസ് എൽ വി-3 എന്ന പേരിൽ ആശ്രയയോഗ്യമായ ഒരു മാതൃകാ എസ് എൽ വി സംവിധാനത്തിൻെറ രൂപകല്പന, വികസനം, പ്രവർത്തനം എന്നിവ അടങ്ങിയതായിരുന്നു പ്രോജക്ടിൻെറ ഒരു പ്രാഥമികലക്ഷ്യം. 40 കിലോഗ്രാം ഭാരമുള്ള ഒരു ഉപഗ്രഹത്തെ 400 കിലോമീറ്റർ അകലെയുള്ള ഒരു വൃത്താകാര ഭൂഭ്രമണപഥത്തിൽ എത്തിക്കുന്നതായിരുന്നു അടുത്തത്.

ഇതിലേക്കുള്ള ആദ്യപടിയെന്ന നിലയിൽ ഈ പ്രാഥമികലക്ഷ്യങ്ങളെ ഏതാനും മുഖ്യയത്നങ്ങളായി വിഭജിച്ചു. വാഹനത്തിൻെറ നാലു ഘട്ടങ്ങളിലും ഉപയോഗിക്കാവുന്ന ഒരു റോക്കറ്റ് മോട്ടോർ സംവിധാനമായിരുന്നു അതിലൊന്ന്. ഒരു 8.6 ടൺ ഇന്ധന പിണ്ഡം, ഉന്നതോർജ്ജ ഇന്ധനങ്ങൾ ഉപയോഗിക്കാവുന്നതും ഉയർന്ന പിണ്ഡാനുപാതം ഉള്ളതുമായ ഒരു (അതിദൂര) അപ്പോജി റോക്കറ്റ് മോട്ടോർ എന്നിവ നിർമ്മിക്കുക എന്നിവയായിരുന്നു ഇതിലെ സുപ്രധാന പ്രശ്നങ്ങൾ. വാഹനത്തിൻെറ നിയന്ത്രണത്തിനും വഴികാട്ടലിനുമുള്ള സംവിധാനങ്ങളായിരുന്നു അടുത്തത്. മൂന്നുതരം നിയന്ത്രണ സംവിധാനങ്ങൾ ഇതിലുണ്ടായിരിക്കും. വ്യോമഗതിക ഉപരിതല നിയന്ത്രണം (aerodynamic surface control), കുതിപ്പു നിയന്ത്രണം (thrust vector control), ആദ്യത്തെ മൂന്നു ഘട്ടങ്ങൾക്കും വേണ്ടിവരുന്ന ഒരു പ്രതിബലനിയന്ത്രണം (reaction control) നാലാം ഘട്ടത്തിന് ഭ്രമണം ചെയ്ത് ഉയരാനുള്ള യന്ത്രസംവിധാനം (step-up mechanism) എന്നിവയായിരുന്നു അവ. നിയന്ത്രണ സംവിധാനങ്ങൾക്കുള്ള ജഡത്വസൂചകം (inertial reference), ജഡത്വ നിർണയത്തിലൂടെയുള്ള മാർഗനിർദ്ദേശം എന്നിവയും പ്രധാനമായിരുന്നു. 'ഷാറി'ലെ വിക്ഷേപണ സൗകര്യങ്ങൾ വർദ്ധിപ്പിച്ചെടുക്കുക എന്നതായിരുന്നു മറ്റൊരു മുഖ്യപ്രയത്നം. വിവിധ ഘടകങ്ങളുടെ ശരിയായ സംയോജനം, പരിശോധനസ്ഥലങ്ങൾ, വിക്ഷേപണ സൗകര്യങ്ങൾ, വിക്ഷേപണത്തിൻെറ പശ്ചാത്തല സംവിധാനങ്ങളായ ഗോപുരങ്ങൾ, വാഹനഘടകങ്ങൾ, റോക്കറ്റിനെ ചേർത്തുവച്ച് ഘടിപ്പിക്കാനുള്ള താങ്ങുകൾ എന്നിവയായിരുന്നു അവ. അങ്ങനെ 64 മാസങ്ങൾക്കകം ഒരു സമ്പൂർണ്ണപരീക്ഷണം നടത്തണമെന്ന ലക്ഷ്യനിർണയവും 1973 മാർച്ചോടെ നടത്തി.

നയപരമായ തീരുമാനങ്ങൾ, അംഗീകൃത മാനേജ്മെൻറ് പദ്ധതി, പ്രോജക്ട് രൂപരേഖ, ലഭ്യമായ തുക, വി എസ് എസ് സി ഡയറക്ടർ എനിക്കു തന്ന

അധികാരപരിധി എന്നിവയ്ക്കുള്ളിൽ നിന്നുകൊണ്ട് ഈ പദ്ധതി നടപ്പാക്കാനുള്ള ഉത്തരവാദിത്വം അങ്ങനെ ഞാൻ ഏറ്റെടുത്തു. റോക്കറ്റ് മോട്ടോർ സാമഗ്രികളും നിർമ്മാണവും, നിയന്ത്രണവും മാർഗനിർദ്ദേശവും, ഇലക്ട്രോണിക്സും ദൗത്യവും വിക്ഷേപണവും തുടങ്ങിയ ഏറെ വൈദഗ്ധ്യം വേണ്ട കാര്യങ്ങളിൽ എന്നെ ഉപദേശിക്കാനായി നാല് ഉപദേശകസമിതികളും ഡോ. ബ്രഹ്മപ്രകാശ് രൂപീകരിച്ചു. മാത്രമല്ല ഡി എസ് റാണെ, മുത്തുനായകം, റ്റി എസ് പ്രഹ്ലാദ്, എ ആർ ആചാര്യ, എസ് സി ഗുപ്ത, സി എൽ അംബാറാവു തുടങ്ങിയ പ്രഗല്ഭ ശാസ്ത്രജ്ഞരുടെ സഹായത്തിൻെറ കാര്യത്തിലും എനിക്ക് ഉറപ്പു കിട്ടി.

വിശുദ്ധ ഖുറാൻ ഇപ്രകാരം പറയുന്നു: "മുൻപേ കടന്നുപോയ വ്യക്തികളെക്കുറിച്ചുള്ള വിവരണവും സത്യസന്ധരായവരുടെ ഉപദേശങ്ങളും നിന്നെ കാണിക്കുന്ന വെളിപാടുകൾ ഞങ്ങൾ നിനക്കു നല്കി." അതെ, ഞാനാ അതിപ്രഗല്ഭരുടെ വിജ്ഞാനത്തിൽ പങ്കുകൊള്ളാൻ ആഗ്രഹിച്ചു. "പ്രകാശത്തിന്മേൽ പ്രകാശം. അല്ലാഹ്, അവനിഷ്ടപ്പെടുന്നവരുടെ നേർക്ക് തൻെറ പ്രകാശം തിരിക്കുന്നു. എല്ലാവിധ അറിവുകളുടെയും അധിപതി അവനാണ്."

ഈ പ്രോജക്ടിൻെറ മൊത്തം പ്രവർത്തനങ്ങളെ മൂന്നായി വിഭജിച്ചുകൊണ്ട് ഞാൻ വിദഗ്ധരുടെ മൂന്നു സംഘങ്ങൾ രൂപീകരിച്ചു. കാര്യപരിപാടികളുടെ നിയന്ത്രണം, സംയോജനം-പറക്കൽപരീക്ഷണം, ഉപസംവിധാനങ്ങളുടെ വികസനം എന്നിവയായിരുന്നു അവ. എസ് എൽ വി-3 സംബന്ധിച്ച ഭരണപരമായ കാര്യങ്ങൾ, ആസൂത്രണം, മൂല്യനിർണ്ണയം, ഉപസംവിധാനങ്ങളുടെ വിശദാംശങ്ങൾ, അടിസ്ഥാന വസ്തുക്കൾ, നിർമ്മാണം, ഗുണമേന്മ ഉറപ്പാക്കൽ, നിയന്ത്രണം എന്നീ കാര്യങ്ങളുടെ നിർവഹണച്ചുമതലയായിരുന്നു ആദ്യ സംഘത്തിന്. കൂട്ടിയോജിപ്പിക്കൽ, പറക്കൽപരീക്ഷണം എന്നിവയ്ക്കു വേണ്ട സൗകര്യങ്ങൾ രണ്ടാമത്തെ സംഘത്തിൻെറ പരിധിയിലാക്കി. വാഹനത്തിൻെറ സാങ്കേതിക വ്യോമഗതിക സംബന്ധമുള്ള പ്രശ്നങ്ങൾ വിശകലനം ചെയ്യുക എന്ന അധികച്ചുമതലയും അവർക്കായിരുന്നു. വി എസ് എസ് സി യുടെ വിവിധ വിഭാഗങ്ങളുമായി ആശയവിനിമയം നടത്തുക, ഇവ കൈകാര്യം ചെയ്യുന്ന ഓരോ ഉപസംവിധാനങ്ങളുടെയും വികസനപ്രക്രിയയിൽ ഉണ്ടാകാവുന്ന സാങ്കേതികപ്രശ്നങ്ങളെ നിലവിൽ ലഭ്യമായ പ്രതിഭകളുടെ കൂട്ടായ പ്രവർത്തനവും പരസ്പരാശ്രയത്വവും വഴി മറികടക്കുവാൻ സഹായിക്കുക എന്നീ ചുമതലകളായിരുന്നു മൂന്നാമത്തെ സംഘത്തിന്.

എസ് എൽ വി-3 പദ്ധതിയുടെ നിർവഹണത്തിനുവേണ്ടി 275 ശാസ്ത്രജ്ഞരുടെയും സാങ്കേതിക വിദഗ്ധരുടെയും ആവശ്യകത ഞാൻ ചൂണ്ടിക്കാട്ടിയിരുന്നു. എന്നാൽ കിട്ടിയതോ, വെറും 50 പേരെ മാത്രം. കൂട്ടായ അധിക പ്രയത്നവും പരസ്പര പ്രോത്സാഹനവും ഇല്ലായിരുന്നെങ്കിൽ ഈ പ്രോജക്ട് തുടങ്ങിയിടത്തു തന്നെ നില്ക്കുകയേ ഉണ്ടായിരുന്നുള്ളൂ. എം എസ് ആർ ദേവ്, ജി മാധവൻനായർ, എസ് ശ്രീനിവാസൻ, യു എസ് സിങ്, സുന്ദർരാജൻ, അബ്ദുൾ മജീദ്, വേദ് പ്രകാശ് സാൻഡ്ലാസ്, നമ്പൂതിരി, ശശികുമാർ, ശിവതാണുപിള്ള എന്നീ യുവ

വിദഗ്ധർ ചേർന്ന് കാര്യക്ഷമതയുള്ള സംയുക്ത പ്രയത്നത്തിനുവേണ്ട ചില അടിസ്ഥാന നിയമങ്ങൾ രൂപപ്പെടുത്തുകയുണ്ടായി. ആ സംഘചേതനവഴി അവർ വ്യക്തിഗതവും സംയുക്തവുമായ നിരവധി അതുല്യ നേട്ടങ്ങളും കൊയ്തെടുത്തു. തങ്ങളുടെ നേട്ടങ്ങളെല്ലാം കൂട്ടായി ആഘോഷിക്കുക എന്നത് ഇവരൊരു ശീലമാക്കി. ഒരുതരം പരസ്പര പ്രോത്സാഹന സന്ദർഭങ്ങളായിരുന്നു ഈ കൂട്ടായ്മകൾ. ഇത് ഏറെ മെച്ചങ്ങൾ ഉളവാക്കി എന്നു മാത്രമല്ല, തിരിച്ചടികളെ ആത്മവിശ്വാസത്തോടെ നേരിടാനുള്ള കഴിവ് നല്കുകയും ചെയ്തു. കഠിനാധ്വാനവേളകൾക്കുശേഷം ഊർജ്ജസ്വലത വീണ്ടെടുക്കാനുള്ള അവസരവും ഇതുവഴി ലഭിച്ചു.

തൻേറതായ മേഖലയിലെ വിദഗ്ധരായിരുന്നു ഈ പ്രോജക്ടിലെ ഓരോ അംഗവും. ആകയാൽ സ്വാഭാവികമായും താന്താങ്ങളുടെ പ്രവർത്തനസ്വാതന്ത്ര്യത്തെ അവർ വിലമതിച്ചു. ഈ വിദഗ്ധരുടെ പ്രകടനങ്ങളെ നയിച്ചുകൊണ്ടുപോകാനായി അവരുടെ നേതാവിന് തികച്ചും തന്ത്രപരമായൊരു സമീപനമാണ് വേണ്ടിവരിക. നിയന്ത്രണം ഉണ്ടെന്നും ഇല്ലെന്നും വരുത്തിക്കൊണ്ട്, എന്നാൽ അത് അവർ അറിയാതെയും മുന്നോട്ടു കൊണ്ടുപോകുക എന്നതായിരുന്നു എൻെറ രീതി. നിയന്ത്രണത്തിൽ മാത്രം അധിഷ്ഠിതമായ രീതിയാണെങ്കിൽ ഓരോ സംഘാംഗത്തിൻെറയും ദൈനംദിന പ്രവർത്തനങ്ങളിൽ കണിശമായ ശ്രദ്ധ പുലർത്തേണ്ടിവരും. നിയന്ത്രണമില്ലാത്ത രീതിയാണെങ്കിൽ അവരിൽ പൂർണവിശ്വാസം അർപ്പിച്ചുകൊണ്ട് താന്താങ്ങൾക്ക് ഇഷ്ടപ്പെട്ട രീതിയിൽ സ്വതന്ത്രമായി പ്രവർത്തിക്കാനുള്ള അവസരം നല്കിയാൽ മതി. അവരുടെ ആത്മപ്രചോദനത്തിൽ മാത്രം അധിഷ്ഠിതമാണ് ഇത്. സംഘനായകൻ ആദ്യത്തെ രീതിയെ കൂടുതൽ ആശ്രയിച്ചാൽ സഹപ്രവർത്തകർ അയാളെ അമിത ഉത്കണ്ഠാകുലനും ശല്യക്കാരനുമായി കരുതും. എന്നാൽ രണ്ടാമത്തെ രീതിയിലാണ് കൂടുതൽ ഊന്നലെങ്കിലോ; ചുമതലകളിൽനിന്ന് ഒഴിഞ്ഞുമാറുന്നവനും തങ്ങളിൽ താത്പര്യമില്ലാത്തവനുമായിട്ടാകും അവർ വിലയിരുത്തുക.

എസ് എൽ വി-3 പ്രോജക്ടിൽ പ്രവർത്തിച്ച വിദഗ്ധർ രാജ്യത്തിൻെറ ഏറ്റവും പ്രശസ്തമായ പല പദ്ധതികളെയും നയിക്കുന്നവരായി വളർന്നിട്ടുണ്ട്. എം എസ് ആർ ദേവ് ഓഗ്മെൻറഡ് സാറ്റലൈറ്റ് ലോഞ്ച് വെഹിക്കിൾ (എ എസ് എൽ വി) പ്രോജക്ടിനെ നയിക്കുന്നു. മാധവൻനായരാകട്ടെ പോളാർ സാറ്റലൈറ്റ് ലോഞ്ച് വെഹിക്കിൾ (പി എസ് എൽ വി) പ്രോജക്ടിൻെറ നായകനാണ്. സാൻഡ്ളാസും ശിവതാണുപിള്ളയും ഡി ആർ ഡി ഒ മുഖ്യകാര്യാലയത്തിലെ മുഖ്യനിയന്ത്രകരായി സേവനമനുഷ്ഠിക്കുന്നു. അവിരാമമായ കഠിനാധ്വാനവും, പാറപോലെ ഉറച്ച ഇച്ഛാശക്തിയും കൊണ്ടാണ് ഇവരോരോരുത്തരും ഇന്നത്തെ സ്ഥാനങ്ങളിലേക്ക് ഉയർന്നത്. തീർച്ചയായും അസാമാന്യ പ്രാഗല്ഭ്യമുള്ള ഒരു ടീമായിരുന്നു അത്.

7

എസ് എൽ വി-3 പ്രോജക്ട് നിർവഹണത്തിൻെറ നേതൃത്വം ഏറ്റെടുത്ത തോടെ എൻെറ സമയം അത്യാവശ്യമുള്ളതും എന്നാൽ പരസ്പര വിരുദ്ധ ങ്ങളുമായ പലപല കാര്യങ്ങൾക്കുംവേണ്ടി വിഭജിച്ചു നല്കേണ്ടിവന്നു—സമിതി കളുമായി ബന്ധപ്പെട്ട ജോലികൾ, നിർമ്മാണവസ്തുക്കൾ സംഭരിക്കൽ, കത്തിടപാടു കൾ, അവലോകനങ്ങൾ, വിശദീകരണയോഗങ്ങൾ, പിന്നെ വൈവിധ്യമാർന്ന നിരവധി വിഷയങ്ങളെക്കുറിച്ച് അറിഞ്ഞിരിക്കേണ്ടതിൻെറ ആവശ്യകത എന്നി ങ്ങനെ ഒട്ടേറെ കാര്യങ്ങളുണ്ടായിരുന്നു.

ഞാൻ താമസിച്ചിരുന്ന ലോഡ്ജിനു ചുറ്റുമായി രണ്ടു കിലോമീറ്റർ ഉലാ ത്തലോടെയാണ് എൻെറ ഒരു ദിവസം ആരംഭിക്കുക. ഈ പ്രഭാതസവാരിവേള യിൽ ഞാൻ അന്നത്തേക്കുള്ള ഒരു പൊതുപരിപാടി തയ്യാറാക്കും. അന്ന് നിർബ ന്ധമായും ചെയ്യിരിക്കേണ്ട രണ്ടോ മൂന്നോ കാര്യങ്ങൾക്ക് അതിൽ ഊന്നൽ നല്കും; ദീർഘകാല ലക്ഷ്യങ്ങൾ നേടാനുള്ള ഒരു കാര്യമെങ്കിലും ഇതിൽ ഉൾപ്പെടുത്തിയിട്ടുണ്ടാവും.

ഓഫീസിൽ ചെന്നുകഴിഞ്ഞാൽ ആദ്യംതന്നെ ഞാനെൻെറ മേശ വൃത്തി യാക്കും. അടുത്ത പത്തു മിനിട്ടിനകം എല്ലാ കടലാസുകളിലും അതിവേഗം കണ്ണോടിച്ചിട്ട് അവയെ വിവിധ വിഭാഗങ്ങളായി തിരിക്കും. ഉടൻ നടപടി എടു ക്കേണ്ടവ, മുൻഗണന വേണ്ടാത്തവ, മാറ്റിവയ്ക്കാവുന്നവ, വായിച്ചുനോക്കേണ്ടവ എന്നിങ്ങനെ. എന്നിട്ട് അത്യാവശ്യവിഭാഗത്തിൽപ്പെട്ടവ എടുത്തു മുന്നിൽ വയ്ക്കുകയും ബാക്കിയെല്ലാം കൺവെട്ടത്തുനിന്ന് മാറ്റുകയും ചെയ്യും.

നമുക്കിനി എസ് എൽ വി-3ലേക്ക് തിരിച്ചുവരാം. രൂപകല്പനാവേളയിൽ ഏകദേശം 250 ഉപസംയോജനങ്ങളും (സബ്അസംബ്ലികൾ) 44 മുഖ്യ ഉപസംവി ധാനങ്ങളു(സബ്സിസ്റ്റംസ്)മാണ് വിഭാവനം ചെയ്തിരുന്നത്. വസ്തുക്കളുടെ പട്ടിക യിലെ ഘടകങ്ങളുടെ എണ്ണം പത്തുലക്ഷത്തിലേറെയും. ഏഴു മുതൽ പത്തുവരെ വർഷം നീണ്ടുനിന്നേക്കാവുന്ന സങ്കീർണമായ ഈ പരിപാടി കാര്യക്ഷമതയോടെ തന്നെ മുന്നോട്ടുപോകുമെന്ന് ഉറപ്പാക്കാനായി ഒരു പ്രോജക്ട് നിർവഹണതന്ത്രം അനിവാര്യമായിരുന്നു. വി എസ് എസ് സി, 'ഷാർ' എന്നിവയുടെ ധനശേഷിയും മാനവശേഷിയും പൂർണമായി ഞങ്ങളിലേക്ക് തിരിച്ചുവിടും എന്ന് ഐ എസ് ആർ ഒ ചെയർമാനെന്ന നിലയിൽ പ്രൊഫ. ധവാൻ വ്യക്തമായി പ്രസ്താവിച്ചു. ഞങ്ങളുടെ വശത്തുനിന്നാകട്ടെ, 300-ൽ അധികം വരുന്ന വ്യവസായങ്ങളുമായി ഉത്പാദനക്ഷമമായ പരസ്പര സഹകരണം നേടുന്ന വിധത്തിൽ പ്രത്യുത്പാദന

പരമായ ഒരു കാര്യനിർവഹണ ശൈലി രൂപപ്പെടുത്തി. സഹപ്രവർത്തകരുടെ മുമ്പാകെ മൂന്നു കാര്യങ്ങൾ ഞാൻ ഊന്നിപ്പറഞ്ഞു— രൂപകല്പനാവൈഭവത്തിൻെറ പ്രാധാന്യം, ലക്ഷ്യനിർണയവും സാക്ഷാത്കാരവും, തിരിച്ചടികളെ ചെറുത്തുനില്ക്കാനുള്ള ശക്തി എന്നിവ. എസ് എൽ വി-3 പ്രോജക്ട് നിർവഹണത്തിൻെറ ഉത്തമാംശങ്ങളിലേക്കു കടക്കും മുൻപ് ഞാൻ എസ് എൽ വി-3നെക്കുറിച്ചുതന്നെ ഇപ്പോൾ സംസാരിക്കട്ടെ.

മനുഷ്യശരീരത്തോടു താരതമ്യപ്പെടുത്തിക്കൊണ്ട് ഒരു വിക്ഷേപണ വാഹനത്തെ വിശദീകരിക്കുന്നത് രസകരമായിരിക്കും. മുഖ്യഘടനയെ ഒരു മനുഷ്യശരീരത്തിന് സമാനമായി വിഭാവനം ചെയ്യാം. നിയന്ത്രണ, ഗതിനിർണയ സംവിധാനങ്ങളും അനുബന്ധ ഇലക്ട്രോണിക് പരിപഥങ്ങളും തലച്ചോറിന് സമാനമാണ്. പേശീബലം ഇന്ധനങ്ങളിൽനിന്നു വരുന്നു. ഇവ എങ്ങനെയാണ് ഉണ്ടാക്കുന്നത്? ഇതിലെ വസ്തുക്കളും സാങ്കേതികവിദ്യകളും ഏവ?

ഒരു വിക്ഷേപണവാഹനനിർമ്മിതിയിൽ വൈവിദ്ധ്യമാർന്ന നിരവധി വസ്തുക്കൾ ഉൾച്ചേരുന്നുണ്ട്—ലോഹവസ്തുക്കൾ, സംയുക്ത പദാർത്ഥങ്ങളും സിറാമിക്കുകളും അടങ്ങിയ അലോഹവസ്തുക്കൾ എന്നിങ്ങനെ. ലോഹവിഭാഗത്തിൽ, വിവിധതരം സ്റ്റെയ്ൻലെസ് സ്റ്റീൽ, അലൂമിനിയത്തിൻെറ സങ്കരങ്ങൾ, മഗ്നീഷ്യം, ടൈറ്റാനിയം, ചെമ്പ്, ബെറിലിയം, ടങ്സ്റ്റൺ, മോളിബ്ഡിനം എന്നിവ ഉപയോഗിക്കുന്നു. രൂപഭാവങ്ങളിൽ വ്യത്യസ്തത പുലർത്തുന്നതും പരസ്പരം ലയിക്കാത്തതുമായ രണ്ടോ അതിലധികമോ വസ്തുക്കൾ തമ്മിൽ ചേർത്തുയോജിപ്പിച്ച് ഉണ്ടാക്കുന്നതാണ് സംയുക്തപദാർത്ഥങ്ങൾ (കോംപോസിറ്റ് മെറ്റീരിയലുകൾ). ഈ വസ്തുക്കൾ ലോഹീയമോ കാർബണികമോ അകാർബണികമോ ആകാം. ചേരുവസാധ്യതകൾ ഏതാണ്ട് അനന്തമാണെങ്കിലും ഒരു മൂശയിൽ, ഒരു സവിശേഷ ആകൃതിയിൽ തമ്മിൽ ചേർത്തു യോജിപ്പിച്ച ഘടനാപരമായ വസ്തുക്കൾ അടങ്ങിയവയാണ് വിക്ഷേപണവാഹനങ്ങളിൽ മിക്കവാറും ഉപയോഗിക്കുന്നത്. പ്ലാസ്റ്റിക് പശയാൽ ബലപ്പെടുത്തിയ സ്ഫടിക നാരുകളുടെ വൈവിധ്യമാർന്നൊരു ശ്രേണിതന്നെ ഉപയോഗപ്പെടുത്തിയ ഞങ്ങൾ കെവ്‌ലാർ (ഒരുതരം പ്ലാസ്റ്റിക്), പോളി അമൈഡുകൾ, കാർബൺ-കാർബൺ യോജിപ്പുകൾ തുടങ്ങിയവയുടെ കടന്നുവരവിനും വഴിയൊരുക്കി. സൂക്ഷ്മതരംഗങ്ങൾ (മൈക്രോവേവുകൾ)ക്ക് സുതാര്യമായ ആവൃതികൾ ഉണ്ടാക്കുവാനായി ഉപയോഗിക്കുന്ന സവിശേഷമായി ചുട്ടെടുത്ത കളിമണ്ണാണ് സിറാമിക്. ഞങ്ങൾ സിറാമിക്കുകളുടെ ഉപയോഗം പരിഗണിച്ചെങ്കിലും സാങ്കേതിക പരിമിതികൾമൂലം ഉപേക്ഷിക്കേണ്ടി വന്നു.

മെക്കാനിക്കൽ എൻജിനീയറിങ്ങിലൂടെ ഈ അസംസ്കൃതവസ്തുക്കളെ ഉപകരണങ്ങളും ഘടകങ്ങളുമാക്കി മാറ്റി. റോക്കറ്റ് വിദ്യയെ പരിപോഷിപ്പിക്കുന്ന എല്ലാ സാങ്കേതിക ശാസ്ത്രശാഖകളിലുംവച്ച് തികച്ചും സ്വാഭാവികമായി വരുന്നത് മെക്കാനിക്കൽ എൻജിനീയറിങ്ങാണ്. ദ്രവഇന്ധന എൻജിൻപോലെ തികച്ചും പുതിയ സാങ്കേതികവിദ്യ അടിസ്ഥാനമാക്കിയ ഒന്നായിക്കൊള്ളട്ടെ, തഴുതു

പോലെ ലളിതമായതുമാകട്ടെ, അതിൻെറ ആത്യന്തികമായ നിർമ്മാണത്തിന് വിദഗ്ധരായ മെക്കാനിക്കൽ എൻജിനീയർമാരും സൂക്ഷ്മതയേറിയ യന്ത്രോപകരണങ്ങളും വേണ്ടിവരും. താഴ്ന്ന ലോഹക്കൂട്ട് അടങ്ങിയ സ്റ്റെയ്ൻലെസ് സ്റ്റീലിനെ വിളക്കിച്ചേർക്കാനുള്ള വിദ്യകൾ, വൈദ്യുതശക്തിയാലുള്ള രൂപീകരണരീതികൾ, അത്യന്ത സൂക്ഷ്മമായ നിർമ്മാണോപകരണ ഉത്പാദനം എന്നീ സുപ്രധാന സാങ്കേതികവിദ്യകൾ വികസിപ്പിച്ചെടുക്കാൻ ഞങ്ങൾ തീരുമാനിച്ചു. 254 ലിറ്റർ ശേഷിയുള്ള ഒരു ലംബാകാര മിശ്രണയന്ത്രം, മൂന്നും നാലും ഘട്ടങ്ങൾക്ക് ചാലുകൾ ഉണ്ടാക്കാനുള്ള സംവിധാനം എന്നിങ്ങനെ ചില സുപ്രധാന യന്ത്രങ്ങൾ സ്വന്തമായി നിർമ്മിക്കാനും തീരുമാനമായി. വലിയ തുക വകയിരുത്തൽ ആവശ്യമാം വിധം ബൃഹത്തും സങ്കീർണവുമായിരുന്നു ഞങ്ങളുടെ ഉപസംവിധാനങ്ങളിൽ പലതും. സംശയമൊന്നും കൂടാതെ ഞങ്ങൾ സ്വകാര്യമേഖലയിലെ വ്യവസായങ്ങളെ സമീപിക്കുകയും കരാർവ്യവസ്ഥയിലുള്ള നിർവഹണപദ്ധതികൾ തയ്യാറാക്കുകയും ചെയ്തു. ഇവ പിന്നീട് സർക്കാർ നടത്തുന്ന നിരവധി ശാസ്ത്ര സാങ്കേതിക വ്യവസായ സംഘടനകൾക്ക് വേണ്ട പ്രാഥമിക രേഖാരൂപങ്ങളായി മാറി.

എസ് എൽ വി യുടെ ജീവശക്തിവിഭാഗത്തിലേക്കു വരുമ്പോൾ നമുക്ക് കാണാൻ കഴിയുന്നത് സങ്കീർണമായൊരു വൈദ്യുത പരിപഥഘടനയാണ്. ഇതാണ് റോക്കറ്റിൻെറ സാങ്കേതികഘടനയെ ചലനാത്മകമാക്കുന്നത്. ലളിതമായ വൈദ്യുതവിതരണ സംവിധാനം മുതൽ ഗതിനിർണയ, നിയന്ത്രണ സംവിധാനംപോലുള്ള അത്യാധുനിക ഉപകരണങ്ങൾവരെയുള്ളവയുടെ വിശാലമായ സമൂഹത്തെയാണ് വ്യോമബഹിരാകാശ ഗവേഷണത്തിൽ പൊതുവായി 'ഏവിയോണിക്സ്' എന്നു പറയുക. ഡിജിറ്റൽ ഇലക്ട്രോണിക്സ്, സൂക്ഷ്മ തരംഗ റഡാർ, റഡാർ സംവേദകതരംഗങ്ങൾ പുറപ്പെടുവിക്കുന്ന ട്രാൻസ്പോൺഡറുകൾ, സ്ഥിരത സംബന്ധമായ ഉപകരണങ്ങൾ, സംവിധാനങ്ങൾ എന്നീ തുറകളിലുള്ള ഏവിയോണിക് സംവിധാനങ്ങളുടെ വികസന പ്രവർത്തനങ്ങൾക്ക് വി എസ് എസ് സി യിൽ നേരത്തേതന്നെ തുടക്കം കുറിച്ചിരുന്നു. എസ് എൽ വി യുടെ സഞ്ചാരവേളയിൽ അതിൻെറ അവസ്ഥാന്തരം അറിയേണ്ടത് സുപ്രധാനമാണ്. മർദ്ദം, കുതിപ്പ്, പ്രകമ്പനം, വേഗതാവർധന തുടങ്ങിയ ഭൗതികമായ രാശികളെ അളക്കുന്നതിനുള്ള വൈവിധ്യമാർന്ന ട്രാൻസ്ഡ്യൂസറുകളുടെ വികസനകാര്യത്തിൽ എസ് എൽ വി പുതിയൊരു പ്രവർത്തന തരംഗം സൃഷ്ടിച്ചു. വാഹനത്തിൻെറ മേൽപ്പറഞ്ഞതരത്തിലുള്ള ഭൗതികരാശികളെ വൈദ്യുത സന്ദേശങ്ങളാക്കി മാറ്റുന്നവയാണ് ട്രാൻസ്ഡ്യൂസറുകൾ. വാഹനത്തിൽത്തന്നെയുള്ള ഒരു ടെലിമെട്രി സംവിധാനം ഇവയെ വേണ്ടരീതിയിൽ സംസ്കരണം നടത്തി റേഡിയോതരംഗങ്ങളാക്കി ഭൗമകേന്ദ്രങ്ങളിലേക്കയയ്ക്കും. അവിടെ സ്വീകരിക്കപ്പെടുന്ന ആ സന്ദേശങ്ങളെ തിരിച്ച്, ട്രാൻസ്ഡ്യൂസർ ശേഖരിച്ച അതേ രാശികളാക്കി മാറ്റും. സംവിധാനങ്ങളെല്ലാം രൂപകല്പനാപ്രകാരം പ്രവർത്തിക്കുകയാണെങ്കിൽ ആശങ്കപ്പെടാനില്ല. എന്നാൽ, എന്തെങ്കിലും തകരാറ് സംഭവിച്ചാൽ

വാഹനം അപ്രതീക്ഷിതമായ ദിശകളിൽ ചലിക്കുന്നതു തടയാനായി അതിനെ തകർത്തുകളയണം. പ്രവർത്തന വ്യതിചലനമുണ്ടായാൽ റോക്കറ്റിനെ തകർത്ത് സുരക്ഷ ഉറപ്പുവരുത്താനായി ഒരു വിദൂരകല്പന നല്കൽ സംവിധാനവും തയ്യാറാക്കിയിരുന്നു. മാത്രമല്ല, എസ് എൽ വിയുടെ പരിധിയും സ്ഥാനവുമൊക്കെ നിർണയിക്കുന്നതിന് റഡാർ സംവിധാനത്തിനും ഉപരിയായി ഒരു ഇൻറർഫെറോ മീറ്ററും വികസിപ്പിച്ചെടുത്തു. ജ്വലനവും ഘടകങ്ങളുടെ വേർപെടലും സമയാനുക്രമം രേഖപ്പെടുത്തുന്ന സീക്വൻസറുകൾ, റോക്കറ്റ്ചലനങ്ങൾക്കുവേണ്ട വിവരങ്ങൾ ശേഖരിച്ചു വയ്ക്കുന്ന വാഹന ഉന്നതി നിർണയകങ്ങൾ (വെഹിക്കിൾ ആൾറ്റിറ്റ്യൂഡ് പ്രോഗ്രാമറുകൾ), പൂർവ നിശ്ചിത പരിപഥങ്ങളിലൂടെ റോക്കറ്റിനെ നയിക്കാൻ വേണ്ട തീരുമാനങ്ങൾ എടുക്കുന്ന 'ഓട്ടോപൈലറ്റ്' ഇലക്ട്രോണിക്സ് തുടങ്ങിയവയുടെ തദ്ദേശീയ നിർമ്മാണത്തിനും എസ് എൽ വി പ്രോജക്ട് തുടക്കം കുറിച്ചു.

ഈ സംവിധാനത്തെ മുഴുവനും ത്വരിപ്പിക്കുന്ന ഊർജ്ജത്തിൻെറ അഭാവത്തിൽ ഒരു വിക്ഷേപണവാഹനം വെറുതെ നിലത്തിരിക്കുകയേ ഉള്ളൂ. ചൂട് ഉത്പാദിപ്പിക്കുകയും റോക്കറ്റ് എൻജിനുവേണ്ട നിഷ്കാസന കണികകളെ നല്കുകയും ചെയ്യുന്ന ഒരു ജ്വലനവസ്തുവിനെയാണ് ഇന്ധനം (പ്രൊപ്പല്ലൻറ്) എന്നു പറയുന്നത്. ഇത് ഒരേസമയം ഊർജസ്രോതസ്സും വികസിക്കുന്ന ഊർജ്ജത്തിന് പ്രവൃത്തിചെയ്യാനുള്ള വസ്തുവുമായിരിക്കും. റോക്കറ്റ് എൻജിനുകളുടെ കാര്യത്തിൽ ഈ വിവേചനം സുപ്രധാനമാകയാൽ കുതിപ്പുസംബന്ധമായ കാര്യങ്ങൾ നിർവഹിക്കാൻ റോക്കറ്റിൽ വഹിക്കപ്പെടുന്ന രാസവസ്തുക്കളെ സൂചിപ്പിക്കാനാണ് ഇന്ധനം എന്ന പദം ഉപയോഗിക്കുന്നത്.

പ്രൊപ്പല്ലറുകളെ സാധാരണഗതിയിൽ ഖരം എന്നോ ദ്രവം എന്നോ വേർതിരിച്ചാണ് സൂചിപ്പിക്കുക. ഖര ഇന്ധനങ്ങളിലായിരുന്നു ഞങ്ങളുടെ ഊന്നൽ. ഓക്സിഡൈസർ, ഇന്ധനം, ചേരുവകൾ എന്നീ മൂന്നു ഘടകങ്ങളാണ് ഖര റോക്കററ് ഇന്ധനത്തിൽ ഉണ്ടായിരിക്കുക. ഖര ഇന്ധനങ്ങളെ സംയുക്തമെന്നും ഇരട്ട അടിസ്ഥാനമുള്ളവയെന്നും വീണ്ടും വേർതിരിച്ചിട്ടുണ്ട്. അമോണിയം പെർക്കൊളേറ്റ് പോലുള്ള ഒരു ഓക്സീകാരിയോ അകാർബണിക വസ്തുവോ കൃത്രിമ റബർ പോലുള്ള കാർബണിക ഇന്ധനത്തിൻെറ മൂശയിൽ വച്ചാണ് ആദ്യതരത്തിലുള്ളവ ഉണ്ടാക്കുക. ഇരട്ട അടിസ്ഥാനമുള്ള ഇന്ധനങ്ങൾ അക്കാലത്തൊരു വിദൂര സ്വപ്നമായിരുന്നെങ്കിലും, അവയെക്കുറിച്ച് സ്വപ്നം കാണാൻ ഞങ്ങൾ ധൈര്യം കാണിച്ചു.

ഈ സ്വയംപര്യാപ്തതയും തദ്ദേശീയമായ നിർമ്മാണവുമൊക്കെ സാവകാശം കൈവരിച്ചതാണ്. എല്ലായ്പ്പോഴും അവ വേദനാരഹിതങ്ങളുമായിരുന്നില്ലതാനും. ഞങ്ങൾ ഏറെക്കുറെ സ്വയം പരിശീലനം സിദ്ധിച്ച സാങ്കേതിക വിദഗ്ധരുടെ ഒരു സംഘമായിരുന്നു. തിരിഞ്ഞുനോക്കുമ്പോൾ എനിക്ക് തോന്നുന്നത്, ഞങ്ങളുടെ അശിക്ഷിതപടുത്വവും സ്വഭാവവും സമർപ്പണബുദ്ധിയും തമ്മിലുള്ള ആ അതുല്യ

ചേരുവ എസ് എൽ വിയുടെ വികസനത്തിന് സർവഥാ യോജിച്ചതായിരുന്നു എന്നാണ്. പ്രശ്നങ്ങൾ പതിവായും ഏതാണ്ട് സ്ഥിരമായും ഉയർന്നുവരുമായിരുന്നു. എന്നാൽ എൻെറ പത്തു വിരലും എണ്ണുന്നതിനേക്കാൾ കൂടുതൽ സമയം അവയുടെ പരിഹാരത്തിന് സംഘാംഗങ്ങൾ എടുത്തിരുന്നില്ല. രാവേറെച്ചെന്ന ഒരു പ്രവൃത്തിവേളയ്ക്കുശേഷം എഴുതിവച്ച വരികൾ ഞാനിന്നുമോർക്കുന്നു:

'ഒരു നീണ്ടദിവസത്തിൻ ഓരോ നിമിഷത്തിലും
അചഞ്ചലമായി, ധൈര്യമായി, സത്യസന്ധമായി
പണിയെടുക്കുന്ന കരങ്ങൾ എത്ര മനോഹരം.'

എസ് എൽ വി സംബന്ധമായ ഞങ്ങളുടെ ജോലിക്ക് മിക്കവാറും സമാന്തരമായി, ഒരു ഭൗമ-വ്യോമ മിസ്സൈൽ വികസിപ്പിക്കാനായി ഡി ആർ ഡി ഒ സ്വയം സജ്ജമാകുന്നുണ്ടായിരുന്നു. 'റാറേറാ' പ്രോജക്ടാണെങ്കിൽ, അതു ഘടിപ്പിക്കാൻ ഉദ്ദേശിച്ച വിമാനം കാലഹരണപ്പെട്ടതിനാൽ നിറുത്തിവെച്ചിരിക്കുകയായിരുന്നു. പുതിയ വിമാനത്തിന് 'റാറേറാ' ആവശ്യമില്ല. പ്രോജക്ട് നിറുത്തിവെച്ചതിനാൽ ഡി ആർ ഡി ഒ യുടെ മിസ്സൈൽ നിർമ്മാണസംഘത്തിൻെറ നായകനായി സ്വാഭാവികമായും നാരായണൻ വന്നു. ഐ എസ് ആർ ഒ യിൽ ഞങ്ങൾ ചെയ്തിരുന്നതിനു വ്യത്യസ്തമായി, സാങ്കേതിക വികസനത്തിനും പ്രകടനനിലവാരമുയർത്തലിനും പകരം, ഒന്നൊന്നായുള്ള പകരംവെപ്പ് എന്ന തത്വശാസ്ത്രമാണ് പരിഗണിച്ചത്. കഴിവു തെളിയിച്ച ഒരു മിസ്സൈലിൻെറ രൂപകല്പനാസംബന്ധിയായ എല്ലാ ഘടകങ്ങളെയും സംബന്ധിച്ച ആഴത്തിലുള്ള അറിവ് നേടുന്നതിനും തദ്വാരാ സ്ഥാപനത്തിൽ ആവശ്യമായ അടിസ്ഥാനസൗകര്യങ്ങൾ തയ്യാറാക്കുന്നതിനുമായി റഷ്യയിൽനിന്നുള്ള ഒരു എസ് എ-2 ഭൗമ-വ്യോമ മിസ്സൈൽ തിരഞ്ഞെടുത്തു. ഒരിക്കൽ, ഒന്നിനൊന്നെന്ന വിധത്തിലുള്ള തദ്ദേശവത്കരണം സുസ്ഥാപിതമായിക്കഴിഞ്ഞാൽ നിയന്ത്രിത മിസ്സൈലുകളുടെ മേഖലയിലെ ആധുനികീകരണത്തിൽ അടുത്ത ചുവടുവെപ്പുകൾ സ്വാഭാവികമായിത്തന്നെ സംഭവിക്കുമെന്നായിരുന്നു കരുതിയിരുന്നത്. 'ഡെവിൾ' എന്ന കോഡുപേരിൽ 1972 ഫെബ്രുവരിയിൽ പ്രോജക്ടിന് അംഗീകാരം കിട്ടി. ആദ്യത്തെ മൂന്നു വർഷത്തേക്കുള്ള ചെലവുകൾക്കായി അഞ്ചുകോടി രൂപയും ലഭിച്ചു. ഇതിൽ പാതിയും വിദേശനാണ്യമായിട്ടാണ് പോകേണ്ടിയിരുന്നത്.

അപ്പോഴേക്കും എയർ കമ്മഡോറായി സ്ഥാനക്കയററം കിട്ടിക്കഴിഞ്ഞ നാരായണൻ ഡി ആർ ഡി എല്ലിൻെറ മേധാവിയായി ചുമതലയേററിരുന്നു. വിപുലമായ ഈ പ്രോജക്ടിൻെറ നിർവഹണത്തിനായി, ഹൈദരാബാദിൻെറ ദക്ഷിണപൂർവ്വ പ്രാന്തങ്ങളിൽ സ്ഥിതിചെയ്തിരുന്ന യൗവനദശയിലുള്ള പരീക്ഷണശാലയെ അദ്ദേഹം സജ്ജമാക്കി. ശവക്കല്ലറകളും പഴകിയ കെട്ടിടങ്ങളും കൊണ്ട് പുള്ളിക്കുത്തേററു കിടന്ന ആ പ്രദേശം പുതുജീവനാൽ തുടിക്കുവാൻ ആരംഭിച്ചു. അപാരമായ ചൈതന്യം മുററിനിന്നിരുന്ന ഒരു മനുഷ്യനായിരുന്നു നാരായണൻ —എപ്പോഴും ഉത്തേജിതാവസ്ഥയിലായിരുന്ന ഒരു മനുഷ്യൻ. മുഖ്യമായും സൈനികേതരരുടേതായ ആ പരീക്ഷണശാലയിലേക്ക് നിരവധി സൈനിക

ഉദ്യോഗസ്ഥരെ കൊണ്ടുവന്ന അദ്ദേഹം തനിക്കുചുററും ഊർജസ്വലതയുള്ള വ്യക്തികളുടെ ശക്തമായൊരു സമൂഹത്തെ ഒരുമിച്ചുകൂട്ടി. എസ് എൽ വി യുടെ കാര്യങ്ങളിൽ പരിപൂർണ്ണമായും നിമഗ്നനായിപ്പോയ എനിക്ക് മിസ്സൈൽ സമിതി യിലുള്ള പങ്കാളിത്തം പതുക്കെ മങ്ങുകയും അവസാനം നിന്നുപോകുകയും ചെയ്തു. എങ്കിലും, നാരായണനെയും അദ്ദേഹത്തിൻെറ 'ഡെവിളി'നെയും കുറി ച്ചുള്ള വാർത്തകൾ തിരുവനന്തപുരത്ത് എത്തിത്തുടങ്ങിയിരുന്നു. അഭൂതപൂർ വമായ തോതിൽ ഒരു രൂപാന്തരീകരണം അവിടെ സംഭവിക്കുകയായിരുന്നു.

കഠിനജോലി ചെയ്യിക്കുന്ന ഒരു വ്യക്തിയാണ് നാരായണനെന്ന് 'റാറേറാ' പ്രോജക്ടിനുവേണ്ടി ഒരുമിച്ച് പ്രവർത്തിക്കുമ്പോഴേ ഞാൻ കണ്ടെത്തിയിരുന്നു — നിയന്ത്രണത്തിലും നേതൃത്വത്തിലും ആധിപത്യത്തിലും ആശ്രയിക്കുന്ന ഒരു വ്യക്തി. എന്തു വിലകൊടുക്കേണ്ടിവന്നാലും ഫലം കിട്ടണം എന്ന ലക്ഷ്യം മാത്ര മുള്ള ഇദ്ദേഹത്തെപ്പോലുള്ള നേതാക്കൾക്ക് കാലക്രമേണ ഒരു നിശ്ശബ്ദ വിപ്ലവ ത്തെയും നിസ്സഹകരണത്തെയും നേരിടേണ്ടിവരികയില്ലേ എന്നു ഞാൻ വിസ്മ യിക്കുമായിരുന്നു.

നാരായണൻെറ നേതൃത്വത്തിൽ നടക്കുകയായിരുന്ന ജോലിയെ നേരിട്ട് വിലയിരുത്താനുള്ള ഒരു അവസരവുമായിട്ടാണ് 1975-ലെ പുതുവത്സരദിനം വന്നെത്തിയത്. അന്ന് പ്രതിരോധവകുപ്പുമന്ത്രിയുടെ ശാസ്ത്രോപദേശകനും ഡി ആർ ഡി ഒ യുടെ തലവനുമായിരുന്ന പ്രൊഫ. എം ജി കെ മേനോൻ 'ഡെവിൾ' പ്രോജക്ടിൻകീഴിൽ നടന്ന പ്രവർത്തനം വിലയിരുത്താനായി ഡോ. ബ്രഹ്മപ്രകാ ശിൻെറ നേതൃത്വത്തിൽ ഒരു അവലോകനസമിതിയെ നിയമിച്ചു. മിസ്സൈലിൻെറ വ്യോമഗതികം, ഘടന, കുതിപ്പ് എന്നീ കാര്യങ്ങൾ വിലയിരുത്താനുള്ള ഒരു റോക്കററ്വിദഗ്ധനായി എന്നെയും സമിതിയിലെടുത്തു. കുതിപ്പുസംബന്ധമായ കാര്യങ്ങളിൽ ബി ആർ സോമശേഖറിൻെറയും വിങ് കമാൻഡർ പി കാമരാജു വിൻെറയും സഹായം എനിക്കു കിട്ടി. ഇലക്ട്രോണിക്സ് സംവിധാനങ്ങൾ വില യിരുത്താനായി ഡോ. ആർ പി ഷേണായ്, പ്രൊഫ. ഐ ജി ശർമ എന്നിവരെയും സംഘത്തിൽ ഉൾപ്പെടുത്തിയിരുന്നു.

1975 ജനുവരി ഒന്നും രണ്ടും തീയതികളിൽ ഞങ്ങൾ ഡി ആർ ഡി എല്ലിൽ ഒത്തുകൂടി. ഏതാണ്ട് ആറാഴ്ചകൾക്കുശേഷം ഒരു യോഗംകൂടി നടന്നു. വിക സനസംബന്ധമായ വിവിധ പ്രവൃത്തികേന്ദ്രങ്ങൾ ഞങ്ങൾ സന്ദർശിക്കുകയും അവിടത്തെ ശാസ്ത്രജ്ഞരുമായി ചർച്ചകൾ നടത്തുകയുമുണ്ടായി. എ വി രങ്ക റാവുവിൻെറ ദാർശനികത, വിങ് കമാൻഡർ ആർ ഗോപാലസ്വാമിയുടെ ചല നാത്മകത, ഡോ. ഐ അച്യുതറാവുവിൻെറ തികവ്, ജി ഗണേശൻെറ സംരംഭ കത്വം, എസ് കൃഷ്ണൻെറ തെളിമയാർന്ന ചിന്ത, ആർ ബാലകൃഷ്ണൻെറ വിശ ദാംശങ്ങളിൽപ്പോലുമുള്ള വിമർശനദൃഷ്ടി എന്നിവ എന്നെ വളരെ സ്വാധീനിച്ചു. വമ്പിച്ച സങ്കീർണതകൾക്കു മുമ്പിലും ജെ സി ഭട്ടാചാര്യ, ലഫ്. കേണൽ ആർ സ്വാമിനാഥൻ എന്നിവർ കാണിച്ച കുലുക്കമില്ലായ്മ ശ്രദ്ധേയമായി. ലഫ്. കേണൽ വി ജെ സുന്ദരത്തിൻെറ തീക്ഷ്ണതയും പ്രയോഗക്ഷമതയും വളരെ സ്പഷ്ട

മായിരുന്നു. സൈനിക ഉദ്യോഗസ്ഥരും വൈമാനികേതരശാസ്ത്രജ്ഞരും അടങ്ങിയ അസാമാന്യ മേധാശക്തിയും അർപ്പണമനോഭാവവും ഉള്ള ഒരു സംഘമായിരുന്നു അത്. ഒരു ഇന്ത്യൻ മിസ്സൈൽ പറപ്പിക്കണമെന്ന അദമ്യമായ അഭിനിവേശത്താൽ തങ്ങളുടെ താത്പര്യമേഖലകളിൽ സ്വയം ശിക്ഷിതരായിത്തീർന്നിരുന്നു അവർ.

തിരുവനന്തപുരത്തുവച്ച് 1975 മാർച്ച് അവസാനത്തോടെ ഞങ്ങൾ ഒരു സമാപ്തിസമ്മേളനം നടത്തി. വിജയിക്കാൻ കുറച്ചു സമയംകൂടി വേണ്ടിയിരുന്ന ദ്രവറോക്കറ്റ് മേഖലയിലൊഴികെ, മിസ്സൈൽ ഉപസംവിധാനങ്ങളുടെ ഒന്നൊന്നായുള്ള പകരംവയ്ക്കൽ എന്ന തത്വശാസ്ത്രം നടപ്പിൽ വരുത്താനായുള്ള ഘനയന്ത്രഭാഗങ്ങളുടെ നിർമ്മാണപ്രക്രിയയുടെ കാര്യത്തിൽ തൃപ്തികരമായ പദ്ധതിനിർവഹണം നടന്നിട്ടുണ്ടെന്നായിരുന്നു ഞങ്ങളുടെ അഭിപ്രായം. തങ്ങളെ ഏൽപ്പിച്ച ഭൗമ ഇലക്ട്രോണിക്സ് സമുച്ചയത്തിൻെറ രൂപകല്പന, വികസനം എന്നീ കാര്യങ്ങളിൽ ഘനഭാഗനിർമ്മാണവും സംവിധാനങ്ങളുടെ വിശകലനവും ഭംഗിയായി നടത്തുക എന്ന ഇരട്ടലക്ഷ്യം ഡി ആർ ഡി എൽ നേടിയെന്ന കാര്യത്തിൽ സമിതിക്ക് ഏകാഭിപ്രായമായിരുന്നു.

ഒന്നിനൊന്നെന്ന വിധത്തിലുള്ള പകരംവെക്കൽ തത്വശാസ്ത്രം രൂപകല്പനാസംബന്ധമായ വിവരങ്ങളുടെ ഉത്പാദനത്തിനുമേൽ ആധിപത്യം നേടിയതായി ഞങ്ങൾ നിരീക്ഷിക്കുകയുണ്ടായി. വി എസ് എസ് സി യിൽ ഞങ്ങൾ പിന്തുടർന്നിരുന്നതുപോലെ, ആവശ്യമായ വിശകലനക്കാര്യത്തിൽ നിരവധി രൂപകല്പനാവിദഗ്ധർക്ക് വേണ്ടത്ര ശ്രദ്ധ പുലർത്താൻ ഇതുമൂലം കഴിഞ്ഞിരുന്നില്ല. അതുവരെ ചെയ്തിരുന്ന, സംവിധാനങ്ങളുടെ വിശകലനപഠനങ്ങൾ കേവലം പ്രാഥമിക നിലവാരത്തിലേ എത്തിയിരുന്നുള്ളൂ. മൊത്തത്തിൽ നോക്കിയാൽ, കാണുന്ന ഫലങ്ങൾ ശ്രദ്ധേയമാണ്, എങ്കിലും നമുക്കിനിയും ദീർഘദൂരം പോകേണ്ടതുണ്ടായിരുന്നു. സ്കൂളിലെ ഒരു പദ്യശകലം ഞാൻ ഓർമിച്ചു:

'വലയേണ്ട, അലയേണ്ട, നെഞ്ചു തകരേണ്ട,
അവസരങ്ങൾ ആരംഭിച്ചിട്ടേയുള്ളൂ,
ഏറ്റവും നല്ല ജോലികൾ തുടങ്ങിയിട്ടില്ല
ഏറ്റവും നല്ല പ്രവൃത്തി ചെയ്തിട്ടുമില്ല.'

'ഡെവിളി'ൻെറ പണി തുടരാനുള്ള അനുമതി കൊടുക്കണമെന്ന് സർക്കാരിനോട് സമിതി ശക്തമായി ശുപാർശ ചെയ്തു. ഞങ്ങളുടെ ശുപാർശ സ്വീകരിക്കപ്പെടുകയും പ്രോജക്ട് മുന്നോട്ടു പോകുകയും ചെയ്തു.

ഇനി തിരികെ വി എസ് എസ് സി യിലേക്കു വരാം—അവിടെ എസ് എൽ വി രൂപംകൊള്ളുകയായിരുന്നു. മുന്നിട്ട് ഓടുകയായിരുന്ന ഡി ആർ ഡി എല്ലിൻേറതിന് വിരുദ്ധമായി വളരെ സാവകാശമായിരുന്നു ഞങ്ങളുടെ നീക്കം. നായകനെ പിൻതുടരുന്നതിനു പകരം എൻെറ സംഘം തനതായ നിരവധി പാതകളിലൂടെ വിജയത്തിലേക്ക് കയറിച്ചെല്ലുകയായിരുന്നു. സംഘങ്ങൾക്കിടയിലും ഓരോ സംഘത്തിനുള്ളിലും, വിശേഷിച്ചും പാർശ്വാനുപാർശ്വമായി, നടക്കുന്ന ആശയവിനിമയ

ത്തിൽ ഊന്നുക എന്നതായിരുന്നു ഞങ്ങളുടെ പ്രവർത്തനരീതിയുടെ സാരാംശം. ഒരു തരത്തിൽ പറഞ്ഞാൽ ഭീമാകാരമായ ഈ പ്രോജക്ട് നയിക്കുന്നതിലുള്ള എന്റെ മന്ത്രമായിരുന്നു ആശയവിനിമയം എന്നത്. എന്റെ സംഘാംഗങ്ങളുടെ കഴിവുകൾ പരമാവധി പുറത്തുകൊണ്ടുവരാനായി, സംഘടനയുടെ ഉദ്ദേശ്യലക്ഷ്യങ്ങളെക്കുറിച്ച്, അവയുടെ സാക്ഷാത്കാരത്തിൽ ഓരോ അംഗത്തിന്റെയും സവിശേഷമായ പങ്കിൽ ഊന്നിക്കൊണ്ട് ഞാൻ നിരന്തരം സംസാരിക്കുമായിരുന്നു. അതേ സമയം, എന്റെ കീഴ്ജീവനക്കാരിൽനിന്നും ഉദ്ഗമിക്കുന്ന ക്രിയാത്മകമായ ഓരോ ആശയവും സ്വീകരിക്കാനും വിമർശനാത്മകമായ പരിശോധനയ്ക്കും നടപ്പാക്കലിനുമായി അനുയോജ്യമായ രൂപത്തിൽ അവയിൽ ആശ്രയിക്കാനും ഞാൻ ശ്രമിച്ചുപോന്നു. അക്കാലത്തെക്കുറിച്ച് എന്നോ ഒരിക്കൽ ഞാനിപ്രകാരം ഡയറിയിൽ കുറിക്കുകയുണ്ടായി:

‘കാലമാകുന്ന മണൽപ്പരപ്പിൽ
നിങ്ങളുടെ കാൽപ്പാടുകൾ
അവശേഷിപ്പിക്കണമെന്നുണ്ട് നിങ്ങൾക്കെങ്കിൽ
വലിച്ചിഴയ്ക്കാതിരിക്കുക നിങ്ങളുടെ കാലുകൾ.’

മിക്കപ്പോഴും ആശയവിനിമയവും സംഭാഷണവുമായിച്ചേർന്ന് ആശയക്കുഴപ്പം ഉണ്ടാകാറുണ്ട്. വാസ്തവത്തിൽ തികച്ചും വ്യത്യസ്തങ്ങളാണ് ഇവ രണ്ടും. ഞാനൊരു ഭയങ്കര സംഭാഷണപ്രിയനായിരുന്നു (ഇപ്പോഴും ആണ്); അതേ സമയം ഞാൻ കൊള്ളാവുന്നൊരു ആശയവിനിമയകനുമാണെന്നു കരുതുന്നു. കളിതമാശകൾ നിറഞ്ഞ ഒരു സംഭാഷണം പലപ്പോഴും ഉപയോഗപ്രദമായ വിവരങ്ങൾ ഇല്ലാത്തതായിരിക്കും. എന്നാൽ വിവരങ്ങൾ കൈമാറ്റംചെയ്യാൻ മാത്രം ഉദ്ദേശിച്ചുള്ളവയാണ് ആശയവിനിമയം. വ്യക്തമായൊരു അറിവിന്റെ ശകലമെങ്കിലും നല്കാനോ സ്വീകരിക്കാനോ ലക്ഷ്യമിട്ടുകൊണ്ടുള്ള ഒരു ഇരുകക്ഷി ഇടപാടാണ് ആശയവിനിമയം എന്നു മനസ്സിലാക്കേണ്ടത് സുപ്രധാനമാണ്.

എസ് എൽ വി ക്കുവേണ്ടി പ്രവർത്തിക്കുന്ന സമയത്ത് പരസ്പരധാരണ വളർത്താനും നിലനിന്നിരുന്ന പ്രശ്നങ്ങളെ നിർവചിച്ച് ആവശ്യമായ പരിഹാരക്രിയകൾ മനസ്സിലാക്കുന്ന കാര്യത്തിൽ സഹപ്രവർത്തകരുമായി ഒരു അഭിപ്രായൈക്യം ഉണ്ടാക്കാനുമായി ഞാൻ ആശയവിനിമയത്തെ ഉപയോഗിച്ചു. പ്രോജക്ട് നിർവഹണത്തിൽ തികഞ്ഞ നൈപുണ്യത്തോടെ പ്രയോഗിച്ച പണിയായുധങ്ങളിൽ ഒന്നായിരുന്നു ആധികാരികമായ ആശയവിനിമയം. ഞാനെങ്ങനെ അതു സാധിച്ചു? ആദ്യമേതന്നെ, ഞാനെന്നും വസ്തുനിഷ്ഠനാകാനും വസ്തുതകളുടെ കയ്പുഗുളികകളിൽ ഒരിക്കലും മധുരം പുരട്ടാതിരിക്കാനും ശ്രമിച്ചുപോന്നു. ഒരിക്കലൊരു സ്പേസ് സയൻസ് കൗൺസിൽ (എസ് എസ് സി) അവലോകനയോഗത്തിൽവച്ച്, വസ്തുക്കളുടെ സംഭരണ കാലതാമസത്തിൽ ഇച്ഛാഭംഗപ്പെട്ട ഞാൻ വി എസ് എസ് സിയുടെ കണക്കുകൾ നിയന്ത്രിക്കുന്ന വ്യക്തിയും വി എസ് എസ് സി യുടെ സാമ്പത്തിക ഉപദേശകനുമായ ഉദ്യോഗസ്ഥന്റെ അനാസ്ഥയ്ക്കും ചെമപ്പുനാടകൊണ്ടുള്ള തന്ത്രങ്ങൾക്കുമെതിരെ പൊട്ടിത്തെറി

ക്കുകയുണ്ടായി. കണക്കുസൂക്ഷിപ്പുമായി ബന്ധപ്പെട്ട ജീവനക്കാരുടെ പ്രവർത്തന രീതി മാറ്റുകയും അവരുടെ കൃത്യങ്ങൾ പ്രോജക്ടിനോടു ബന്ധപ്പെട്ട സംഘത്തിന് വിട്ടുകൊടുക്കുകയും ചെയ്യണമെന്ന് ഞാൻ ശഠിച്ചു. എന്റെ കണ്ണുംപൂട്ടിയുള്ള ഈ വാദം ഡോ. ബ്രഹ്മപ്രകാശിനെ ഞെട്ടിച്ചുകളഞ്ഞു. തന്റെ സിഗരറ്റ് കുത്തിക്കെടുത്തിയിട്ട് അദ്ദേഹം യോഗത്തിൽനിന്നും ഇറങ്ങിപ്പോയി.

എന്റെ വാക്കുകളുടെ രൂക്ഷത ഡോ. ബ്രഹ്മപ്രകാശിനുണ്ടാക്കിയ വേദനയെക്കുറിച്ച് പശ്ചാത്തപിച്ചുകൊണ്ടാണ് ആ രാത്രിമുഴുവൻ ഞാൻ കഴിച്ചുകൂട്ടിയത്. എന്നിരുന്നാലും, നിലവിലുള്ള സംവിധാനം അതിലേക്ക് എന്നെയും വലിച്ചിടും മുമ്പ്, അതിൽ ഉൾച്ചേർത്തിട്ടുള്ള ജാഡ്യത്തിനെതിരേ പോരാടാൻ ഞാൻ ദൃഢനിശ്ചയം ചെയ്തിരുന്നു. പ്രായോഗികമായൊരു ചോദ്യം ഞാനെന്നോടു തന്നെ ചോദിച്ചു: സംവേദനശൂന്യരായ ഈ ഉദ്യോഗസ്ഥ ദുഷ്പ്രഭുത്വത്തോടു ചേർന്ന് ഒരാൾക്ക് ജീവിച്ചുപോകാമോ? ഇല്ലേ ഇല്ല എന്നുതന്നെയായിരുന്നു എന്റെ ഉത്തരം. പിന്നെ ഞാനെന്നോടുതന്നെ സ്വകാര്യമായൊരു ചോദ്യം ചോദിച്ചു: ഡോ. ബ്രഹ്മപ്രകാശിനെ കൂടുതലായി അലട്ടിയത് എന്തായിരിക്കാം, ഇപ്പോൾ രൂക്ഷമായി തോന്നിക്കുന്ന എന്റെ വാക്കുകളോ അതോ, അന്തിമഘട്ടത്തിലുള്ള എസ് എൽ വി യുടെ കുഴിച്ചുമൂടലോ? എന്റെ ബുദ്ധിയും ഹൃദയവും സമ്മതിക്കുന്നതായി കണ്ടുകൊണ്ടു ഞാൻ സഹായത്തിനായി ദൈവത്തോട് പ്രാർത്ഥിച്ചു. എന്റെ ഭാഗ്യത്തിന്, പിറ്റേന്നു രാവിലെ ഡോ. ബ്രഹ്മപ്രകാശ് സാമ്പത്തികാധികാരങ്ങൾ പ്രോജക്ടിന് വിട്ടുതന്നു.

ഒരു സംഘത്തെ നയിക്കുക എന്ന ചുമതല ഏറ്റെടുത്ത ഏതെങ്കിലുമൊരു വ്യക്തിക്ക് വിജയിക്കണമെങ്കിൽ അദ്ദേഹം വേണ്ടത്ര സ്വാതന്ത്ര്യമുള്ളവനും ശക്തനും സ്വന്തം നിലയ്ക്ക് ഗണനീയനാകാൻ തക്കവിധം സ്വാധീനമുള്ളവനും ആയിരിക്കണം. വ്യക്തിപരമായ ആനന്ദത്തിന്റെ ശക്തമായ ഏക അടിത്തറ ചുമതലയോടുകൂടിയ സ്വാതന്ത്ര്യം ആകയാൽ വ്യക്തികളുടെ ജീവിതസംതൃപ്തിയിലേക്കുള്ള പാതയും ഇതുതന്നെയാകണം. വ്യക്തിസ്വാതന്ത്ര്യം ശക്തമാക്കാനായി ഒരാൾക്ക് എന്തുചെയ്യാൻ കഴിയും? ഇതിനായി ഞാൻ സ്വീകരിക്കുന്ന രണ്ടു തന്ത്രങ്ങൾ നിങ്ങളുമായി പങ്കുവെക്കാൻ ആഗ്രഹിക്കുന്നു.

ഒന്നാമത്തേത് നിങ്ങളുടെ വിദ്യാഭ്യാസവും നൈപുണ്യവും കെട്ടിപ്പടുക്കുക എന്നതാണ്. വിജ്ഞാനം എന്നത് ഒരു യഥാർത്ഥ ആസ്തിയാണ്, മിക്കപ്പോഴും നിങ്ങളുടെ ജോലിയിലെ ഏറ്റവും ശക്തമായ ആയുധവും അതായിരിക്കും. ഏറ്റം പുതിയ അറിവ് എത്ര കൂടുതൽ നിങ്ങൾക്കുണ്ടോ അത്രയ്ക്ക് സ്വതന്ത്രനായിരിക്കും നിങ്ങൾ. കാലപ്പഴക്കംകൊണ്ടല്ലാതെ മറ്റൊരു തരത്തിലും വിജ്ഞാനത്തെ നിങ്ങളിൽനിന്നും എടുത്തുകളയാൻ കഴിയുകയില്ല. തനിക്കുചുറ്റും നടക്കുന്ന എല്ലാ കാര്യങ്ങളെക്കുറിച്ചും കാലികമായ അറിവ് സമ്പാദിക്കുന്ന നേതാവിനു മാത്രമേ തന്റെ സംഘത്തെ നയിക്കാനുള്ള സ്വാതന്ത്ര്യം ലഭിക്കുകയുള്ളൂ. നയിക്കുക എന്നു പറഞ്ഞാൽ ഒരുതരത്തിൽ, അവിരാമമായ വിദ്യാഭ്യാസത്തിൽ മുഴു

കുക എന്നാണർത്ഥം. ഓരോ വാരത്തിലും പല രാത്രികൾ കോളജിൽ പോകുന്നത് വിദേശങ്ങളിലെ വിദഗ്ധരുടെ ഒരു പതിവാണ്. വിജയിയായ ഒരു സംഘനേതാവാകണമെങ്കിൽ, ഒരു പുതുദിനത്തെ നേരിടാൻ തക്കവിധം കൂടുതൽ സജ്ജനായിത്തീരുവാൻ ഒരുവൻ തന്റെ പ്രവൃത്തിദിനത്തിന്റെ ശബ്ദകോലാഹലങ്ങൾക്കുശേഷവും കർമ്മനിരതനായിരിക്കണം.

രണ്ടാമത്തെ മാർഗ്ഗം, വ്യക്തിപരമായ ചുമതലകളോടുള്ള ഒരു അഭിനിവേശം വളർത്തിയെടുക്കുക എന്നതാണ്. നിങ്ങൾക്ക് പരിധികൾ വെയ്ക്കുന്ന ശക്തികളെ പരിമിതപ്പെടുത്തി നിർത്താൻ ശ്രമിക്കുക എന്നതാണ് വ്യക്തിസ്വാതന്ത്ര്യത്തിലേക്കുള്ള പരമോത്കൃഷ്ടമായ മാർഗം. കർമനിരതരായിരിക്കുക! ചുമതലകൾ ഏറ്റെടുക്കുക! നിങ്ങൾ വിശ്വസിക്കുന്ന കാര്യങ്ങൾക്കു വേണ്ടി പ്രയത്നിക്കുക. നിങ്ങളത് ചെയ്യുന്നില്ലെങ്കിൽ, നിങ്ങൾ നിങ്ങളുടെ വിധി മറ്റുള്ളവർക്ക് അടിയറ വെക്കുകയാണ്. പുരാതന ഗ്രീസിനെക്കുറിച്ച് ചരിത്രകാരനായ എഡിത്ത് ഹാമിൽട്ടൺ ഇപ്രകാരം എഴുതുകയുണ്ടായി. 'അവരേറ്റവും കൂടുതൽ അഭിലഷിച്ച സ്വാതന്ത്ര്യം, അവരുടെ ചുമതലകളിൽനിന്നുള്ള സ്വാതന്ത്ര്യമായപ്പോൾ ഏഥൻസ് സ്വതന്ത്രയല്ലാതായി; പിന്നീടൊരിക്കലും സ്വതന്ത്രമായിട്ടുമില്ല.' നമ്മുടെ സ്വാതന്ത്ര്യം വർദ്ധിപ്പിക്കാനായി നമുക്ക് മിക്കവാറും ഒറ്റയ്ക്കൊറ്റയ്ക്ക് ചെയ്തു തീർക്കാവുന്ന ഒരുപാടു കാര്യങ്ങളുണ്ട് എന്നതാണ് സത്യം. നമ്മെ ചുണകെട്ടവരാക്കുമെന്ന് ഭീഷണിപ്പെടുത്തുന്ന ശക്തികൾക്കെതിരെ നമുക്ക് സമരം ചെയ്യാൻ കഴിയും. വ്യക്തിഗത സ്വാതന്ത്ര്യത്തെ പ്രോത്സാഹിപ്പിക്കുന്ന ഗുണങ്ങളും വ്യവസ്ഥകളുംകൊണ്ട് നമുക്ക് നമ്മെത്തന്നെ സുരക്ഷിതരാക്കാം. അങ്ങനെ ചെയ്യുമ്പോൾ നാം, അഭൂതപൂർവമായ ലക്ഷ്യങ്ങൾ നേടാൻ കഴിവുള്ള ശക്തിയേറിയ ഒരു സ്ഥാപനത്തെ സൃഷ്ടിച്ചെടുക്കാൻ സഹായിക്കുകയാണ്.

എസ് എൽ വി യുടെ പണികൾ സംവേഗം പ്രാപിച്ചുവരവേ, പ്രോജക്ടിൽ മുഴുകിയിരിക്കുന്ന എല്ലാ സംഘാംഗങ്ങളെയും ഒരുമിച്ചുകൂട്ടി പുരോഗതി അവലോകനം ചെയ്യുന്ന ഒരു സമ്പ്രദായം പ്രൊഫ. ധവാൻ ആവിഷ്കരിച്ചു നടപ്പാക്കി. ദൗത്യബോധം നിറഞ്ഞ ഒരു വ്യക്തിയായിരുന്നു പ്രൊഫ. ധവാൻ. പ്രവൃത്തികൾ കൂടുതൽ സുഗമമാക്കുവാൻവേണ്ടി അയഞ്ഞുപോയ ചരടുകളൊക്കെ അദ്ദേഹം അനായാസം കൂട്ടിക്കെട്ടും. പ്രൊഫ. ധവാൻ ആധ്യക്ഷ്യം വഹിക്കുന്ന അവലോകനയോഗങ്ങളെ വി എസ് എസ് സി യിലെ മുഖ്യ സംഭവങ്ങളായി കണക്കാക്കിപ്പോന്നു. ഐ എസ് ആർ ഒ ആകുന്ന കപ്പലിന്റെ യഥാർത്ഥ കപ്പിത്താനായിരുന്നു അദ്ദേഹം—ഉത്തരവു നൽകുന്നയാൾ, നാവികാധിപൻ, സൂക്ഷിപ്പുകാരൻ, അങ്ങനെ എല്ലാം ഒന്നായിത്തീർന്നതുപോലെ. ഇങ്ങനെയൊക്കെയാണെങ്കിലും തനിക്ക് യഥാർത്ഥത്തിൽ അറിയാമായിരുന്നതിൽക്കവിഞ്ഞ ഒന്നും അറിയാമെന്ന് അദ്ദേഹം ഭാവിച്ചിരുന്നില്ല. പകരം, സന്ദിഗ്ധാവസ്ഥകളുണ്ടാകുമ്പോൾ അദ്ദേഹം ചോദ്യങ്ങൾ ചോദിക്കുകയും തന്റെ സംശയങ്ങൾ നിഷ്കപടമായി തുറന്ന് ചർച്ചചെയ്യുകയും ചെയ്യും. ഉറച്ചതും അതേസമയം കുറ്റമറ്റതുമായ രീതിയിൽ നയിക്കുക എന്നതൊരു ധാർമ്മികനിഷ്ഠയായി എടുത്തിട്ടുള്ള ഒരു നായകനായി

ഞാനദ്ദേഹത്തെ അനുസ്മരിക്കുന്നു. എന്തെങ്കിലും പ്രശ്നത്തിലൊരു തീരുമാനം എടുത്തുകഴിഞ്ഞാൽപ്പിന്നെ അദ്ദേഹത്തിൻെറ മനസ്സ് അതിൽനിന്നും വ്യതിചലിക്കുകയില്ല. എന്നാൽ തീരുമാനം എടുക്കുംമുൻപോ, അത് കളിമണ്ണുപോലെയാണ്; അന്തിമമായി മൂശയിൽ വെക്കുംവരെ ഏത് മുദ്രയും ഏറ്റുവാങ്ങാൻ സജ്ജമായ കളിമണ്ണ്. പിന്നെ, കഠിനവും ഉറപ്പേറിയതും പ്രതിരോധമുള്ളതും കാലപ്പഴക്കം കിട്ടുന്നതുമായി പുറത്തുവരുന്നതിൽ പിഴയ്ക്കാത്ത രീതിയിൽ ആ തീരുമാനങ്ങൾ സ്ഫുടം ചെയ്യെടുക്കാനായി കുശവൻെറ ചൂളയിലേക്കിടും.

എനിക്ക് പ്രൊഫ. ധവാനുമായി വിലപ്പെട്ട കുറെയേറെ സമയം ചെലവഴിക്കുവാനുള്ള സവിശേഷ ഭാഗ്യം ഉണ്ടായിട്ടുണ്ട്. എന്തു വിഷയമായാലും അതിനെക്കുറിച്ചുള്ള തൻെറ വിശകലനങ്ങളിൽ തനിക്ക് കൊണ്ടുവരാൻ കഴിഞ്ഞിരുന്ന യുക്തിപരവും ബൗദ്ധികവുമായ തികവു കാരണം ശ്രോതാവിനെ ആവേശഭരിതനായി നിലനിറുത്താൻ അദ്ദേഹത്തിന് സാധിക്കുമായിരുന്നു. ബിരുദങ്ങളുടെ ഒരു അപൂർവ സമ്മേളനമാണ് അദ്ദേഹത്തിൽ ഉണ്ടായിരുന്നത്—ഗണിത, ഭൗതിക ശാസ്ത്രങ്ങളിൽ ബി. എസ്സി., ആംഗലേയ സാഹിത്യത്തിൽ എം.എ., മെക്കാനിക്കൽ എൻജിനീയറിങ്ങിൽ ബി.ഇ., എയ്റോനോട്ടിക്കൽ എൻജിനീയറിങ്ങിൽ എം.എസ്.; പിന്നെ, ഇതിനെല്ലാം മകുടംചാർത്താനെന്നവണ്ണം യു എസ് എ യിലെ കാലിഫോർണിയാ ഇൻസ്റ്റിറ്റ്യൂട്ട് ഓഫ് ടെക്നോളജി(കാൽടെക്)യിൽനിന്നും എയ്റോനോട്ടിക്സിലും ഗണിതശാസ്ത്രത്തിലും പിഎച്ച്.ഡിയും.

അദ്ദേഹവുമായുള്ള ബൗദ്ധികസംവാദങ്ങൾ വളരെയേറെ ഉത്തേജകമായിരുന്നുവെന്നു മാത്രമല്ല എന്നെയും എൻെറ സംഘാംഗങ്ങളെയും എന്നും ഊർജ്ജസ്വലരാക്കാൻ കഴിവുള്ളതുമായിരുന്നു. അദ്ദേഹം എന്നും നിറയെ ശുഭാപ്തിവിശ്വാസവും കാരുണ്യവുമുള്ളവനായിരുന്നുവെന്ന് എനിക്ക് മനസ്സിലാക്കാനായി. തന്നെത്തന്നെ അതികർക്കശമായി വിധിച്ചിരുന്ന അദ്ദേഹം പക്ഷേ, മറ്റുള്ളവർക്കു വരുന്ന തെറ്റുകളോട് ഉദാരമനസ്കനായിരുന്നു. പ്രൊഫ. ധവാൻ തൻെറ വിധികൾ ശക്തമായിത്തന്നെ പ്രസ്താവിക്കും; പശ്ചാത്തപിക്കുന്ന കുറ്റവാളിയോട് ക്ഷമിക്കുകയും ചെയ്യും.

1975-ൽ ഐ എസ് ആർ ഒ ഒരു സർക്കാർ സ്ഥാപനമായി മാറി. വിവിധ പ്രവൃത്തികേന്ദ്രങ്ങളുടെ മേധാവികളും ബഹിരാകാശവകുപ്പിലെ ('ഡി ഒ എസ്') മുതിർന്ന ഉദ്യോഗസ്ഥരുമടങ്ങിയ ഒരു ഐ എസ് ആർ ഒ സമിതിയും രൂപവൽകൃതമായി. സർക്കാർ അധികാരങ്ങളുള്ള 'ഡി ഒ എസും' ജോലിനിർവഹണത്തിനുള്ള കേന്ദ്രങ്ങളുമായുള്ള ഒരു പ്രതീകാത്മക കണ്ണിയും പങ്കാളിത്തപരമായ കാര്യനിർവഹണത്തിനുള്ള (പാർട്ടിസിപ്പേറ്റീവ് മാനേജ്മെൻറ്) ഒരു വേദിയുമാകാൻ ഈ സമിതിക്കു സാധിച്ചു. സർക്കാർ വകുപ്പുകളുടെ പരമ്പരാഗതമായ ഔദ്യോഗിക സംജ്ഞകളിൽ, ഐ എസ് ആർ ഒ യുടെ കേന്ദ്രങ്ങൾ ഉപഘടനകളോ അതിനോടു ചേർക്കപ്പെട്ട കാര്യാലയങ്ങളോ ആയിരുന്നിരിക്കാം: പക്ഷേ, ആ വാക്കുകൾ ഐ എസ് ആർ ഒ യിലോ ഡി ഒ എസിലോ ഒരിക്കലും ഉച്ചരിക്കപ്പെട്ടിരുന്നില്ല. ഭരണാധികാരങ്ങൾ കൈയാളുന്നവരും നിർവഹണ സ്ഥാപനങ്ങളും

തമ്മിലുള്ള സജീവ ഇടപെടലുകൾ ആവശ്യപ്പെടുന്ന പങ്കാളിത്തപരമായ കാര്യനിർവഹണശൈലി ഐ എസ് ആർ ഒ നേതൃത്വത്തിന്റെ തികച്ചും നവ്യമായൊരു ആശയമായിരുന്നു. ഇന്ത്യൻ ഗവേഷണ-വികസനസ്ഥാപനങ്ങളിൽ വലിയ സ്വാധീനങ്ങൾ ചെലുത്താൻ പോന്നതായിരുന്നു അത്.

ഈ പുതിയ സംവിധാനം അന്ന് 'ഡി ഒ എസി'ന്റെ ജോയിന്റ് സെക്രട്ടറിയായിരുന്ന ററി.എൻ.ശേഷനുമായി ബന്ധപ്പെടാൻ എനിക്ക് ഇട നല്കി. അന്നുവരെ എനിക്ക് ഉദ്യോഗസ്ഥപ്രമാണിമാരോട് അന്തർലീനമായ ഒരു അകൽച്ച ഉണ്ടായിരുന്നു. ആകയാൽ എസ് എൽ വി-3ന്റെ നിർവഹണസമിതിയോഗത്തിൽ പങ്കെടുക്കുന്ന ശേഷനെ കണ്ടപ്പോൾ എനിക്കത്ര രസിച്ചില്ല. എന്നാൽ ഓരോ വിശദാംശങ്ങളിലും ശ്രദ്ധപതിപ്പിച്ച് കാര്യപരിപാടിയിലൂടെ കടന്നുപോകുകയും സമ്മേളനങ്ങൾക്കെല്ലാം തികച്ചും ഒരുങ്ങി വരികയും ചെയ്യുമായിരുന്ന ശേഷനോട് ആ വികാരം പെട്ടെന്നുതന്നെ ആദരവായി മാറി. തന്റെ അപാരമായ വിശകലനശേഷിയാൽ ശാസ്ത്രജ്ഞരുടെ മനസ്സുകളെ അദ്ദേഹമെപ്പോഴും ഉജ്ജ്വലിപ്പിക്കുമായിരുന്നു.

ശാസ്ത്രത്തിന്റെ ആവേശജനകമായ നിഗൂഢതകളെക്കുറിച്ചുള്ള നിരവധി വെളിപാടുകളുടേതായിരുന്നു എസ് എൽ വി പ്രോജക്ടിന്റെ ആദ്യ മൂന്നു വർഷങ്ങൾ. മനുഷ്യരെന്ന നിലയ്ക്ക് അജ്ഞത എന്നും നമ്മോടുകൂടെയുണ്ട്, എന്നും ഉണ്ടായിരിക്കുകയും ചെയ്യും. ഇവിടെ പുതുമ എന്താണെന്നുവച്ചാൽ, അതിനെക്കുറിച്ചുള്ള എന്റെ തിരിച്ചറിവായിരുന്നു; അത്യഗാധമായ അതിന്റെ മാനങ്ങളെക്കുറിച്ചുള്ള എന്റെ ഉണർവായിരുന്നു. എല്ലാറ്റിനെയും വിശദീകരിക്കുകയാണ് ശാസ്ത്രത്തിന്റെ കടമ, വിശദീകരണമില്ലാത്ത പ്രതിഭാസങ്ങളാകട്ടെ എന്റെ പിതാവിനെയും ലക്ഷ്മണശാസ്ത്രിയെയുംപോലുള്ളവരുടെ പ്രവിശ്യകളാണ് എന്നായിരുന്നു ഞാൻ തെറ്റായി വിചാരിച്ചിരുന്നത്. എങ്കിലും എന്റെ ശാസ്ത്രജ്ഞസഹപ്രവർത്തകരുമായി ഇത്തരം കാര്യങ്ങൾ ചർച്ചചെയ്യുന്നതിൽനിന്നും ഞാനെന്നും ഒഴിഞ്ഞുനിന്നു; എന്തെന്നാൽ, അതിസൂക്ഷ്മമായി ക്രമപ്പെടുത്തിയ അവരുടെ കാഴ്ചപ്പാടുകളുടെ ആധിപത്യത്തെ അത് ഭീഷണിപ്പെടുത്തും എന്നു ഞാൻ ഭയന്നു.

ക്രമേണ ഞാൻ ശാസ്ത്രവും സാങ്കേതികവിദ്യയും തമ്മിലുള്ളതും ഗവേഷണവും വികസനവും തമ്മിലുള്ളതുമായ വ്യത്യാസത്തെപ്പറ്റി ബോധവാനായി മാറി. ശാസ്ത്രമെന്നത് അന്തർലീനമായി തുറവിയുള്ളതും അന്വേഷണാത്മകവുമാണ്. വികസനമാകട്ടെ ഒരു അടഞ്ഞ വലയവും. വികസനത്തിൽ തെറ്റുകൾ അനിവാര്യമാണ്. അവ ദിനംതോറും സംഭവിക്കുകയും ചെയ്യുന്നു. പക്ഷേ, ഓരോ അബദ്ധവും മാറ്റംവരുത്തലുകൾക്കും ശേഷിവർദ്ധനയ്ക്കും മികവുണ്ടാക്കലിനുമൊക്കെയായി ഉപയോഗപ്പെടുത്തുന്നു. ശാസ്ത്രജ്ഞരെ കൂടുതൽ നേട്ടമുണ്ടാക്കുന്നവരാക്കാൻ വേണ്ടിയാകണം സാങ്കേതികജ്ഞരെ സ്രഷ്ടാവ് സൃഷ്ടിച്ചത്. എന്തെന്നാൽ, ഓരോ തവണയും ശാസ്ത്രജ്ഞർ, തങ്ങൾ കൂലംകഷമായി ഗവേഷണം നടത്തി തെളിയിച്ചതും പൂർണമായി ഗ്രഹിച്ചതുമായ ഒരു പ്രതിവിധിയുമായി

കടന്നുവരുമ്പോഴും സാങ്കേതികവിദഗ്ധർ അവർക്ക് മറ്റൊരു പ്രകാശസ്രോതസ്സ്, മറ്റൊരു സാധ്യത കാണിച്ചുകൊടുക്കും. ശാസ്ത്രജ്ഞരാകുന്നതിനെതിരെ ഞാനെന്റെ സംഘത്തിന് മുന്നറിയിപ്പു നല്കി. ശാസ്ത്രമൊരാവേശമാണ് — വാഗ്ദാനങ്ങളിലേക്കും സാധ്യതകളിലേക്കുമുള്ള അവിരാമമായൊരു യാത്ര. ഞങ്ങൾക്കു പക്ഷേ, കിട്ടിയിരിക്കുന്നത് പരിമിതമായ സമയവും പണവുമാണ്. ഞങ്ങളുടെ സ്വന്തം പരിമിതികളെപ്പറ്റിയുള്ള ബോധ്യത്തിൽ ആശ്രയിച്ചിരിക്കുന്നു എസ് എൽ വി യുടെ നിർമ്മാണം. ഏറ്റവും മികച്ച സാധ്യതകളാകാവുന്ന നിലവിലുള്ള പ്രവർത്തനയോഗ്യമായ പരിഹാരങ്ങളായിരുന്നു ഞാൻ കൂടുതൽ ഇഷ്ടപ്പെട്ടത്. അതിൻേറതായ പ്രശ്നങ്ങളുമായല്ലാതെ പുതുമയുള്ള ഒരു കാര്യവും സമയബന്ധിതമായ ഒരു പ്രോജക്ടിലേക്കും കടന്നുവരുന്നില്ല. എന്റെ അഭിപ്രായത്തിൽ, കഴിവുള്ളിടത്തോളം ഒട്ടുമിക്ക സംവിധാനങ്ങളിലും തെളിയിക്കപ്പെട്ട സാങ്കേതികവിദ്യകളിൻമേലാകണം ഒരു പ്രോജക്ട് ലീഡർ പ്രവർത്തിക്കേണ്ടത്. മാത്രമല്ല, വിവിധ വിഭവങ്ങളിൽനിന്നും മാത്രമേ പരീക്ഷണം നടത്തുകയും ചെയ്യാവൂ.

8

എസ് എൽ വി-3 പ്രോജക്ട് രൂപവത്കരിച്ചിരുന്നത്, വി എസ് എസ് സിയിലെയും 'ഷാറി'ലെയും മുഖ്യമായ സാങ്കേതിക പ്രവൃത്തികേന്ദ്രങ്ങൾക്ക് എത്ര വലിയ വ്യാസമുള്ള റോക്കററുകളുടെയും ഇന്ധനോത്പാദനം, റോക്കററ് മോട്ടോർ പരിശോധന, വിക്ഷേപണം എന്നിവ കൈകാര്യംചെയ്യാൻ കഴിയുംവിധമായിരുന്നു. എസ് എൽ വി-3 പ്രോജക്ടിലെ പങ്കാളികളെന്ന നിലയിൽ മൂന്നു നാഴികക്കല്ലുകൾ ഞങ്ങൾ സ്ഥാപിച്ചു. 1975 ഓടെ സൗണ്ടിങ് റോക്കററുകൾ വഴി എല്ലാ ഉപസംവിധാനങ്ങളുടെയും വികസനവും പറക്കൽ യോഗ്യതയും ഉറപ്പാക്കൽ; 1976 ഓടെ ഉപ-ഭ്രമണപഥ പറക്കലുകൾ; 1978 ഓടെ അവസാനത്തെ ഭ്രമണപഥ പറക്കൽ എന്നിവ. അപ്പോഴേക്കും ജോലികൾക്കു ചൂടുപിടിച്ചുകഴിഞ്ഞിരുന്നു. അന്തരീക്ഷ മൊകെ ആവേശഭരിതമായി. ഞാൻ എവിടെച്ചെന്നാലും താത്പര്യജനകമായ എന്തെങ്കിലുമൊന്ന് എന്നെ കാണിക്കാനായി ഞങ്ങളുടെ സംഘങ്ങൾക്കുണ്ടാകും. അതിവിപുലമായ കാര്യങ്ങൾ നമ്മുടെ രാജ്യത്ത് ഇദംപ്രഥമമായി നടന്നുകൊണ്ടിരിക്കുകയായിരുന്നു. ഇത്തരം ജോലികളിൽ അടിസ്ഥാനതലത്തിലുള്ള സാങ്കേതികവിദഗ്ദ്ധർക്ക് വേണ്ടത്ര മുൻപരിചയം ഇല്ലായിരുന്നുവെങ്കിലും എൻെറ സംഘാംഗങ്ങളിൽ പുതിയ പ്രകടനവ്യാപ്തികളുടെ വളർച്ച ഞാൻ കണ്ടു.

സൃഷ്ടിയിലേക്കു നയിക്കുന്ന ഘടകങ്ങളാണ് പ്രകടനവ്യാപ്തികൾ. വ്യക്തിയുടെ കഴിവുകളായ നിപുണത, വിജ്ഞാനം എന്നിവയെല്ലാം അവ കവച്ചുവയ്ക്കുന്നു. തൻെറ ജോലിയിൽ മികവോടെ വർത്തിക്കാൻ ഒരു വ്യക്തി നിർബന്ധമായി അറിഞ്ഞിരിക്കേണ്ടതും ചെയ്യാൻ കഴിവുണ്ടാകേണ്ടതുമായ കാര്യങ്ങളെക്കാൾ വിശാലവും ആഴമേറിയവയുമാണ് ഈ പ്രകടനവ്യാപ്തികൾ. മനോഭാവങ്ങൾ, മൂല്യങ്ങൾ, സ്വഭാവഗുണങ്ങൾ എന്നിവയെല്ലാം ഇവയിൽ ഉൾപ്പെടും. മനുഷ്യവ്യക്തിത്വത്തിൻെറ വ്യത്യസ്തമായ തലങ്ങളിലാണ് അവ നിലനില്ക്കുന്നത്. പെരുമാററത്തിൻെറ തലത്തിൽ—ഒരു മരത്തിൻെറ പുറംവലയത്തിലെന്നപോലെ — നമുക്ക് നൈപുണ്യങ്ങളെ നിരീക്ഷിക്കാനും വിജ്ഞാനത്തെ അളക്കാനും കഴിയും. സാമൂഹികധർമ്മം, സ്വന്തം പ്രതിച്ഛായ എന്നീ പരിമാണങ്ങൾ മധ്യമതലത്തിലാണ് കാണുക. ചോദനകളും സവിശേഷഗുണങ്ങളും ഏററവും ആന്തരികമായ അഥവാ കാതലായ തലത്തിൽ കുടികൊള്ളുന്നു. തൊഴിൽവിജയവുമായി ഏററവുമധികം പരസ്പരബന്ധമുള്ള ഈ പ്രകടനവ്യാപ്തികളെ നമുക്ക് തിരിച്ചറിയാനായാൽ, ചിന്തയിലും പ്രവൃത്തിയിലും സവിശേഷമായ ഉന്നത

നിലവാരം പുലർത്താനാകുംവിധം ഒരു രൂപരേഖ തയ്യാറാക്കാനായി നമുക്കവയെ ചേർത്തുവെക്കാൻ കഴിയും.

എസ് എൽ വി 3 അപ്പോഴും ഭാവികാര്യം ആയിരുന്നുവെങ്കിലും അതിൻെറ ഉപസംവിധാനങ്ങൾ പൂർത്തിയായിക്കൊണ്ടിരുന്നു. നിർണ്ണായകമായ സംവിധാനങ്ങളിൽ ചിലത് പരീക്ഷിക്കാനായി 1974 ജൂണിൽ ഞങ്ങൾ ഒരു സെൻറാർ സൗണ്ടിങ് റോക്കററ് വിക്ഷേപണം ചെയ്യുകയുണ്ടായി. എസ് എൽ വി യുടെ പരിമിതപ്പെടുത്തിയ ഒരു താപകവചം, റേററ് ജൈറോ യൂണിററ്, വാഹനഉന്നതി സജ്ജീകരണസംവിധാനം എന്നിവയെല്ലാം ഈ സെൻറാർ റോക്കററുമായി സംയോജിപ്പിച്ചിരുന്നു. വിശാലപരിധികളുള്ള വൈദഗ്ദ്ധ്യം ആവശ്യമായ മൂന്നു സംവിധാനങ്ങൾ ഈ പരിപാടിയിൽ ഉൾപ്പെടുത്തുകയുണ്ടായി — സംയോജിത വസ്തുക്കൾ, നിയന്ത്രണ സാങ്കേതികവിദ്യ, സോഫ്ററ്വെയർ എന്നിവ. ഇവയൊന്നുംതന്നെ ഈ രാജ്യത്ത് ഇതിനുമുമ്പ് പ്രയോഗിച്ചുനോക്കിയിട്ടുള്ളവയായിരുന്നില്ല. പരീക്ഷണം സമ്പൂർണ്ണവിജയമായി. അതുവരെ ഇന്ത്യയുടെ ബഹിരാകാശപദ്ധതി സൗണ്ടിങ് റോക്കററുകൾക്കുമപ്പുറം പോയിട്ടില്ലായിരുന്നു. മാത്രവുമല്ല, അറിവുള്ള മനുഷ്യർപോലും അതിനെ കാലാവസ്ഥാ ഉപകരണങ്ങളുമായി വെറുതെ നേരംകളയുന്ന പരിപാടിക്കപ്പുറമായി കാണുവാനോ അംഗീകരിക്കുവാനോ തയ്യാറുമായിരുന്നില്ല. അങ്ങനെ, ഇദംപ്രഥമമായി ഞങ്ങൾ രാജ്യത്തിൻെറ ആത്മവിശ്വാസത്തിനു ഹരംപകർന്നു. 1974 ജൂലൈ 24-ാം തീയതി പ്രധാനമന്ത്രി ഇന്ദിരാഗാന്ധി പാർലമെൻറിൽ ഇപ്രകാരം പറയുകയുണ്ടായി: "ഇന്ത്യയുടെ പ്രഥമ ഉപഗ്രഹവിക്ഷേപണവാഹനം നിർമ്മിക്കാൻ വേണ്ട ബന്ധപ്പെട്ട സാങ്കേതികവിദ്യകൾ, ഉപസംവിധാനങ്ങൾ, ഹാർഡ്വെയർ എന്നിവയുടെ വികസനവും തയ്യാറാക്കലും തൃപ്തികരമായി പുരോഗമിക്കുന്നു. ഏതാനും വ്യവസായങ്ങൾ ഇപ്പോൾത്തന്നെ ഘടകഭാഗങ്ങളുടെ നിർമാണത്തിൽ ഏർപ്പെട്ടിട്ടുണ്ട്. ഇന്ത്യയുടെ പ്രഥമ ഭ്രമണപഥ പറക്കൽ 1978-ൽ നടത്താൻ നിശ്ചയിച്ചുകഴിഞ്ഞു."

സൃഷ്ടിപരമായ മറ്റേന്തു പ്രവർത്തനവുമെന്നപോലെതന്നെ വേദനകൾ നിറഞ്ഞ ഒന്നായിരുന്നു എസ് എൽ വി-3ൻെറ സൃഷ്ടിയും. ഒന്നാംഘട്ട മോട്ടോറിൻെറ സ്ഥിരസ്ഥിതി പരീക്ഷണത്തിനുള്ള തയ്യാറെടുപ്പുകളിൽ ഞാനും എൻെറ സംഘവും പൂർണ്ണമായി നിമഗ്നരായിരിക്കേ വീട്ടിൽനിന്നും ഒരു മരണവാർത്ത എത്തി. എൻെറ സഹോദരീഭർത്താവും മാർഗ്ഗദർശിയുമായിരുന്ന ജനാബ് അഹ്മദ് ജല്ലാലുദ്ദീൻ മരണമടഞ്ഞിരിക്കുന്നു. രണ്ടു മിനിററുനേരത്തേക്ക് ഞാനാകെ നിശ്ചേഷ്ടനായിപ്പോയി. എനിക്കൊന്നും ചിന്തിക്കാനായില്ല, ഒന്നും അറിയാനായില്ല. എനിക്ക് ഒരിക്കൽക്കൂടി എൻെറ ചുററുപാടുകളിൽ ശ്രദ്ധിക്കാൻ കഴിഞ്ഞപ്പോൾ, ജോലിയിൽ പങ്കുകൊള്ളാൻ ശ്രമിച്ചപ്പോൾ ഞാൻ സ്വയം എന്തൊക്കെയോ പരസ്പരബന്ധമില്ലാതെ പുലമ്പുന്നതായിത്തോന്നി. അപ്പോൾ ഞാനൊരു കാര്യം മനസ്സിലാക്കി: ജല്ലാലുദ്ദീനോടൊപ്പം എൻെറ ഒരു ഭാഗവുംകൂടി മരിച്ചു പോയിരിക്കുന്നു. എൻെറ കുട്ടിക്കാലം ഒരു മിന്നൽപോലെ എനിക്കു മുമ്പിൽ വീണ്ടും പ്രത്യക്ഷപ്പെട്ടു. രാമേശ്വരം ക്ഷേത്രത്തിനു ചുററുമുള്ള

സായാഹ്നസവാരികൾ, നിലാവിൽ നൃത്തംവെക്കുന്ന ഓളങ്ങളും തിളങ്ങുന്ന മണൽപ്പരപ്പും, ഒരു അമാവാസിരാവിലെ കറുത്ത ആകാശത്തുനിന്നും താഴേക്കു നോക്കുന്ന താരകങ്ങൾ, കടലിലേക്ക് ആണ്ടുപോകുന്ന ചക്രവാളത്തെ എനിക്കു ചൂണ്ടിക്കാട്ടിത്തരുന്ന ജല്ലാലുദ്ദീൻ, എൻെറ പുസ്തകങ്ങൾക്കുവേണ്ടി അദ്ദേഹം പണമുണ്ടാക്കുന്നത്, സാന്താക്രൂസ് വിമാനത്താവളത്തിൽവെച്ച് എന്നെയദ്ദേഹം യാത്രയാക്കിയത്—സ്ഥലകാലങ്ങളുടെ ഒരു നീർച്ചുഴിയിലേക്ക് ഞാൻ എറിയപ്പെട്ടിരിക്കുകയാണെന്ന് എനിക്കു തോന്നി. തൻെറ പാതിവയസ്സുമാത്രം പ്രായമുള്ള മരുമകൻെറ ശവമഞ്ചം ചുമക്കുന്ന, അപ്പോൾ നൂറു വയസ്സു കഴിഞ്ഞിരുന്ന എൻെറ പിതാവ്, എൻെറ സഹോദരി സുഹ്റയുടെ ദുഃഖാർത്തമായ ആത്മാവ്, നാലു വയസ്സുമാത്രം പ്രായമുണ്ടായിരുന്ന തൻെറ മകൻെറ മരണം അവരിൽ ഏല്പിച്ച ഇനിയുമുണങ്ങിയിട്ടില്ലാത്ത മുറിവ് —അവ്യക്തചിത്രങ്ങളായി എൻെറ കൺമുമ്പിൽ പ്രത്യക്ഷപ്പെട്ട ഇവയെല്ലാം എനിക്ക് ഉൾക്കൊള്ളാനാകാത്തവിധം ഭയങ്കരങ്ങളായിരുന്നു. ഞാൻതന്നെയുണ്ടാക്കിയ സംയോജനച്ചട്ടത്തിന്മേൽ ഞാൻ ശിരസ്സു ചാരി. വികാരങ്ങൾ നിയന്ത്രിച്ചതിനുശേഷം എൻെറ അസാന്നിദ്ധ്യത്തിൽ ജോലി തുടർന്നുകൊണ്ടുപോകുന്നതിനായി ഡെപ്യൂട്ടി പ്രോജക്ട് മാനേജരായ ഡോ. എസ്. ശ്രീനിവാസന് കുറച്ചു നിർദ്ദേശങ്ങൾ കൊടുത്തു.

രാത്രി മുഴുവൻ പലപല ജില്ലാബസ്സുകളിൽ മാറിക്കയറി യാത്രചെയ്ത് പിറേറന്നുമാത്രമാണ് എനിക്ക് രാമേശ്വരത്ത് എത്താൻ കഴിഞ്ഞത്. ജല്ലാലുദ്ദീനോടൊപ്പം അവസാനിച്ചു എന്നു തോന്നിയ എൻെറ ഭൂതകാലത്തെക്കുറിച്ചുള്ള വിചാരങ്ങളിൽനിന്നും വിടുതൽനേടാൻ ആ സമയമൊക്കെയും ഞാൻ പരമാവധി ശ്രമിച്ചു. എന്നാൽ, ഞാൻ വീട്ടിലെത്തേണ്ട താമസം, മരണമാകുന്ന കരിന്തേൾ എൻെറ കാൽച്ചുവട്ടിൽത്തന്നെയെത്തി. നിയന്ത്രണംവിട്ടു കരയുകയായിരുന്ന സുഹ്റയെയോ എൻെറ ഭാഗിനേയി മെഹ്ബൂബിനെയോ ആശ്വസിപ്പിക്കാൻ എനിക്ക് വാക്കുകളുണ്ടായിരുന്നില്ല. എനിക്കു പൊഴിക്കാൻ കണ്ണീരൊന്നും ബാക്കിയില്ലായിരുന്നുവെന്ന് ഞാൻ മനസ്സിലാക്കി. ദുഃഖാർത്തരായ ഞങ്ങൾ ജല്ലാലുദ്ദീൻെറ മൃതശരീരം അടക്കം ചെയ്തു.

എൻെറ പിതാവ് എൻെറ കരങ്ങൾ ഏറെനേരം അടക്കിപ്പിടിച്ചുകൊണ്ടു നിന്നു. അദ്ദേഹത്തിൻെറ കണ്ണുകളിൽ അശ്രുകണങ്ങളുണ്ടായിരുന്നില്ല. “അബ്ദുൾ, നീ കാണുന്നില്ലേ, സർവേശ്വരൻ എങ്ങനെയാണ് നിഴലുകൾക്ക് നീളം വെപ്പിക്കുന്നതെന്ന്? അവിടുന്ന് ആഗ്രഹിച്ചിരുന്നുവെങ്കിൽ അവയെ സ്ഥിരമായി ഒരേ നിലയിൽതന്നെ അദ്ദേഹം നിറുത്തിയേനേ. എന്നാൽ, അവിടുന്ന് സൂര്യനെ അവയുടെ വഴികാട്ടിയാക്കി, പതുക്കെപ്പതുക്കെ അവയുടെ നീളം കുറയ്ക്കുന്നു. അവിടുന്നാണ് രാത്രിയെ നിനക്കൊരു മേലങ്കിയായും നിദ്രയെ ഒരു വിശ്രമമായും നിശ്ചയിച്ചത്. ജല്ലാലുദ്ദീൻ ഒരു നീണ്ട നിദ്രയിലായിക്കഴിഞ്ഞു — സ്വപ്നങ്ങളില്ലാത്ത ഒരു നിദ്ര. ലാളിത്യമാർന്ന ബോധരാഹിത്യത്തിനുള്ളിൽ തന്നിലെ സർവ്വതിൻെറയും ഒരു പൂർണ്ണവിശ്രമം. അല്ലാഹു നിശ്ചയിച്ചവയല്ലാതെ വേറെ യാതൊന്നും നമ്മുടെമേൽ പതിക്കുകയില്ല. അവിടുന്നാണു നമ്മുടെ

രക്ഷകൻ. അല്ലാഹുവിൽ, എന്റെ മകനേ, നീ അല്ലാഹുവിൽ പൂർണ്ണവിശ്വാസം അർപ്പിക്കുക." അദ്ദേഹം തന്റെ ചുളിവുവീണ കൺപോളകൾ പതുക്കെ അടച്ച് സമാധിപോലൊരു അവസ്ഥയിലായി.

മരണം ഒരിക്കലുമെന്നെ ഭയപ്പെടുത്തിയിട്ടില്ല. എന്തൊക്കെയായാലും ഓരോ മനുഷ്യനും ഒരു ദിവസം കടന്നുപോകേണ്ടതല്ലേ. ജല്ലാലുദ്ദീൻ ഒരുപക്ഷേ, അല്പം നേരത്തേ കടന്നുപോയിരിക്കാം, ഒരല്പം വേഗത്തിൽ. എനിക്ക് കൂടുതൽ സമയം വീട്ടിൽ ചെലവഴിക്കാൻ കഴിയുമായിരുന്നില്ല. എന്റെ ആന്തരികസ്വത്വ മാകെ ഒരുതരം ഉത്കണ്ഠാകുലമായ കോലാഹലത്തിൽ മുങ്ങിത്താഴുന്നതായി എനിക്കു തോന്നി. മാത്രമല്ല, എന്റെ വ്യക്തിജീവിതവും തൊഴിൽജീവിതവും തമ്മി ലുള്ള ഒരുപിടി സംഘർഷങ്ങളും എനിക്കനുഭവപ്പെട്ടു. തുമ്പയിൽ തിരിച്ചെത്തി കുറെ അധികം ദിവസങ്ങളോളം, ഞാൻ ചെയ്യുന്ന കാര്യങ്ങളെക്കുറിച്ചെല്ലാം മുൻപൊരിക്കലും തോന്നാത്ത ഒരുതരം നിരർത്ഥതാബോധം എന്നെ പിടികൂടി.

പ്രൊഫ. ധവാനുമായി ഞാൻ വളരെ വിശദമായിത്തന്നെ സംസാരിച്ചു. എസ് എൽ വി പ്രോജക്ടിൽ എനിക്കുണ്ടാകുന്ന പുരോഗതിയുടെ ഒരു സ്വാഭാ വികഫലമെന്നവണ്ണം എന്റെ ഹൃദയത്തിന് വലുതായ ശാന്തത വന്നുചേരുമെന്ന് അദ്ദേഹം പറയുകയുണ്ടായി. ആശയക്കുഴപ്പം ആദ്യം കുറയും, പിന്നീടത് പൂർണ്ണ മായും വിട്ടുപോവുകയുംചെയ്യും. സാങ്കേതികവിദ്യയുടെ വിസ്മയങ്ങളിലേക്കും അതിന്റെ ഉജ്ജ്വല നേട്ടങ്ങളിലേക്കും അദ്ദേഹം എന്റെ ശ്രദ്ധ തിരിച്ചു.

ക്രമേണ, ഡ്രോയിങ് ബോർഡുകളിൽനിന്നും ഹാർഡ്വെയർ ഒന്നൊന്നായി ഉയിർക്കൊണ്ടു തുടങ്ങി. ഫാബ്രിക്കേഷൻ പണികൾ നടക്കേണ്ട കേന്ദ്രങ്ങളുടെ കാര്യക്ഷമമായ ഒരു ശൃംഖലതന്നെ ശശികുമാർ പണിതുണ്ടാക്കി. ഏതെങ്കിലു മൊരു യന്ത്രഭാഗം വരച്ചുകിട്ടിക്കഴിഞ്ഞാൽ, ഏതാനും ദിവസങ്ങൾക്കകം, ലഭ്യമായ കഴിവുകൾവെച്ച് അദ്ദേഹം അതിന്റെ ഫാബ്രിക്കേഷൻ പണികൾ ആരംഭിക്കുക യായി. അതേസമയം നമ്പൂതിരിയും പിള്ളയും അവരുടെ രാവും പകലും നാലു റോക്കററ് മോട്ടോറുകൾ ഒരേ സമയത്ത് വികസിപ്പിച്ചെടുക്കുന്നതിനുവേണ്ടി പ്രൊപ്പൽഷൻ പരീക്ഷണശാലയിൽ പണിയെടുക്കുകയായിരുന്നു. എം.എസ്. ആർ. ദേവും സാൻഡ്ളാസുമാകട്ടെ വാഹനത്തിന്റെ മെക്കാനിക്കലും ഇലക്ട്രിക്ക ലുമായ സംയോജനത്തിനുള്ള സൂക്ഷ്മപദ്ധതികൾ തയ്യാറാക്കി. മാധവൻനായർ, മൂർത്തി എന്നിവർ വി എസ് എസ് സി യുടെ ഇലക്ട്രോണിക്സ് പരീക്ഷണശാല കൾ വികസിപ്പിച്ചെടുത്ത സംവിധാനങ്ങൾ പരിശോധിക്കുകയും അവയെ കഴിവും സാധ്യതയുമുള്ളിടത്തൊക്കെ പറക്കലിനു പററിയ ഉപസംവിധാനങ്ങളായി ക്രിയ ചെയ്യെടുക്കുകയുംചെയ്തു. യു.എസ്. സിങ്ങാകട്ടെ ടെലിമെട്രി, ടെലി കമാൻഡ്, റഡാർ എന്നിവ അടങ്ങിയ പ്രഥമ ഭൗമവിക്ഷേപണ സംവിധാനം വാർത്തെടുത്തു. പരിശീലനപ്പറക്കലുകൾക്കായി 'ഷാറു'മായിച്ചേർന്ന് വിശദ മായൊരു പ്രവർത്തനപരിപാടിയും തയ്യാറാക്കി അദ്ദേഹം. ഡോ. സുന്ദരരാജൻ ദൗത്യലക്ഷ്യങ്ങളെ നിഷ്കൃഷ്ടമായി നിയന്ത്രിക്കുകയും സംവിധാനങ്ങളെ കാലാ കാലം പരിഷ്കരിക്കുകയും ചെയ്തുപോന്നു. മികവുററൊരു വിക്ഷേപണ വാഹന

രൂപകല്പനാവിദഗ്ദ്ധനായ ഡോ. ശ്രീനിവാസൻ എസ് എൽ വി പ്രോജക്ടിൻെറ ഡെപ്യൂട്ടി ഡയറക്ടർ എന്നനിലയിൽ എൻെറ അനുബന്ധകവും അനുപൂരകവുമായ സർവജോലികളും നിർവഹിച്ചു. ഞാൻ കാണാതെപോയവ അദ്ദേഹം കണ്ടു, ശ്രദ്ധിക്കാതെപോയവ ശ്രദ്ധിച്ചു, ഞാൻ അത്രയ്ക്ക് വിഭാവനം ചെയ്യാതെ പോയ സാദ്ധ്യതകൾ നിർദ്ദേശിച്ചു.

വിവിധ വ്യക്തികളും പ്രവൃത്തികേന്ദ്രങ്ങളും തമ്മിൽ ക്രമവും കാര്യക്ഷമവുമായ ആശയവിനിമയം നേടിയെടുക്കുക എന്നതാണ് പ്രോജക്ട് നിർവഹണത്തിലെ ഏററവും വലിയ പ്രശ്നമെന്ന് ഞങ്ങൾ കഷ്ടപ്പെട്ടാണെങ്കിലും പഠിച്ചു. വേണ്ടത്ര കോർത്തിണക്കലില്ലാതെവന്നാൽ കഠിനാദ്ധ്വാനമൊക്കെ ഒഴുകിയൊലിച്ചുപോകും.

ഐ എസ് ആർ ഒ ആസ്ഥാനത്തെ വൈ എസ് രാജനെ സുഹൃത്തായിക്കിട്ടാനുള്ള ഭാഗ്യം അക്കാലത്തെനിക്കുണ്ടായി. ഒരു സാർവ്വലൗകികസുഹൃത്തായിരുന്നു രാജൻ, ഇന്നുമങ്ങനെതന്നെ. അദ്ദേഹത്തിൻെറ സൗഹൃദം ശാസ്ത്രജ്ഞർ, സാങ്കേതികജ്ഞർ, കരാറുകാർ, ഉദ്യോഗസ്ഥമേധാവികൾ എന്നിവരെയെന്നപോലെ ടർണർമാർ, ഫിററർമാർ, ഇലക്ട്രീഷ്യന്മാർ, ഡ്രൈവർമാർ എന്നിവരെയും ഒരേ ഊഷ്മളതയോടെ പുല്കിപ്പടർന്നു. ഇന്ന് പത്രപ്രവർത്തകൻ എന്നെ 'മനുഷ്യരെ വിളക്കിച്ചേർക്കുന്നവൻ' എന്നു വിളിക്കുമ്പോൾ, ആ ഗുണം എനിക്ക് അദ്ദേഹത്തിൽ നിന്നു കിട്ടിയതായി ഞാൻ കരുതുന്നു. ഒററയ്ക്കൊററയ്ക്കുള്ള പ്രവർത്തനമാകുന്ന നേരിയ നൂലിഴകളെ മഹത്തായ ശക്തിയുടെ കരുത്തുററ വസ്ത്രമായി നെയ്തെടുക്കുന്ന വിധത്തിലുള്ള ഒരു സ്വരച്ചേർച്ച, വിവിധ പ്രവൃത്തികേന്ദ്രങ്ങളുമായുള്ള തൻെറ ഇഴുകിച്ചേർന്ന സമ്പർക്കങ്ങളിലൂടെ അദ്ദേഹം സൃഷ്ടിച്ചെടുത്തു.

1976-ൽ എൻെറ പിതാവ് ദിവംഗതനായി. പ്രായാധിക്യംമൂലമുള്ള ആരോഗ്യക്കുറവിനാൽ കുറെക്കാലമായി ക്ലേശിക്കുകയായിരുന്നു അദ്ദേഹം. ജല്ലാലുദ്ദീൻെറ മരണവും അദ്ദേഹത്തിൻെറ ആരോഗ്യത്തെയും ചൈതന്യത്തെയും കുറെ കവർന്നെടുത്തിരുന്നു. ജീവിക്കാനുള്ള തൃഷ്ണ നഷ്ടപ്പെട്ടിരുന്നു അദ്ദേഹത്തിന്; ജല്ലാലുദ്ദീൻ തൻെറ ദിവ്യസ്രോതസ്സിലേക്ക് മടങ്ങിപ്പോകുന്നതു കണ്ടതിനുശേഷം തനിക്കും അങ്ങോട്ട് മടങ്ങണമെന്ന ത്വര ഉണ്ടായതുപോലെ.

എൻെറ പിതാവിൻെറ ആരോഗ്യസ്ഥിതി മോശമാണെന്ന് അറിഞ്ഞപ്പോളൊക്കെ നഗരത്തിലെ നല്ലൊരു ഡോക്ടറെയുംകൂട്ടി ഞാൻ രാമേശ്വരം സന്ദർശിക്കുമായിരുന്നു. ഓരോ തവണയും ഞാനങ്ങനെ ചെയ്യുമ്പോൾ എൻെറയാ അനാവശ്യ ഉത്കണ്ഠയെ ശാസിക്കുകയും ഡോക്ടർമൂലം ഉണ്ടാകുന്ന ചെലവുകളെക്കുറിച്ചൊരു പ്രഭാഷണംതന്നെ നടത്തുകയും ചെയ്യുമായിരുന്നു അദ്ദേഹം. "ഞാൻ സുഖപ്പെടാൻ നിൻെറ സന്ദർശനമൊന്നുമാത്രം മതിയല്ലോ. പിന്നെയെന്തിന് ഡോക്ടറെ കൊണ്ടുവരികയും അദ്ദേഹത്തിനു നല്കാനായി പണം ചെലവഴിക്കുകയുംചെയ്യുന്നു?" അദ്ദേഹം ചോദിക്കും. ഇത്തവണ അദ്ദേഹം ഏതു ഡോക്ടറുടെയും പരിചരണത്തിൻെറയും പണത്തിൻെറയുമൊക്കെ പരിധി

ക്കുമപ്പുറത്തേക്ക് പോയിരുന്നു. പൊടി പൊടിയോടു ചേർന്നു. എൻെറ പിതാവ് ജൈനുലാബ്ദീൻ, 102 വർഷം രാമേശ്വരംദ്വീപിൽ ജീവിച്ചശേഷം പതിനഞ്ചു പേരക്കിടാങ്ങളെയും പേരക്കിടാവിൻെറ ഒരു കുട്ടിയെയും വേർപിരിഞ്ഞ് കടന്നു പോയി. അദ്ദേഹം അതിശ്രേഷ്ഠമായ ജീവിതം നയിച്ചു. ശവസംസ്കാരം കഴി ഞ്ഞുള്ള രാത്രിയിൽ ഏകനായിരിക്കവേ, യേററ്സിൻെറ മരണത്തെക്കുറിച്ച് സുഹൃത്ത് ഓഡൻ കുറിച്ചുവെച്ച ഒരു കാവ്യം ഞാൻ ഓർത്തു. എൻെറ പിതാവിനു വേണ്ടിയാണ് അതെഴുതപ്പെട്ടതെന്ന് എനിക്കു തോന്നി:

"ധരണീ, സ്വീകരിച്ചാലും ഈ വിശിഷ്ടാതിഥിയെ;
വില്യം യേററ്സിതാ സംസ്കരിക്കപ്പെടുന്നു:
....
സ്വജീവിതദിനങ്ങൾ തൻ തടവറയിൽ
സ്വതന്ത്രനെങ്ങനെ സ്തുതിക്കണമെന്നു പഠിപ്പിക്കുന്നു."

ലൗകികമായ രീതിയിൽ നോക്കിയാൽ, ഇത് മററൊരു വൃദ്ധൻെറ മരണം മാത്രം. അദ്ദേഹത്തിനുവേണ്ടി അനുശോചനപൊതുയോഗങ്ങൾ സംഘടിപ്പിച്ചില്ല, പതാകകളൊന്നും പാതി താഴ്ത്തി കെട്ടിയില്ല, ഒരു പത്രവും അനുശോചനക്കു റിപ്പുകൾ പ്രസിദ്ധീകരിച്ചില്ല. അദ്ദേഹമൊരു രാഷ്ട്രീയക്കാരനല്ലായിരുന്നു, ഒരു പണ്ഡിതവര്യനല്ലായിരുന്നു, ഒരു വ്യാപാരപ്രമുഖനുമല്ലായിരുന്നു. അദ്ദേഹം ശുദ്ധനും സുതാര്യനുമായ ഒരു മനുഷ്യനായിരുന്നു—എൻെറ പിതാവ് പരമമായ മൂല്യത്തെ പിൻതുടർന്നു, നന്മയെ; നന്മയും സ്വർഗ്ഗീയതയുമുള്ളതിൻെറ, ബുദ്ധി പൂർവവും ഉൽകൃഷ്ടവുമായതിൻെറയെല്ലാം വളർച്ചയെ അദ്ദേഹത്തിൻെറ ജീവിതം പ്രചോദിപ്പിച്ചിരുന്നു.

എൻെറ പിതാവ് എന്നുമെന്നിൽ ഐതിഹാസിക കഥാപാത്രമായ അബു ബെൻ ആദാമിൻെറ ഓർമ്മകളുണർത്തിയിരുന്നു. ഒരു രാവിൽ സമാധാനത്തി ൻേറതായ ഒരു അഗാധസ്വപ്നത്തിൽനിന്നുണർന്ന അദ്ദേഹം, ദൈവത്തെ സ്നേഹിച്ചിരുന്നവരുടെ പേരുകൾ ഒരു സ്വർണ്ണലിപിയിൽ കുറിച്ച പുസ്തകത്തിൽ എഴുതിക്കൊണ്ടിരുന്ന ഒരു ദൈവദൂതനെ കണ്ടു. തൻെറ പേരും ആ ഗ്രന്ഥത്തി ലുണ്ടോ എന്ന് അബു ആ ദൂതനോടു ചോദിച്ചു. നിഷേധാർത്ഥത്തിലുള്ള ഒരു മറുപടിയാണ് ദൈവദൂതൻ കൊടുത്തത്. ഭഗ്നാശനായെങ്കിലും ചുറുചുറുക്കു വിടാതെ അബു പറഞ്ഞു: "തൻെറ സഹജീവികളെ സ്നേഹിക്കുന്ന ഒരുവനായി എൻെറ പേര് എഴുതുക." ദൈവദൂതൻ അതെഴുതിയിട്ട് അപ്രത്യക്ഷനായി. അടുത്ത രാവിൽ, മഹത്തായ ഉണർവിൻെറ വെളിച്ചവുമായി വീണ്ടും വന്ന ദൂതൻ, ദൈവസ്നേഹത്താൽ അനുഗൃഹീതരായവരുടെ പേരുകൾ കാട്ടി ക്കൊടുത്തു. അതിലാദ്യം അബുവിൻെറ പേരാണ് ഉണ്ടായിരുന്നത്.

ഞാനെൻെറ ഉമ്മയോടൊപ്പം ഏറെനേരം ഇരുന്നു, ഒന്നും സംസാരി ക്കാനാകാതെ. തുമ്പയിലേക്ക് തിരിച്ചുപോകാനായി വിടചൊല്ലിയപ്പോൾ ഗദ്ഗദ മാർന്ന സ്വരത്തിൽ അവരെന്നെ അനുഗ്രഹിച്ചു. താൻ സൂക്ഷിപ്പുകാരിയായ,

തന്റെ ഭർതൃഭവനം തനിക്ക് വിട്ടുപോവാനാവുകയില്ലെന്ന് ഉമ്മയ്ക്കറിയാമായിരുന്നു, അതുപോലെ, ഞാനവിടെ എന്റെ ഉമ്മയോടൊപ്പം താമസിക്കുകയില്ലെന്നും. ഞങ്ങളിരുവർക്കും സ്വന്തം ഭാഗധേയങ്ങൾക്കനുസരിച്ചു ജീവിക്കേണ്ടിയിരിക്കുന്നു. ആ സ്ഥിതിവിശേഷത്തിൽ ഞാൻ ഒട്ടും വഴക്കമില്ലാത്തവനായിരുന്നോ, അതോ ഞാൻ എസ് എൽ വി യുടെ കാര്യത്തിൽ അത്രയ്ക്ക് മുഴുകിയിരുന്നതാണോ? ആ ഉമ്മയുടെ പ്രതീക്ഷകൾ മനസ്സിലാക്കാനായി കുറച്ചുനേരമെങ്കിലും എന്റെ സ്വന്തം കാര്യങ്ങളെക്കുറിച്ചുള്ള ചിന്തകൾ ഞാൻ മറക്കണമായിരുന്നില്ലേ? അധികം താമസിയാതെ അവർ മരിച്ചുപോയതിനുശേഷമാണ് ഖേദപൂർവം ഞാനത് മനസ്സിലാക്കിയത്.

'ഡയമണ്ടി'നും കൂടിയുള്ള ഒരു പൊതു ഉച്ചിഘട്ടമായി വികസിപ്പിച്ചെടുത്തതും ഫ്രാൻസിൽവെച്ച് പരീക്ഷണപ്പറക്കൽ നടത്തേണ്ടിയിരുന്നതുമായ എസ് എൽ വി-3 അപ്പോജി റോക്കറ്റ്, കുരുക്കുകൾ നിറഞ്ഞ, ഒരുകൂട്ടം പ്രശ്നങ്ങളിൽ കുടുങ്ങിക്കിടക്കുകയായിരുന്നു. അവ പരിഹരിക്കുന്നതിനായി ഞാൻ ഫ്രാൻസിലേക്ക് കുതിക്കേണ്ടിയിരുന്നതാണ്. എനിക്കു പുറപ്പെടാൻ കഴിയുന്നതിനുമുമ്പ്, അന്ന് ഉച്ചതിരിഞ്ഞപ്പോൾ എന്റെ ഉമ്മ ദിവംഗതയായെന്ന് എനിക്കു വിവരംകിട്ടി. നാഗർകോവിലിലേക്കു കിട്ടിയ ആദ്യത്തെ ബസ്സുതന്നെ ഞാൻ പിടിച്ചു. അവിടെനിന്നും അന്നു രാത്രി മുഴുവൻ തീവണ്ടിയിൽ രാമേശ്വരത്തേക്ക് സഞ്ചരിച്ചെത്തിയ ഞാൻ പിറേന്നു രാവിലെ ഉള്ള അന്ത്യക്രിയകളെല്ലാം നടത്തി. എനിക്കു രൂപംനല്കാനായി രൂപമെടുത്ത രണ്ടാത്മാക്കളും സ്വർഗ്ഗീയഭവനത്തിലേക്ക് യാത്രയായിരിക്കുന്നു. അവരുമായി വീണ്ടും ഒത്തുചേരുന്നതുവരെയുള്ള എന്റെ ഭവനം ഏതാണ്? വേർപിരിഞ്ഞുപോയവർ അവരുടെ യാത്രാന്ത്യത്തിൽ എത്തി. ബാക്കിയുള്ള നമുക്കിനിയും ദുർഘടമായ പാതയിലൂടെ യാത്ര തുടരാനുണ്ട്, ഒരു കാലത്ത് സായാഹ്നങ്ങളിൽ പിതാവ് കൊണ്ടുപോകുമായിരുന്ന പള്ളിയിൽ കയറി ഞാൻ പ്രാർത്ഥിച്ചു. ഞാനവിടുത്തോടു പറഞ്ഞു: "തന്റെ ഭർത്താവിന്റെ കരുതലും സ്നേഹവുമില്ലാതെ എന്റെ ഉമ്മയ്ക്ക് ഈ ഭൂമിയിൽ ദീർഘകാലം വസിക്കാനാകുമായിരുന്നില്ല, അതിനാൽ അദ്ദേഹത്തോടു ചേരുവാനാണ് ഉമ്മ കൂടുതൽ താത്പര്യപ്പെട്ടത്. ഞാനവിടുത്തോട് മാപ്പിരക്കുന്നു." "ഞാനവർക്കായി രൂപപ്പെടുത്തിയ പ്രയത്നം അവർ അതീവശ്രദ്ധയോടും സമർപ്പണബുദ്ധിയോടും സത്യസന്ധതയോടുംകൂടി ചെയ്തുതീർത്തശേഷം എന്നിലേക്ക് തിരികെ വന്നിരിക്കുകയാണ്. അവരുടെ പ്രയത്നസാഫല്യത്തിന്റേതായ ഈ ദിനത്തിൽ നീയെന്തിനു ദുഃഖമാചരിക്കണം? നിന്റെ മുന്നിലുള്ള ചുമതലകളിൽ ശ്രദ്ധ വെക്കുക, നിന്റെ പ്രവൃത്തികളിലൂടെ എന്റെ മഹത്ത്വം നീ ജീവിച്ചുകാണിക്കൂ!" ഈ വാക്കുകൾ ആരും പറഞ്ഞതല്ല, എങ്കിലും വളരെ ഉറക്കെയും സ്ഫുടമായും ഞാനവ ശ്രവിച്ചു. വേർപെടുന്ന ആത്മാക്കളെക്കുറിച്ച് ഖുറാനിലുള്ള പ്രചോദനപരമായ ഒരു സാരവാക്യം എന്റെ മനസ്സിൽ നിറഞ്ഞു: "നിന്റെ സമ്പത്തും സന്തതികളുമൊക്കെ കേവലം ഒരു പ്രലോഭനമാണ്, എന്നാൽ അല്ലാഹ്! അവിടുത്തോടൊപ്പം ഒരു നിത്യസമ്മാനം സ്ഥിതിചെയ്യുന്നു." സമാധാനപൂരിതമായ മനസ്സുമായി

മോസ്കിനു വെളിയിൽ വന്ന ഞാൻ റെയിൽവേസ്റ്റേഷനിലേക്കു പോയി. ഞാനെന്നുമോർക്കും, നമാസിനുള്ള വിളി മുഴങ്ങുമ്പോൾ ഞങ്ങളുടെ ഭവനമൊരു ചെറിയ പള്ളിയായി മാറുമായിരുന്നു. എന്റെ പിതാവും മാതാവും നയിക്കുകയും, അവരുടെ മക്കളും ചെറുമക്കളും അവരെ അനുസരിക്കുകയും ചെയ്തുകൊണ്ട്.

അടുത്ത പ്രഭാതത്തിൽ ഞാൻ തുമ്പയിലെത്തി, ശാരീരികമായി ക്ഷീണിച്ച്, വൈകാരികമായി തകർന്ന്, എന്നാൽ ഒരു ഇന്ത്യൻ റോക്കററ് മോട്ടോർ വിദേശ മണ്ണിൽ പറപ്പിക്കണമെന്ന ഞങ്ങളുടെ അഭിലാഷം നിറവേററുമെന്ന ദൃഢനിശ്ചയ ത്തോടെ.

എസ് എൽ വി-3 അപ്പോജി മോട്ടോറിന്റെ വിജയകരമായ പരിശോധന യ്ക്കുശേഷം ഫ്രാൻസിൽനിന്നും തിരിച്ചെത്തിയ എന്നെ ഒരു ദിവസം, വെർണർ ഫൊൺ ബ്രൗണിന്റെ വരവിന്റെ കാര്യം ഡോ. ബ്രഹ്മപ്രകാശ് അറിയിച്ചു. രണ്ടാംലോകമഹായുദ്ധകാലത്ത് ലണ്ടനെ തകർത്തുതരിപ്പണമാക്കിയ അതീവ മാരകമായ വി-2 മിസ്സൈലുകൾ നിർമ്മിച്ച ഫൊൺ ബ്രൗണിനെ റോക്കററ് ശാസ്ത്ര രംഗത്തു പ്രവർത്തിക്കുന്ന ഓരോരുത്തരും അറിയും. യുദ്ധത്തിന്റെ അന്തിമ ഘട്ടമായപ്പോഴേക്കും ഫൊൺ ബ്രൗൺ സഖ്യകക്ഷിസൈന്യത്തിന്റെ പിടി യിലായി. അദ്ദേഹത്തിന്റെ പ്രതിഭയ്ക്കുള്ള ഒരു പാരിതോഷികമെന്നവണ്ണം ഫൊൺ ബ്രൗണിന് 'നാസ'യിലെ റോക്കററ് വിഭാഗത്തിൽ ഒരു ഉന്നതസ്ഥാനം കൊടുത്തു. അമേരിക്കൻ സൈന്യത്തിനുവേണ്ടി പ്രവർത്തിക്കവേ ഫൊൺ ബ്രൗൺ നിസ്തുലമായ 'ജൂപ്പിററർ' മിസ്സൈൽ നിർമ്മിച്ചു, അതാണ് 3,000 കിലോ മീററർ പരിധിയുള്ള പ്രഥമ മധ്യദൂര ബാലിസ്ററിക് മിസ്സൈൽ. ഫൊൺ ബ്രൗണിനെ മദ്രാസിൽ സ്വീകരിച്ച് തുമ്പയിലേക്ക് കൂട്ടിക്കൊണ്ടുവരാൻ ഡോ. ബ്രഹ്മപ്രകാശ് എന്നോടാവശ്യപ്പെട്ടപ്പോൾ ഞാൻ സ്വാഭാവികമായും ആവേശഭരിതനായി.

വി-2 മിസ്സൈൽ (ജർമ്മൻ പദമായ Vergeltungswaffe—വെർഗെൽററും സ്വാഫ്ന്റെ ചുരുക്കം: പ്രത്യാക്രമണആയുധമെന്ന് അർത്ഥം) റോക്കററുകളുടെ യും മിസ്സൈലുകളുടെയും ചരിത്രത്തിലെ ഏററവും വലിയ ഒരു നേട്ടമാണ്. ഇത് ഫൊൺ ബ്രൗണും വി എഫ് ആറിലെ(ബഹിരാകാശപറക്കൽ സമിതി) അദ്ദേഹ ത്തിന്റെ സംഘവും 1920-കളിൽ നടത്തിയ പരിശ്രമങ്ങളുടെ സാഫല്യമായിരുന്നു. ഒരു സൈനികേതര പരിശ്രമമായി ആരംഭിച്ച അത് അതിവേഗം ഒരു ഔദ്യോഗിക സൈനികസംരംഭമായി പരിണമിച്ചെന്നുമാത്രമല്ല, കുമേഴ്സ് ഡോർഫിലെ ജർമ്മൻ മിസ്സൈൽ പരീക്ഷണശാലയുടെ ടെക്നിക്കൽ ഡയറക്ടറായി ഫൊൺ ബ്രൗൺ നിയമിതനുമായി. ആദ്യത്തെ വി-2 മിസ്സൈലിന്റെ 1942-ലെ പരീക്ഷണം പരാജയ പ്പെട്ടു. ഒരു വശത്തേക്ക് കരണംമറിഞ്ഞ അത് പൊട്ടിത്തെറിച്ചുപോയി. എന്നാൽ 1942 ഓഗസ്ററ് 16-ന് അത് ശബ്ദവേഗത്തെ തോല്പിക്കുന്ന ആദ്യ മിസ്സൈലായി ഉയർന്നു. ഫൊൺ ബ്രൗണിന്റെ മേൽനോട്ടത്തിൽ ജർമ്മനിയിലെ നോർദോസനു സമീപമുള്ള ഭീമാകാരമായ ഭൂഗർഭ ഉത്പാദനകേന്ദ്രത്തിൽവെച്ച് 1944 ഏപ്രിലിനും ഒക്ടോബറിനും ഇടയിലായി 10,000ൽ അധികം വി-2 മിസ്സൈലുകൾ നിർമ്മിതമായി. ശാസ്ത്രജ്ഞൻ, രൂപകല്പനാവിദഗ്ദ്ധൻ, ഉത്പാദന സാങ്കേതികജ്ഞൻ, ഭരണാധി

പൻ, സാങ്കേതികനിർവാഹകൻ ഇതെല്ലാം ഒന്നുചേർന്ന ഈ മനുഷ്യനൊപ്പം ഞാൻ യാത്രചെയ്യുകയാണ്—ഇതിൽപ്പരം എനിക്കെന്താണ് വേണ്ടത്?

ഞങ്ങൾ യാത്രചെയ്ത ആവ്റോ വിമാനം മദ്രാസിൽനിന്നും തിരുവനന്തപുരത്തെത്താൻ 90 മിനിട്ടെടുത്തു. ഫൊൺ ബ്രൗൺ എന്നോട് ഞങ്ങളുടെ ജോലിയെക്കുറിച്ചു ചോദിക്കുകയും റോക്കററ് ശാസ്ത്രത്തിലെ മറെറാരു വിദ്യാർത്ഥിയെപോലെ ഞാൻ പറഞ്ഞതു ശ്രദ്ധിച്ചുകൊണ്ടിരിക്കുകയും ചെയ്തു. ആധുനിക റോക്കററ്ശാസ്ത്രത്തിൻെറ പിതാവ് ഇത്ര വിനീതനും സ്വീകരണ ക്ഷമതയുള്ളവനും പ്രോത്സാഹിപ്പിക്കുന്നവനുമായിരിക്കുമെന്ന് ഞാനൊരിക്കലും പ്രതീക്ഷിച്ചിരുന്നില്ല. യാത്രയിൽ ഉടനീളം എനിക്കദ്ദേഹം നല്ല സ്വസ്ഥത നല്കി. അദ്ദേഹം അത്രയ്ക്ക് ആത്മനിരാസമുള്ളവനായിരുന്നതിനാൽ മിസ്സൈൽ സംവിധാനങ്ങളിലെ ഒരു അതികായനോടാണ് സംസാരിക്കുന്നതെന്ന് എനിക്ക് സങ്കല്പിക്കാൻപോലും വിഷമമായിരുന്നു. എസ് എൽ വി-3ൻെറ ദൈർഘ്യവ്യാസാനുപാതമായി രൂപകല്പനചെയ്തിരുന്ന ('എൽ/ഡി' അനുപാതം) 22 അല്പം ഏറിപ്പോയെന്ന് നിരീക്ഷിച്ച അദ്ദേഹം പറക്കൽവേളയിൽ കണിശമായും ഒഴിവാക്കേണ്ട വ്യോമ വലിവുബലം സംബന്ധിച്ച പ്രശ്നങ്ങളെക്കുറിച്ച് എനിക്ക് മുന്നറിയിപ്പു നല്കി.

ഔദ്യോഗികജീവിതത്തിൻെറ സിംഹഭാഗവും ജർമ്മനിയിൽ ചെലവിട്ട അദ്ദേഹത്തിന് അമേരിക്കയിൽ ആയപ്പോൾ എന്തു തോന്നുന്നു? മനുഷ്യനെ ചന്ദ്രനിലിറക്കിയ അപ്പോളോ ദൗത്യത്തിലെ സാറേറൺ റോക്കററ് നിർമ്മിച്ചതിനുശേഷം ഐക്യനാടുകളിൽ ഒരു ആരാധ്യപുരുഷനായി മാറിയ ഫൊൺ ബ്രൗണിനോട് ഞാൻ ചോദിച്ചു: "മഹത്തായ സാധ്യതകളുള്ള ഒരു രാജ്യമാണ് അമേരിക്ക. പക്ഷേ, അമേരിക്കയുടേതല്ലാത്ത എന്തിനെയും അവർ സംശയത്തോടും അവജ്ഞയോടുംകൂടിയാണ് വീക്ഷിക്കുന്നത്. വളരെ ആഴത്തിലുള്ള ഒരു 'എൻ ഐ എച്ച്' (Not Invented Here—ഇവിടെ ആവിഷ്കരിക്കാത്തവ) വികാരത്തിന് അടിപ്പെട്ട അവർ വൈദേശിക സാങ്കേതികവിദ്യകളെ തരംതാഴ്ത്തിക്കാണുന്നു. "റോക്കററ് ശാസ്ത്രത്തിൽ എന്തെങ്കിലും ചെയ്യാൻ നിങ്ങൾക്കാഗ്രഹമുണ്ടെങ്കിൽ അതു സ്വയം ചെയ്യുക." ഫൊൺ ബ്രൗൺ എന്നെ ഉപദേശിച്ചു. "എസ് എൽ വി-3 ഒരു യഥാർത്ഥ ഇന്ത്യൻ രൂപകല്പനയാണ്. ആകയാൽ നിങ്ങൾക്ക് നിങ്ങളുടേതായ പ്രശ്നങ്ങളുണ്ടാകാം. പക്ഷേ, നിങ്ങളൊരു കാര്യം എന്നും ഓർമ്മിക്കുക, ഞങ്ങൾ പണിതുയർത്തിയത് വിജയങ്ങളിന്മേലല്ല, ഞങ്ങളും പരാജയങ്ങളിലാണ് കെട്ടിപ്പെടുക്കുന്നത്.'' അദ്ദേഹം സൂചിപ്പിച്ചു.

റോക്കററ് വികസനത്തോടൊപ്പമുള്ള ഒഴിവാക്കാനാകാത്ത കഠിനാദ്ധ്വാനത്തെക്കുറിച്ചും അതിലടങ്ങിയിരിക്കുന്ന പ്രതിബദ്ധതയുടെ അളവിനെക്കുറിച്ചും സംസാരിക്കവേ അദ്ദേഹം മന്ദഹസിച്ചു; മിഴികളിൽ കുസൃതിയുടേതായ ഒരു മിന്നലാട്ടത്തോടെ ഇപ്രകാരം പറയുകയുമുണ്ടായി: "റോക്കററ് ശാസ്ത്രത്തിൽ കഠിനാദ്ധ്വാനം മാത്രം പോരാ. കേവലം കഠിനാദ്ധ്വാനം നിങ്ങൾക്ക് ബഹുമതികൾ നേടിത്തരാൻ ഇതൊരു കായികവിനോദമല്ല. ഇവിടെ നിങ്ങൾക്കൊരു ലക്ഷ്യമുണ്ടാകണമെന്നു മാത്രമല്ല, അത് കഴിവതും വേഗം കൈവരിക്കാനുള്ള തന്ത്രങ്ങളും ഉണ്ടായിരിക്കണം."

"സമ്പൂർണ്ണമായ പ്രതിബദ്ധതയെന്നത് കേവലം കഠിനാദ്ധ്വാനം മാത്രമല്ല, അത് സമ്പൂർണ്ണമായ മുഴുകലാണ്. ഒരു കന്മതിൽകെട്ടുക എന്നത് നട്ടെല്ലു തകർക്കുന്ന ഒരു പണിയാണല്ലോ. ജീവിതകാലം മുഴുവൻ കന്മതിലുകൾ കെട്ടിക്കൊണ്ടിരിക്കുന്ന മനുഷ്യരുണ്ട്. അവർ മൃതിയടയുമ്പോൾ, അവരെത്ര കഠിനമായിട്ടാണു പണിയെടുത്തിരുന്നത് എന്നതിൻെറ നിശ്ശബ്ദസാക്ഷികളായി നിരവധി നാഴികകൾ നീളുന്ന മതിലുകളുണ്ടാകും. പക്ഷേ, വേറെ ചില കന്മതിൽപണിക്കാരുണ്ട്. അവർ ഒരു കല്ലിന്മേൽ മററൊരു കല്ല് കയററിവയ്ക്കുന്ന സമയത്തും അവരുടെ മനസ്സിൽ ഒരു ദർശനമുണ്ടാകും, അവർക്കൊരു ലക്ഷ്യമുണ്ടാകും. അതൊരുപക്ഷേ, കന്മതിലുകളിന്മേൽ പടർന്നുകയറുന്ന പനിനീർച്ചെടികളും അലസമായ വേനൽക്കാലം ചെലവഴിക്കാനിട്ട കസേരകളുമുള്ള ഒരു മട്ടുപ്പാവായിരിക്കാം. അല്ലെങ്കിൽ ഒരു ആപ്പിൾത്തോട്ടം സംരക്ഷിക്കാനോ ഒരു അതിർത്തി തിരിക്കാനോ ഉള്ള കന്മതിലാകാം. അവരത് പണിതീർക്കുമ്പോൾ അവർക്കു ലഭിക്കുന്നത് ഒരു മതിലിനേക്കാളുമുപരിയായി മറെറന്തോ ആണ്. ലക്ഷ്യമാണ് ഈ വ്യത്യാസത്തിനു കാരണം. റോക്കററ്ശാസ്ത്രത്തെ നിങ്ങളുടെ തൊഴിലോ ജീവിതമാർഗ്ഗമോ ആക്കി മാററരുത് — നിങ്ങളതിനെ നിങ്ങളുടെ മതമാക്കി, ദൗത്യമാക്കി മാററുക." ഫൊൺ ബ്രൗണിൽ ഞാൻ പ്രൊഫ. വിക്രം സാരാഭായിയുടെ എന്തൊക്കെയോ അംശങ്ങൾ കണ്ടില്ലേ? ഞാനതു കണ്ടുവെന്നത് എന്നെ ആഹ്ലാദവാനാക്കി.

തുടർച്ചയായ മൂന്നു വർഷങ്ങളിൽ എൻെറ കുടുംബത്തിൽ നടന്ന മൂന്നു മരണങ്ങൾ, പ്രവൃത്തിയിൽ മുഴുകിയിരിക്കാൻ തക്കവിധം ജോലിയിൽ പ്രതിബദ്ധനായിരിക്കുക എന്നതൊരു അനിവാര്യതയാക്കിത്തീർത്തു. എസ് എൽ വിയുടെ സൃഷ്ടിക്കായി എൻെറ ഓരോ അംശവും ഹോമിക്കാൻ ഞാൻ ആശിച്ചുപോയി. ഞാൻ പിന്തുടരേണ്ടിയിരുന്ന പാതയും എനിക്കുവേണ്ടിയുള്ള ദൈവത്തിൻെറ ദൗത്യവും അവിടുത്തെ ഊഴിയിൽ എൻെറ ഉദ്ദേശ്യവും ഞാൻ കണ്ടുപിടിച്ചുവെന്ന് എനിക്കു തോന്നി. ഞാനെൻെറ പുനഃക്രമീകരണ ബട്ടൺ അമർത്തിയതുപോലെയായിരുന്നു ഈ കാലഘട്ടം —ഇനി സായാഹ്നങ്ങളിലെ ബാഡ്മിൻറണില്ല, ആഴ്ചയറുതികളോ അവധിദിനങ്ങളോ ഇല്ല, കുടുംബമില്ല, ബന്ധങ്ങളില്ല, എന്തിന്, എസ് എൽ വി വൃത്തങ്ങൾക്കു പുറമെ സുഹൃത്തുക്കൾപോലുമില്ല.

നിങ്ങളുടെ ദൗത്യത്തിൽ വിജയിക്കുവാൻ, നിങ്ങളുടെ ലക്ഷ്യത്തിൽ ഏകാഗ്രതയോടുകൂടിയ ഒരു ഉപാസന അനിവാര്യമാണ്. എന്നെപ്പോലുള്ള വ്യക്തികളെ പലപ്പോഴും 'തൊഴിൽ ഭ്രാന്തന്മാർ' എന്നു വിളിക്കാറുണ്ട്. ഞാനതിനെ ചോദ്യം ചെയ്യുന്നുണ്ട് — അത് രോഗകാരണമായ ഒരു അവസ്ഥയെയോ രോഗത്തെയോ സൂചിപ്പിക്കുന്നതിനാൽ. ഈ ലോകത്ത് മറ്റെന്തിനെക്കാളുമുപരിയായി ഞാൻ അഭിലഷിക്കുന്നതും എന്നെ ആഹ്ലാദവാനാക്കുന്നതുമായ ഒരു പണിയിൽ ഞാൻ ഏർപ്പെട്ടിരിക്കുന്നുവെങ്കിൽ, ആ ജോലി ഒരിക്കലും ഒരു അപഭ്രംശമായിരിക്കുകയില്ല. പ്രവൃത്തിയിലേർപ്പെട്ടിരിക്കുമ്പോൾ ഇരുപത്താറാം സങ്കീർത്തനത്തിൽനിന്നുള്ള വാക്കുകൾ എൻെറ മനസ്സിലേക്കു വരാറുണ്ട്: "ഓ ദൈവമേ, അങ്ങെന്നെ പരീക്ഷിക്കുകയും പ്രകാശിപ്പിക്കുകയും ചെയ്യണമേ!"

തങ്ങളുടെ തൊഴിലിൻെറ അത്യുന്നതങ്ങളിൽ എത്തിച്ചേരണമെന്ന് മോഹിക്കുന്നവർക്കുവേണ്ട നിർണ്ണായകഗുണമാണ് സമ്പൂർണ്ണമായ പ്രതിബദ്ധത. കഴിവിൻെറ പരമാവധി പണിയെടുക്കാനുള്ള ആശ മറ്റ് ആശകൾക്കൊന്നും ഇടം കൊടുക്കാറില്ല. തങ്ങൾക്കു ശമ്പളം കിട്ടുന്ന 40 മണിക്കൂർ-പ്രതിവാര ജോലിയെ നോക്കി പരിഹസിക്കുന്നവർ എൻെറ കൂടെയുണ്ടായിരുന്നു. തങ്ങളുടെ ജോലി ആവേശകരവും പ്രയോജനപ്രദവുമാണെന്ന് മനസ്സിലാക്കുകയാൽ പ്രതിവാരം 60 ഉം 80 ഉം, എന്തിന് 100 ഉം മണിക്കൂർ ജോലിചെയ്യുന്നവരേയും എനിക്കറിയാനിടവന്നിട്ടുണ്ട്. വിജയശ്രീലാളിതരായിട്ടുള്ള എല്ലാ സ്ത്രീപുരുഷന്മാരുടെയും പൊതുവായിട്ടുള്ളഘടകം സമ്പൂർണ്ണമായിട്ടുള്ള പ്രതിബദ്ധതയാണ്. നിങ്ങളുടെ ജീവിതത്തിൽ നേരിടേണ്ടിവരുന്ന സമ്മർദ്ദങ്ങളെ കൈകാര്യം ചെയ്യാൻ നിങ്ങൾക്ക് കഴിവുണ്ടോ? തങ്ങളുടെ അനുഭവങ്ങളെ മനസ്സ് കൈകാര്യം ചെയ്യുന്നതിലുള്ള വ്യത്യാസമാണ് കർമ്മോത്സുകനായവനും ചിന്താക്കുഴപ്പത്തിലായവനും തമ്മിലുള്ളത്. മനുഷ്യന് കഷ്ടപ്പാടുകൾ ആവശ്യമുണ്ട്, എന്തെന്നാൽ വിജയം ആസ്വദിക്കുന്നതിനവ അനിവാര്യമാണ്. നാമെല്ലാവരും നമ്മുടെയുള്ളിൽ ഒരുതരം അതീതബുദ്ധി വഹിക്കുന്നവരാണ്. നമ്മുടെ ഏറ്റവും ആഴത്തിലുള്ള ചിന്തകളെയും അഭിനിവേശങ്ങളെയും വിശ്വാസങ്ങളെയും പരീക്ഷിച്ചുനോക്കാൻ കഴിവുള്ളവരാക്കുംവിധം അതിനാൽ നാം ഉത്തേജിതരാക്കപ്പെടണം

ജോലിയിലുള്ള പ്രതിബദ്ധതകൊണ്ടുള്ള ഈ സ്വയംവീര്യമാർജ്ജിക്കൽ കഴിഞ്ഞാൽ പിന്നെ വേണ്ടത് നല്ല ആരോഗ്യവും അപരിമേയമായ ഊർജ്ജവും ആണ്. മുകളിലേക്കുള്ള കയറ്റത്തിന്, അത് എവറസ്റ്റ് കൊടുമുടിയുടെ മുകളിലേക്കായാലും നിങ്ങളുടെ ഉദ്യോഗത്തിൻെറ തലപ്പത്തേക്കാണെങ്കിലും, ശക്തി കൂടിയേ തീരൂ. വ്യത്യസ്തമായ ഊർജ്ജശേഖരവുമായാണ് മനുഷ്യർ പിറക്കുന്നത്. ആദ്യം ക്ഷീണിക്കുകയും എളുപ്പത്തിൽ കത്തുകയും ചെയ്യുന്ന വ്യക്തി തൻെറ ജീവിതത്തെ എത്രയും നേരത്തേ പുനഃക്രമീകരിക്കാൻ തക്കവിധം നന്നായി പ്രവർത്തിക്കും.

രണ്ടാംഘട്ടത്തിൻെറ സങ്കീർണ്ണമായ നിയന്ത്രണസംവിധാനത്തിൻെറ സ്ഥിരസ്ഥിതിപരീക്ഷണത്തിനും മൂല്യനിർണ്ണയത്തിനുമായി അതിൻെറയൊരു പറക്കൽമാതൃകയെ 1979-ൽ ഒരു ആറംഗസംഘം സജ്ജമാക്കുകയായിരുന്നു. ടി-15 മിനിറ്റ് എന്ന കൗണ്ട് ഡൗൺ സ്ഥിതി(പരീക്ഷണത്തിന് 15 മിനുട്ടുമുൻപ്) യിലായിരുന്നു സംഘം. പരീക്ഷണം നടത്തിയപ്പോൾ അതിൻെറ പന്ത്രണ്ട് വാൽവുകളിൽ ഒരെണ്ണം പ്രതികരിച്ചില്ല. കുഴപ്പം കണ്ടെത്താനായി സംഘാംഗങ്ങൾ ഉത്കണ്ഠയോടെ പരീക്ഷണസ്ഥലത്തേക്കു ചെന്നു. പെട്ടെന്ന്, ചെമന്ന അതിഗാഢ നൈട്രിക് ആസിഡ് (ആർ എഫ് എൻ എ) നിറച്ചിരുന്ന ഓക്സിഡൈസർ ടാങ്ക് പൊട്ടിത്തെറിക്കുകയും സംഘാംഗങ്ങൾക്ക് ആസിഡ്കൊണ്ടുള്ള ഗുരുതരമായ പൊള്ളൽ ഏല്ക്കുകയും ചെയ്തു. പരുക്കേറ്റവരുടെ കഷ്ടപ്പാടുകൾ കണ്ടുനില്ക്കുന്നത് അതീവ വേദനാജനകമായൊരു അനുഭവംതന്നെയായിരുന്നു. തിരുവനന്തപുരം മെഡിക്കൽ കോളജ് ആശുപത്രിയിലേക്കു കുതിച്ച കുറുപ്പും ഞാനും ഞങ്ങളുടെ സഹപ്രവർത്തകരെ അവിടെയൊന്നു പ്രവേശിപ്പിച്ചു കിട്ടാൻ

വേണ്ടി അക്ഷരാർത്ഥത്തിൽ കെഞ്ചി; എന്തെന്നാൽ ആ സമയത്ത് ആശുപത്രിയിൽ ആറു കിടക്കകൾ ഒഴിവില്ലായിരുന്നു.

പരുക്കേറ്റ ആറുപേരിൽ ഒരാളായിരുന്നു ശിവരാമകൃഷ്ണൻനായർ. അദ്ദേഹത്തിൻെറ ശരീരത്തിലെ നിരവധി ഭാഗങ്ങളിൽ ആസിഡ് തെറിച്ചു വീണിട്ടുണ്ടായിരുന്നു. ഞങ്ങൾക്ക് ആശുപത്രിയിൽ ഒരു കിടക്ക കിട്ടുന്നതുവരെ കഠിനമായ വേദനയാൽ പുളയുകയായിരുന്നു അദ്ദേഹം. ഞാനദ്ദേഹത്തിൻെറ കിടക്കയ്ക്കരുകിൽ ഇരുന്നു. പുലർച്ചേ ഏതാണ്ട് മൂന്നു മണിയായപ്പോഴേക്കും ശിവരാമകൃഷ്ണന് ബോധം തെളിഞ്ഞു. അദ്ദേഹത്തിൻെറ ആദ്യവചനങ്ങൾ അപകടത്തിൽ ഖേദം പ്രകടിപ്പിക്കുന്നതായിരുന്നു. അപകടംമൂലം ഉണ്ടായ പിഴവിനെ ഘട്ടംഘട്ടമായി പരിഹരിച്ചുകൊള്ളാമെന്ന് അദ്ദേഹമെനിക്ക് ഉറപ്പു നല്കി. അത്രയ്ക്ക് കഠിനമായ ആ വേദനയ്ക്കിടയിലും അദ്ദേഹം പ്രകടിപ്പിച്ച നിസ്വാർത്ഥതയും ശുഭാപ്തിവിശ്വാസവും എന്നെ ആഴത്തിൽ സ്പർശിച്ചു.

ശിവരാമകൃഷ്ണനെപ്പോലുള്ളവർ വ്യത്യസ്തരായൊരു വംശമാണ്. മുൻപത്തെ തവണയേക്കാൾ എന്നും ഉയരത്തിലെത്തുന്ന അധ്വാനശീലർ. സാമൂഹിക, കുടുംബജീവിതങ്ങൾ സ്വന്തം സ്വപ്നങ്ങളുമായി ഇണക്കിച്ചേർത്തിരിക്കുന്നതുകൊണ്ട് തങ്ങളുടെ മുന്നേറ്റശക്തിയുടെ പ്രതിഫലങ്ങൾ അത്യധികമായതാണെന്ന് അവർ അറിയുന്നു — ഒരു പ്രവാഹത്തിൽ ആയിരിക്കുന്നതിലുള്ള സഹജമായ ആഹ്ലാദം. ഈ സംഭവം എൻെറ സംഘത്തെക്കുറിച്ച് എനിക്കുള്ള ആത്മവിശ്വാസം വളരെയേറെ ഉയർത്തി; ജയപരാജയങ്ങളിലെല്ലാം പാറപോലെ ഉറച്ചു നില്ക്കുന്ന ഒരു സംഘം.

'പ്രവാഹം' എന്ന വാക്ക് ഞാൻ പലയിടത്തും കൂടുതൽ വിശദീകരണം നല്കാതെ ഉപയോഗിച്ചിട്ടുണ്ട്. എന്താണീ പ്രവാഹം? എന്താണീ ആഹ്ലാദങ്ങൾ? എനിക്കവയെ മാന്ത്രികമായ നിമിഷങ്ങൾ എന്നു വിളിക്കാൻ കഴിയും. ഈ നിമിഷങ്ങൾക്കും നിങ്ങൾ ബാഡ്മിൻറൺ കളിക്കുകയോ ജോഗിങ് ചെയ്യുകയോ ചെയ്യുമ്പോൾ അനുഭവിക്കുന്ന ആവേശകരമായ നിമിഷങ്ങൾക്കും തമ്മിൽ ഞാനൊരു സാമ്യം കാണുന്നുണ്ട്. ഏതെങ്കിലുമൊരു കാര്യത്തിൽ സമ്പൂർണ്ണമായി മുഴുകിക്കൊണ്ട് അതു ചെയ്യുമ്പോൾ നാം അനുഭവിക്കുന്ന വികാരമാണ് പ്രവാഹം. ഈ പ്രവാഹവേളയിൽ, ജോലി ചെയ്യുന്നവൻെറ ബോധപൂർവമായ ഇടപെടലാവശ്യമില്ല എന്നു തോന്നുംവിധം ഒരു ആന്തരികയുക്തിക്കനുസൃതമായി ഒന്നിനു പിറകെ മറ്റൊന്നായി ഓരോരോ പ്രയത്നങ്ങൾ വന്നുകൊണ്ടിരിക്കും. അവിടെ തിരക്കൊന്നുമില്ല; ഒരാളുടെ ശ്രദ്ധ പതറിക്കുംവിധമുള്ള ആവശ്യങ്ങളൊന്നുമില്ല. ഭൂതവും ഭാവിയും അവിടെ അപ്രത്യക്ഷമാകുന്നു. അതുപോലെതന്നെ താനും തൻെറ പ്രവർത്തനവും തമ്മിലുള്ള വ്യത്യാസവും. ഞങ്ങളെല്ലാവരും തന്നെ എസ് എൽ വി പ്രവാഹത്തിനടിപ്പെട്ടുകഴിഞ്ഞിരുന്നു. ഞങ്ങൾ കഠിനാദ്ധ്വാനം ചെയ്യുകയായിരുന്നുവെങ്കിലും വളരെ ആശ്വസിച്ചിരുന്നു, ഊർജ്ജസ്വലരും പുതുമയുള്ളവരുമായിരുന്നു. ഇതെങ്ങനെ സംഭവിച്ചു? ഈ പ്രവാഹത്തെ സൃഷ്ടിച്ചതാര്?

ഒരുപക്ഷേ, ഇത് ഞങ്ങൾ നേടിയെടുക്കാൻവേണ്ടി അഭിലഷിച്ചിരുന്ന ഉദ്ദേശ്യങ്ങളുടെ അർത്ഥപൂർണ്ണമായ യോജിപ്പാകാം. ഞങ്ങൾ സാധിക്കുന്നതിൽവെച്ച് ഏറ്റവും വിശാലമായ ഒരു ഉദ്ദേശ്യതലം നിർണ്ണയിക്കുകയും പിന്നീട് പ്രായോഗികമായൊരു ലക്ഷ്യസാക്ഷാത്കാരം വിവിധ മാർഗ്ഗങ്ങളിലൂടെ നേടുന്നതിനായി പ്രവൃത്തിയെടുക്കുകയും ചെയ്യും. പ്രശ്നപരിഹാരത്തിൽ സൃഷ്ടിപരമായൊരു വ്യതിയാനം ഉണ്ടാക്കിയെടുക്കാനായി നടത്തിയ ഈ പശ്ചാത് പ്രവർത്തനമാണ് ഞങ്ങളെ ഈ 'പ്രവാഹ'ത്തിലേക്ക് എത്തിച്ചിരുന്നത്.

എസ് എൽ വി-3 ന്റെ ഹാർഡ്വെയർ പ്രത്യക്ഷപ്പെടാൻ തുടങ്ങിയതോടെ ഏകാഗ്രത ചെലുത്താനുള്ള ഞങ്ങളുടെ കഴിവ് ഗണ്യമായി ഉയർന്നു. എന്റെ മേലും എസ് എൽ വി-3 പ്രോജക്ടിന്റെ മേലും പൂർണ്ണനിയന്ത്രണം ഉണ്ടായിരിക്കേ, ആത്മവിശ്വാസത്തിന്റെ ഒരു ബൃഹദ്പ്രവാഹം എനിക്കനുഭവിക്കാനായി. നിയന്ത്രിതമായ സർഗ്ഗശക്തിയുടെ ഒരു ഉപോത്പന്നമാണ് പ്രവാഹം. വെല്ലുവിളി ഉയർത്തുന്നതും നിങ്ങളുടെ ഹൃദയം അംഗീകരിച്ചതുമായ എന്തെങ്കിലുമൊന്നിൽ നിങ്ങൾക്ക് കഴിയുന്നതിന്റെ പരമാവധി കഠിനാദ്ധ്വാനം ചെയ്യുക എന്നതാണ് ഇതിന് ആദ്യമായി വേണ്ടത്. ഇത് ആകെ ഗ്രസിക്കുന്നൊരു വെല്ലുവിളിയാകണമെന്നില്ല. പക്ഷേ, നിങ്ങളെ അല്പമൊന്നു വലിച്ചു നിർത്തുന്നതായിരിക്കും. ഇന്നലെയോ നിങ്ങളിതിനുമുൻപ് അവസാനം ശ്രമിച്ചപ്പോളോ ചെയ്തതിനേക്കാൾ നന്നായി ഇന്നു ചെയ്യുന്നു എന്ന് നിങ്ങൾക്ക് ബോദ്ധ്യപ്പെടുത്തുന്നതെന്തെങ്കിലുമൊരു യത്നമായിരിക്കുമത്. ശല്യമൊന്നുമില്ലാത്ത ഗണ്യമായൊരു സമയത്തിന്റെ ലഭ്യതയാണ് പ്രവാഹത്തിലായിരിക്കാനുള്ള മറ്റൊരു മുന്നുപാധി. എന്റെ അനുഭവത്തിൽ, അരമണിക്കൂറിൽ താഴെ സമയംകൊണ്ട് പ്രവാഹാവസ്ഥയിലേക്ക് എത്തിച്ചേരുക വിഷമമാണ്. അതുപോലെ തടസ്സങ്ങൾമൂലം കുഴപ്പത്തിലാക്കപ്പെടുമ്പോഴും ഇത് ഏതാണ്ട് അസാദ്ധ്യമായിത്തീരും.

നന്നായി പഠിക്കാൻ നാം സ്വയം സജ്ജരാകുന്നതുപോലെ, ഏതെങ്കിലുമൊരു സജ്ജമാക്കൽസംവിധാനം പ്രവർത്തിപ്പിച്ചിട്ട് നമുക്കീ പ്രവാഹത്തിലേക്ക് പ്രവേശിക്കാൻ സാധിക്കുമോ? കഴിയും എന്നാണുത്തരം. നിങ്ങളിതിനുമുൻപ് പ്രവാഹത്തിലായിരുന്നപ്പോളുള്ള അവസ്ഥകളെ വിശകലനം ചെയ്യുക എന്നതാണതിന്റെ രഹസ്യം. എന്തെന്നാൽ, ഏതെങ്കിലുമൊരു സവിശേഷ ഉത്തേജകവുമായി അനുനാദത്തിലാകുംവിധം ഓരോ സ്ത്രീപുരുഷന്മാർക്കും അവരുടേതായ സ്വാഭാവിക ആവൃത്തികളുണ്ട്. നിങ്ങളുടെ കാര്യത്തിൽ ഏതെങ്കിലുമൊരു പൊതുഘടകമുണ്ടോ എന്നു തിരിച്ചറിയാൻ നിങ്ങൾക്കു മാത്രമേ കഴിയുകയുള്ളൂ. ഒരിക്കലീ പൊതുഘടകം വേർതിരിച്ചെടുത്തുകഴിഞ്ഞാൽ നിങ്ങൾക്കീ പ്രവാഹത്തിനുള്ള സാഹചര്യം ഒരുക്കാൻ സാധിക്കും.

ഈ അവസ്ഥ ഞാൻ നിരവധി പ്രാവശ്യം അനുഭവിച്ചിട്ടുണ്ട്, എസ് എൽ വി ദൗത്യത്തിന്റെ കാലത്താണെങ്കിൽ ഒട്ടുമിക്ക ദിവസവും. ഞാൻ ശിരസ്സുയർത്തി നോക്കുമ്പോൾ ശൂന്യമായ പരീക്ഷണശാല കാണാനിടവരുകയും പണിനിറുത്താനുള്ള സമയം എപ്പോഴേ കടന്നുപോയി എന്ന് ബോധ്യം വരുകയും ചെയ്ത

നിരവധി ദിവസങ്ങൾ ഉണ്ടായിട്ടുണ്ട്. വിശക്കുന്നു എന്ന തോന്നൽപോലുമുണ്ടാകാതെ ഉച്ചയൂണുസമയത്തുപോലും എന്റെ സംഘാംഗങ്ങളും ഞാനും പല ദിവസങ്ങളിലും ജോലിയിൽ മുഴുകിപ്പോയിട്ടുണ്ട്.

സ്മരണകളിലൂടെ അത്തരം സന്ദർഭങ്ങളെ വിശകലനം ചെയ്യുമ്പോൾ പ്രോജക്ടിന്റെ പണി പൂർത്തിയാകുന്നതിനടുത്ത സന്ദർഭത്തിലാണ് ഈ പ്രവാഹം അനുഭവപ്പെട്ടത് എന്ന അർത്ഥത്തിൽ, അവ സമാനസ്വഭാവമുള്ളതായിരുന്നു എന്നു ഞാൻ മനസ്സിലാക്കുന്നു. അല്ലെങ്കിൽ ആവശ്യമായ വിവരങ്ങളെല്ലാം ശേഖരിക്കുകയും എതിർതാത്പര്യങ്ങളിൽനിന്നും വരുന്ന പരസ്പരവിരുദ്ധമായ മാനദണ്ഡങ്ങളും വിവിധ നിലപാടുകളും, പിന്നെ, നടപടിക്കായുള്ള ഞങ്ങളുടെ നിർദ്ദേശങ്ങളും ചേർന്ന് ഉണ്ടാക്കുന്ന ആവശ്യകതകളെ ഇഴതിരിച്ചുകൊണ്ട് ഞങ്ങൾ ഒരു പ്രശ്നത്തെ സമഗ്രമായി പഠിക്കാൻ തുടങ്ങുകയും ചെയ്യുന്ന ഒരു സ്ഥിതിയിൽ എത്തുമ്പോളാകും ഈ പ്രവാഹം ഉണ്ടാകുക. അതുപോലെ, പ്രതിസന്ധികളോ യോഗങ്ങളോ ഒന്നുമില്ലാതെ ഓഫീസ് താരതമ്യേന സ്വസ്ഥമായിരിക്കുമ്പോളും ഇത് ഉണ്ടാകാനുള്ള പ്രവണത ഉള്ളതായി ഞാൻ മനസ്സിലാക്കിയിട്ടുണ്ട്. ഇത്തരം സന്ദർഭങ്ങളുടെ ആവൃത്തി ക്രമേണ വർദ്ധിച്ചുവരികയും 1979-ന്റെ മധ്യത്തിൽ എസ് എൽ വി-3 എന്ന സ്വപ്നം സാക്ഷാത്കൃതമാകുകയുംചെയ്തു.

എസ് എൽ വി-3ന്റെ പ്രഥമ പരീക്ഷണപ്പറക്കൽശ്രമം 1979 ഓഗസ്ററ് 10-ാം തീയതി നടത്താനായി നിശ്ചയിച്ചിരുന്നു. ദൗത്യത്തിന്റെ പ്രാഥമികലക്ഷ്യങ്ങൾ ഒരു സമ്പൂർണ്ണ സംയോജിത വിക്ഷേപണവാഹനത്തിന്റെ സാക്ഷാത്കാരമായിരുന്നു. വാഹനത്തിൽത്തന്നെയുള്ള വിവിധ ഘട്ടങ്ങളുടെ മോട്ടോറുകൾ, ഗതിനിർണ്ണയം, നിയന്ത്രണസംവിധാനങ്ങൾ, ഇലക്ട്രോണിക് ഉപസംവിധാനങ്ങൾ എന്നിവയും ശ്രീഹരിക്കോട്ട വിക്ഷേപണസമുച്ചയത്തിൽ നിർമിച്ചിരുന്ന ഭൗമസംവിധാനങ്ങളായ പുറപ്പെടൽ, സ്ഥാനനിർണ്ണയം, വിദൂരമാപിനി, വിക്ഷേപണപ്രവർത്തനങ്ങളിലെ യഥാർത്ഥ വിവരശേഖരണ സംവിധാനങ്ങൾ എന്നിവയും മൂല്യനിർണ്ണയം നടത്തി പരിശോധിക്കണമായിരുന്നു. അങ്ങനെ 0758-മണിക്ക്, 23 മീററർ നീളവും 17 ടൺ ഭാരവുമുള്ള ചതുർഘട്ട എസ് എൽ വി റോക്കററ് ആകാശത്തിലേക്ക് കുതിച്ചുയരുകയും ഉടൻതന്നെ പൂർവനിശ്ചിത സഞ്ചാരപഥം പിൻതുടരാൻ തുടങ്ങുകയുംചെയ്തു.

ഒന്നാംഘട്ടം പരിപൂർണ്ണതയുടെ തികവോടെ പ്രവർത്തിച്ചു. ഇതിൽനിന്നും രണ്ടാംഘട്ടത്തിലേക്കുള്ള സ്ഥിതിമാററവും സുഗമമായിത്തന്നെയാണ് നടന്നത്. എസ് എൽ വി-3 ന്റെ രൂപത്തിൽ ഞങ്ങളുടെ മോഹങ്ങളങ്ങനെ പറക്കുന്നത് ഞങ്ങൾ വിസ്മയസ്തബ്ധരായി നോക്കിനിന്നു. പെട്ടെന്ന്, രസച്ചരടു പൊട്ടി. രണ്ടാംഘട്ടത്തിന്റെ നിയന്ത്രണം വിട്ടു. അങ്ങനെ ആ പറക്കൽ 317 സെക്കൻഡുകൾക്കുശേഷം അവസാനിപ്പിക്കുകയും ഉപകരണങ്ങളും എന്റെ പ്രിയപ്പെട്ട നാലാംഘട്ടവുമടക്കം വാഹനത്തിന്റെ അവശിഷ്ടങ്ങൾ ശ്രീഹരിക്കോട്ടയ്ക്ക് 560 കിലോമീററർ അകലെ സമുദ്രത്തിൽ പതിക്കുകയുംചെയ്തു.

ഈ സംഭവം ഞങ്ങൾക്ക് അത്യധികമായ ഇച്ഛാഭംഗത്തിനു കാരണമായി.

കോപത്തിൻെറയും നിരാശയുടെതുമായ വിചിത്രമായൊരു മിശ്രണമാണ് എനിക്കനുഭവപ്പെട്ടത്. പെട്ടെന്ന്, വേദനകൊണ്ടെന്നപോലെ എൻെറ കാലുകൾ വല്ലാതെ മരവിച്ചുപോയതായി എനിക്കു തോന്നി. പ്രശ്നം ശരീരത്തിലായിരുന്നില്ല; എൻെറ മനസ്സിൽ എന്തൊക്കെയോ സംഭവിക്കുകയായിരുന്നു.

എൻെറ 'നന്ദി' ഹോവർക്രാഫ്ററിൻെറ അകാലമൃത്യു, 'റാറേറാ' അവസാനിപ്പിക്കൽ, എസ് എൽ വി ഡയമണ്ട് നാലാംഘട്ടത്തിൻെറ അലസിപ്പോകൽ— എല്ലാ മെല്ലാം ഒരു മിന്നൽപിണർപോലെ ഉയിർക്കൊണ്ടുവന്നു, നീണ്ട കാലമായി സംസ്കരിക്കപ്പെട്ടിരുന്ന ഒരു ഫീനിക്സ് അതിൻെറ ചാരത്തിൽനിന്നും ഉയിർത്തുവന്നാലെന്നതുപോലെ. ഈ അലസലുകളെയൊക്കെ ആഗിരണം ചെയ്യാൻ കുറെ വർഷങ്ങൾകൊണ്ട് ഞാൻ എങ്ങനെയൊക്കെയോ പഠിച്ചിരുന്നു. അവയുമായി ഞാൻ രമ്യപ്പെടുകയും നവസ്വപ്നങ്ങൾ മെനയുകയും ചെയ്തിരുന്നു. ആ ദിവസം, എൻെറ നിരാശയുടെ അഗാധഗർത്തത്തിൽ, ഈ തിരിച്ചടികളോരോന്നും ഞാൻ വീണ്ടും അനുഭവിച്ചു.

"ഇതിൻെറ കാരണം എന്തായിരിക്കാമെന്നാണ് അങ്ങ് വിചാരിക്കുന്നത്?"

ബ്ലോക്ക്ഹൗസിൽവച്ച് ആരോ എന്നോടു ചോദിച്ചു. ഞാൻ അതിനൊരു ഉത്തരം കണ്ടെത്താൻ ശ്രമിച്ചുനോക്കി. എന്നാൽ, അത് ആലോചിച്ചെടുക്കാൻ ശ്രമിക്കാനാകാത്തവിധം ക്ഷീണിതനായിരുന്നു ഞാൻ. ആകയാൽ, നിഷ്ഫലമായ ആ പ്രയത്നം ഞാനുപേക്ഷിച്ചു. ഒരു രാത്രി മുഴുവൻ നീണ്ടുനിന്ന കൗണ്ട്ഡൗണിനുശേഷം അതിരാവിലെയാണ് വിക്ഷേപണം നടത്തിയത്. സർവോപരി, തലേ ആഴ്ചമുഴുവൻ എനിക്ക് കാര്യമായ ഉറക്കം ഉണ്ടായിരുന്നില്ല. മാനസികമായും ശാരീരികമായുമുള്ള ശക്തിയെല്ലാം പൂർണ്ണമായി ചോർന്നുപോയ ഞാൻ നേരേ എൻെറ മുറിയിൽചെന്ന് കിടക്കയിലേക്കു വീണു.

ചുമലിലെ ഒരു മൃദുസ്പർശം എന്നെ ഉണർത്തി. മധ്യാഹ്നം കഴിഞ്ഞ് ഏറെ നേരമായിരുന്നു, സായാഹ്നമാകാറായി. എൻെറ കിടക്കയ്ക്കു സമീപമിരിക്കുന്ന ഡോ. ബ്രഹ്മപ്രകാശിനെ ഞാൻ കണ്ടു. "ഊണുകഴിക്കുന്നതിനെക്കുറിച്ച് എന്തു പറയുന്നു?" അദ്ദേഹം ചോദിച്ചു. അദ്ദേഹത്തിൻെറ വാത്സല്യവും കരുതലും എന്നെ ആഴത്തിൽ സ്പർശിക്കുകയുണ്ടായി. ഡോ. ബ്രഹ്മപ്രകാശ് നേരത്തേ രണ്ടുതവണ എൻെറ മുറിയിൽ വന്നെന്നും ഞാൻ ഗാഢനിദ്രയിലായതിനാൽ തിരിച്ചുപോയതാണെന്നും പിന്നീട് ഞാൻ അറിഞ്ഞു. അത്രയും നേരം ഞാൻ ഉണർന്നെണീക്കാനും ഒപ്പം ഭക്ഷണം കഴിക്കാനുമായി കാത്തിരിക്കുകയായിരുന്നു അദ്ദേഹം. ഞാൻ ദുഃഖിതനായിരുന്നു, പക്ഷേ, ഏകാന്തതയിലായിരുന്നില്ല. ഡോ. ബ്രഹ്മപ്രകാശിൻെറ സാമീപ്യം എന്നിൽ പുതിയൊരു ആത്മവിശ്വാസം നിറച്ചു. എസ് എൽ വി-3ൻെറ കാര്യം ശ്രദ്ധാപൂർവം ഒഴിവാക്കുകയും എന്നാൽ എനിക്ക് സൗമ്യതയോടെ ആശ്വാസം തരികയും ചെയ്തുകൊണ്ട് അദ്ദേഹം ഭക്ഷണവേളയിൽ മൃദുഭാഷണം നടത്തിക്കൊണ്ടിരുന്നു.

9

ഡോ. ബ്രഹ്മപ്രകാശാണ് ക്ലേശപൂർണ്ണമായ ഈ സമയത്ത് ഉറച്ചു നില്ക്കാൻ എന്നെ സഹായിച്ചത്. ഫലത്തിൽ, ഡോ. ബ്രഹ്മപ്രകാശ് സുപ്രധാനമായ അപകടനിയന്ത്രണതത്ത്വം പ്രായോഗികമാക്കി: “ആളെ ജീവനോടെ വീട്ടിൽ എത്തിക്കുക. അയാൾ സുഖപ്പെട്ടുകൊള്ളും.” അദ്ദേഹം എസ് എൽ വി സംഘത്തെ ഒരുമിച്ചുകൂട്ടുകയും എസ് എൽ വി-3ൻെറ പരാജയത്തിനെ പ്രതിയുള്ള എൻെറ ദുഃഖത്തിൽ ഞാൻ ഏകനല്ലെന്ന് കാട്ടിത്തരികയുംചെയ്തു. “താങ്കളുടെ സഖാക്കളെല്ലാം താങ്കളോടൊപ്പമുണ്ട്.” അദ്ദേഹം പറഞ്ഞു. ഇതെനിക്ക് സജീവമായ വൈകാരികപിന്തുണയും ധൈര്യവും മാർഗ്ഗനിർദ്ദേശവും നല്കി.

1979 ഓഗസ്ററ് 11-ന് നടത്തിയ ഒരു പറക്കൽ പുനരവലോകനത്തിൽ എഴുപതിലേറെ ശാസ്ത്രജ്ഞർ പങ്കെടുത്തു. പരാജയത്തെക്കുറിച്ച് വിശദമായ ഒരു വിലയിരുത്തൽ പൂർത്തിയാക്കി. പിന്നീട്, എസ്.കെ. ആദിത്യൻെറ നേതൃത്വത്തിലുള്ള പറക്കൽ പുനർവിശകലനസമിതി വാഹനത്തിൻെറ പ്രവർത്തനവൈകല്യത്തിൻെറ കാരണങ്ങൾ കൃത്യമായി എടുത്തുപറഞ്ഞു. രണ്ടാംഘട്ടത്തിലെ കൺട്രോൾ സംവിധാനത്തിൻെറ പരാജയംമൂലമാണ് അപകടം സംഭവിച്ചതെന്ന് സ്ഥാപിക്കപ്പെടുകയുണ്ടായി. രണ്ടാം ഘട്ടത്തിലെ പറക്കൽ സമയത്ത് കൺട്രോൾശക്തി ലഭ്യമല്ലാതിരുന്നതുകാരണം വാഹനം, വ്യോമഗതികപരമായി അസ്ഥിരമാകുകയും തത്ഫലമായി ഉയരം, പ്രവേഗം എന്നിവ നഷ്ടപ്പെടുകയും ചെയ്തു. മററു ഘട്ടങ്ങൾക്ക് ജ്വലിക്കാനാകുംമുൻപുതന്നെ വാഹനം കടലിൽ പതിക്കുന്നതിന് ഇത് കാരണമായി.

രണ്ടാംഘട്ടത്തിൻെറ പരാജയത്തെക്കുറിച്ച് പിന്നീടു നടത്തിയ ആഴത്തിലുള്ള വിശകലനം, ആ ഘട്ടത്തിലെ ഇന്ധനത്തിൻെറ ഓക്സിഡൈസറായി* ഉപയോഗിച്ചിരുന്ന റെഡ് ഫ്യൂമിങ് നൈട്രിക് ആസിഡിൻെറ ഗണ്യഭാഗവും ഒലിച്ചുപോയതാണ് കാരണമെന്നു കണ്ടുപിടിച്ചു. തദ്ഫലമായി, നിയന്ത്രണശക്തി ആവശ്യമായി വന്നപ്പോൾ കേവലം ഇന്ധനം മാത്രമാണ് നല്കപ്പെട്ടത്; ഫലമോ ശക്തി വെറും പൂജ്യം. ററി-8 മിനിററിലെ ആദ്യ കമാൻഡിനുശേഷം, ഓക്സിഡൈസർ ടാങ്കിലെ ഒരു സോളിനോയ്ഡ് വാൽവ് അഴുക്കുമൂലം തുറന്നിരുന്നതാണ് നൈട്രിക് ആസിഡ് ഒലിച്ചുപോകാൻ കാരണമായതെന്ന് കണ്ടുപിടിക്കപ്പെട്ടു.

* ഇന്ധനത്തിൻെറ ജ്വലനത്തിന് സഹായിക്കുന്ന രാസവസ്തുവിനെയാണ് ഓക്സിഡൈസർ എന്നു പറയുക. മിക്ക ആസിഡുകളും ഓക്സിഡൈസറുകളാണ്.

ഐ എസ് ആർ ഒ യിലെ ഉന്നത ശാസ്ത്രജ്ഞരുടെ ഒരു യോഗത്തിൽവച്ച് ഈ കണ്ടെത്തലുകൾ പ്രൊഫ. ധവാനു സമർപ്പിക്കുകയും അംഗീകരിക്കുകയുംചെയ്തു. സംഭവഗതികളുടെ സാങ്കേതികമായ കാര്യകാരണബന്ധങ്ങൾ എല്ലാവർക്കും ബോദ്ധ്യപ്പെട്ടു. അത്തരം പരാജയങ്ങൾ മേലിൽ ഉണ്ടാവാതിരിക്കാൻവേണ്ടി കൈക്കൊണ്ട നടപടികളിൽ പൊതുവെ എല്ലാവരും സംതൃപ്തി പ്രകടിപ്പിച്ചു. എന്നിട്ടും പൂർണ്ണബോദ്ധ്യത്തിലായില്ല. ഞാൻ അസ്വസ്ഥനായിരുന്നു. എന്നെ സംബന്ധിച്ചിടത്തോളം ഉത്തരവാദിത്തത്തിൻെറ തോത് അളക്കേണ്ടത്, യാതൊരു വിധ താമസമോ ഭ്രംശമോകൂടാതെ ഒരു തീരുമാനമെടുക്കൽപ്രക്രിയയെ നേരിടാനുള്ള ഒരാളുടെ കഴിവിലൂടെയാണ്. ആ നിമിഷത്തിൻെറ ഉത്സാഹത്തിൽ ഞാൻ എഴുന്നേററ് പ്രൊഫ. ധവാനോടു പറഞ്ഞു: "സർ, എൻെറ സുഹൃത്തുക്കൾ പരാജയത്തെ സാങ്കേതികമായി നീതീകരിച്ചുകഴിഞ്ഞുവെങ്കിലും കൗണ്ട് ഡൗണിൻെറ അന്ത്യഘട്ടത്തിൽ കണ്ടെത്തിയ ആസിഡ് (ആർ എഫ് എൻ എ) ചോർച്ച ഗണ്യമല്ലെന്ന് വിധികല്പിച്ചതിൻെറ ഉത്തരവാദിത്തം ഞാൻ ഏറെറടുക്കുന്നു. ദൗത്യത്തിൻെറ ഡയറക്ടർ എന്ന നിലയിൽ ഞാൻ വിക്ഷേപണം തടയുകയും സാധ്യമെങ്കിൽ അതിനെ രക്ഷിക്കുകയും ചെയ്യണമായിരുന്നു. വിദേശത്തായിരുന്നെങ്കിൽ, ഇത്തരമൊരു ചുററുപാടിൽ മിഷൻ ഡയറക്ടർക്ക് പണി നഷ്ടപ്പെട്ടേനെ. അതുകൊണ്ട് എസ് എൽ വി-3 പരാജയത്തിൻെറ ഉത്തരവാദിത്തം ഞാൻ ഏറെറടുക്കുന്നു." കുറേനേരത്തേക്ക് സമ്മേളനശാലയിൽ സൂചിവീണാൽ കേൾക്കുന്ന നിശ്ശബ്ദതയായിരുന്നു. പിന്നെ, പ്രൊഫ. ധവാൻ എഴുന്നേററുനിന്നിട്ട് പറഞ്ഞു: "ഞാൻ കലാമിനെ ഭ്രമണപഥത്തിലെത്തിക്കാൻ പോവുകയാണ്." എന്നിട്ട്, യോഗം അവസാനിപ്പിച്ചതായി സൂചിപ്പിച്ചുകൊണ്ട് അദ്ദേഹം സ്ഥലംവിട്ടു.

ശാസ്ത്രാന്വേഷണം മഹത്തായ ആനന്ദത്തിൻെറയും വലിയ നൈരാശ്യത്തിൻെറയും ഒരു സമ്മിശ്രണം ആണ്. എൻെറ മനസ്സിലുള്ള ഇത്തരം നിരവധി സംഭവങ്ങളിലൂടെ ഞാൻ കടന്നുപോയി. ബഹിരാകാശഗവേഷണത്തിൻെറ ആധാരശിലകളായ മൂന്നു നിയമങ്ങൾ ആവിഷ്കരിച്ച ജോഹന്നാസ് കെപ്ലർ, സൂര്യനുചുററുമുള്ള ഗ്രഹചലനത്തെക്കുറിച്ചുള്ള രണ്ടു നിയമങ്ങൾ തയ്യാറാക്കിയശേഷം, ദീർഘവൃത്ത ഭ്രമണപഥത്തിൻെറ വലിപ്പവും ഗ്രഹത്തിന് സൂര്യനെ വലംവയ്ക്കാനുള്ള സമയവും തമ്മിലുള്ള ബന്ധം വ്യക്തമാക്കുന്ന മൂന്നാം നിയമത്തിൽ എത്തിച്ചേരാൻ ഏകദേശം 17 വർഷം എടുത്തു. എത്രമാത്രം പരാജയങ്ങളിലൂടെയും നൈരാശ്യങ്ങളിലൂടെയും അദ്ദേഹം കടന്നുപോയിക്കാണണം? റഷ്യൻ ഗണിതശാസ്ത്രജ്ഞനായിരുന്ന കോൺസ്ററാൻറിൻ സ്യോൾക്കോവ്സ്കി വികസിപ്പിച്ചെടുത്ത, മനുഷ്യന് ചന്ദ്രനിലിറങ്ങാമെന്ന ആശയം സാക്ഷാൽകരിച്ചത് നാല് ദശാബ്ദങ്ങളോളം കഴിഞ്ഞിട്ടാണ്—അതു സംഭവിച്ചത് അമേരിക്കയിലാണുതാനും. 1930-കളിൽ കേംബ്രിഡ്ജിലെ ഒരു ബിരുദവിദ്യാർത്ഥിയായിരിക്കേ താൻ കണ്ടുപിടിച്ച 'ചന്ദ്രശേഖർ ലിമിററി'ന് നോബൽ സമ്മാനം കിട്ടാൻ പ്രൊഫ. ചന്ദ്രശേഖറിന് 50 വർഷത്തോളം കാത്തിരിക്കേണ്ടിവന്നു. അദ്ദേഹത്തിൻെറ ജോലി അന്നേ അംഗീ

കരിക്കപ്പെട്ടിരുന്നുവെങ്കിൽ അത് ദശാബ്ദങ്ങൾക്കുമുൻപുതന്നെ 'തമോദ്വാര'ങ്ങളുടെ കണ്ടുപിടിത്തത്തിലേക്ക് നയിച്ചിരുന്നേനെ. തൻെറ സാറ്റേൺ റോക്കറ്റ് മനുഷ്യനെ ചന്ദ്രനിലെത്തിക്കുംമുമ്പ് ഫൊൺ ബ്രൗണിന് എത്രയെത്ര പരാജയങ്ങളിലൂടെ കടന്നുപോകേണ്ടിവന്നിരിക്കണം! ഇവ്വിധമുള്ള ചിന്തകൾ പ്രത്യക്ഷത്തിൽ അപരിഹാര്യമായ തിരിച്ചടികളിൽ എനിക്കു പിടിച്ചുനില്ക്കാനുള്ള കരുത്തുളവാക്കി.

1979 നവംബർ ആദ്യം ഡോ. ബ്രഹ്മപ്രകാശ് ജോലിയിൽനിന്നും വിരമിച്ചു. വി എസ് എസ് സി യിലെ പ്രക്ഷുബ്ധമായ ജലപ്പരപ്പിൽ എൻെറ മുഖ്യ നങ്കൂരമായിരുന്നു അദ്ദേഹം. സംഘചേതനയുടെ ശക്തിയിലുള്ള അദ്ദേഹത്തിൻെറ വിശ്വാസമാണ് എസ് എൽ വി പ്രോജക്ടിൻെറ നിർവഹണമാതൃകയെ പ്രചോദിപ്പിച്ചത്. അതു പിന്നീട് രാജ്യത്തെ എല്ലാ ശാസ്ത്രപദ്ധതികൾക്കും ഒരു പ്രാഥമിക രേഖാരൂപമായി മാറി. ഞാൻ എപ്പോളൊക്കെ എൻെറ ദൗത്യലക്ഷ്യങ്ങളിൽനിന്നും വ്യതിചലിച്ചുവോ, അപ്പോളൊക്കെ എനിക്ക് വളരെ വിലപ്പെട്ട മാർഗ്ഗനിർദ്ദേശങ്ങൾ നല്കിയ തീക്ഷ്ണബുദ്ധിയായ ഒരു ഉപദേഷ്ടാവായിരുന്നു ഡോ. ബ്രഹ്മപ്രകാശ്.

പ്രൊഫ. സാരാഭായിയിൽനിന്നും ഞാൻ ആർജ്ജിച്ച വിശേഷഗുണങ്ങളെ ഡോ. ബ്രഹ്മപ്രകാശ് അരക്കിട്ടുറപ്പിച്ചു എന്നുമാത്രമല്ല, അവയ്ക്ക് പുതിയ മാനങ്ങൾ നല്കാൻ അദ്ദേഹം എന്നെ സഹായിക്കുകയുംചെയ്തു. ധൃതിവെക്കുന്നതിനെതിരെ അദ്ദേഹം എനിക്കെല്ലായ്പോഴും മുന്നറിയിപ്പുനല്കിയിരുന്നു. "വിപുലമായ സയൻറിഫിക് പ്രോജക്ടുകൾ പർവതങ്ങളെപ്പോലെയാണ്. അവ കയറുന്നത് കഴിവതും കുറച്ച് പ്രയത്നം മാത്രമെടുത്തും തിടുക്കം കൂടാതെയുമായിരിക്കണം. നിങ്ങളുടെ പ്രകൃതത്തിൻെറ തനിമതന്നെ നിങ്ങളുടെ വേഗത നിശ്ചയിക്കണം. അസ്വസ്ഥചിത്തനാകുമ്പോൾ വേഗം കൂട്ടുക. നിങ്ങൾക്ക് പിരിമുറുക്കം വർദ്ധിക്കുമ്പോൾ വേഗത കുറയ്ക്കുക. ഒരു സമതുലിതാവസ്ഥയിൽ വേണം മലകയറുവാൻ. നിങ്ങളുടെ പ്രോജക്ടിലെ ഓരോ കഠിനജോലിയും ലക്ഷ്യത്തിലേക്കുള്ള കേവലമൊരു പാത മാത്രമല്ല, അതിൽത്തന്നെ സവിശേഷമായ ഒരു സംഭവംകൂടിയാവുമ്പോൾ നിങ്ങൾ അത് ശരിയായി നിർവഹിക്കുകയാണ്"—അദ്ദേഹമെന്നോട് പറയുമായിരുന്നു. എൻെറ ഔദ്യോഗികജീവിതത്തിൽ ആദ്യമായി ഞാൻ ഡോ. ബ്രഹ്മപ്രകാശിൽ കാര്യനിർവഹണത്തിലെ കുലീനത്വം കണ്ടു. ഡോ. ബ്രഹ്മപ്രകാശിൻെറ ഉപദേശത്തിൻെറ പ്രതിധ്വനി ബ്രഹ്മത്തെക്കുറിച്ചുള്ള എമേഴ്സൻെറ കവിതയിൽ കേൾക്കാം:

"കോപിഷ്ഠനായ കൊലപാതകി താൻ കൊല്ലുകയാണെന്ന് കരുതിയാൽ, അഥവാ, കൊല്ലപ്പെട്ടവൻ താൻ കൊല്ലപ്പെട്ടതായി കരുതിയാൽ, അവർ നന്നായറിയുന്നില്ല സൂക്ഷ്മപാതകൾ ഞാൻ തുടരുന്നതും തരണം ചെയ്യുന്നതും വീണ്ടും തിരിയുന്നതും."

അജ്ഞാതമായൊരു ഭാവിക്കുവേണ്ടിമാത്രം ജീവിക്കുന്നതിൽ കഴമ്പില്ല. ചെരുവുകളെ അനുഭവിച്ചറിയാതെ, ഉച്ചിയിലെത്താൻവേണ്ടിമാത്രം മലകയറും പോലെയാണത്. പർവതസാനുക്കളാണ് ജീവനെ താങ്ങുന്നത്. ഉച്ചിയല്ല. അവിടെയാണ് ജീവികൾ വളരുന്നത്, അനുഭവങ്ങൾ ആർജ്ജിക്കുന്നത്, സാങ്കേതിക

വിദ്യകൾ അഭ്യസിക്കുന്നത്. ചെറുവുകളെ നിർണ്ണയിക്കുന്നു എന്ന പ്രാധാന്യമേ അഗ്രസ്ഥാനത്തിനുള്ളൂ. ആകയാൽ, ഞാൻ മുന്നോട്ടു നടന്നു ഉച്ചിയിലേക്ക്, എന്നാൽ സാനുക്കളെ സദാ അനുഭവിച്ചറിഞ്ഞുകൊണ്ട്. എനിക്കൊരുപാടു ദൂരം പോകാനുണ്ട്, എന്നാൽ തിരക്കില്ല. ചെറുചുവടുകൾവെച്ച് ഞാൻ നടന്നു—ഒന്നിനു പിറകേ ഒന്നുമാത്രം—എന്നാൽ ഓരോ ചുവടും ഉന്നതിയിലേക്ക്.

അസാമാന്യധീരതയുള്ള വ്യക്തികളുടെ സാന്നിദ്ധ്യത്താൽ ഓരോ ഘട്ടത്തിലും എസ് എൽ വി-3 ടീം അനുഗൃഹീതമായിരുന്നു. സുധാകറിനും ശിവരാമകൃഷ്ണനുമൊപ്പം ശിവകാമിനാഥനുമുണ്ടായിരുന്നു. എസ് എൽ വി-3-ഉം ആയി സംയോജിപ്പിക്കാനുള്ള സി-ബാൻഡ് ട്രാൻസ്പോൺഡർ തിരുവനന്തപുരത്തുനിന്നും ഷാറിലേക്കു കൊണ്ടുവരാൻ അദ്ദേഹത്തെയാണ് ചുമതലപ്പെടുത്തിയിരുന്നത്. വാഹനത്തെ നിലത്തുനിന്നുയർത്തുന്നതു മുതൽ അന്തിമലക്ഷ്യം വരെ ഗതിനിർണ്ണയം ചെയ്യാനായി ഘടിപ്പിക്കുന്നതും വേണ്ടത്ര ശക്തിയുള്ള റഡാർ സന്ദേശങ്ങൾ അയയ്ക്കുന്നതുമായ ഒരു ഉപകരണമാണ് ട്രാൻസ്പോൺഡർ. ഈ ഉപകരണം കൊണ്ടുവന്ന് സംയോജിപ്പിക്കുന്നതിനെ ആശ്രയിച്ചിരുന്നു എസ് എൽ വി-3-ൻെറ വിക്ഷേപണപരിപാടി. മദ്രാസ് വിമാനത്താവളത്തിൽ വന്നിറങ്ങവേ ശിവകാമി സഞ്ചരിച്ചിരുന്ന വിമാനം വഴുതിനീങ്ങുകയും റൺവേയിൽനിന്നും തെറിച്ചുപോകുകയുംചെയ്തു. കനത്ത പുക വിമാനത്തെ വന്നു മൂടി. ഏവരും അടിയന്തിര നിർഗമനമാർഗ്ഗത്തിൽകൂടി പുറത്തുചാടുകയും സ്വന്തം കാര്യം സുരക്ഷിതമാക്കുകയും ചെയ്തു — തൻെറ യാത്രാസാമഗ്രികളിൽനിന്നും ട്രാൻസ്പോൺഡർ പുറത്തെടുക്കുംവരെ വിമാനത്തിൽത്തന്നെ നിന്ന ശിവകാമിയൊഴികെ. വിമാനജോലിക്കാരായ അവസാനത്തെ ഒരുപിടി ആളുകളോടൊപ്പം താഴെയിറങ്ങി പുകച്ചുരുളുകൾക്കിടയിൽനിന്നും പുറത്തുവന്ന അദ്ദേഹം ട്രാൻസ്പോൺഡർ മാറോടടക്കിപ്പിടിച്ചിരുന്നു.

അക്കാലത്തെ സംഭവങ്ങളിൽ ഞാൻ വ്യക്തമായോർമ്മിക്കുന്ന മററൊന്ന് എസ് എൽ വി-3 സംയോജനശാലയിൽ പ്രൊഫ. ധവാൻ നടത്തിയ സന്ദർശനവുമായി ബന്ധപ്പെട്ടതാണ്. പ്രൊഫ. ധവാനും മാധവൻനായരും ഞാനും എസ് എൽ വി സംയോജനവുമായി ബന്ധപ്പെട്ട ചില വിശദാംശങ്ങൾ ചർച്ചചെയ്തുകൊണ്ടിരിക്കുകയായിരുന്നു. വാഹനം വിക്ഷേപിണിയിൽ തിരശ്ചീനമായി ഘടിപ്പിച്ചിരിക്കുകയാണ്. ഞങ്ങൾ വാഹനത്തിനുചുററും നടന്ന് സംയോജിപ്പിച്ച ഹാർഡ്വെയറിൻെറ സുസ്ഥിതി പരിശോധിച്ചുകൊണ്ടിരിക്കവേ, അപകടവശാൽ ഉണ്ടാകാവുന്ന തീ അണയ്ക്കാനായി വെച്ചിരിക്കുന്ന വൻ ജലനിർഗമനികൾ എൻെറ ശ്രദ്ധയിൽപ്പെട്ടു. വിക്ഷേപിണിയിൽ വെച്ചിരിക്കുന്ന എസ് എൽ വി-3-ന് എതിരേ നില്ക്കുന്ന ജലനിർഗമനികൾ കണ്ടപ്പോൾ എനിക്കെന്തോ ഒരു വല്ലായ്മ തോന്നി. നമുക്കിതിനെ 180 ഡിഗ്രി തിരിഞ്ഞിരിക്കത്തക്കവിധം കറക്കാമെന്ന് ഞാൻ മാധവൻനായരോട് നിർദ്ദേശിച്ചു. റോക്കററിനെ പൂർണ്ണമായും നശിപ്പിക്കാൻ കഴിയുന്നവിധം ജലം ചീററിച്ചാടാനുള്ള സാധ്യതയെ തടയുമായിരുന്നു ഇത്. മാധവൻനായർ

ജലനിർഗമനികളെ തിരിച്ചുവെച്ചു. ഏതാനും മിനിട്ടുകൾക്കകം ഞങ്ങളേവരേയും വിസ്മയിപ്പിച്ചുകൊണ്ട് അവയിൽനിന്നും ശക്തിയേറിയ ജലധാരകൾ കുതിച്ചുചാടി. റോക്കററിനെ മൊത്തമായി നശിപ്പിച്ചേക്കാം എന്നതറിയാതെ വാഹന സുരക്ഷിതത്വ ഉദ്യോഗസ്ഥൻ അഗ്നിശമനികളുടെ പ്രവർത്തനം പരിശോധിക്കുകയായിരുന്നു. ദീർഘദൃഷ്ടിയെക്കുറിച്ചുള്ള ഒരു പാഠമാണിത്. അതോ, ഞങ്ങൾക്ക് ദൈവികപരിരക്ഷ കിട്ടിയതാണോ?

രണ്ടാമത്തെ എസ് എൽ വി-3 വിക്ഷേപിക്കുന്നതിന് 30 മണിക്കൂർ മുമ്പ് 1980 ജൂലൈ 17-ാം തീയതി വൃത്താന്തപത്രങ്ങളെല്ലാം വിവിധതരത്തിലുള്ള പ്രവചനങ്ങൾകൊണ്ട് നിറഞ്ഞിരുന്നു. ഒരു പത്രത്തിൻെറ റിപ്പോർട്ട്: “പ്രോജക്ട് ഡയറക്ടറെ കാണാത്തതുകൊണ്ട് ബന്ധപ്പെടാൻ കഴിഞ്ഞില്ല.” പലരും ഒന്നാമത്തെ എസ് എൽ വി-3ൻെറ പറക്കലിൻെറ ചരിത്രം പരിശോധിക്കാൻ താത്പര്യം കാട്ടി. ഇന്ധനം ഇല്ലായ്കയാൽ മൂന്നാം ഘട്ടം എരിയാതെ പോയതെങ്ങനെയെന്നും സമുദ്രത്തിലേക്ക് മൂക്കുകുത്തിയതെങ്ങനെയെന്നും അവർ അനുസ്മരിച്ചു. മധ്യദൂര ബാലിസ്ററിക് മിസ്സൈൽ നിർമ്മാണശേഷി കൈവരിക്കുന്നതുമായി ബന്ധപ്പെട്ട് എസ് എൽ വി-3ൻെറ സൈനികസാധ്യതകൾ ചിലർ എടുത്തുകാട്ടി. ചിലരാകട്ടെ രാജ്യത്തെ വലച്ചിരുന്ന എല്ലാ പ്രശ്നങ്ങളുടെയും ഒരു കാര്യകാരണ വിശകലനം നടത്തുകയും അവ എസ് എൽ വി-3-ഉം ആയി ബന്ധപ്പെടുത്തുകയും ചെയ്തു. അടുത്ത ദിവസത്തെ വിക്ഷേപണം ഇന്ത്യൻ ബഹിരാകാശപരിപാടിയുടെ ഭാവി നിർണ്ണയിക്കാൻ പോകുകയാണെന്ന് എനിക്കറിയാമായിരുന്നു. ലളിതമായി പറഞ്ഞാൽ, രാഷ്ട്രത്തിൻെറ മുഴുവൻ ദൃഷ്ടികളും യഥാർത്ഥത്തിൽ ഞങ്ങളുടെ മേലായിരുന്നു.

അടുത്ത ദിവസം പ്രഭാതത്തിൽ, അതായത് 1980 ജൂലൈ 18-ാം തീയതി കൃത്യമായി പറഞ്ഞാൽ 0803-മണിക്ക് ഇന്ത്യയുടെ പ്രഥമ ഉപഗ്രഹവിക്ഷേപണ വാഹനമായ എസ് എൽ വി-3 ഷാറിൽനിന്നും ഉയർന്നുപൊങ്ങി. തറയിൽനിന്ന് ഉയർന്ന് 600 സെക്കൻഡായപ്പോൾ, വാഹനത്തിൽ ഉള്ള രോഹിണി ഉപഗ്രഹത്തിന് അതിൻെറ ഭ്രമണപഥത്തിലേക്ക് പ്രവേശിക്കാൻ വേണ്ടത്ര പ്രവേഗം നാലാം ഘട്ടം നല്കുന്നതു സംബന്ധിച്ച വിവരങ്ങൾ കംപ്യൂട്ടറിൽ വെളിപ്പെടുന്നത് ഞാൻ കണ്ടു. അടുത്ത രണ്ടു മിനിട്ടിനകം രോഹിണി അധികം ദൂരെയല്ലാതെ ഒരു താഴ്ന്ന ഭൂഭ്രമണപഥത്തിലൂടെ ചലിക്കാൻ തുടങ്ങി. ഉയർന്നു പൊങ്ങുന്ന ആരവങ്ങൾക്കിടയിൽ ഞാൻ സംസാരിച്ചു, എൻെറ ജീവിതത്തിൽ ഞാൻ ഉച്ചരിച്ചിട്ടുള്ളതിൽവച്ച് ഏററവും പ്രാധാന്യമുള്ള വാക്കുകൾ: “ദൗത്യത്തിൻെറ ഡയറക്ടർ എല്ലാ സ്റേറഷനിലേക്കും വിളിക്കുകയാണ്. ഒരു സുപ്രധാന പ്രഖ്യാപനം ശ്രവിക്കാൻ ഒരുങ്ങിനില്ക്കുക. എല്ലാ ഘട്ടങ്ങളും ദൗത്യത്തിൻെറ ഉദ്ദേശ്യാനുസൃതം പ്രവർത്തിച്ചിരിക്കുന്നു. രോഹിണി ഉപഗ്രഹത്തെ ഭ്രമണപഥത്തിലേക്കെത്തിക്കുവാൻ വേണ്ട പ്രവേഗം നാലാംഘട്ട അപ്പോജി മോട്ടോർ നല്കിയിട്ടുണ്ട്.” എങ്ങും ആഹ്ലാദത്തിൻെറ ആരവങ്ങൾ. ഞാൻ ബ്ലോക് ഹൗസിൽ നിന്നും പുറത്തുവന്നപ്പോൾ ആഹ്ലാദത്തിമർപ്പിലാണ്ട സഹപ്രവർത്തകർ എന്നെ ചുമലിലേററി ഒരു ജാഥയായി കൊണ്ടുപോയി.

രാജ്യമൊന്നാകെ ഉത്തേജിതമായി. ഉപഗ്രഹവിക്ഷേപണശേഷി കൈവരിച്ച ചുരുക്കം ചില രാജ്യങ്ങളുടെ സംഘത്തിലേക്ക് ഇന്ത്യയും പ്രവേശിച്ചിരിക്കുകയാണ്. പത്രങ്ങൾ ഈ സംഭവത്തെക്കുറിച്ചുള്ള വാർത്ത തലക്കെട്ടായിത്തന്നെ കൊടുത്തു. റേഡിയോയും ടീവിയും വിശേഷപ്പെട്ട പരിപാടികൾ പ്രക്ഷേപണം ചെയ്തു. മേശമേലടിച്ചു ശബ്ദമുണ്ടാക്കിക്കൊണ്ട് ഈ നേട്ടത്തെ പാർലമെൻറ് പ്രശംസിച്ചു. ഒരേസമയം ഒരു ദേശീയസ്വപ്നത്തിൻെറ പരമമായ സാഫല്യവും നമ്മുടെ രാജ്യത്തിൻെറ ചരിത്രത്തിൽ ഒരു സുപ്രധാനഘട്ടത്തിൻെറ ആരംഭവുമായിരുന്നു ഇത്. താൻ സാധാരണ പാലിക്കുന്ന സംയമനം വലിച്ചെറിഞ്ഞുകൊണ്ട് ഐ എസ് ആർ ഒ ചെയർമാൻ പ്രൊഫ. സതീഷ് ധവാൻ, ബഹിരാകാശപര്യവേക്ഷണം പൂർണ്ണമായും നമ്മുടെ രാജ്യത്തിൻെറ കഴിവിൻെറ പരിധിയിലെത്തിയിരിക്കുന്നുവെന്നു പ്രഖ്യാപിച്ചു. പ്രധാനമന്ത്രി ഇന്ദിരാഗാന്ധി തൻെറ അനുമോദനങ്ങൾ അറിയിച്ചുകൊണ്ടുള്ള കമ്പിസന്ദേശം അയച്ചുതന്നു. എന്നാൽ ഏററവും പ്രധാനപ്പെട്ട പ്രതികരണം ഇന്ത്യൻ ശാസ്ത്രസമൂഹത്തിൻേറതായിരുന്നു. നൂറു ശതമാനവും തദ്ദേശീയമായ ഈ പ്രയത്നത്തിൽ അവരേവരും ആഹ്ലാദിക്കുകയും അഭിമാനിക്കുകയുംചെയ്തു.

സമ്മിശ്രവികാരങ്ങളാണ് ഞാൻ അനുഭവിച്ചത്. കഴിഞ്ഞ രണ്ടു ദശാബ്ദമായി എന്നിൽനിന്നും വഴുതിമാറിയിരുന്ന വിജയം കൈവരിക്കാനായതിൽ ഞാൻ സന്തോഷിച്ചു. എന്നാൽ ഇതിന് എനിക്കു പ്രചോദനം തന്നവർ—എൻെറ പിതാവ്, സഹോദരീഭർത്താവ് ജല്ലാലുദ്ദീൻ, പ്രൊഫ. സാരാഭായി—ഈ സന്തോഷം പങ്കുവയ്ക്കാൻ കൂടെയില്ലല്ലോ എന്നോർത്ത് ദുഃഖിതനുമായി.

എസ് എൽ വി-3ൻെറ വിജയകരമായ പറക്കലിൻെറ ബഹുമതി പ്രഥമമായി ഇന്ത്യൻ ബഹിരാകാശപരിപാടിയിലെ അതികായന്മാർക്കുള്ളതാണ്; വിശേഷിച്ചും, ഈ പരിശ്രമത്തിലെ മുൻഗാമിയായ പ്രൊഫ. സാരാഭായിക്ക്. തങ്ങളുടെ തീക്ഷ്ണമായ ഇച്ഛാശക്തിയിലൂടെ നമ്മുടെ നാട്ടുകാരുടെ കരുത്തു തെളിയിച്ച വി എസ് എസ് സി യിലെ നൂറുകണക്കിന് ജീവനക്കാർക്കാണ് അടുത്തത്. ഈ പ്രോജക്ടിനെ നയിച്ച പ്രൊഫ. ധവാനും ഡോ. ബ്രഹ്മപ്രകാശും വഹിച്ച പങ്കും ഒട്ടും കുറവല്ല.

അന്നു സായാഹ്നത്തിൽ സമയം വൈകിയാണ് ഞങ്ങൾ അത്താഴം കഴിച്ചത്. ആഘോഷങ്ങളുടെ ശബ്ദാരവങ്ങൾ ക്രമേണ കെട്ടടങ്ങി. ഊർജ്ജശക്തിയെല്ലാം ചോർന്നുപോയപോലായ ഞാൻ എൻെറ കിടക്കയിലേക്കു മറിഞ്ഞു. തുറന്നുകിടന്ന ജാലകവാതിലിലൂടെ, മേഘങ്ങൾക്കിടയിലെ ചന്ദ്രനെ എനിക്കു കാണാമായിരുന്നു. കടൽക്കാററ്, ശ്രീഹരിക്കോട്ട ദ്വീപിൻെറ അന്നത്തെ മാനസോല്ലാസഭാവത്തെ പ്രതിഫലിപ്പിക്കുന്നതായിത്തോന്നി.

എസ് എൽ വി-3 വിജയിച്ചുകഴിഞ്ഞ് ഒരു മാസത്തിനകം അതുമായി ബന്ധപ്പെട്ട എൻെറ അനുഭവങ്ങൾ പങ്കുവെക്കാനായി ക്ഷണംകിട്ടിയതനുസരിച്ച് ഞാൻ ഒരു ദിവസം ബോംബെയിലെ നെഹ്റു സയൻസ് സെൻറർ സന്ദർശിക്കുകയുണ്ടായി. അവിടെയിരിക്കുമ്പോൾ, ഡൽഹിയിൽനിന്ന് പ്രൊഫ. ധവാൻ ടെലിഫോ

ണിൽ എന്നെ വിളിച്ച് അടുത്തദിവസം രാവിലെ തന്നെ വന്നു കാണാൻ ആവശ്യപ്പെട്ടു. ഞങ്ങൾക്ക് ഒരുമിച്ച് പ്രധാനമന്ത്രി ഇന്ദിരാഗാന്ധിയെ കാണേണ്ടിയിരുന്നു. നെഹ്രു സെൻററിലെ എൻെറ ആതിഥേയർ എനിക്ക് ഡൽഹിയിലേക്കുള്ള ടിക്കററ് ശരിപ്പെടുത്തിത്തരാനുള്ള സൗമനസ്യം കാട്ടി. പക്ഷേ, എനിക്കൊരു ചെറിയ പ്രശ്നമുണ്ടായിരുന്നു. എൻെറ വസ്ത്രധാരണത്തെ സംബന്ധിച്ചുള്ളതായിരുന്നു അത്. പതിവനുസരിച്ചുള്ള തികച്ചും സാധാരണ വേഷത്തിലായിരുന്നു ഞാൻ. കാലിൽ ചെരിപ്പുകളാണിട്ടിരുന്നത്. ആചാരമര്യാദകളുടെ ഏതു നിലവാരം വെച്ചുനോക്കിയാലും പ്രധാനമന്ത്രിയെ കാണാൻ അനുയോജ്യമായൊരു വേഷവിധാനമല്ലായിരുന്നു അത്! ഇക്കാര്യം ഞാൻ പ്രൊഫ. ധവാനോടു പറഞ്ഞപ്പോൾ എൻെറ വസ്ത്രധാരണത്തെക്കുറിച്ച് വിഷമിക്കേണ്ടെന്നായിരുന്നു അദ്ദേഹത്തിൻെറ മറുപടി. “താങ്കൾ, താങ്കളുടെ വിജയംകൊണ്ടുള്ള മനോഹരമായ വസ്ത്രം ധരിച്ചിരിക്കുകയാണ്.” അദ്ദേഹം തിരിച്ചടിച്ചു.

അടുത്ത പ്രഭാതത്തിൽ പ്രൊഫ. ധവാനും ഞാനും പാർലമെൻറ് മന്ദിരത്തിൻെറ ഉപശാലയിലെത്തി. ശാസ്ത്രവും സാങ്കേതികവിദ്യയും സംബന്ധിച്ച പാർലമെൻററി പാനലിൻെറ യോഗം അന്ന് പ്രധാനമന്ത്രിയുടെ അദ്ധ്യക്ഷതയിൽ കൂടുന്നുണ്ടായിരുന്നു. രാജകീയപ്രൗഢിയുള്ള വിളക്കുകളാൽ പ്രശോഭിതമായ ആ മുറിയിൽ ലോകസഭയിലും രാജ്യസഭയിലുംപെട്ട ഏതാണ്ട് 30 അംഗങ്ങളാണ് സമ്മേളിച്ചിരുന്നത്. പ്രൊഫ. എം ജി കെ മേനോനും ഡോ. നാഗ്ചൗധുരിയും അവിടെ സന്നിഹിതരായിരുന്നു. ശ്രീമതി ഗാന്ധി എസ് എൽ വി-3-ൻെറ വിജയത്തെക്കുറിച്ച് അംഗങ്ങളോട് സംസാരിക്കുകയും ഞങ്ങളുടെ നേട്ടത്തെ പ്രശംസിക്കുകയും ചെയ്തു. രാജ്യത്തെ ബഹിരാകാശപരീക്ഷണങ്ങൾക്ക് പാർലമെൻറംഗങ്ങൾ നല്കിവരുന്ന പ്രോത്സാഹനങ്ങൾക്കുള്ള കൃതജ്ഞതയും ഐ എസ് ആർ ഒയിലെ ശാസ്ത്രജ്ഞർക്കും സാങ്കേതികവിദഗ്ദ്ധർക്കുമുള്ള പ്രത്യേക കടപ്പാടും പ്രൊഫ. ധവാൻ പ്രകടമാക്കി. പെട്ടെന്ന് ശ്രീമതി ഗാന്ധി എന്നെ നോക്കി പുഞ്ചിരിക്കുന്നതു ഞാൻ കണ്ടു. അവർ പറഞ്ഞു: “കലാം, താങ്കൾ സംസാരിക്കുന്നതു കേൾക്കാൻ ഞങ്ങൾക്കു താത്പര്യമുണ്ട്.” പ്രൊഫ. ധവാൻ ഇതിനകം സംസാരിച്ചു കഴിഞ്ഞതിനാൽ പ്രധാനമന്ത്രിയിൽനിന്നും അത്തരമൊരു അഭ്യർത്ഥന ഞാനൊട്ടും പ്രതീക്ഷിച്ചിരുന്നില്ല.

മടിച്ചുമടിച്ച് സ്വസ്ഥാനത്തുനിന്നും എഴുന്നേററ ഞാൻ മറുപടി പറഞ്ഞു:

“രാഷ്ട്രനിർമ്മാതാക്കളുടെ മഹത്തായ ഈ യോഗത്തിൽ സംബന്ധിക്കുവാൻ കഴിഞ്ഞത് തികച്ചും ഒരു ബഹുമതിയായിത്തന്നെ ഞാൻ കരുതുന്നു. നമ്മുടെ രാജ്യത്തു നിർമ്മിച്ച ഒരു ഉപഗ്രഹത്തെ മണിക്കൂറിൽ 25,000 കിലോമീററർ പ്രവേഗം നല്കി വിക്ഷേപിക്കുവാൻ കഴിവുള്ള ഒരു റോക്കററ്സംവിധാനം നിർമ്മിക്കാൻ മാത്രമാണ് എനിക്ക് അറിയുക.” കരഘോഷം ഇടിമുഴക്കം പോലെ ഉണ്ടായി. എസ് എൽ വി-3 പോലുള്ള ഒരു പ്രോജക്ടിൽ പണിയെടു ക്കാനും നമ്മുടെ രാഷ്ട്രത്തിൻെറ ശാസ്ത്രരംഗത്തെ കരുത്ത് തെളിയിക്കാനും ഞങ്ങൾക്ക് ഒരു അവസരം തന്നതിന് ഞാൻ മെമ്പർമാരോടു നന്ദി പറഞ്ഞു. ആ മുറിയാകെ ആനന്ദത്താൽ പ്രകാശിതമായി.

എസ് എൽ വി-3 പ്രോജക്ട് വിജയകരമായി പൂർത്തിയായതിനാൽ വി എസ് എസ് സിക്ക് അതിൻെറ വിഭവങ്ങളെ പുനഃക്രമീകരിക്കുകയും ലക്ഷ്യങ്ങൾ പുനർനിർണ്ണയിക്കുകയുംചെയ്യേണ്ടിയിരുന്നു. പ്രോജക്ടിൻെറ പ്രവർത്തനങ്ങളിൽനിന്നും വിടുതൽനേടാൻ ഞാനാഗ്രഹം പ്രകടിപ്പിച്ചു. തത്ഫലമായി എൻെറ ടീമിൽനിന്നുമുള്ള വേദ്പ്രകാശ് സാൻഡ്ളസിനെ എസ് എൽ വി-3 കണ്ടിന്യുവേഷൻ പ്രോജക്ടിൻെറ ഡയറക്ടറാക്കി. പ്രവർത്തനയോഗ്യമായ, സമാനവിഭാഗത്തിൽപ്പെട്ട, ഉപഗ്രഹവിക്ഷേപണ വാഹനങ്ങൾ നിർമ്മിക്കുകയായിരുന്നു പ്രോജക്ടിൻെറ ലക്ഷ്യം. എസ് എൽ വി-3നെ സാങ്കേതികവിദ്യാപരമായ ചില നവീകരണങ്ങൾവഴി സമുദ്ധരിക്കുക എന്ന കാഴ്ചപ്പാടോടെ ഓഗ്മെൻറഡ് സാററലൈററ് ലോഞ്ച് വെഹിക്കിളുകളുടെ (എ എസ് എൽ വി കൾ) വികസനം കുറെക്കാലമായി പരിഗണനയിലുണ്ടായിരുന്നു. എസ് എൽ വി-3ൻെറ ഭാരസംവഹനശേഷി 40 കിലോഗ്രാമിൽനിന്നും 150 കിലോഗ്രാമായി ഉയർത്തുക എന്നതായിരുന്നു ലക്ഷ്യം. എൻെറ ടീമിൽനിന്നുള്ള എം എസ് ആർ ദേവ്, എ എസ് എൽ വി യുടെ പ്രോജക്ട് ഡയറക്ടറായി നിയമിക്കപ്പെട്ടു. അടുത്തതായി, സൗരസ്ഥിരഭ്രമണപഥത്തിൽ (900 കിലോമീററർ) എത്തിച്ചേരാനായി ഒരു പി എസ് എൽ വി നിർമ്മിക്കണം. ഒരു വിദൂരസ്വപ്നമെന്ന നിലയിൽ ഭൗമഉപഗ്രഹവിക്ഷേപണവാഹനവും (ജി എസ് എൽ വി) വിഭാവനംചെയ്തിരുന്നു. വരാൻപോകുന്ന വിക്ഷേപണവാഹനങ്ങൾക്കും സാങ്കേതികവിദ്യാവികസനത്തിനും വേണ്ട രൂപരേഖ നല്കാൻ കഴിയുംവിധം ഡയറക്ടർ, എയ്റോസ്പേസ് ഡൈനാമിക്സ് ആൻഡ് ഡിസൈൻ ഗ്രൂപ്പ് എന്ന പദവി ഞാൻ ഏറെറടുത്തു.

വി എസ് എസ് സിയിൽ അന്നു നിലവിലുണ്ടായിരുന്ന അടിസ്ഥാനസൗകര്യങ്ങൾ ഭാവിയിലെ വിക്ഷേപണപേടകസംവിധാനങ്ങളുടെ വലിപ്പവും ഭാരവും കൈകാര്യം ചെയ്യാൻ പര്യാപ്തമായിരുന്നില്ല. മാത്രമല്ല, ഈ പ്രോജക്ടുകളുടെയെല്ലാം നിർവഹണത്തിന് ഉന്നതസവിശേഷതകളുള്ള സൗകര്യങ്ങൾ ആവശ്യമായിവരുമായിരുന്നു. വട്ടിയൂർക്കാവിലും വലിയമലയിലും വി എസ് എസ് സിയുടെ വികസനപ്രവർത്തനങ്ങൾക്കായി പുതിയ സൈററുകൾ കണ്ടെത്തി. സൗകര്യങ്ങളെ സംബന്ധിച്ച വിശദമായൊരു പ്ലാൻ തയ്യാറാക്കിയത് ഡോ. ശ്രീനിവാസനാണ്. ഇതിനിടയിൽ ഞാൻ ശിവതാണുപിള്ളയോടൊപ്പം എസ് എൽ വി-3ൻെറയും അതിൻെറ വകഭേദങ്ങളുടെയും പ്രായോഗികസാധ്യതകളെക്കുറിച്ച് ഒരു വിശകലനം നടത്തുകയും മിസ്സൈൽ പ്രയോഗങ്ങൾക്കുവേണ്ടി ലോകത്തിൻെറ വിവിധ ഭാഗങ്ങളിലുള്ള വിക്ഷേപണപേടകങ്ങളുമായി അവ തട്ടിച്ചുനോക്കുകയും ചെയ്തു. ഹ്രസ്വ, മധ്യമദൂരങ്ങളിൽ (4,000 കിലോമീററർ) ഉപകരണങ്ങളെത്തിക്കുന്ന പേടകങ്ങളുടെ ദേശീയ ആവശ്യകതകൾ എസ് എൽ വി-3 സോളിഡ് റോക്കററ് സംവിധാനങ്ങൾ നേരിട്ടുകൊള്ളുമെന്ന് ഞങ്ങൾ സ്ഥാപിച്ചു. അതുപോലെതന്നെ 1.8 മീററർ വ്യാസവും 36 ടൺ ഇന്ധനശേഷിയുമുള്ള സോളിഡ് ബൂസ്ററർ കൂടി വികസിപ്പിച്ചെടുത്താൽ അത് എസ് എൽ വി-3 ഉപസംവിധാനങ്ങളുമായി ചേർന്ന് 1,000 കിലോഗ്രാം ഭാരത്തെ 5,000 കിലോമീറററിനുമപ്പുറമെ

ത്തിക്കാനുള്ള ഒരു ഭൂഖണ്ഡാന്തര ബാലിസ്റ്റിക് മിസ്സൈലിൻെറ (ഐ സി ബി എം) ആവശ്യകതകൾ നേടാനാകുമെന്നും ഞങ്ങൾ അവകാശപ്പെട്ടു. എന്നാൽ ഈ നിർദ്ദേശം എന്തുകൊണ്ടോ ഒരിക്കലും പരിഗണിക്കപ്പെട്ടില്ല. എങ്കിലും കുറെക്കാലം കഴിഞ്ഞ് 'അഗ്നി'യായി പരിണമിച്ച പുനഃപ്രവേശന പരീക്ഷണ (ആർ ഇ എക്സ്)ത്തിൻെറ രൂപീകരണത്തിന് അത് വഴിയൊരുക്കി.

എസ് എൽ വി-3ൻെറ അടുത്ത വിക്ഷേപണം എസ് എൽ വി-3ഡി1 നടന്നത് 1981 മെയ് 31-ാംതീയതിയാണ്. സന്ദർശകഗ്യാലറിയിലിരുന്ന് ഞാനതിനു സാക്ഷ്യം വഹിച്ചു. ആദ്യമായിട്ടാണ് നിയന്ത്രണകേന്ദ്രത്തിനു പുറത്തിരുന്നുകൊണ്ട് ഒരു വിക്ഷേപണത്തിന് ഞാൻ സാക്ഷ്യംവഹിക്കുന്നത്. മാധ്യമങ്ങളുടെ ശ്രദ്ധാകേന്ദ്ര മാകുകവഴി, എസ് എൽ വി-3ൻെറ വിജയത്തിനു തുല്യസംഭാവനകൾ നല്കിയ എൻെറ ചില മുതിർന്ന സഹപ്രവർത്തകരിൽ എന്നോട് അസൂയയുണ്ടായി എന്ന തായിരുന്നു അവിടെ എനിക്കു നേരിടേണ്ടിവന്ന കയ്പേറിയ സത്യം.

മററുള്ളവരുടെ ബുദ്ധിപരമായ നേട്ടങ്ങളെ ഞാനൊരിക്കലും സ്വന്തമാക്കി അനു ഭവിച്ചിട്ടില്ല. എൻെറ ജീവിതം തികച്ചും എൻെറ പ്രകൃതത്താൽ നയിക്കപ്പെട്ട ഒന്നാ യിരുന്നു. അത് ഒരിക്കലും അലിവില്ലാത്ത ഒരു നിർവാഹകൻേറതായിരുന്നില്ല. എസ് എൽ വി-3 നിർമ്മിച്ചത് ബലപ്രയോഗത്താലോ തന്ത്രപ്രയോഗത്താലോ ആയിരുന്നില്ല; പൊരുത്തമുള്ള കൂട്ടായ പ്രയത്നത്താലായിരുന്നു. പിന്നെ എന്തു കൊണ്ടാണീ പരുഷ മനോഭാവം? ഇത് വി എസ് എസ് സി യുടെ ഉന്നതതലത്തി ലുള്ളവർക്ക് പ്രത്യേകമായുള്ളതോ, അതോ, ഒരു സർവ്വവ്യാപിയായ യാഥാർ ത്ഥ്യമോ? ഒരു ശാസ്ത്രജ്ഞനെന്ന നിലയിൽ, യാഥാർത്ഥ്യത്തെ കാര്യകാരണ സഹിതം സ്ഥാപിക്കുവാനാണ് ഞാൻ പരിശീലിപ്പിക്കപ്പെട്ടിട്ടുള്ളത്. ശാസ്ത്രത്തിൽ, യാഥാർത്ഥ്യം എന്നാൽ നിലനില്ക്കുന്നത് എന്തോ അത് എന്നാണ്. എൻെറ ചില മുതിർന്ന സഹപ്രവർത്തകരുടെ ഈ പാരുഷ്യം ഒരു യാഥാർത്ഥ്യമായിരുന്നതി നാൽ എനിക്കതിൻെറ കാരണം കണ്ടുപിടിക്കേണ്ടിയിരുന്നു. പക്ഷേ, ഇത്തരം കാര്യങ്ങളുടെ കാരണം കണ്ടെത്താനാകുമോ?

എസ് എൽ വി ക്കു ശേഷമുണ്ടായ അനുഭവങ്ങൾ എന്നെയൊരു നിർണ്ണാ യകാവസ്ഥയിലേക്ക് നയിക്കുകയായിരുന്നില്ലേ? ആണെന്നും അല്ലെന്നും പറയാം. ആണ് എന്നു പറയാവുന്നത്, എസ് എൽ വി-3ൻെറ കീർത്തി, അതർഹിക്കുന്ന എല്ലാവർക്കും ഒരുപോലെ കിട്ടാതിരുന്നതുകൊണ്ടാണ്. പക്ഷേ, അക്കാര്യത്തിൽ ആർക്കും ഒന്നുംതന്നെ ചെയ്യാൻ കഴിയുമായിരുന്നില്ല. അല്ല എന്നത് എന്തെന്നാൽ, ആന്തരികമായ അനിവാര്യതയുടെ സാക്ഷാത്കാരം അസാധ്യമായിത്തീരുമ്പോഴേ ഒരു വ്യക്തിയെ സംബന്ധിച്ചിടത്തോളം ഒരു സന്ദർഭം നിർണ്ണായകമാണെന്നു പറ യാൻ കഴിയുകയുള്ളു. എന്നാൽ, തീർച്ചയായും അതായിരുന്നില്ല കാര്യം. യഥാർത്ഥ ത്തിൽ ഈ അടിസ്ഥാനഭാവത്തിന്മേലായിരുന്നു സംഘർഷം വളർന്നു വന്നത്. തിരിഞ്ഞുനോക്കുമ്പോൾ എനിക്കിതേ പറയാൻ കഴിയുകയുള്ളൂ, യാഥാർത്ഥ്യ വത്കരണത്തിൻേറതും നവീകരണത്തിൻേറതുമായ വലിയൊരു ആവശ്യകതയെ ക്കുറിച്ച് ഞാൻ തികച്ചും ബോധവാനായിരുന്നു.

എസ് എൽ വി-3നെക്കുറിച്ച് ഒരു പ്രഭാഷണം നടത്താനായി ഡെറാഡൂണിലെ ഹൈ ആൾററിററ്യൂഡ് ലാബറട്ടറി (ഇന്നത്തെ ഡിഫൻസ് ഇലക്ട്രോണിക്സ് ആപ്ലിക്കേഷൻ ലാബറട്ടറി)യിലെ ഡോ. ഭഗീരഥറാവു 1981 ജനുവരിയിൽ എന്നെ ക്ഷണിച്ചു. ഞാൻ എന്നും ആദരിച്ചിട്ടുള്ള പ്രമുഖ ആണവശാസ്ത്രജ്ഞനും അന്ന് പ്രതിരോധവകുപ്പുമന്ത്രിയുടെ ശാസ്ത്രകാര്യഉപദേശകനുമായിരുന്ന പ്രൊഫ. രാജാ രാമണ്ണയാണ് ആ ചടങ്ങിൽ അദ്ധ്യക്ഷത വഹിച്ചിരുന്നത്. ആണവോർജ്ജ ഉൽപാദനത്തിനുവേണ്ടിയുള്ള ഇന്ത്യയുടെ യത്നങ്ങളെക്കുറിച്ചും സമാധാനപരമായ ആവശ്യങ്ങൾക്കുവേണ്ടിയുള്ള ആദ്യത്തെ ആണവപരീക്ഷണം നടത്തുന്നതിൽ ഇന്ത്യ നേരിട്ട വെല്ലുവിളികളെക്കുറിച്ചും അദ്ദേഹം സംസാരിച്ചു. എസ് എൽ വി-3-ൽ പൂർണ്ണമായും മുഴുകിയിരുന്നതിനാൽ, അതിനെക്കുറിച്ചുള്ള എൻെറ പ്രഭാഷണം പെട്ടെന്ന് നല്ല ഒഴുക്കുള്ളതായിത്തീർന്നത് തികച്ചും സ്വാഭാവികമായിരുന്നു. അതിനുശേഷം, ഒരു സ്വകാര്യസംഭാഷണത്തിനും ചായസൽക്കാരത്തിനും പ്രൊഫ. രാജാരാമണ്ണ എന്നെ ക്ഷണിച്ചു.

പ്രൊഫ. രാമണ്ണയെ സന്ധിച്ചപ്പോൾ എന്നെ സ്പർശിച്ച ആദ്യസംഗതി എന്നെ കാണുന്നതിൽ അദ്ദേഹത്തിനുള്ള യഥാർത്ഥ സന്തോഷം ആയിരുന്നു. ഒരുതരം ഔത്സുക്യം ഉണ്ടായിരുന്നു അദ്ദേഹത്തിൻെറ സംഭാഷണത്തിൽ; പൊടുന്നനെയുള്ളതും കരുണാർദ്രവുമായൊരു സൗഹൃദം, ഒപ്പം ദ്രുതഗതിയിലുള്ള ആകർഷകമായ അംഗചലനങ്ങളും. പ്രൊഫ. സാരാഭായിയുമായി നടന്ന എൻെറ ആദ്യത്തെ കൂടിക്കാഴ്ചയെക്കുറിച്ചുള്ള സ്മരണകൾ ആ സായാഹ്നം എന്നിലേക്ക് ആവാഹിച്ചുകൊണ്ടുവന്നു—അത് ഇന്നലെ ആയിരുന്നെന്നപോലെ. പ്രൊഫ. സാരാഭായിയുടെ ലോകം ആന്തരികമായി ലളിതവും ബാഹ്യമായി സ്വസ്ഥവും ആയിരുന്നു. അദ്ദേഹത്തോടൊപ്പം പണിയെടുത്തിരുന്ന ഞങ്ങൾ ഓരോരുത്തരും സൃഷ്ടിക്കു വേണ്ടിയുള്ള ഒററമനസ്സായ ആവശ്യകതയാലാണ് നയിക്കപ്പെട്ടുവന്നിരുന്നത്. മാത്രമല്ല, പ്രസ്തുത ആവശ്യകതയിലേക്കുള്ള കർമ്മപഥം നേരിട്ട് ഗോചരമാകുന്ന സാഹചര്യങ്ങളിൽ ജീവിക്കുകയുംചെയ്തു. ഞങ്ങളുടെയൊക്കെ സ്വപ്നങ്ങൾക്ക് തികച്ചും അനുരൂപമായവിധം തയ്യാറാക്കിയതായിരുന്നു പ്രൊഫ. സാരാഭായിയുടെ ലോകം. ഞങ്ങളിൽ ഏതൊരാളുടെയും ഏത് ആവശ്യത്തെ സംബന്ധിച്ചും ഒട്ടും വലുതും ഒട്ടും ചെറുതുമല്ലായിരുന്നു അത്. ബാക്കിവരാതെ ഞങ്ങളുടെ ആവശ്യങ്ങൾക്കനുസൃതമായി അതിനെ വിഭജിച്ചെടുക്കാമായിരുന്നു.

എൻെറ ലോകം ഇപ്പോഴേക്കും ലാഘവമില്ലാത്തതായി. അത് ആന്തരികമായി സങ്കീർണ്ണവും ബാഹ്യമായി ക്ലേശകരവുമായ ഒരു ലോകമായി മാറിയിരുന്നു. റോക്കററ്ശാസ്ത്രത്തിലും തദ്ദേശീയ റോക്കററുകൾ ഉണ്ടാക്കുക എന്ന ലക്ഷ്യം നേടുന്നതിലുമുള്ള എൻെറ പരിശ്രമങ്ങൾ ബാഹ്യമായ സംഗതികളാൽ തടസ്സപ്പെടുകയും ആന്തരികമായ പതർച്ചകളാൽ സങ്കീർണ്ണമാകുകയും ചെയ്തിരുന്നു. എൻെറ സഞ്ചാരപഥം സുസ്ഥിരമാക്കുവാനായി ഇച്ഛാശക്തിയുടെ ഒരു സവിശേഷപ്രയത്നംതന്നെ ആവശ്യമാണെന്ന് എനിക്ക് ബോധ്യമായി. എൻെറ വർത്തമാനകാലത്തിന് ഭൂതകാലവുമായുള്ള ബന്ധം ഇപ്പോൾത്തന്നെ തകരാറിലാ

യിരിക്കുകയാണ്. പ്രൊഫ. രാമണ്ണയോടൊപ്പം ചായ കഴിക്കുവാനായി പോയപ്പോൾ, എൻെറ വർത്തമാനകാലത്തിന് ഭാവിയുമായുള്ള ഏകോപനമായിരുന്നു എൻെറ മനസ്സിൽ മുന്നിട്ടുനിന്നിരുന്നത്.

വിഷയത്തിലേക്കു കടന്നുവരാൻ അദ്ദേഹം അധികം സമയമെടുത്തില്ല. ഡി ആർ ഡി എല്ലിൽ നാരായണനും അദ്ദേഹത്തിൻെറ ഡി ആർ ഡി എല്ലിലെ ടീമും വൻനേട്ടങ്ങൾതന്നെ ഉണ്ടാക്കിയിരുന്നുവെങ്കിലും 'ഡെവിൾ' മിസ്സൈൽ പദ്ധതി അടച്ചുപൂട്ടിവെച്ചിരിക്കുകയായിരുന്നു. സൈനികറോക്കററ് പരിപാടികൾ ആകപ്പാടെതന്നെ നിരന്തരമായൊരു മാന്ദ്യത്തിൽപെട്ട് ഉഴലുന്ന അവസ്ഥ. കുറച്ചുകാലമായി ഡ്രായിങ് ടേബിളിലും സ്ഥിരസ്ഥിതിപരീക്ഷണതലത്തിലുമായി കുരുങ്ങിക്കിടക്കുന്ന തങ്ങളുടെ മിസ്സൈൽ പരിപാടികളുടെ സാരഥ്യം ഏറെറടുക്കുവാൻ ഡി ആർ ഡി ഒ യ്ക്ക് ഒരാളെ ആവശ്യമുണ്ടായിരുന്നു. ഡി ആർ ഡി എല്ലിൽ ചേരുവാനും അവരുടെ ഗൈഡഡ് മിസ്സൈൽ ഡെവലപ്മെൻറ് പ്രോഗ്രാം (നിയന്ത്രിത മിസ്സൈൽ വികസനപരിപാടി) രൂപപ്പെടുത്തുവാനുള്ള ചുമതല ഏറെറടുക്കാനും താത്പര്യമുണ്ടോ എന്ന് പ്രൊഫ. രാമണ്ണ വളരെ സ്പഷ്ടമായിത്തന്നെ എന്നോടു ചോദിച്ചു. പ്രൊഫ. രാമണ്ണയുടെ നിർദേശം എന്നിൽ സമ്മിശ്രവികാരങ്ങൾ ഉളവാക്കി.

റോക്കററ്ശാസ്ത്രത്തിലുള്ള ഞങ്ങളുടെ വിജ്ഞാനം മുഴുവൻ സമാഹരിക്കാനും പ്രയോഗിക്കാനുമുള്ള ഇത്തരമൊരു അവസരം പിന്നീടെനിക്ക് എപ്പോളാണ് കിട്ടുക?

പ്രൊഫ. രാമണ്ണ എന്നിലർപ്പിച്ച മതിപ്പിനാൽ ഞാൻ ആദരിക്കപ്പെട്ടതായി എനിക്കു തോന്നി. അദ്ദേഹമായിരുന്നു പൊക്കാറൻ ആണവപരീക്ഷണത്തിനു പിന്നിലെ മാർഗ്ഗദർശകശക്തി. ഇന്ത്യയുടെ സാങ്കേതികമികവിനെക്കുറിച്ച് പുറംരാജ്യങ്ങളിൽ അദ്ദേഹത്തിൻെറ സഹായത്താൽ ഉണ്ടായ ശക്തമായ അനുരണനങ്ങളിൽ ഞാൻ ആവേശംകൊണ്ടിരുന്നു. അദ്ദേഹത്തിൻെറ നിർദ്ദേശം നിരസിക്കാനാവുകയില്ലെന്ന് ഞാനറിഞ്ഞു. ഇക്കാര്യത്തെക്കുറിച്ച് പ്രൊഫ. ധവാനുമായി സംസാരിക്കാൻ പ്രൊഫ. രാമണ്ണ എന്നെ ഉപദേശിച്ചു. അങ്ങനെയായാൽ ഐ എസ് ആർ ഒ യിൽനിന്നും ഡി ആർ ഡി എല്ലിലേക്കുള്ള എൻെറ മാററം സംബന്ധിച്ച നടപടിക്രമങ്ങൾ അദ്ദേഹത്തിന് സ്വീകരിക്കാമല്ലൊ.

1981 ജനുവരി 14-ാം തീയതി ഞാൻ പ്രൊഫ. ധവാനെ ചെന്നു കണ്ടു. എനിക്കു പറയുവാനുള്ളത് അദ്ദേഹം ക്ഷമയോടെ കേട്ടു, ഒന്നും വിട്ടുപോയിട്ടില്ലെന്ന് ഉറപ്പുവരുത്തുന്നതിനുവേണ്ടി ഏതു കാര്യവും രണ്ടു തവണ നല്ലവണ്ണം തൂക്കി നോക്കുന്ന തൻെറ തനതായ ആ വാസനയോടെ. വളരെ വ്യക്തമായൊരു പ്രസന്നഭാവം അദ്ദേഹത്തിൻെറ മുഖത്തു പ്രത്യക്ഷമായി. അദ്ദേഹം പറഞ്ഞു: "എൻെറ ആളിൻെറ ജോലിയെക്കുറിച്ചുള്ള അവരുടെ വിലയിരുത്തലിൽ ഞാൻ സന്തോഷവാനാണ്." എന്നിട്ടദ്ദേഹം മന്ദഹസിച്ചു. പ്രൊഫ. ധവാനെപ്പോലെ തൂമന്ദഹാസം തൂകുന്ന മറെറാരാളെ ഞാനൊരിക്കലും കണ്ടിട്ടില്ല—മൃദുലമായൊരു വെൺമേഘശകലം—നിങ്ങൾക്കാവശ്യമുള്ള ഏതു രൂപത്തിലും അതിനെ കാണാൻ കഴിയും.

എങ്ങനെയാണ് ഇക്കാര്യത്തിൽ മുന്നോട്ടുപോവുക എന്ന് ഞാൻ അത്ഭുതപ്പെട്ടു. "ഡി ആർ ഡി എല്ലിന് നിയമനോത്തരവ് അയയ്ക്കാൻ കഴിയുംവണ്ണം ഞാനാ തസ്തികയിലേക്ക് ഔപചാരികമായി അപേക്ഷിക്കേണ്ടതുണ്ടോ?" പ്രൊഫ. ധവാനോട് ഞാൻ ചോദിച്ചു: "വേണ്ട, അവരിൽ സമ്മർദ്ദമൊന്നും ചെലുത്തേണ്ട. എൻെറ അടുത്ത ന്യൂഡൽഹി സന്ദർശനവേളയിൽ ഞാൻ ഉന്നതതലത്തിലെ വ്യക്തികളുമായി സംസാരിക്കട്ടെ." പ്രൊഫ. ധവാൻ പറഞ്ഞു: "താങ്കളുടെ ഒരു കാല് ഡി ആർ ഡി ഒ യിലാണെന്ന് എനിക്കറിയാം. ഇപ്പോൾ താങ്കളുടെ ഗുരുത്വകേന്ദ്രമാകെത്തന്നെ അവരിലേക്ക് നീങ്ങുന്നതായി തോന്നുന്നു." പ്രൊഫ. ധവാൻ എന്നെക്കുറിച്ച് പറഞ്ഞതിൽ ഒരുപക്ഷേ, സത്യത്തിൻെറ ഒരംശം ഉണ്ടായിരുന്നിരിക്കാം. പക്ഷേ, എൻെറ ഹൃദയം എല്ലായ്പോഴും ഐ എസ് ആർ ഒ യിൽത്തന്നെയായിരുന്നു. അദ്ദേഹം അതിനെക്കുറിച്ച് ശരിക്കും ബോധവാനല്ലായിരുന്നുവോ?

1981-ലെ റിപ്പബ്ലിക് ദിനം സന്തോഷകരമായൊരു വിസ്മയവുമായാണ് വന്നണഞ്ഞത്. എനിക്ക് പദ്മഭൂഷൺ പുരസ്കാരം നല്കുന്നതായുള്ള ആഭ്യന്തരമന്ത്രാലയത്തിൻെറ പ്രഖ്യാപനം അറിയിക്കാനായി പ്രൊഫ. യു.ആർ. റാവുവിൻെറ സെക്രട്ടറി മഹാദേവൻ ജനുവരി 25-ാം തീയതി വൈകിട്ട് ഡൽഹിയിൽനിന്നും എന്നെ വിളിച്ചു. അടുത്ത പ്രധാനപ്പെട്ട വിളി പ്രൊഫ. ധവാൻേറതായിരുന്നു. എന്നെ അഭിനന്ദിക്കാൻവേണ്ടിയായിരുന്നു അത്. എൻെറ ഗുരുവിൽനിന്നുമുള്ള അഭിനന്ദനം എന്നപോലെ ഞാൻ ആനന്ദാതിരേകത്താൽ മുഗ്ദ്ധനായി. ഡോ. ധവാന് പദ്മവിഭൂഷൺ ലഭിച്ചതിൽ ഞാൻ അദ്ദേഹത്തോടൊപ്പം സന്തോഷിക്കുകയും ഹൃദയപൂർവം അദ്ദേഹത്തെ അനുമോദിക്കുകയും ചെയ്തു. പിന്നീട് ഞാൻ ഡോ. ബ്രഹ്മപ്രകാശിനെ വിളിച്ച് അദ്ദേഹത്തോടു നന്ദി പറഞ്ഞു. ഔപചാരികത കാട്ടിയതിന് എന്നെ ശാസിച്ചശേഷം ഡോ. ബ്രഹ്മപ്രകാശ് പറഞ്ഞു: "എൻെറ മകന് പുരസ്കാരം കിട്ടിയതുപോലെ എനിക്കു തോന്നുന്നു." എൻെറ വികാരങ്ങളെ ഇനിയും തടഞ്ഞുനിർത്താനാവാത്തവിധം ഡോ. ബ്രഹ്മപ്രകാശിൻെറ വാത്സല്യം എന്നെ അഗാധമായി സ്പർശിച്ചു.

എൻെറ മുറിയിൽ ബിസ്മില്ലാഖാൻെറ ഷെഹ്നായ് സംഗീതം നിറഞ്ഞൊഴുകി. ആ സംഗീതം എന്നെ മറെറാരു കാലത്തേക്ക്, മറെറാരു സ്ഥലത്തേക്ക് കൊണ്ടുപോയി. ഞാൻ രാമേശ്വരത്തെത്തിച്ചേർന്ന് എൻെറ ഉമ്മയെ കെട്ടിപ്പിടിച്ചു. എൻെറ പിതാവ് കരുതലാർന്ന തൻെറ കൈവിരലുകൾകൊണ്ട് എൻെറ മുടിയിഴകൾ കോതിയൊതുക്കി. എൻെറ മാർഗ്ഗദർശി ജല്ലാലുദ്ദീൻ, രാമേശ്വരം മോസ്ക് സ്ട്രീററിൽ കൂടിനിന്ന ജനക്കൂട്ടത്തോട് ഈ വാർത്ത വിളംബരംചെയ്തു. എൻെറ സഹോദരി സൊഹ്റ വിശേഷപ്പെട്ട മധുരപലഹാരങ്ങൾ എനിക്കായി ഉണ്ടാക്കി. പാക്ഷി ലക്ഷ്മണശാസ്ത്രി എൻെറ നെററിയിൽ തിലകമണിയിച്ചു. കൈയിലുയർത്തിപ്പിടിച്ച വിശുദ്ധ കുരിശുമായി ഫാ. സോളമൻ എനിക്ക് അനുഗ്രഹമേകി. നേട്ടത്തിൻേറതായ ഒരു തൂമന്ദഹാസവുമായി നില്ക്കുന്ന പ്രൊഫ. സാരാഭായിയെ ഞാൻ കണ്ടു — അദ്ദേഹം ഇരുപതു വർഷം മുൻപു നട്ട ഒരു കുഞ്ഞിത്തൈ ഇതാ വളർന്നുവലുതായി നില്ക്കുന്നു; അതിൻെറ ഫലങ്ങൾ ഇന്ത്യയിലെ ജനങ്ങൾ വിലമതിച്ചിരിക്കുന്നു.

എൻെറ പദ്മഭൂഷൺ വി എസ് എസ് സിയിൽ സമ്മിശ്ര പ്രതികരണങ്ങളാണ് ഉയർത്തിയത്. എൻെറ ആനന്ദത്തിൽ ചിലർ പങ്കുചേർന്നപ്പോൾ, അംഗീകാരത്തിനായി എന്നെ അനർഹമാംവിധമാണ് തെരഞ്ഞെടുത്തതെന്ന് കരുതിയവരും ഉണ്ടായിരുന്നു. എൻെറ ഉററ സഹപ്രവർത്തകരിൽ ചിലർ അസൂയാലുക്കളായി. ശോചനീയമായ വ്യതിചലിതചിന്തകളാൽ എന്തുകൊണ്ടാണ് ചിലർ ജീവിതത്തിലെ മഹത്തായ മൂല്യങ്ങൾ ദർശിക്കാതെ പോകുന്നത്? ആനന്ദം, സംതൃപ്തി, ജീവിതവിജയം എന്നിവയെല്ലാം ശരിയായ തിരഞ്ഞെടുപ്പുകളെയാണ് ആശ്രയിച്ചിരിക്കുന്നത് — വിജയമണിയുന്ന തിരഞ്ഞെടുപ്പുകളെ. ജീവിതത്തിൽ നിങ്ങൾക്കുവേണ്ടിയും നിങ്ങൾക്കെതിരായും പ്രവർത്തിക്കുന്ന ശക്തികളുണ്ട്. ശത്രുതാപരമായവയിൽനിന്നും സഹായകമായ ശക്തികളെ നാം തിരിച്ചറിയുകയും അവയിൽനിന്നും വേണ്ടതുനോക്കി കൃത്യമായി തിരഞ്ഞെടുക്കുകയും വേണം.

ദീർഘകാലമായി അനുഭവപ്പെട്ടിരുന്ന, എന്നാൽ അവഗണിച്ചിരുന്ന, എൻെറ നവീകരണത്തിനുള്ള സമയം സമാഗതമായെന്ന് ഒരു ആന്തരികശബ്ദം എന്നോടു മന്ത്രിച്ചു. ഞാനെൻെറ എഴുത്തുപലക വൃത്തിയാക്കി പുതിയ സങ്കലിതഫലങ്ങൾ എഴുതട്ടെ. ഇതിനു മുമ്പത്തെ സങ്കലനങ്ങൾ ശരിയാംവിധമായിരുന്നുവോ? സ്വന്തം ജീവിതപുരോഗതി സ്വയം വിലയിരുത്തുന്നത് എളുപ്പമുള്ള കൃത്യമല്ല. ഇവിടെ വിദ്യാർത്ഥിതന്നെ തനിക്കുവേണ്ട ചോദ്യങ്ങൾ തയ്യാറാക്കേണ്ടതുണ്ട്; തൻെറ തന്നെ ഉത്തരങ്ങൾ തേടേണ്ടതുണ്ട്; തനിക്കു സംതൃപ്തി പകരുംവിധം അവയെ മൂല്യനിർണയം ചെയ്യേണ്ടതുമുണ്ട്. വിധിനിർണ്ണയം മാറിനില്ക്കട്ടെ, ഐ എസ് ആർ ഒ യിലെ പതിനെട്ടു വർഷങ്ങൾ എന്നത് വേദനാപൂർവമല്ലാതെ വിട്ടുപോരാനാകാത്തവിധം ദീർഘമായൊരു കാലയളവുതന്നെ. സന്തപ്തരായ എൻെറ സുഹൃത്തുക്കൾക്ക് ലൂയി കരോളിൻെറ ഈ വരികൾ വളരെ അനുയോജ്യമായി തോന്നി:

"നിങ്ങൾക്കാരോപിക്കാം കൊലക്കുറ്റമെന്നിൽ
അല്ലെങ്കിൽ അപര്യാപ്തമാം കാര്യബോധം
(ബലഹീനരല്ലോ നാമെല്ലാമപൂർവ്വ സന്ദർഭങ്ങളിൽ)
കപടനാട്യത്തിൻ ലാഞ്ഛനപോലും പക്ഷേ
ഉണ്ടായിരുന്നില്ലൊരിക്കലുമെൻെറ കുററങ്ങളിൽ!"

III

സാന്ത്വനം
(1981 - 1991)

"തന്ത്രവും മോഹവും വൈരവുമെല്ലാം
ശമിക്കട്ടെ യുക്തിതൻ രാവിൽ,
ദൗർബല്യം കരുത്തായ് മാറുവോളം,
ഇരുൾ വെളിച്ചമായ്ത്തീരുവോളം,
തെററ് ശരിയാകുവോളം!"

ലൂയി കരോൾ

10

എന്നെ തങ്ങളുടെ ഉദ്യോഗത്തിൽ നിന്നും വിട്ടുകൊടുക്കാൻ അല്പം മടികാണിച്ച ഐ എസ് ആർ ഒ യും എന്നെ ലഭിക്കുവാൻ ആഗ്രഹിച്ച ഡി ആർ ഡി ഒ യും തമ്മിൽ എൻെറ സേവനത്തെച്ചൊല്ലി ഈ സമയത്ത് ചെറിയൊരു പിടിവലി നടന്നു. മാസങ്ങൾ പലതു കടന്നുപോയി. ഐ എസ് ആർ ഒ യും ഡി ആർ ഡി ഒ യും തമ്മിൽ നിരവധി കത്തുകൾ കൈമാറി; ഇരുകൂട്ടർക്കും സൗകര്യപ്രദമായൊരു പ്രവർത്തനക്രമം ഉരുത്തിരിച്ചെടുക്കുന്നതിനുവേണ്ടി ഡിഫൻസ് ആർ & ഡി എസ്ററാബ്ലിഷ്മെൻറിൻെറയും സ്പേസ് ഡിപ്പാർട്ട്മെൻറിൻെറയും സെക്രട്ടേറിയററുകളിൽ നിരവധി യോഗങ്ങളും നടന്നു. പ്രതിരോധമന്ത്രിയുടെ ശാസ്ത്രകാര്യ ഉപദേഷ്ടാവ് എന്ന പദവിയിൽനിന്നും പ്രൊഫ. രാമണ്ണ ഇതിനിടയിൽ വിരമിക്കുകയും ചെയ്തിരുന്നു. അതുവരെ ഹൈദരാബാദിലെ ഡിഫൻസ് മെററലർജിക്കൽ റിസർച്ച് ലാബറട്ടറി(ഡി എം ആർ എൽ)യുടെ ഡയറക്ടറായിരുന്ന ഡോ. വി.എസ്. അരുണാചലം പ്രൊഫ. രാമണ്ണയുടെ പിൻഗാമിയായി. തൻെറ ആത്മവിശ്വാസത്തിൻെറ കാര്യത്തിൽ ഏറെ അറിയപ്പെട്ടിരുന്ന വ്യക്തിയായിരുന്നു ഡോ. അരുണാചലം. ശാസ്ത്രമേഖലയിലെ ഉദ്യോഗസ്ഥമേധാവിത്വത്തിൻെറ സങ്കീർണ്ണ നടപടികളെയും ലോലമായ നയങ്ങളെയുമൊന്നും അദ്ദേഹം തീരെ വകവെച്ചിരുന്നില്ല. ഇതിനിടയിൽ, ഞാൻ മിസ്സൈൽ ലാബറട്ടറിയുടെ സാരഥ്യമേറെറടുക്കുന്നതിനെക്കുറിച്ച് അന്നത്തെ പ്രതിരോധവകുപ്പുമന്ത്രി ആർ. വെങ്കിട്ടരാമൻ പ്രൊഫ. ധവാനുമായി ചർച്ച നടത്തിയതായി അറിഞ്ഞു. പ്രൊഫ. ധവാനും പ്രതിരോധ മന്ത്രാലയത്തിൽനിന്നുള്ള ഒരു ഉന്നതതല നീക്കത്തിനായി കാത്തിരിക്കുകയാണെന്നു തോന്നി. അവസാനം, കഴിഞ്ഞ ഒരു വർഷത്തിലേറെ വരുന്ന സമയം വൃഥാ ചെലവഴിക്കാനിടയാക്കിയ സംശയങ്ങളെയെല്ലാം മറികടന്നുകൊണ്ട് എന്നെ ഡി ആർ ഡി എല്ലിൻെറ ഡയറക്ടറായി നിയമിക്കാനുള്ള തീരുമാനം 1982 ഫെബ്രുവരിയിൽ എടുത്തു.

പ്രൊഫ. ധവാൻ ഐ എസ് ആർ ഒ ഹെഡ്ക്വാർട്ടേഴ്സിലെ എൻെറ മുറിയിൽ കൂടെക്കൂടെ വരിക പതിവായിരുന്നു. ബഹിരാകാശവിക്ഷേപണവാഹന പ്രോജക്ടുകളെക്കുറിച്ച് ഞങ്ങൾ മണിക്കൂറുകളോളം സംസാരിച്ചിരിക്കും. അത്തരമൊരു മഹാശാസ്ത്രജ്ഞനോടൊപ്പം പണിയെടുക്കുക എന്നത് വലിയൊരു ബഹുമതി തന്നെയായിരുന്നു. ഞാൻ ഐ എസ് ആർ ഒ വിടുന്നതിനു മുമ്പ്, 'രണ്ടായിരാമാണ്ടോടെ ഇന്ത്യയിലെ സ്പേസ് പ്രോഗ്രാമിൻെറ രൂപരേഖ' എന്ന വിഷയത്തെക്കുറിച്ച് ഒരു പ്രഭാഷണം നടത്താൻ പ്രൊഫ. ധവാൻ എന്നോട് ആവശ്യപ്പെട്ടു.

ഐ എസ് ആർ ഒ യിലെ ഏതാണ്ട് എല്ലാ ഉയർന്ന ഉദ്യോഗസ്ഥന്മാരും മററു ജീവനക്കാരും എൻെറ പ്രഭാഷണത്തിന് എത്തുകയുണ്ടായി. ഒരു തരത്തിൽ അതൊരു വിടവാങ്ങൽയോഗമായിത്തീർന്നു.

എസ് എൽ വി ഇനെർഷ്യൽ ഗൈഡൻസ് പ്ലാററ്ഫോമിൻെറ അലൂമിനിയം അലോയ് ഇൻവെസ്ററ്മെൻറ് കാസ്ററിങ് സംബന്ധിച്ച കാര്യങ്ങൾക്കായി 1976-ൽ ഞാൻ ഡി എം ആർ എൽ സന്ദർശിച്ചപ്പോൾ ഡോ. വി.എസ്. അരുണാചലത്തെ കണ്ടിരുന്നു. വ്യക്തിപരമായൊരു വെല്ലുവിളിയെന്നവണ്ണം ആ ഇൻവെസ്ററ്മെൻറ് കാസ്ററിങ്ങിൻെറ നിർമ്മാണം ഏറെറടുത്ത ഡോ. അരുണാചലം, അവിശ്വസനീയമാംവണ്ണം കേവലം രണ്ടു മാസമെന്ന കുറഞ്ഞ സമയംകൊണ്ട് അതിൻെറ പണി പൂർത്തിയാക്കി. രാജ്യത്ത് അത്തരമൊന്നു നിർമ്മിക്കപ്പെടുന്നത് ആദ്യമായിട്ടായിരുന്നു. അദ്ദേഹത്തിൻെറ യുവസഹജമായ ഊർജ്ജസ്വലതയും ആവേശവും എന്നെയൊരിക്കലും വിസ്മയിപ്പിക്കാതിരുന്നിട്ടില്ല. യുവാവായ ഈ ലോഹശാസ്ത്ര വിദഗ്ദ്ധൻ ചുരുങ്ങിയ കാലയളവുകൊണ്ട് ലോഹനിർമ്മാണശാസ്ത്രത്തെ ലോഹ രൂപവൽക്കരണ സാങ്കേതികവിദ്യയായും പിന്നെ, സങ്കരലോഹവികസനമെന്ന കലയായും ഉയർത്തുകയുണ്ടായി. ഉയരവും ഗാംഭീര്യവുമുള്ള ആകാരത്തിൻെറ ഉടമയായിരുന്ന ഡോ. അരുണാചലം സ്വയമേതന്നെ വൈദ്യുതീകരിച്ച ഒരു ഡൈനാമോപോലെയായിരുന്നു. തീക്ഷ്ണമായ പെരുമാററശൈലിയോടു കൂടിയ അസാധാരണ സൗഹൃദമുള്ള വ്യക്തിയെയും വളരെ നല്ലൊരു തൊഴിൽപങ്കാളിയെയും അദ്ദേഹത്തിൽ ഞാൻ കണ്ടെത്തി.

എൻെറ മുഖ്യ പ്രവർത്തനസ്ഥലം സ്വയം കണ്ടറിയാനായി 1982 ഏപ്രിലിൽ ഞാൻ ഡി ആർ ഡി എൽ സന്ദർശിച്ചു. ഡി ആർ ഡി എല്ലിൻെറ അന്നത്തെ ഡയറക്ടർ എസ്.എൽ. ബൻസാൾ എന്നെ എല്ലായിടത്തും കൊണ്ടുപോയി ചുററി നടന്നു കാണിക്കുകയും അവിടത്തെ മുതിർന്ന ശാസ്ത്രജ്ഞന്മാരെ പരിചയപ്പെടുത്തുകയും ചെയ്തു. ഡി ആർ ഡി എൽ അന്ന് അഞ്ചു സ്ററാഫ് പ്രോജക്ടുകളിലും പതിനാറ് കാര്യശേഷിവർധനാ പ്രോജക്ടുകളിലും പണിയെടുക്കുന്നുണ്ടായിരുന്നു. ഭാവിയിൽ തദ്ദേശീയമായ മിസ്സൈൽസംവിധാനങ്ങൾ വികസിപ്പിച്ചെടുക്കുമ്പോൾ സമയം ലാഭിക്കുക എന്ന ലക്ഷ്യവുമായി നിരവധി സാങ്കേതികാനുബന്ധ പ്രവർത്തനങ്ങളിലും അവർ മുഴുകിയിരുന്നു. ഇരട്ട 30-ടൺ ലിക്വിഡ് പ്രോപ്പെല്ലൻറ് റോക്കററ് എൻജിനുവേണ്ടിയുള്ള അവരുടെ പ്രയത്നങ്ങളിൽ എനിക്കു പ്രത്യേകിച്ചും മതിപ്പു തോന്നി.

ഇതിനിടയ്ക്ക്, മദ്രാസിലെ അണ്ണാ സർവകലാശാല എനിക്ക് ഡോക്ടർ ഒഫ് സയൻസ് എന്ന ഓണററി ബിരുദം സമ്മാനിച്ചു. എയ്റോനോട്ടിക്കൽ എൻജിനീയറിങ്ങിൽ ഞാൻ ബിരുദം നേടിയിട്ട് ഏതാണ്ട് ഇരുപത് വർഷമായിരുന്നു അന്ന്. റോക്കററ് ശാസ്ത്രത്തിലെ എൻെറ പ്രയത്നങ്ങളെ അണ്ണാ സർവകലാശാല അംഗീകരിച്ചതിൽ ഞാൻ ആഹ്ലാദിച്ചുവെങ്കിലും എന്നെ അധികം സന്തുഷ്ടനാക്കിയത് ഞങ്ങളുടെ ജോലിയുടെ മൂല്യത്തിന് വിദ്യാഭ്യാസവൃത്തങ്ങളിൽ ലഭിച്ച അംഗീകാരമായിരുന്നു. എൻെറ ആനന്ദത്തിനു മാററു വർദ്ധിപ്പിക്കാനെന്ന

വണ്ണം ഈ ഓണററി ഡോക്ടറേറ്റ് ബിരുദം പ്രൊഫ. രാജാരാമണ്ണ ആദ്ധ്യക്ഷ്യം വഹിച്ച ഒരു ബിരുദദാന സമ്മേളനത്തിൽ വെച്ചാണ് എനിക്കു സമ്മാനിച്ചത്.

1982 ജൂൺ 1-ാം തീയതി ഞാൻ ഡി ആർ ഡി എല്ലിൽ ചേർന്നു. ഡെവിൾ മിസൈൽ പ്രോജക്ട് നിറുത്തിവെച്ചതിനാൽ വേട്ടയാടപ്പെടുകയാണ് ഈ ലാബറട്ടറി എന്ന കാര്യം വളരെ വേഗംതന്നെ എനിക്കു ബോധ്യപ്പെട്ടു. മികച്ച പ്രൊഫഷനലുകളിൽ പലരും ആ നിരാശയിൽനിന്നും ഇനിയും മുക്തി പ്രാപിച്ചിട്ടില്ല. തൻെറ ധാരണകൾക്കും താത്പര്യങ്ങൾക്കും തികച്ചും അന്യമായ കാരണങ്ങളാൽ തനിക്ക് ജോലിയുമായുള്ള നാഭീനാളീബന്ധം പൊടുന്നനേ തകർക്കപ്പെടുമ്പോൾ ഒരു ശാസ്ത്രകാരനുണ്ടാകുന്ന വികാരങ്ങളെന്തെന്ന് പുറംലോകത്തുള്ളവർക്ക് മനസ്സിലാക്കാൻ ബുദ്ധിമുട്ടായിരിക്കും. ഡി ആർ ഡി എല്ലിലെ സാമാന്യ വികാരവും തൊഴിൽതീക്ഷ്ണതയും എന്നെ സാമുവൽ ടെയ്‌ലർ കോളെറിഡ്ജിൻെറ 'ഒരു പ്രാചീന നാവികൻെറ ഗീതം' (The Rime of the Ancient Mariner) എന്ന കാവ്യത്തെ ഓർമിപ്പിച്ചു:

"ഓരോ ദിനവും, ഓരോ ദിനവും
ഒട്ടിനിന്നു ഞങ്ങൾ, ശ്വാസമില്ല, ചലനമില്ല;
കടലിൻെറ ഛായാചിത്രത്തിൽ
ആലേഖ്യമാം കപ്പൽപോലെ നിശ്ചലം."

എൻെറ ഒട്ടുമിക്ക മുതിർന്ന സഹപ്രവർത്തകരും തകർക്കപ്പെട്ട പ്രതീക്ഷകളുടെ വേദനയുമായി ജീവിക്കുന്നത് ഞാൻ കണ്ടെത്തി. ഈ പരീക്ഷണശാലയിലെ ശാസ്ത്രജ്ഞർ പ്രതിരോധമന്ത്രാലയത്തിലെ ഉന്നതോദ്യോഗസ്ഥന്മാരാൽ വഞ്ചിക്കപ്പെട്ടുവെന്ന വ്യാപകമായൊരു വികാരം ഉണ്ടായിരുന്നു. പ്രത്യാശയും ദർശനവും ഉണരാൻ 'ഡെവിളി'ൻെറ കുഴിച്ചുമൂടൽ അനിവാര്യമാണെന്ന് എനിക്ക് നന്നായറിയാമായിരുന്നു.

ഏതാണ്ട് ഒരു മാസം കഴിഞ്ഞ് അന്നത്തെ നാവികസേനാ മേധാവി അഡ്മിറൽ ഒ.എസ്. ഡോസൺ ഡി.ആർ.ഡി.എൽ. സന്ദർശിച്ചപ്പോൾ എൻെറ പുതിയ ടീമംഗങ്ങൾക്ക് ഒരു കാര്യം വ്യക്തമാക്കിക്കൊടുക്കാനുള്ള ഒരവസരമായി ഞാനതിനെ കണ്ടു. ടാക്റ്റിക്കൽ കോർ വെഹിക്കിൾ (റ്റി സി വി) പ്രോജക്ട് കുറെക്കാലമായി ഇഴഞ്ഞു നീങ്ങുകയായിരുന്നു. ദ്രുതഗതിയിൽ പ്രതിപ്രവർത്തിക്കുന്ന ഭൗമ വ്യോമ മിസ്സൈൽ, ഹെലികോപ്റ്ററിൽനിന്നോ ഉറപ്പിച്ച ചിറകുള്ള വിമാനത്തിൽനിന്നോ തൊടുക്കാവുന്ന വികിരണവിരുദ്ധ ആകാശഭൂതല മിസ്സൈൽ എന്നിവയുടെ പ്രവർത്തനങ്ങൾക്ക് ആവശ്യമായ ചില പൊതു ഉപസംവിധാനങ്ങളോടുകൂടിയ ഒരു ഏകകേന്ദ്രവാഹനമായിട്ടാണ് അതിന് രൂപം നല്കിയിരുന്നത്. ഈ കോർ വെഹിക്കിളിൻെറ സമുദ്രസംബന്ധിയായ ധർമം ഞാൻ അഡ്മിറൽ ഡോസൻെറ മുന്നിൽ ശക്തമായി അവതരിപ്പിച്ചു. അതിൻെറ സാങ്കേതിക വിശദാംശങ്ങളിലേക്കല്ല ഞാൻ വെളിച്ചം വീശിയത്, പ്രത്യുത അതിൻെറ യുദ്ധമേഖലയിലെ കഴിവുകളിലേക്കാണ്. അതിൻെറ ഉത്പാദനപരിപാടികളെക്കുറിച്ചും ഞാൻ പ്രത്യേകമായി എടുത്തുപറഞ്ഞു. എൻെറ സന്ദേശം

ഉറച്ചതും പുതിയ സഹപ്രവർത്തകർക്ക് വളരെ വ്യക്തവുമായിരുന്നു — നിങ്ങൾക്ക് വിററഴിക്കാൻ കഴിയാത്ത യാതൊന്നും നിങ്ങൾ നിർമ്മിച്ചുപോകരുത്; തന്നെയു മല്ല, ഒന്നുമാത്രം നിർമ്മിക്കുന്നതിനുവേണ്ടി നിങ്ങൾ നിങ്ങളുടെ ജീവിതം ഹോമി ക്കുകയുമരുത്. ഒരു ബഹുതലവ്യാപാരമാണ് മിസ്സൈൽ വികസനം — നിങ്ങൾ ഒരേ ഒരു തലത്തിൽത്തന്നെ ദീർഘകാലം കഴിഞ്ഞുകൂടുകയാണെങ്കിൽ അവിടെ ത്തന്നെ ഒട്ടിപ്പിടിച്ചുപോകും.

ഡി ആർ ഡി എല്ലിലെ എൻെറ ആദ്യത്തെ ഏതാനും മാസങ്ങൾ മിക്കവാറും പരസ്പരസമ്പർക്കങ്ങളുടേതായിരുന്നു. ഒരു ഇലക്ട്രോൺ, നിങ്ങളതിനെ നോക്കിക്കാണുന്നതനുസരിച്ച് ഒരു കണികയായോ തരംഗമായോ പ്രത്യക്ഷപ്പെടാ മെന്ന് ഞാൻ സെൻറ് ജോസഫ്സിൽവച്ച് വായിച്ചിട്ടുണ്ട്. ചോദ്യം കണികയുടെ രൂപത്തിലാവുമ്പോൾ ഉത്തരവും കണികയുടെ രൂപത്തിൽതന്നെയാവും; തരംഗ രൂപത്തിലാണ് ചോദ്യമെങ്കിൽ ഉത്തരവും അങ്ങനെതന്നെ. ഞങ്ങളുടെ ലക്ഷ്യ ങ്ങൾ വിവരിക്കുകയും വിശദീകരിക്കുകയും മാത്രമല്ല ഞാൻ ചെയ്തത്, അവയെ ഞങ്ങളുടെ ജോലിക്കും ഞങ്ങൾക്കുതന്നെയും ഒരു പരസ്പരവർത്തിയാക്കി മാറ്റി. ഞങ്ങളുടെ ഒരു മീറ്റിങ്ങിൽ ഞാൻ റൊണാൾഡ് ഫിഷറെ ഉദ്ധരിച്ചത് ഇപ്പോ ഴുമോർക്കുന്നു. "ഒരു കഷണം പഞ്ചസാരയിൽ നാം രുചിക്കുന്ന മധുരം പഞ്ചസാര യുടെ ഗുണമോ നമ്മുടെതന്നെ ഗുണമോ അല്ല. പ്രത്യുത, പഞ്ചസാരയുമായുള്ള പരസ്പരബന്ധപ്രക്രിയയിൽ മാധുര്യമെന്ന അനുഭവത്തെ നാം ഉളവാക്കുക യാണു ചെയ്യുന്നത്."

കുത്തനെ കുതിച്ചുയരുന്ന — നേർരേഖാദിശയിൽ ഉന്നതിപ്രാപിക്കുന്ന — നിശ്ചിത പരിധിയുള്ള ഒരു ഭൂതല-ഭൂതല മിസ്സൈലിനുവേണ്ടിയുള്ള നല്ലൊ രുഭാഗം പണികളും ആ സമയംകൊണ്ട് ചെയ്തുതീർത്തിരുന്നു. തങ്ങളുടെ ആദ്യ ത്തെ പല പ്രോജക്ടുകളും അകാലചരമമടഞ്ഞുപോയിട്ടുകൂടി ഇതുമായി മുന്നോ ട്ടുപോകാൻ ഔത്സുക്യം കാട്ടിയ ഡി ആർ ഡി എൽ പ്രവർത്തകരുടെ ദൃഢ നിശ്ചയം കണ്ട് ഞാൻ വിസ്മയഭരിതനായി. സൂക്ഷ്മമായ വിശദാംശങ്ങളിലെ ത്തിച്ചേരാൻവേണ്ടി ഞാൻ അതിൻെറ വിവിധ ഉപസംവിധാനങ്ങളെക്കുറിച്ചുള്ള പുനരവലോകനങ്ങൾ സംഘടിപ്പിച്ചു. ഡി ആർ ഡി ഒ യിലെ പല പഴമക്കാരെയും ഞെട്ടിച്ചുകൊണ്ട് ഞാൻ, ഈ വിഷയവുമായി ബന്ധപ്പെട്ട വിദഗ്ദ്ധരെ കണ്ടെ ത്താൻ കഴിയുന്ന ഇന്ത്യൻ ഇൻസ്റ്റിറ്റ്യൂട്ട് ഒഫ് സയൻസ്, ഇന്ത്യൻ ഇൻസ്റ്റിറ്റ്യൂട്ട് ഒഫ് ടെക്നോളജി, കൗൺസിൽ ഫോർ സയൻറിഫിക് ആൻറ് ഇൻഡസ്ട്രിയൽ റിസർച്ച്, ടാറ്റാ ഇൻസ്റ്റിറ്റ്യൂട്ട് ഒഫ് ഫണ്ടമെൻറൽ റിസർച്ച് എന്നിവിടങ്ങളിൽ നിന്നും മറ്റ് നിരവധി വിദ്യാഭ്യാസ സ്ഥാപനങ്ങളിൽനിന്നും ആളുകളെ ക്ഷണി ക്കാൻ തുടങ്ങി. ഡി ആർ ഡി എല്ലിലെ വീർപ്പുമുട്ടിനില്ക്കുന്ന പ്രവൃത്തികേന്ദ്ര ങ്ങൾക്കെല്ലാം അല്പം ശുദ്ധവായു ആവശ്യമുണ്ടെന്ന് എനിക്കു തോന്നി. ഞങ്ങൾ ജാലകങ്ങൾ മലർക്കെ തുറന്നിട്ടതോടെ ശാസ്ത്രവൈദഗ്ദ്ധ്യത്തിൻെറ നറുംവെളിച്ചം ഒഴുകിയെത്തിത്തുടങ്ങി. ഒരിക്കൽക്കൂടി കോളെറിഡ്ജിൻെറ 'പ്രാചീന നാവികൻ' (Ancient Mariner) മനസ്സിലേക്കു കടന്നുവന്നു:

"നേരേവരും തിരകൾക്കു മേലേ
വേഗം, വേഗം, പാഞ്ഞിടും കപ്പൽ."

1983-ൻെറ തുടക്കത്തിലൊരിക്കൽ പ്രൊഫ. ധവാൻ ഡി ആർ ഡി എൽ സന്ദർശിച്ചു. ഏതാണ്ട് ഒരു പതിറ്റാണ്ടിനുമുമ്പ് എനിക്ക് അദ്ദേഹം നല്കിയ ഉപദേശം ഞാനദ്ദേഹത്തെ ഓർമ്മിപ്പിച്ചു: "നിങ്ങളുടെ സ്വപ്നങ്ങൾ യാഥാർത്ഥ്യമായിത്തീരാൻ കഴിയുന്നതിനു മുമ്പേതന്നെ നിങ്ങൾ സ്വപ്നം കാണേണ്ടതുണ്ട്. ചില മനുഷ്യർ, അവർക്ക് ജീവിതത്തിൽ ആവശ്യമുള്ളതൊക്കെ നേടാനായി അവർ നീട്ടി ചവുട്ടി പുറപ്പെടുന്നു. മറ്റുള്ളവരാകട്ടെ, കാലിട്ടടിക്കുകയല്ലാതെ ഒരിക്കലും നടന്നു തുടങ്ങുകയില്ല, എന്തെന്നാൽ തങ്ങൾക്കെന്താണു വേണ്ടതെന്ന് അവർക്കറിയില്ല — മാത്രമല്ല, അവ എങ്ങനെ കണ്ടെത്തണമെന്നും അവർക്കറിയില്ല." പ്രൊഫ. സാരാഭായിയെയും പ്രൊഫ. ധവാനെയുംപോലുള്ളവരെ തലപ്പത്തുകിട്ടാൻ ഐ എസ് ആർ ഒ യ്ക്ക് ഭാഗ്യമുണ്ടായിരുന്നു — അതെ, തങ്ങളുടെ ലക്ഷ്യങ്ങൾ സൃഷ്ടിച്ചവർ, തങ്ങളുടെ ദൗത്യങ്ങളെ തങ്ങളുടെ ജീവിതങ്ങളെക്കാൾ വലുതാക്കിത്തീർത്തവർ, തങ്ങളുടെ ജീവനക്കാരെ മൊത്തത്തിൽ പ്രചോദിപ്പിക്കാൻ കഴിഞ്ഞ നേതാക്കൾ. ഡി ആർ ഡി എല്ലിന് അത്രയ്ക്ക് ഭാഗ്യമൊന്നുമില്ലായിരുന്നു. അത്യന്തം മികവാർന്ന ഈ പരീക്ഷണശാല അതിൻെറ നിലവിലുള്ളതോ സാധ്യതകൾക്കൊത്തതോ ആയ കഴിവുകളെ പ്രതിഫലിപ്പിക്കാത്തതും എന്തിന്, 'സൗത്ത് ബ്ലോക്കി'ൻെറ പ്രതീക്ഷകളെപ്പോലും നിറവേറ്റാത്തതുമായൊരു മുടന്തൻപ്രകടനമാണ് കാഴ്ചവച്ചത്. ഉന്നത വൈദഗ്ദ്ധ്യമുള്ളവരാണെങ്കിലും ലേശം കുഴപ്പങ്ങളുള്ള എൻെറ ടീമിനെക്കുറിച്ച് ഞാൻ പ്രൊഫ. ധവാനോടു പറഞ്ഞു. വിവിധതരത്തിൽ വ്യാഖ്യാനിക്കാൻ കഴിയുന്ന, തൻെറ സ്വതസ്സിദ്ധമായ വിശാല മന്ദഹാസത്തിലാണ് പ്രൊഫ. ധവാൻ പ്രതികരിച്ചത്.

ഡി ആർ ഡി എല്ലിലെ ഗവേഷണവികസന പ്രവർത്തനങ്ങൾ ത്വരിതഗതിയിലാക്കുന്നതിന് ശാസ്ത്രീയവും സാങ്കേതികവും സാങ്കേതികവിദ്യാപരവുമായ സുപ്രധാന പ്രശ്നങ്ങളിൻമേലുള്ള തീരുമാനങ്ങൾ വളരെ പെട്ടെന്ന് എടുക്കേണ്ടത് അനിവാര്യമായിരുന്നു. എൻെറ ഔദ്യോഗിക ജീവിതത്തിൽ ഉടനീളം ശാസ്ത്രസംബന്ധിയായ കാര്യങ്ങളിൽ തുറന്ന സമീപനത്തിനുവേണ്ടി ഞാൻ തീക്ഷ്ണമായി ശ്രമിച്ചിട്ടുണ്ട്. വാതിലുകൾ അടച്ചുപൂട്ടിയുള്ള കൂടിയാലോചനകളും രഹസ്യചരടുവലികളുംവഴി നടത്തുന്ന കാര്യനിർവഹണശൈലികൊണ്ടുണ്ടാവുന്ന വിനാശവും വിഘടനയും വളരെ അടുത്തുനിന്ന് ഞാൻ കണ്ടിട്ടുണ്ട്. ഞാനെന്നും അവയെ അപലപിക്കുകയും പ്രതിരോധിക്കുകയുമേ ചെയ്തിട്ടുള്ളൂ. ആകയാൽ ഞങ്ങളെടുത്ത ആദ്യത്തെ പ്രധാന തീരുമാനം, ഒരു കൂട്ടായ പ്രയത്നമെന്നരീതിയിൽ പ്രധാനപ്പെട്ട കാര്യങ്ങൾ ചർച്ചചെയ്യാനും സംവാദങ്ങൾ നടത്താനും കഴിയുംവിധം മുതിർന്ന ശാസ്ത്രജ്ഞരുടെ ഒരു വേദി സൃഷ്ടിക്കുക എന്നതായിരുന്നു. അങ്ങനെ, മിസ്സൈൽ ടെക്നോളജി കമ്മിറ്റി എന്ന പേരിൽ ഒരു ഉന്നതതല സംവിധാനം ഡി ആർ ഡി എല്ലിനുള്ളിൽതന്നെ രൂപവൽകൃതമായി. പങ്കാളിത്തത്തിലൂടെയുള്ള കാര്യനിർവഹണം എന്ന ആശയത്തെ ഉയർത്തി

പ്പിടിച്ചുകൊണ്ട് മിഡിൽ ലെവൽ സയൻറിസ്റ്റുകളെയും എഞ്ചിനീയർമാരെയും പരീക്ഷണശാലയുടെ കാര്യനിർവഹണ പ്രവർത്തനങ്ങളിൽ സജീവമായി പങ്കെടുപ്പിക്കാനുള്ള കാര്യമായ ശ്രമങ്ങളും നടത്തി.

ദിവസങ്ങൾ നീണ്ടുനിന്ന സംവാദങ്ങളുടെയും ആഴ്ചകൾ നീണ്ടുനിന്ന വിചിന്തനങ്ങളുടെയും പരിസമാപ്തിയായി ദീർഘകാലത്തേക്കുള്ള ഒരു ഗൈഡഡ് മിസ്സൈൽ ഡെവലപ്മെൻറ് പ്രോഗ്രാം ഉരുത്തിരിഞ്ഞുവന്നു. എവിടെയോ ഞാൻ ഇങ്ങനെ വായിച്ചിട്ടുണ്ട്: "നിങ്ങൾ പോകുന്നത് എങ്ങോട്ടാണ് എന്ന് അറിയുക. ലോകത്തിലെ ഏറ്റവും വലിയ കാര്യം, നാം എവിടെ നില്ക്കുന്നു എന്നതിനെപ്പറ്റി വളരെ കൂടുതലായി അറിയുന്നതല്ല; മറിച്ച്, നാം ഏതു ദിശയിലൂടെ നീങ്ങുന്നു എന്നതിനെക്കുറിച്ച് അറിയുന്നതത്രെ." സാങ്കേതികവിദ്യയുടെ കാര്യത്തിൽ പാശ്ചാത്യ രാജ്യങ്ങളുടെയത്ര കരുത്ത് നമുക്കില്ലെങ്കിലെന്ത്, ആ കരുത്ത് നാം നേടിയെടുക്കേണ്ടതുണ്ടെന്ന് നമുക്കറിയാം, അതു നേടാനുള്ള ദൃഢനിശ്ചയമായിരുന്നു ഞങ്ങളുടെ ചാലകശക്തി. തദ്ദേശീയ മിസ്സൈലുകൾ നിർമ്മിക്കാനുള്ള സുവ്യക്തവും വിശദവുമായൊരു മിസ്സൈൽ വികസന പരിപാടി തയ്യാറാക്കുന്നതിന് ഞാൻ ചെയർമാനായി ഒരു കമ്മിറ്റി രൂപവൽക്കരിച്ചു. അന്ന് ഹൈദരാബാദിലെ ഭാരത് ഡൈനാമിക്സ് ലിമിറ്റഡിൻെറ മേധാവിയായിരുന്ന സെഡ് പി മാർഷൽ, എൻ ആർ അയ്യർ, എ കെ കപൂർ, കെ എസ് വെങ്കട്ടരാമൻ എന്നിവരായിരുന്നു അതിലെ അംഗങ്ങൾ. രാഷ്ട്രീയ കാര്യങ്ങൾക്കായുള്ള മന്ത്രിസഭാ സമിതി (സി സി പി എ)യുടെ സൂക്ഷ്മപരിശോധനയ്ക്കായി ഞങ്ങളൊരു പത്രിക തയ്യാറാക്കി. മൂന്ന് പ്രതിരോധ സേനകളുടെയും പ്രതിനിധികളുമായി കൂടിയാലോചിച്ചതിനു ശേഷമാണ് പത്രികയ്ക്ക് അതിൻെറ അന്തിമരൂപം തയ്യാറാക്കിയത്. പന്ത്രണ്ടു വർഷത്തേക്ക് ഏതാണ്ട് 390 കോടി രൂപ ചെലവുവന്നേക്കുമെന്നും ഞങ്ങൾ കണക്കാക്കിയിരുന്നു.

വികസനപദ്ധതികൾ നിർമ്മാണഘട്ടത്തിലെത്തുമ്പോൾ പൊതുവെ തടസ്സപ്പെടാറുണ്ട്. പ്രധാനമായും, പണമില്ലായ്മ മൂലമായിരിക്കും ഇങ്ങനെ സംഭവിക്കുന്നത്. രണ്ടു മിസ്സൈലുകൾ വികസിപ്പിക്കാനും നിർമ്മിക്കാനുമുള്ള പണം ഞങ്ങൾക്ക് ആവശ്യമുണ്ടായിരുന്നു —ഒരു 'ലോ ലെവൽ ക്വിക് റിയാക്ഷൻ ടാക്റ്റിക്കൽ കോർ വെഹിക്കി'ളും ഒരു 'മീഡിയം റേഞ്ച് ഭൂതല-ഭൂതല ആയുധ സംവിധാന'വും. വിവിധ ലക്ഷ്യങ്ങളെ വേധിക്കാൻ കഴിവുള്ള ഒരു മീഡിയം റേഞ്ച് ഭൂതല-ആകാശ ആയുധ സംവിധാനം രണ്ടാംഘട്ടത്തിൽ നിർമ്മിക്കാനും ഞങ്ങൾ പദ്ധതിയിട്ടു. ടാങ്ക്‌വേധ മിസ്സൈലുകളുടെ മേഖലയിൽ നടന്ന ആദ്യകാല പ്രവർത്തനങ്ങൾക്കു പേരുകേട്ട ഒരു സ്ഥാപനമായിരുന്നു ഡി ആർ ഡി എൽ. 'തൊടുക്കുക-മറക്കുക' എന്ന സവിശേഷ കഴിവുള്ള മൂന്നാം തലമുറയിൽ പെട്ട ടാങ്ക്‌വേധ ഗൈഡഡ് മിസ്സൈൽ വികസിപ്പിച്ചെടുക്കാനുള്ള ഒരു നിർദ്ദേശം ഞങ്ങൾ സമർപ്പിച്ചു. എൻെറ സഹപ്രവർത്തകരെല്ലാം ഈ നിർദേശത്തിൽ സന്തുഷ്ടരായിരുന്നു. ഏറെക്കാലം മുൻപ് തുടങ്ങിവച്ച പ്രവർത്തനങ്ങൾ പുതുതായി ഏറ്റെടുത്ത് പിന്തുടരാനുള്ള ഒരു സുവർണ്ണാവസരം അവരതിൽ കണ്ടു. പക്ഷേ,

ഞാൻ അതുകൊണ്ട് പൂർണസംതൃപ്തനായിരുന്നില്ല. ഒരു പുനഃപ്രവേശന പരീക്ഷണ വിക്ഷേപണ പേടക (Re-entry Experiment Launch Vehicle)ത്തെക്കുറിച്ചുള്ള എൻെറ കുഴിച്ചുമൂടപ്പെട്ടിരുന്ന സ്വപ്നം പുനരുജ്ജീവിപ്പിക്കാൻ ഞാൻ ആശിച്ചു. താപകവചങ്ങളുടെ ഡിസൈനിൽ ഉപയോഗിക്കാൻവേണ്ടിയുള്ള വിവരങ്ങളുണ്ടാക്കാൻ ഒരു സാങ്കേതിക വിദ്യാവികസന പ്രോജക്ട് ഏറ്റെടുക്കുന്നതിൽ ഞാൻ എൻെറ സഹപ്രവർത്തകരെ പ്രേരിപ്പിക്കുകയുണ്ടായി. ഭാവിയിൽ ദീർഘദൂര മിസ്സൈലുകൾ നിർമ്മിക്കാനാവശ്യമായ ശേഷി പടുത്തുയർത്തുന്നതിന് ഈ കവചങ്ങൾ ആവശ്യമായിരുന്നു.

ഈ നിർദ്ദേശങ്ങളെയെല്ലാംകുറിച്ചുള്ള ഒരു വിഷയാവതരണം ഞാൻ സൗത്ത് ബ്ലോക്കിൽവെച്ച് നടത്തി. അന്നത്തെ പ്രതിരോധവകുപ്പുമന്ത്രി ആർ. വെങ്കട്ടരാമൻ ആദ്ധ്യക്ഷ്യം വഹിച്ച ആ അവതരണ സമ്മേളനത്തിൽ മൂന്ന് സൈന്യാധിപന്മാരും — ജനറൽ കൃഷ്ണറാവു, എയർ ചീഫ് മാർഷൽ ദിൽബാഗ് സിങ്, അഡ്മിറൽ ഡോസൺ — പങ്കെടുത്തു. കാബിനറ്റ് സെക്രട്ടറി കൃഷ്ണറാവു സാഹിബ്, ഡിഫൻസ് സെക്രട്ടറി എസ് എം ഘോഷ്, എക്സ്പെൻഡിച്ചർ സെക്രട്ടറി ആർ. ഗണപതി എന്നിവരും അതിൽ പങ്കെടുത്തു. ഓരോരുത്തർക്കും എല്ലാത്തരം സംശയങ്ങളും ഉള്ളതായിത്തോന്നി—ഞങ്ങളുടെ കഴിവുകളെക്കുറിച്ച്, അവശ്യം വേണ്ട സാങ്കേതികവിഭവങ്ങളുടെ ലഭ്യതയെയും സാദ്ധ്യതയെയുംകുറിച്ച്, പ്രായോഗികക്ഷമത, വിശദാംശവിവരണം, ചെലവ് എന്നിവയെക്കുറിച്ചൊക്കെ. ഈ ചോദ്യോത്തരവേളയിലുടനീളം ഡോ. അരുണാചലം ഒരു പാറപോലെ എൻെറ പിന്നിൽ ഉറച്ചുനിന്നു. ആവശ്യങ്ങളുടെ കൂമ്പാരത്തെക്കുറിച്ച് അംഗങ്ങൾ സംശയാലുക്കളും ആശങ്കയുള്ളവരുമായിരുന്നു — ശാസ്ത്രജ്ഞർക്കിടയിൽ ഇതു സാധാരണമാണെന്നായിരുന്നു അവരുടെ ചിന്ത. ചിലർ ഞങ്ങളുടെ വ്യാമോഹപരമായ നിർദ്ദേശത്തെ ചോദ്യംചെയ്തെങ്കിലും ഓരോരുത്തരും, 'സംശയിക്കുന്ന തോമസ്' മാർപോലും ഇന്ത്യയ്ക്ക് സ്വന്തം മിസ്സൈൽ സംവിധാനങ്ങൾ ഉണ്ടാക്കുക എന്ന ആശയത്താൽ ഏറെ ആവേശഭരിതരായിരുന്നു. യോഗാവസാനം, പ്രതിരോധമന്ത്രി വെങ്കട്ടരാമൻ ഞങ്ങളോട് അന്നു സായാഹ്നത്തിൽ അദ്ദേഹത്തെ ചെന്നുകാണുവാൻ ആവശ്യപ്പെട്ടു —ഏതാണ്ട് മൂന്നു മണിക്കൂർ കഴിഞ്ഞ്.

പലതരം സങ്കലനങ്ങൾക്കും മാററിമറിക്കലുകൾക്കുമായി ഞങ്ങൾ ആ ഇടവേള വിനിയോഗിച്ചു. 100 കോടി രൂപമാത്രമാണ് അവർ അനുവദിക്കുന്നതെങ്കിൽ നാമത് എങ്ങനെ വകയിരുത്തും? ഇനി, അവർ തരുന്നത് 200 കോടി രൂപയാണെങ്കിലോ, അതുകൊണ്ടു നാമെന്തു ചെയ്യും? അന്നു സായാഹ്നത്തിൽ ഞങ്ങൾ പ്രതിരോധവകുപ്പുമന്ത്രിയെ സന്ദർശിച്ചപ്പോൾ, ഞങ്ങൾക്ക് എങ്ങനെയായാലും ചില തുകകൾ അനുവദിച്ചുകിട്ടാൻ പോകുകയാണെന്ന ഒരു ഭൂതോദയം എനിക്കുണ്ടായി. എന്നാൽ, ഘട്ടംഘട്ടമായി മിസ്സൈലുകൾ ഉണ്ടാക്കുന്നതിനു പകരം നമുക്കൊരു ഇൻറഗ്രേറ്റഡ് ഗൈഡഡ് മിസ്സൈൽ ഡെവലപ്മെൻറ് പ്രോഗ്രാംതന്നെ ആരംഭിച്ചുകളയാം എന്ന് അദ്ദേഹം നിർദേശിച്ചപ്പോൾ ഞങ്ങൾക്ക് ഞങ്ങളുടെ കാതുകളെത്തന്നെ വിശ്വസിക്കാൻ കഴിഞ്ഞില്ല.

പ്രതിരോധമന്ത്രിയുടെ നിർദ്ദേശം ഞങ്ങളെ വിസ്മയസ്തബ്ധരാക്കി. നീണ്ടൊരു മൗനത്തിനുശേഷം ഡോ. അരുണാചലം അഭ്യർത്ഥിച്ചു: "പുനർവിചിന്തനം ചെയ്ത് മടങ്ങിവരാൻ ഞങ്ങൾക്കല്പം സമയം ദയവായി തരണം, സർ!" "നിങ്ങൾക്ക് നാളെ രാവിലെ വരാം," പ്രതിരോധമന്ത്രിയുടെ മറുപടി. പ്രൊഫ. സാരാഭായിയുടെ തീക്ഷ്ണതയും ദർശനവും ഞാൻ ഓർമ്മിച്ചു. ആ രാത്രിമുഴുവൻ ഡോ. അരുണാചലവും ഞാനും ഞങ്ങളുടെ പദ്ധതി പൊളിച്ചെഴുതാനായി അദ്ധ്വാനിച്ചു.

ഞങ്ങളുടെ നിർദ്ദേശത്തിൽ സുപ്രധാനമായ ചില കൂട്ടിച്ചേർക്കലുകളും ഭേദപ്പെടുത്തലുകളും ഞങ്ങൾ വരുത്തി. ഡിസൈൻ, ഫാബ്രിക്കേഷൻ, സംവിധാനങ്ങളുടെ സംയോജനം, യോഗ്യതാനിർണയം, പരീക്ഷണപ്പറക്കലുകൾ, മൂല്യനിർണയം, കാലാനുസൃതമാക്കൽ, ഉപയോഗിക്കുന്നവരുടെ പരീക്ഷണം, ഉത്പാദനവത്കരണം, ഗുണമേന്മ, വിശ്വാസ്യത, സാമ്പത്തികക്ഷമത എന്നിങ്ങനെയുള്ള എല്ലാ വ്യതിയാനവിധേയ ഘടകങ്ങളെയും കണക്കിലെടുത്തുകൊണ്ടായിരുന്നു അത്. പിന്നീട് ഞങ്ങൾ അവയെല്ലാം സമ്പൂർണ്ണഉത്തരവാദിത്തം എന്ന ഒറ്റ കർത്തവ്യവുമായി സംയോജിപ്പിച്ചു, രാഷ്ട്രത്തിന്റെ സായുധസേനകളുടെ ആവശ്യങ്ങൾ തദ്ദേശീയമായ പരിശ്രമങ്ങൾവഴി നേടുവാൻവേണ്ടിയായിരുന്നു അത്. ഡിസൈൻ, വികസനം, സമകാലിക ഉത്പാദനം എന്നീ വിഷയങ്ങളെ ആസ്പദമാക്കി ഉപഭോക്തൃസ്ഥാപനങ്ങളുടെയും ഇൻസ്പെക്ഷൻ ഏജൻസികളുടെയും പങ്കാളിത്തം ഡ്രോയിങ് ബോർഡ് ഘട്ടംമുതൽക്കുതന്നെ വേണം എന്ന നിർദ്ദേശവും ചേർത്തു. വികസന പ്രവർത്തനങ്ങളുടേതായ വർഷങ്ങൾ പിന്നിട്ട ശേഷം സാങ്കേതികവിഷയത്തിൽ ഏറ്റവും ആധുനികമായ സംവിധാനങ്ങൾ നേടിയെടുക്കുന്നതിനുള്ള ഒരു പ്രവർത്തനസമ്പ്രദായവും ഞങ്ങൾ ചൂണ്ടിക്കാട്ടി. നമ്മുടെ സൈന്യങ്ങൾക്ക് കാലികപ്രാധാന്യമുള്ള മിസ്സൈലുകൾ നൽകാനാണ് ഞങ്ങൾ ആഗ്രഹിച്ചത്; അല്ലാതെ, കാലഹരണപ്പെട്ട ആയുധങ്ങളുടെ ഒരു കൂട്ടമല്ല. ഞങ്ങൾ നേരിട്ട വളരെ ആവേശജനകമായ ഒരു വെല്ലുവിളിയായിരുന്നു അത്.

ഞങ്ങളുടെ കൃത്യം പൂർത്തിയായപ്പോഴേക്കും നേരം വെളുത്തു. പ്രഭാതഭക്ഷണത്തിനിരുന്നപ്പോഴാണ്, അന്നു വൈകിട്ട് രാമേശ്വരത്തുവച്ചു നടക്കുന്ന എന്റെ മരുമകൾ സമീലയുടെ വിവാഹത്തിൽ പങ്കെടുക്കുന്ന കാര്യം പെട്ടെന്നെനിക്ക് ഓർമ്മവന്നത്. എന്തെങ്കിലും ചെയ്യാൻ അപ്പോൾതന്നെ വളരെ വൈകിപ്പോയെന്ന് എനിക്കു തോന്നി. കുറച്ചുകഴിഞ്ഞുള്ള മദ്രാസ് വിമാനം കിട്ടിയാൽത്തന്നെ അവിടെ നിന്ന് ഞാനെങ്ങനെ രാമേശ്വരത്തെത്തും? വൈകുന്നേരത്തെ രാമേശ്വരം തീവണ്ടിയിൽ കയറാനാകുംവിധം മദ്രാസിനും മധുരയ്ക്കുമിടയ്ക്ക് വ്യോമബന്ധം ഇല്ലായിരുന്നു. കുറ്റബോധത്തിന്റേതായ ഒരു കഠിനവേദന എന്റെ ആവേശത്തെ കെടുത്തി. ഇത് ശരിയാണോ എന്ന് ഞാനെന്നോടുതന്നെ ചോദിച്ചു. എന്റെ കുടുംബത്തോടുള്ള ബാധ്യതകളും ചുമതലകളും ഞാൻ മറക്കാമോ? സമീല എനിക്ക് മകളെപ്പോലെയായിരുന്നു. ഔദ്യോഗികമായ കൃത്യാന്തരബാഹുല്യ

ങ്ങളുമായി ഡൽഹിയിൽ അകപ്പെട്ടതുമൂലം അവളുടെ വിവാഹത്തിൽ പങ്കു കൊള്ളാനാകാതെവരുന്നത് തികച്ചും വേദനാജനകമാണ്. പ്രാതൽ വളരെവേഗം അവസാനിപ്പിച്ചിട്ട് ഞാൻ മീറ്റിങ്ങിനു പുറപ്പെട്ടു.

പ്രതിരോധവകുപ്പുമന്ത്രി വെങ്കട്ടരാമനെ കണ്ട് ഞങ്ങളുടെ പരിഷ്കരിച്ച നിർദ്ദേശങ്ങൾ കാണിച്ചപ്പോൾ അദ്ദേഹം പ്രത്യക്ഷത്തിൽതന്നെ സന്തുഷ്ടനായി. മിസ്സൈൽ വികസന പദ്ധതിക്കായുള്ള നിർദ്ദേശം ഒരൊറ്റ രാത്രികൊണ്ട് ദൂര വ്യാപകമായ ഫലങ്ങളുളവാക്കുന്ന ഒരു സംയോജിതപദ്ധതിയുടെ രേഖാരൂപ മായി മാറിയിരുന്നു. വ്യാപ്തിവൈപുല്യമുള്ള ഒരു സാങ്കേതിക കുതിച്ചുചാട്ടമാ യിരിക്കും അത്; പ്രതിരോധവകുപ്പുമന്ത്രി തലേന്നു വൈകുന്നേരം മനസ്സിൽ കണ്ടതും അതുതന്നെ. പ്രതിരോധവകുപ്പുമന്ത്രിയോട് എനിക്ക് വലുതായ ബഹു മാനം ഉണ്ടായിരുന്നു എന്നാലും, അദ്ദേഹം ഞങ്ങളുടെ നിർദ്ദേശങ്ങൾ അപ്പാടെ സ്വീകരിക്കുമോ എന്ന് എനിക്ക് യഥാർത്ഥത്തിൽ ഒട്ടും ഉറപ്പുണ്ടായിരുന്നില്ല. പക്ഷേ, അദ്ദേഹമത് ചെയ്തു. ഞാൻ ആനന്ദാതിരേകത്തിലായി!

മീറ്റിങ് തീർന്നു എന്നു സൂചിപ്പിച്ചുകൊണ്ട് പ്രതിരോധവകുപ്പുമന്ത്രി എഴു ന്നേറ്റു. എന്റെ നേർക്കുതിരിഞ്ഞ് അദ്ദേഹം ഇങ്ങനെ പറഞ്ഞു: "ഞാൻ താങ്കളെ ഇവിടെ കൊണ്ടുവന്നതുമുതൽ ഇത്തരമെന്തെങ്കിലുമൊന്നുമായി താങ്കളുടെ വരവ് പ്രതീക്ഷിച്ചിരിക്കുകയായിരുന്നു. താങ്കളതു ചെയ്തതിൽ ഞാൻ സന്തുഷ്ടനാണ്." ഒറ്റ നിമിഷംകൊണ്ട്, 1982-ൽ ഡി ആർ ഡിഎല്ലിന്റെ ഡയറക്ടറായുള്ള എന്റെ നിയമനം ശരിപ്പെട്ടതിനു ചുറ്റുമുള്ള നിഗൂഢത നീങ്ങിപ്പോയി. അപ്പോൾ, പ്രതി രോധവകുപ്പുമന്ത്രി വെങ്കട്ടരാമനാണ് എന്നെ ഇവിടെ കൊണ്ടുവന്നത്! നന്ദി പൂർവ്വം ശിരസ്സു നമിച്ചുകൊണ്ട് ഞാൻ വാതിൽക്കലേക്കു നീങ്ങുമ്പോൾ അന്നു വൈകുന്നേരം രാമേശ്വരത്തുവച്ച് സമീലയുടെ വിവാഹം നടത്താൻ നിശ്ചയിച്ചി രിക്കുന്ന കാര്യം ഡോ. അരുണാചലം മന്ത്രിയോടു പറയുന്നത് ഞാൻ കേട്ടു. ഡോ. അരുണാചലം ഇക്കാര്യം മന്ത്രിയുടെ ശ്രദ്ധയിൽപ്പെടുത്തിയത് എന്നെ വിസ്മയഭരിതനാക്കി. അങ്ങു ദൂരെയുള്ള രാമേശ്വരം മോസ്ക് സ്ട്രീറ്റിലെ ഒരു കൊച്ചു വീട്ടിനുള്ളിൽ നടക്കുന്ന ഒരു വിവാഹച്ചടങ്ങിനെക്കുറിച്ച്, സർവ അധി കാര കേന്ദ്രമായ സൗത്ത് ബ്ലോക്കിലിരിക്കുന്ന ഇദ്ദേഹത്തെപ്പോലൊരു ഉന്നതവ്യക്തി ഉത്കണ്ഠപ്പെടുന്നതെന്തിന്!

ഡോ. അരുണാചലത്തോട് എപ്പോഴും എനിക്ക് വലിയ ആദരവുണ്ടായി രുന്നു. ഈ സന്ദർഭത്തിൽ പ്രകടിപ്പിച്ച തരത്തിലുള്ള ഭാഷാപാടവവും ഒപ്പം അസാധാരണമായ മനഃസ്ഥൈര്യവും അദ്ദേഹത്തിനുണ്ടായിരുന്നു. ഒരു മണി ക്കൂറിനകം ഡൽഹി വിടുന്ന ഇന്ത്യൻ എയർലൈൻസ് വിമാനത്തിൽ കയറി മദ്രാ സിൽ ഇറങ്ങിയാൽ ഉടൻതന്നെ എന്നെ മധുരയ്ക്കു കൂട്ടിക്കൊണ്ടുപോകാനായി മദ്രാസിനും മധുരയ്ക്കുമിടയിൽ സൈനികപ്പറക്കലുകൾ നടത്തുന്ന ഒരു വ്യോമ സേനാ ഹെലികോപ്റ്റർ പ്രതിരോധവകുപ്പുമന്ത്രി ഏർപ്പാടു ചെയ്തു തന്നപ്പോൾ ഞാൻ അത്യധികം വികാരവിവശനായി. ഡോ. അരുണാചലം എന്നോടു പറഞ്ഞു: "കഴിഞ്ഞ ആറു മാസത്തെ താങ്കളുടെ കഠിനാദ്ധ്വാനമാണ് ഇതു നേടിത്തന്നത്."

മദ്രാസിലേക്കു പറക്കവേ എൻെറ ബോർഡിങ് പാസ്സിൻെറ പുറകിൽ ഞാനിങ്ങനെ കുറിച്ചിട്ടു:

“ആയാസമായ ദൂരം തെല്ലും താണ്ടാത്ത
ആരുതൻ പാദത്തിനാകും
ആളുതൻ പാദത്തിനാകുമോ
രാമേശ്വര കടലോര വിതാനത്തിലെ
ധൂമ്രാഭദേശ പര്യവേക്ഷണയാത്ര?”

ഇന്ത്യൻ എയർലൈൻസ് വിമാനം ഡൽഹിയിൽനിന്നും എത്തിച്ചേർന്ന ഉടനെ വ്യോമസേനാ ഹെലികോപ്ററർ അതിൻെറ തൊട്ടടുത്ത് വന്നിറങ്ങി. അടുത്ത ഏതാനും മിനിററുകൾക്കകം ഞാൻ മധുരയ്ക്കു പുറപ്പെട്ടുകഴിഞ്ഞു. എന്നെ മധുര റെയിൽവേ സ്റേറഷനിൽ കൊണ്ടുചെന്നിറക്കുവാനുള്ള കാരുണ്യം ആ ഹെലികോപ്ററിലുണ്ടായിരുന്ന എയർഫോഴ്സ് കമാൻഡൻറ് കാണിച്ചു. രാമേശ്വരത്തേക്കുള്ള ട്രെയിൻ അപ്പോഴേക്കും പ്ലാററ്ഫോമിൽനിന്നും ഉരുളുവാൻ തുടങ്ങുകയായിരുന്നു. സമീലയുടെ വിവാഹത്തിന് തക്കസമയത്തുതന്നെ ഞാൻ രാമേശ്വരത്തെത്തി. എൻെറ സഹോദരപുത്രിയെ പിതൃനിർവിശേഷമായ സ്നേഹത്തോടെ ഞാൻ അനുഗ്രഹിച്ചു.

പ്രതിരോധവകുപ്പുമന്ത്രി ഞങ്ങളുടെ നിർദ്ദേശം മന്ത്രിസഭയ്ക്കു മുമ്പാകെ വച്ച് അംഗീകാരം വാങ്ങി. ഞങ്ങളുടെ നിർദ്ദേശങ്ങളിന്മേലുള്ള അദ്ദേഹത്തിൻെറ ശുപാർശകൾ മന്ത്രിസഭ സ്വീകരിക്കുകയും കീഴ്നടപ്പൊന്നും നോക്കാതെതന്നെ 388 കോടിരൂപ ഈ ആവശ്യത്തിനായി അനുവദിക്കുകയും ചെയ്തു. ഇന്ന് ഐ ജി എം ഡി പി എന്ന ചുരുക്കപ്പേരിനാൽ അറിയപ്പെടുന്നതുമായ ഇൻറഗ്രേററഡ് ഗൈഡഡ് മിസ്സൈൽ ഡെവലപ്മെൻറ് പ്രോഗ്രാം (സംയോജിത മാർഗ്ഗനിർദ്ദേശിത മിസ്സൈൽ വികസന പരിപാടി) അങ്ങനെ പിറവിയെടുത്തു.

ഡി ആർ ഡി എല്ലിലെ മിസ്സൈൽ ടെക്നോളജി കമ്മിററി മുമ്പാകെ ഞാൻ സർക്കാരിൻെറ അനുമതിപത്രം അവതരിപ്പിച്ചപ്പോൾ കമ്മിററിയാകെത്തന്നെ ഊഷ്മളതയും നർമ്മോത്സുകതയും കൊണ്ട് ഉത്സാഹഭരിതമായി. നിർദ്ദിഷ്ട പ്രോജക്ടുകൾക്കെല്ലാം ഇന്ത്യയുടെ സ്വയംപര്യാപ്തിയുടേതായ വികാരത്തിനൊത്ത വിധത്തിലുള്ള പേരുകളിട്ടു. അങ്ങനെ ഭൂതല-ഭൂതല ആയുധ സംവിധാനം ‘പൃഥ്വി’(ഭൂമി)യായി; ടാക്റ്റിക്കൽ കോർ വെഹിക്കിൾ ‘ത്രിശൂൽ’ (ഭഗവാൻ ശിവൻെറ ആയുധം) എന്നും വിളിക്കപ്പെട്ടു. ഭൂതല-വ്യോമമേഖലാ പ്രതിരോധ സംവിധാനത്തിന് ‘ആകാശ്’ (ആകാശം) എന്നും ടാങ്ക്വേധ മിസ്സൈൽ പ്രോജക്ടിന് ‘നാഗ്’ (മൂർഖൻ) എന്നും പേരുകൾ നല്കി. എൻെറ ദീർഘകാലസ്വപ്നമായ ആർ ഇ എക്സിനെ ഞാൻ ‘അഗ്നി’ (തീ) എന്നു വിളിച്ചു. 1983 ജൂലൈ 27-ാം തീയതി ഡോ. അരുണാചലം ഡി ആർ ഡി എല്ലിൽ എത്തി. ഐ ജി എം ഡി പി.യുടെ ഔപചാരികമായ ഉദ്ഘാടനം അദ്ദേഹം നിർവഹിച്ചു. ഡി ആർ ഡി എല്ലിലെ ഓരോ ജീവനക്കാരനും പങ്കെടുത്ത ഒരു മഹാസംഭവമായിരുന്നു അത്. ഇന്ത്യൻ വ്യോമ-ബഹിരാകാശ ഗവേഷണത്തിൽ എന്തെങ്കിലുമൊക്കെയായിരുന്ന

ഓരോരുത്തരേയും ചടങ്ങിനു ക്ഷണിച്ചു. മററ് പരീക്ഷണശാലകളിലും സംഘടനകളിലുംനിന്നുള്ള നിരവധി ശാസ്ത്രജ്ഞന്മാർ, വിദ്യാഭ്യാസസ്ഥാപനങ്ങളിലെ പ്രൊഫസർമാർ, ഞങ്ങളുടെ ഇപ്പോഴത്തെ ബിസിനസ് പങ്കാളികളായ സായുധസേനകളുടെയും ഉത്പാദനകേന്ദ്രങ്ങളുടെയും ഇൻസ്പെക്ഷൻ അതോറിററിയുടെയും പ്രതിനിധികൾ എന്നിവരെല്ലാം ഈ ആഘോഷത്തിൽ സംബന്ധിക്കുകയുണ്ടായി. ക്ഷണിതാക്കളെയെല്ലാം ഒരൊററ പന്തലിലിരുത്താൻ വേണ്ട സൗകര്യം ഞങ്ങൾക്കില്ലാതിരുന്നതിനാൽ വന്നെത്തിയവർക്കെല്ലാം ശരിയായി കാണത്തക്ക വിധത്തിൽ ഒരു ക്ലോസ്ഡ് സർക്യൂട്ട് ടി.വി. ശൃംഖല പ്രവർത്തനസജ്ജമാക്കേണ്ടിവന്നു. എസ് എൽ വി-3 രോഹിണിയെ ഭൂഭ്രമണപഥത്തിലെത്തിച്ച 1980 ജൂലൈ 18-നു ശേഷം എൻെറ ഔദ്യോഗികജീവിതത്തിലെ ഏററവും സുപ്രധാനമായ രണ്ടാമത്തെ ദിവസമായിരുന്നു അത്.

11

ഇന്ത്യൻ ശാസ്ത്ര നഭോമണ്ഡലത്തിലെ ഉജ്ജ്വലമായൊരു മിന്നലായിരുന്നു ഐ ജി എം ഡി പി യുടെ ഉദ്ഘാടനം. ലോകത്തിലെ തിരഞ്ഞെടുക്കപ്പെട്ട ചുരുക്കം ചില രാജ്യങ്ങളുടെ സവിശേഷ വൈദഗ്ദ്ധ്യമേഖലയായിട്ടാണ് മിസ്സൈൽ സാങ്കേതികവിദ്യയെ കണക്കാക്കിപ്പോന്നിരുന്നത്. ആ സമയത്ത് ഇന്ത്യയ്ക്കുണ്ടായിരുന്ന ശേഷിവച്ചുകൊണ്ട് വാഗ്ദാനം ചെയ്യപ്പെട്ട കാര്യങ്ങളെല്ലാം എങ്ങനെയാണ് ഞങ്ങൾ നേടാൻ പോകുന്നതെന്ന് കാണാൻ ജനങ്ങൾക്കെല്ലാം ജിജ്ഞാസയുണ്ടായിരുന്നു. ഐ ജി എം ഡി പി യുടെ വ്യാപ്തി യഥാർത്ഥത്തിൽ രാജ്യത്ത് ഇതിനുമുമ്പെങ്ങും ഉണ്ടാകാത്തതരത്തിലുള്ളതായിരുന്നുവെന്നു മാത്രമല്ല, ഇന്ത്യയിലെ ആർ ആൻറ് ഡി സ്ഥാപനങ്ങളിൽ നിലനിന്നിരുന്ന മാതൃകകളും നിലവാരങ്ങളും വച്ചുനോക്കുമ്പോൾ, ഞങ്ങൾ എടുത്തു കാട്ടിയ സമയബന്ധിത പരിപാടികൾ തികച്ചും അപ്രായോഗിക പരാക്രമങ്ങളായിരുന്നുതാനും. പരിപാടിക്ക് അംഗീകാരം നേടിയെടുത്തത് എങ്ങനെ നോക്കിയാലും ജോലിയുടെ പത്തു ശതമാനം മാത്രമേ വരികയുള്ളൂ എന്ന കാര്യം എനിക്ക് നല്ലവണ്ണം ബോധ്യമുണ്ടായിരുന്നു. ഇത് മുന്നോട്ടുകൊണ്ടുപോകുക എന്നത് ആകപ്പാടെ വ്യത്യസ്തമായൊരു കാര്യമായിരിക്കും. നിങ്ങൾക്ക് കാര്യങ്ങളെത്ര കൂടുതലായുണ്ടോ, അതനുസരിച്ച് നിലനിറുത്തേണ്ട കാര്യങ്ങളും കൂടും. ഇപ്പോൾ ഞങ്ങൾക്കു മുന്നോട്ടുപോകാൻ ആവശ്യമായ പണവും സ്വാതന്ത്ര്യവും തന്നുകഴിഞ്ഞിരിക്കുന്ന സ്ഥിതിക്ക് എനിക്കെൻെറ ടീമിനെ മുന്നോട്ടു നയിക്കുകയും ഞാൻ നല്കിയ വാഗ്ദാനങ്ങൾക്കൊത്തു പ്രവർത്തിക്കുകയും ചെയ്യേണ്ടതുണ്ട്.

രൂപകല്പന (ഡിസൈൻ) മുതൽ വിക്ഷേപണ ഘട്ടങ്ങൾവരെ ഈ മിസ്സൈൽ പദ്ധതി സാക്ഷാത്കരിക്കാൻ എന്താണ് ആവശ്യമായിട്ടുള്ളത്? ഏറെ മികച്ച മാനവശേഷിയുണ്ട്; പണം അനുവദിച്ചുകഴിഞ്ഞു; കുറെ അടിസ്ഥാന വിഭവങ്ങളുമുണ്ട്. എന്താണ് പിന്നെ ഇല്ലാത്തത്? ഒരു പ്രോജക്ടിൻെറ വിജയത്തിന് ജീവൽ പ്രധാനമായ ഈ മൂന്നു സ്രോതസ്സുകൾക്കു പുറമെ മററെന്തു വേണം? എൻെറ എസ് എൽ വി-3 അനുഭവങ്ങളിൽനിന്ന്, ഇതിൻെറ ഉത്തരം എനിക്കറിയാമെന്ന് തോന്നി. നമ്മുടെ രാജ്യത്തുള്ള സ്ഥാപനങ്ങൾ മിസ്സൈൽ ടെക്നോളജിയിൽ പ്രാവീണ്യം നേടുക എന്നതാണ് ഇതിൻെറ കാതലായ വശം. വിദേശത്തുനിന്ന് ഞാനൊന്നുംതന്നെ പ്രതീക്ഷിച്ചിരുന്നില്ല. സാങ്കേതികവിദ്യയെന്നത് ഒരു ഗ്രൂപ്പ് പ്രവർത്തനമായതുകൊണ്ട് തങ്ങളുടെ ഹൃദയവും ആത്മാവും മിസ്സൈൽ പ്രോഗ്രാമിനുവേണ്ടി അർപ്പിക്കാൻ മാത്രമല്ല, നൂറുകണക്കിന് മററു ശാസ്ത്രജ്ഞരും

എൻജിനീയർമാരുമായി ചേർന്നു കാര്യങ്ങൾ മുന്നോട്ടു കൊണ്ടുപോകാനും കഴിവുള്ള നേതാക്കളെ നമുക്ക് ആവശ്യമായിവരും. ഇതിൽ പങ്കെടുക്കുന്ന ലാബറട്ടറികളിൽ നിലനിന്നിരുന്ന അസംഖ്യം വൈരുദ്ധ്യങ്ങളെയും അർത്ഥശൂന്യമായ നടപടിക്രമനൂലാമാലകളെയും നേരിടാൻ തയ്യാറായിരിക്കണമെന്ന് ഞങ്ങൾക്ക് അറിയാമായിരുന്നു. തങ്ങളുടെ പ്രകടനം കനത്ത യാഥാർത്ഥ്യങ്ങളുമായി ഒരിക്കലും തട്ടിച്ചുനോക്കാനിടയില്ലെന്നു വിശ്വസിച്ചിരുന്ന നമ്മുടെ പൊതുമേഖലാസ്ഥാപനങ്ങളുടെ നിലവിലുള്ള പെരുമാററങ്ങളുമായി ഞങ്ങൾക്ക് എതിരിടേണ്ടതായും വരും. സംവിധാനമാകെത്തന്നെ — അതിലെ വ്യക്തികളും നടപടിക്രമങ്ങളും അടിസ്ഥാനസൗകര്യങ്ങളും — സ്വയം വികസിക്കാൻ പഠിക്കേണ്ടതുണ്ട്. നമ്മുടെ കൂട്ടായ ദേശീയ കഴിവുകൾക്കും ഏറെ അപ്പുറത്തുള്ള ചിലതു നേടാനായിരുന്നു ഞങ്ങളുടെ തീരുമാനം. അതുകൊണ്ടുതന്നെ, ആനുപാതികതയുടെയോ സംഭാവ്യതയുടെയോ അടിസ്ഥാനത്തിൽ ഞങ്ങളുടെ ടീമുകൾ പ്രവർത്തിച്ചാലല്ലാതെ യാതൊന്നും നേടാനാവുകയില്ലെന്ന യാഥാർത്ഥ്യത്തെക്കുറിച്ച് എനിക്ക് യാതൊരു മിഥ്യാധാരണയും ഉണ്ടായിരുന്നില്ല.

ഡി ആർ ഡി എല്ലിനെക്കുറിച്ചുള്ള ഏററവും സവിശേഷമായ സംഗതി, അവിടെ ഉയർന്ന കാര്യശേഷിയുള്ള വ്യക്തികളുടെ വലിയൊരു കലവറയുണ്ടായിരുന്നു എന്നതാണ്. നിർഭാഗ്യവശാൽ, അവരിൽ പലരുംതന്നെ പൊങ്ങച്ചവും വഴക്കാളിത്തവും നിറഞ്ഞവരായിരുന്നു. ദൗർഭാഗ്യമെന്നു പറയട്ടെ, സ്വന്തമായ വിധിതീർപ്പുകളിൽ ആത്മവിശ്വാസമുണ്ടാക്കുന്ന അനുഭവസഞ്ചയം പോലും അവർക്കുണ്ടായിരുന്നില്ല. ആകപ്പാടെ നോക്കുമ്പോൾ, കാര്യങ്ങളൊക്കെ വലിയ ആവേശപൂർവ്വംതന്നെ ചർച്ച ചെയ്യുമെങ്കിലും അവസാനം കുറച്ചു പേർ പറഞ്ഞത് സ്വീകരിക്കുകയായിരുന്നു അവരുടെ പതിവ്. പുറത്തുനിന്നുള്ള വിദഗ്ദ്ധരിൽ ചോദ്യമുയർത്താതെ അവർ കണ്ണുംപൂട്ടി വിശ്വസിച്ചിരുന്നു.

ഡി ആർ ഡി എല്ലിൽ ഞാൻ കണ്ടുമുട്ടിയ ഏറെ താത്പര്യമുണർത്തുന്ന ഒരു വ്യക്തിയായിരുന്നു എ വി രങ്കറാവു. നല്ലൊരു സംഭാഷണചതുരനായിരുന്ന അദ്ദേഹം ആകർഷകമായൊരു വ്യക്തിത്വത്തിൻെറ ഉടമയായിരുന്നു. അയവുള്ള ട്രൗസറും വരയൻ കോട്ടും കഴുത്തിൽ ഒരു ചുവന്ന ടൈയും ആയിരുന്നു അദ്ദേഹത്തിൻെറ സാധാരണ വേഷവിധാനം. നീണ്ട കൈയുള്ള ഷർട്ടും ഷൂസുംപോലും ഒഴിവാക്കാവുന്ന അസൗകര്യങ്ങളായി കരുതിയിരുന്ന ഹൈദരാബാദിലെ ചൂടുകാലാവസ്ഥയിലും അദ്ദേഹമിത് ധരിക്കുമായിരുന്നു. കട്ടിയുള്ള വെളുത്ത താടിയും പല്ലുകൾക്കിടയിൽ കടിച്ചുപിടിച്ച പൈപ്പുമുള്ള, ഏറെ കഴിവുകളുള്ളവനെങ്കിലും, ലേശം അഹന്താനിഷ്ഠനായ ഈ വ്യക്തിക്കുചുററും എന്തോ ഒരു പരിവേഷം ഉണ്ടായിരുന്നു.

മാനവവിഭവശേഷിയുടെ പരമാവധി വിനിയോഗം നേടിയെടുക്കുന്നതിനുവേണ്ടി നിലവിലുള്ള മാനേജ്മെൻറ് സമ്പ്രദായത്തിൽ വേണ്ട മാററങ്ങൾ വരുത്തി നവീകരിക്കുന്നതു സംബന്ധിച്ച് ഞാൻ രങ്കറാവുവുമായി കൂടിയാലോചനകൾ നടത്തി. തികച്ചും തദ്ദേശീയമായൊരു മിസ്സൈൽ സാങ്കേതികവിദ്യ എന്ന

ഞങ്ങളുടെ ദർശനം പങ്കുവെക്കുന്നതിനും ഐ ജി എം ഡി പിയുടെ വിവിധ വശങ്ങൾ വിശദീകരിച്ചുകൊടുക്കുന്നതിനുമായി രങ്കറാവുവും ഞങ്ങളുടെ ശാസ്ത്രജ്ഞരും തമ്മിൽ മീറ്റിങ്ങുകളുടെ ഒരു ശൃംഖലതന്നെ നടക്കുകയുണ്ടായി. സുദീർഘമായ ചർച്ചകൾക്കും കാഴ്ചപ്പാടുകൾസംബന്ധിച്ച് ശാസ്ത്രജ്ഞന്മാർ തമ്മിലുള്ള അഭിപ്രായവിനിമയങ്ങൾക്കും ശേഷം ഞങ്ങൾ ഈ ലാബറട്ടറിയെ സാങ്കേതിക വിദ്യയിൽ അധിഷ്ഠിതമായ ഒരു ഘടനയോടുകൂടി പുനഃസംഘടിപ്പിക്കാൻ തീരുമാനിച്ചു. പ്രോജക്ടുകൾക്കാവശ്യമായ വിവിധ പ്രവർത്തനങ്ങളുടെ നിർവഹണത്തിന് മൂശയുടെ രീതിയിലുള്ള ഘടന സ്വീകരിക്കേണ്ടത് ഞങ്ങളെ സംബന്ധിച്ചിടത്തോളം ആവശ്യമായിരുന്നു. അങ്ങനെ, കേവലം നാലു മാസത്തിനുള്ളിൽ, അക്ഷരാർത്ഥത്തിൽതന്നെ നാനൂറ് ശാസ്ത്രജ്ഞന്മാർ ഈ മിസ്സൈൽ പ്രോഗ്രാമിനുവേണ്ടി പ്രവർത്തിക്കുവാൻ തുടങ്ങി.

ഓരോ മിസ്സൈൽ പ്രോജക്ടിനും നേതൃത്വം കൊടുക്കാനുള്ള പ്രോജക്ട് ഡയറക്ടർമാരെ തിരഞ്ഞെടുക്കുക എന്നതായിരുന്നു അക്കാലയളവിൽ എൻെറ മുൻപിലുണ്ടായിരുന്ന ഏറ്റവും മുഖ്യമായ കർത്തവ്യം. കഴിവുറ്റവരുടെ വിസ്തൃതമായ ഒരു നിരതന്നെ ഞങ്ങൾക്കുണ്ടായിരുന്നു. യഥാർത്ഥത്തിൽ ഒരു സമൃദ്ധിയുടെ മാർക്കറ്റ്. ആരെ തിരഞ്ഞെടുക്കണമെന്നതായിരുന്നു പ്രശ്നം—സൂത്രത്തിൽ കാര്യം കാണുന്ന ഒരുവനെയോ ഒരു ആസൂത്രകനെയോ, അച്ചടക്കമില്ലാത്ത ഒരുത്തനെയോ ഒരു സ്വേച്ഛാധിപതിയെയോ, അല്ലെങ്കിൽ ഒരു ടീം പ്രവർത്തകനെയോ? വ്യക്തമായ ലക്ഷ്യബോധമുള്ളവനും തങ്ങളുടെ വ്യക്തിഗതലക്ഷ്യപ്രാപ്തിക്കായി വിവിധ പ്രവൃത്തികേന്ദ്രങ്ങളിൽ പണിയെടുക്കുന്ന തൻെറ ടീമംഗങ്ങളുടെ ഊർജ്ജസ്രോതസ്സിനെ ശരിയായ വഴിക്കു തിരിച്ചുവിടാൻ തക്ക കഴിവുകളുള്ളവനുമായ ശരിയായ തരത്തിലുള്ള ഒരു ലീഡറെയാണെനിക്കു കിട്ടേണ്ടിയിരുന്നത്.

അത് വളരെ കുഴപ്പംപിടിച്ച ഒരു പണിയായിരുന്നു. രണ്ടു ദശാബ്ദക്കാലം ഐ എസ് ആർ ഒ യുടെ മുന്തിയ പരിഗണനയുള്ള പ്രോജക്ടുകൾക്കു വേണ്ടി പണിയെടുക്കുമ്പോൾതന്നെ ഞാൻ ഇതിൻെറ ചില നിയമങ്ങൾ അഭ്യസിച്ചിരുന്നു. തിരഞ്ഞെടുപ്പു തെററിപ്പോയാൽ പരിപാടിയുടെ ഭാവി മുഴുവൻ നശിക്കും. തിരഞ്ഞെടുക്കപ്പെടാൻ സാദ്ധ്യതയുള്ള നിരവധി ശാസ്ത്രജ്ഞന്മാരും എൻജിനീയർമാരുമായി ഞാൻ വിശദമായ ചർച്ചകൾ നടത്തി. ഇങ്ങനെ തിരഞ്ഞെടുക്കുന്ന അഞ്ച് പ്രോജക്ട് ഡയറക്ടർമാർ നാളത്തെ ഇരുപത്തഞ്ച് പ്രോജക്ട് ഡയറക്ടർമാരെയും ടീംലീഡർമാരെയും പരിശീലിപ്പിക്കണം എന്നായിരുന്നു എൻെറ താത്പര്യം.

എൻെറ നിരവധി മുതിർന്ന സഹപ്രവർത്തകർ — അവരുടെ പേരെടുത്തു പറയുന്നതു ഭംഗിയാകുകയില്ല, എന്തെന്നാൽ ചിലപ്പോളതെൻെറ ഭാവന മാത്രമായിരിക്കാം — ഈ കാലയളവിൽ ഞാനുമായി സുഹൃദ്ബന്ധങ്ങൾ സ്ഥാപിക്കാൻ ശ്രമിക്കുകയുണ്ടായി. ഏകാകിയായ ഒരു മനുഷ്യൻെറ കാര്യത്തിൽ അവർക്കുള്ള ഉത്കണ്ഠയെ ഞാൻ ആദരിച്ചെങ്കിലും, വളരെ അടുത്ത സമ്പർ

ക്കങ്ങൾ ഞാൻ ഒഴിവാക്കുകയാണു ചെയ്യത്. ഒരു സുഹൃത്തിനോടുള്ള കൂറുമൂലം ഒരാൾ തെററായ കാര്യങ്ങളിലേക്കു വഴുതിപ്പോവാൻ എളുപ്പമാണ്, സംഘടനയുടെ ഉത്തമ താത്പര്യങ്ങൾക്കു നിരക്കാത്ത കാര്യങ്ങൾ.

ബന്ധങ്ങളുടെ ആവശ്യങ്ങളിൽനിന്നും രക്ഷപ്പെടാനുള്ള എന്റെ ആഗ്രഹമായിരിക്കാം ഒരുപക്ഷേ എന്റെ ഏകാന്തജീവിതത്തിന്റെ പിന്നിലുണ്ടായിരുന്ന മുഖ്യപ്രേരകശക്തി. റോക്കററുണ്ടാക്കുന്നതുമായി താരതമ്യപ്പെടുത്തിനോക്കുമ്പോൾ അതിനേക്കാൾ വിഷമം പിടിച്ച ഒന്നായിട്ടാണ് ഞാനിതിനെ കരുതിപ്പോന്നത്. എന്റെ ജീവിതരീതിയോടു സത്യസന്ധത പുലർത്തുവാനും എന്റെ രാജ്യത്തെ റോക്കററ് വിജ്ഞാനം എന്ന ശാസ്ത്രത്തെ ഉയർത്തിപ്പിടിക്കുവാനും ശുദ്ധമായ മനഃസാക്ഷിയോടെ സർവ്വീസിൽ നിന്ന് റിട്ടയർ ചെയ്യാനും ഞാൻ ആഗ്രഹിച്ചു. ഈ അഞ്ചു പ്രോജക്ടുകളെയും നയിക്കേണ്ടത് ആര് എന്ന കാര്യത്തിൽ തീരുമാനമെടുക്കാനായി ഞാൻ വളരെയധികം സമയം ചെലവാക്കുകയും ചുഴിഞ്ഞാലോചിക്കുകയും ചെയ്യു. തീരുമാനമെടുക്കുംമുമ്പ് നിരവധി ശാസ്ത്രജ്ഞരുടെ പ്രവർത്തനശൈലികൾ ഞാൻ പരിശോധിക്കുകയുണ്ടായി. ഇതു സംബന്ധിച്ച എന്റെ ചില നിരീക്ഷണങ്ങൾ നിങ്ങൾക്ക് കൗതുകകരമായിരിക്കുമെന്ന് ഞാൻ കരുതുന്നു.

ഒരാൾ തന്റെ ചുമതലകൾ എങ്ങനെ ആസൂത്രണം ചെയ്യുകയും നിറവേറ്റുകയും ചെയ്യുന്നു എന്നുള്ളതാണ് അയാളുടെ പ്രവർത്തനശൈലിയുടെ ഒരു അടിസ്ഥാനവശം. എന്തെങ്കിലുമൊരു നീക്കം നടത്തുന്നതിനുമുമ്പ് ഓരോ ചുവടും ശ്രദ്ധാപൂർവ്വം പരിശോധിക്കുന്ന ജാഗ്രതയുള്ള ഒരു ആസൂത്രകനെ അയാളുടെ ഒററത്തു കാണാം. തെറ്റിപ്പോകാൻ സാധ്യതയുള്ളവയിന്മേൽ ഒരു സൂക്ഷ്മദൃഷ്ടി അർപ്പിച്ചുകൊണ്ട് എല്ലാ വരുംവരായ്കകളെയും നേരിടാനുള്ള ശ്രമം ഈ ആസൂത്രകൻ നടത്തും. ദ്രുതഗതിയിൽ കാര്യങ്ങൾ നീക്കുന്ന ഒരാളാണ് മറ്റേ അറ്റത്തുള്ളത്. യാതൊരു ആസൂത്രണവും കൂടാതെതന്നെ സകല കളികളും അയാൾ കളിക്കുന്നു. ഒരു ആശയത്താൽ പ്രചോദിതനായ ഈ ദ്രുതഗതിക്കാരൻ എന്തു നടപടിയെടുക്കാനും എപ്പോഴും സന്നദ്ധനായിരിക്കും.

ഒരു വ്യക്തിയുടെ പ്രവർത്തനശൈലിയുടെ മറ്റൊരു വശമാണ് നിയന്ത്രണം — കാര്യങ്ങളൊക്കെ ഒരു നിശ്ചിത മാർഗത്തിൽ നടക്കുന്നു എന്ന് ഉറപ്പുവരുത്താനായി അർപ്പിക്കുന്ന ഊർജ്ജവും ശ്രദ്ധയുമാണത്. ഇതിന്റെ ഒരറ്റത്ത് ഉറച്ച നിയന്ത്രകനാണ്, നിരന്തര പരിശോധനകളോടുകൂടിയ ഒരു കർക്കശ ഭരണാധികാരി. ചട്ടങ്ങളും നയങ്ങളുമൊക്കെ ഒരു മതാനുഷ്ഠാനത്തിന്റെ തീവ്രതയോടെതന്നെ പിന്തുടരുന്നു. മറ്റേ അറ്റത്താകട്ടെ, സ്വാതന്ത്ര്യത്തോടും അയവോടും കൂടി പ്രവർത്തിക്കുന്നവരാണുള്ളത്. ഉദ്യോഗസ്ഥ ദുഷ്പ്രഭുത്വത്തിനു മുന്നിൽ ക്ഷമാശീലമൊന്നും ഉണ്ടായിരുന്നവരല്ല അവർ. എളുപ്പത്തിൽ ചുമതലകൾ പങ്കുവെച്ചുകൊടുത്തുകൊണ്ട് അവർ കീഴ്ജീവനക്കാരുടെ വിശാലമായ മുന്നേറ്റത്തിനുവേണ്ട അവസരം നല്കാറുണ്ട്. ശ്വാസംമുട്ടിക്കുന്നതരത്തിലുള്ള വിസമ്മതമോ കടുംപിടുത്തമോ ഒന്നും കൂടാതെ നിയന്ത്രിക്കാൻ കഴിവുള്ള മധ്യപാത പിന്തുടരുന്ന നേതാക്കളെയായിരുന്നു എനിക്കാവശ്യം.

സാദ്ധ്യതകൾക്കൊത്ത് വളരാൻ കഴിവുള്ള വ്യക്തികളെ തിരഞ്ഞെടുക്കാൻ ഞാനാഗ്രഹിച്ചു. സാധ്യമായ മാർഗങ്ങളെല്ലാം പരീക്ഷിച്ചുനോക്കാനുള്ള ക്ഷമാശീലമുള്ളവരും, പുതിയ സാഹചര്യങ്ങളിൽ പഴയ തത്ത്വങ്ങൾ പ്രയോഗിക്കാനുള്ള ബുദ്ധിയുള്ളവരും, തങ്ങളുടെ മുന്നോട്ടുള്ള മാർഗ്ഗം വെട്ടിത്തെളിക്കാൻ കഴിവുള്ളവരുമായിരിക്കണം അവർ. മറ്റുള്ളവരെ പൊറുപ്പിക്കുന്നവരും അധികാരം മറ്റുള്ളവരുമായി പങ്കുവയ്ക്കാൻ സന്നദ്ധതയുള്ളവരും ആയിരിക്കണം അവരെന്ന് ഞാൻ ആഗ്രഹിച്ചു. നല്ല ജോലികൾ വിഭജിച്ചു കൊടുത്തുകൊണ്ടും, പുതിയ അഭിപ്രായങ്ങളെ സ്വാംശീകരിച്ചും ബുദ്ധിമാന്മാരെ ആദരിച്ചും വിവേകികളുടെ ഉപദേശങ്ങൾക്കു ചെവികൊടുത്തും കഴിയുന്ന ടീംപ്രവർത്തകർകൂടിയായിരിക്കണം അവർ. അവർക്ക് കാര്യങ്ങളെല്ലാം രമ്യമായി പരിഹരിക്കാനുള്ള കഴിവുണ്ടായിരിക്കണം. വീഴ്ചകൾ വന്നാൽ അവയുടെ ഉത്തരവാദിത്തം ഏറ്റെടുക്കുകയും വേണം. സർവോപരി, മുന്നോട്ടുള്ള പ്രയാണത്തിലുണ്ടാകുന്ന പരാജയങ്ങൾ സഹിക്കാനും വിജയവും പരാജയങ്ങളും ഒരുപോലെ പങ്കുവയ്ക്കാനും കഴിവുള്ളവരായിരിക്കണം അവർ.

'പൃഥ്വി' പ്രോജക്ട് കൈകാര്യം ചെയ്യാൻ പറ്റിയ ഒരാൾക്കു വേണ്ടിയുള്ള എൻെറ തിരച്ചിൽ അവസാനിച്ചത് ഇന്ത്യൻ കരസേനയുടെ ഇ എം ഇ കോറിൽ അംഗമായിരുന്ന കേണൽ വി ജെ സുന്ദരത്തിലാണ്. എയ്റോനോട്ടിക്കൽ എൻജിനീയറിങ്ങിൽ ബിരുദാനന്തരബിരുദവും യാന്ത്രിക കമ്പനങ്ങളിൽ (മെക്കാനിക്കൽ വൈബ്രേഷൻസ്) വൈദഗ്ദ്ധ്യവും ഉണ്ടായിരുന്ന സുന്ദരം ഡി ആർ ഡി എല്ലിലെ സ്ട്രക്ചേഴ്സ് ഗ്രൂപ്പിൻെറ മേധാവിയായിരുന്നു. വൈരുദ്ധ്യമുള്ള കാഴ്ചപ്പാടുകൾക്ക് പരിഹാരം കാണാനായി നൂതനമാർഗ്ഗങ്ങൾ പരീക്ഷിച്ചു നോക്കാനുള്ള ഒരു സന്നദ്ധത ഞാൻ അദ്ദേഹത്തിൽ കണ്ടു. ടീംവർക്കിൽ പരീക്ഷണങ്ങളിൽ ഏർപ്പെടുന്നവനും പുതുമകൾ കണ്ടെത്തുന്നവനുമായിരുന്നു അദ്ദേഹം. വിവിധ തരത്തിലുള്ള പ്രവർത്തനരീതികളെ വിലയിരുത്തുന്നതിനുള്ള അസാമാന്യമായ ഒരു കഴിവ് അദ്ദേഹത്തിനുണ്ടായിരുന്നു. മുൻപേ ഗ്രഹിക്കാതിരുന്ന പ്രശ്നപരിഹാരങ്ങളിലേക്ക് ടീമിനെ നയിക്കാൻ കഴിയുംവിധം പുതിയ മേഖലകളിലേക്ക് മുന്നേറാൻ അദ്ദേഹം നിർദ്ദേശിക്കും. ഒരു പ്രോജക്ട് ലീഡർക്ക് തൻെറ സവിശേഷലക്ഷ്യമെന്തെന്ന് വളരെ വ്യക്തമായിരിക്കാം, അത് സാക്ഷാത്കരിക്കുന്നതിനുവേണ്ട നിർദ്ദേശങ്ങൾ നല്കാനും അദ്ദേഹം പ്രാപ്തനായിരിക്കാം. എന്നാലും കീഴ്ജീവനക്കാർക്ക് ആ ലക്ഷ്യം നിരർത്ഥകമായി തോന്നിയാൽ, അവരതിനെ പ്രതിരോധിക്കാനിടയുണ്ട്. അതുകൊണ്ടാണ് കാര്യക്ഷമമായ മാർഗനിർദ്ദേശങ്ങൾ കൊടുക്കുന്ന ഒരു ലീഡർക്ക് പ്രത്യേക പ്രാധാന്യമുള്ളത്. പ്രൊഡക്ഷൻ ഏജൻസികളും സായുധസേനയുമായി ബന്ധപ്പെടുമ്പോളെല്ലാം ആദ്യതീരുമാനങ്ങൾ കൈക്കൊള്ളേണ്ടത് 'പൃഥ്വി'യുടെ പ്രോജക്ട് ഡയറക്ടറായിരിക്കുമെന്നും ശരിയായ തീരുമാനങ്ങൾ എടുക്കുന്നുണ്ടെന്ന് ഉറപ്പുവരുത്തുവാൻ തികച്ചും യോഗ്യൻ സുന്ദരമായിരിക്കുമെന്നും ഞാൻ കരുതി.

'ത്രിശൂലി'നുവേണ്ടിയും ഞാനൊരാളെ തേടുന്നുണ്ടായിരുന്നു. അയാൾക്ക്

ഇലക്ട്രോണിക്സിലും മിസ്സൈൽ യുദ്ധതന്ത്രത്തിലും നല്ല അറിവുണ്ടായാൽ മാത്രം പോരാ, സങ്കീർണ്ണതകളെല്ലാം ടീമംഗങ്ങൾക്കു പകർന്നുകൊടുത്ത് അവരിൽ പരസ്പരധാരണ വളർത്തി അവരുടെ പിന്തുണ നേടാനുള്ള കഴിവും ഉണ്ടായിരിക്കണം. ഇന്ത്യൻ നാവികസേനയിൽനിന്നും പ്രതിരോധവകുപ്പിന്റെ ആർ ആൻറ് ഡി വിഭാഗത്തിലേക്ക് തുഴഞ്ഞെത്തിയ കമ്മഡോർ എസ് ആർ മോഹനിൽ, കാര്യങ്ങൾ ക്രമമായി പറഞ്ഞു ബോദ്ധ്യപ്പെടുത്താനുള്ള മാന്ത്രികമായൊരു കഴിവ് ഞാൻ കണ്ടെത്തി.

എന്റെ സ്വപ്നത്തിലെ പ്രോജക്ടായിരുന്ന 'അഗ്നി'ക്കു വേണ്ടി, അതിന്റെ നടത്തിപ്പ് സംബന്ധിച്ച കാര്യങ്ങളിൽ എന്റെ ഇടയ്ക്കിടെയുള്ള ഇടപെടലുകളുമായി പൊരുത്തപ്പെട്ടുപോകുന്ന ഒരാളെയായിരുന്നു എനിക്ക് ആവശ്യം. അത്തരമൊരു യോജിപ്പ് ഞാൻ കണ്ടെത്തിയത് ആർ എൻ അഗർവാളിൽ ആണ്. എം ഐ റ്റിയിലെ ഉജ്ജ്വലമായ അധ്യയന ചരിത്രമുള്ള ഒരു വിദ്യാർത്ഥിയായിരുന്ന അദ്ദേഹം വൈദഗ്ദ്ധ്യത്തിന്റേതായ അതീവസൂക്ഷ്മതയോടെ ഡി ആർ ഡി എല്ലിലെ വ്യോമയാന പരിശോധനസൗകര്യവിഭാഗത്തെ നയിച്ചുകൊണ്ടിരിക്കുകയായിരുന്നു.

സാങ്കേതികമായ സങ്കീർണ്ണതകളാൽ 'ആകാശ്', 'നാഗ്' എന്നിവയെ ഭാവിയിലെ മിസ്സൈലുകളായാണ് കണക്കാക്കിയിരുന്നത്; അവയുടെ പ്രവർത്തനങ്ങൾ അരദശാബ്ദത്തിനുശേഷമേ ഉച്ചസ്ഥിതിയിലാകുമെന്നു പ്രതീക്ഷിച്ചിരുന്നുള്ളൂ. ആകയാൽ, ആകാശിനും നാഗിനും വേണ്ടി താരതമ്യേന ചെറുപ്പക്കാരായ പ്രഹ്ലാദയെയും എൻ ആർ അയ്യരെയും ഞാൻ തിരഞ്ഞെടുത്തു. മറ്റ് രണ്ട് യുവാക്കളായ വി കെ സാരസ്വത്, എ കെ കപൂർ എന്നിവരെ സുന്ദരത്തിന്റെയും മോഹന്റെയും സഹായികളുമാക്കി.

അക്കാലങ്ങളിൽ, പൊതുപ്രാധാന്യമുള്ള പ്രശ്നങ്ങൾ തുറന്നു ചർച്ച ചെയ്യാനും തീരുമാനങ്ങളിന്മേൽ വാദപ്രതിവാദങ്ങൾ നടത്താനുമായി ഡി ആർ ഡി എല്ലിൽ ഒരു പൊതുവേദിയൊന്നും ഉണ്ടായിരുന്നില്ല. ശാസ്ത്രജ്ഞരും അടിസ്ഥാനപരമായി വികാരജീവികളാണ് എന്ന കാര്യം ഓർക്കേണ്ടതാണ്. അവർക്കിടയിൽ ഒരിക്കൽ ഇടർച്ചയുണ്ടായാൽ പിന്നെ ഒരുമിച്ചുകൂട്ടുക ദുഷ്കരമാകും. ഏതൊരു തൊഴിലിലും, അത് ശാസ്ത്രസംബന്ധിയായാൽപോലും, തിരിച്ചടിയും നിരാശയുമൊക്കെ സഹജമാണ്. അതെന്തായാലും, പുറകോട്ടു പോകാനാകാത്തതും നിഷേധാത്മകവുമായ നിശ്ചയങ്ങളെടുക്കുവാൻ പ്രേരിപ്പിക്കുന്ന തരത്തിലുള്ള ഇച്ഛാഭംഗങ്ങളെ എന്റെ ശാസ്ത്രജ്ഞന്മാരാരെങ്കിലും അഭിമുഖീകരിക്കേണ്ടിവരുന്നത് ഞാൻ ഇഷ്ടപ്പെട്ടില്ല. മാനസികമായി താഴോട്ടുവന്ന അവസ്ഥയിൽ അവരിലാരുംതന്നെ ലക്ഷ്യനിർണയം നടത്തുന്നില്ല എന്നത് ഉറപ്പാക്കാനും ഞാൻ ആഗ്രഹിച്ചു. ഇത്തരം അപകടങ്ങൾ ഒഴിവാക്കാനായി ഒരു ശാസ്ത്രസമിതി രൂപവൽക്കരിച്ചു— എല്ലാവരും ഒന്നിച്ചുകൂടി പൊതുതീരുമാനങ്ങൾ എടുക്കുന്ന ഒരുതരം 'പഞ്ചായത്ത്'. എല്ലാ ശാസ്ത്രജ്ഞന്മാരും— ഇളയവരും മുതിർന്നവരും, പരിചയസമ്പന്നരും തുടക്കക്കാരും—മൂന്നു മാസം

കൂടുമ്പോളൊരിക്കൽ യോഗംചേർന്ന് പ്രശ്നങ്ങൾ അങ്ങനെ പരിഹരിച്ചുപോന്നു.

സമിതിയുടെ പ്രഥമ സമ്മേളനംതന്നെ സംഭവബഹുലമായി. പാതിമനസ്സോടെയുള്ള ഏതാനും ചോദ്യങ്ങളും സംശയപ്രകടനങ്ങളുമടങ്ങിയ ഒരു ഇടവേളയ്ക്കുശേഷം ഒരു മുതിർന്ന ശാസ്ത്രജ്ഞനായ എം എൻ റാവു നേരേചൊവ്വെയുള്ള ഒരു ചോദ്യം തൊടുത്തുവിട്ടു. "എന്തടിസ്ഥാനത്തിലാണ് ഈ പഞ്ചപാണ്ഡവന്മാരെ (പ്രോജക്ട് ഡയറക്ടർമാരെയാണ് അദ്ദേഹം ഉദ്ദേശിച്ചത്) താങ്കൾ തിരഞ്ഞെടുത്തത്?" യഥാർത്ഥത്തിൽ ഞാൻ ഈ ചോദ്യം പ്രതീക്ഷിച്ചിരിക്കുകയായിരുന്നു. ക്രിയാത്മകചിന്തയെന്ന ദ്രൗപദിയെ ഇവരെല്ലാം വിവാഹം കഴിച്ചിരിക്കുന്നതായി ഞാൻ കണ്ടെത്തി എന്ന് അദ്ദേഹത്തോടു പറയാനാണ് ഞാനാഗ്രഹിച്ചത്. അതിനുപകരം ഞാൻ റാവുവിനോടു പറഞ്ഞത്, 'ഭാവിയിൽ വിശ്വസിക്കൂ' എന്നായിരുന്നു. ഈ പ്രോജക്ട് ഡയറക്ടർമാരെ ഞാൻ തിരഞ്ഞെടുത്തിട്ടുള്ളത് ഇന്നെന്തെങ്കിലും ചെയ്യാൻവേണ്ടി മാത്രമല്ല; പിന്നെയോ ഓരോ ദിവസവും പുതിയ കൊടുങ്കാറ്റുകൾ ഉയർന്നുവരുന്ന ഒരു ദീർഘകാല പരിപാടിയുടെ ചുമതല ഏറ്റെടുക്കുന്നതിനുംകൂടിയാണ്.

ഊർജ്ജസ്വലരായ ഇവർക്ക്—അഗർവാൾ, പ്രഹ്ളാദ, അയ്യർ, സാരസ്വത് തുടങ്ങിയവരെപ്പോലുള്ളവർക്ക്—അവരുടെ ലക്ഷ്യങ്ങളിന്മേൽ പുതിയൊരു പിടുത്തം കിട്ടുവാനും തങ്ങളുടെ പ്രതിബദ്ധതകളെ മുറുകെപ്പിടിക്കുവാനുമുള്ള അവസരങ്ങൾ വരാൻപോകുന്ന നാളുകൾ നല്കിക്കൊണ്ടിരിക്കുമെന്ന് ഞാൻ റാവുവിനോടു പറഞ്ഞു.

ഉത്പാദനക്ഷമതയുള്ള ഒരു ലീഡറെ സൃഷ്ടിക്കുന്ന ഘടകമേതാണ്? എന്റെ അഭിപ്രായത്തിൽ, ഉത്പാദനക്ഷമതയുള്ള ഒരു ലീഡർ ജീവനക്കാരെ വിന്യസിക്കുന്നതിൽ വിദഗ്ദ്ധനായിരിക്കണം. സംഘടനയിലേക്ക് തുടർച്ചയായി പുതുരക്തം കടത്തിവിടുന്നതിൽ ശ്രദ്ധാലുവായിരിക്കണം അദ്ദേഹം. സങ്കീർണതകളും പ്രശ്നങ്ങളും നേരിടുന്നതിനും പുതിയ ആശയങ്ങൾ കൈകാര്യം ചെയ്യുന്നതിനും അദ്ദേഹത്തിനു പ്രാപ്തിയുണ്ടായിരിക്കണം. ഒരു ആർ ആൻറ് ഡി സ്ഥാപനം നേരിടേണ്ടിവരുന്ന പ്രശ്നങ്ങളിൽ, അറിയുന്നതും അറിയപ്പെടാത്തതുമായ നിരവധി വ്യത്യസ്ത ഘടകങ്ങൾ തമ്മിലുള്ള വ്യാപാര ഇടപാടുകൾ ഉൾപ്പെട്ടിരിക്കും. സങ്കീർണ്ണമായ ഇത്തരം അവസ്ഥകൾ കൈകാര്യം ചെയ്യുവാനുള്ള നൈപുണ്യം ഉന്നതനിരക്കിലുള്ള ഉത്പാദനക്ഷമത നേടിയെടുക്കുന്ന കാര്യത്തിൽ മുഖ്യമായ ഒരു മുതൽക്കൂട്ടാണ്. തന്റെ ടീമിന് ആവേശം പകർന്നുകൊടുക്കാനുള്ള കഴിവ് ലീഡർക്കുണ്ടായിരിക്കണം. ഊർജ്ജസ്വലത പ്രസരിപ്പിക്കുന്ന ഒരു സംഘടനാന്തരീക്ഷം നിലനിർത്തുകയും'ചെയ്യാൻ കഴിയും' എന്ന മനോഭാവം തന്റെ എല്ലാ പ്രവർത്തനങ്ങളിലൂടെയും മറ്റുള്ളവരിലേക്കു വ്യാപിപ്പിക്കുകയും വേണം അദ്ദേഹം. സഹപ്രവർത്തകർക്ക് അർഹമായ അംഗീകാരവും നല്കണം; പരസ്യമായി പ്രശംസിക്കുക; എന്നാൽ വിമർശിക്കുന്നത് സ്വകാര്യമായിട്ടേ ചെയ്യാവൂ.

ഏറ്റവും ബുദ്ധിമുട്ടുള്ള ചോദ്യങ്ങളിലൊന്നുയർന്നത് ഒരു യുവശാസ്ത്രജ്ഞനിൽനിന്നായിരുന്നു: "ഈ പ്രോജക്ടുകളൊക്കെ 'ഡെവിളി'ന്റെ വഴിയേ

പോവുകയാണെങ്കിൽ അതിനെ അങ്ങ് എങ്ങനെയാണ് തടയുക?" ഞാൻ അദ്ദേഹത്തിന് ഐ ജി എം ഡി പിയുടെ പിന്നിലുള്ള തത്ത്വശാസ്ത്രം വിശദീകരിച്ചു കൊടുത്തു—രൂപകല്പനയിൽ (ഡിസൈൻ) തുടങ്ങി വിന്യാസംവരെയുള്ള കാര്യങ്ങൾ. ഉത്പാദനകേന്ദ്രങ്ങളുടെയും ഉപഭോക്തൃ ഏജൻസികളുടെയും പങ്കാളിത്തം ഡിസൈൻഘട്ടംമുതൽക്കുതന്നെ ഉറപ്പാക്കിയിരുന്നു. പിന്നെ, മിസ്സൈൽ സംവിധാനങ്ങൾ യുദ്ധഭൂമിയിൽ വിജയകരമായി വിന്യസിച്ചുകഴിയുംവരെ ആരും പ്രോജക്ടിൽനിന്നും പിൻവാങ്ങുന്ന പ്രശ്നമേയില്ല.

ടീമുകൾ രൂപവത്കരിച്ച് ജോലികൾ സംഘടിപ്പിക്കുന്ന പ്രക്രിയ നടന്നുകൊണ്ടിരിക്കവേതന്നെ, ഐ ജി എം ഡി പിയുടെ വർദ്ധിച്ചുകൊണ്ടിരിക്കുന്ന ആവശ്യങ്ങൾ പൂർണ്ണമായും നിറവേറ്റുന്നതിന് ഡി ആർ ഡി എല്ലിൽ ലഭ്യമായ സ്ഥലം തീർത്തും അപര്യാപ്തമാണെന്ന് ഞാൻ മനസ്സിലാക്കി. നിർമ്മാണശാലകളിൽ ചിലത് വളരെ അടുത്തുതന്നെ സ്ഥാപിക്കേണ്ടിയിരുന്നു. മിസ്സൈലുകൾ സംയോജിപ്പിക്കുവാനും പുറത്തിറക്കുവാനും വേണ്ടി 'ഡെവിളി'ന്റെ കാലഘട്ടത്തിൽ നിർമ്മിച്ച പണിശാലയ്ക്ക് കേവലം 120 ചതുരശ്രമീറ്റർ വിസ്തീർണ്ണമുള്ള ഒരു ഷെഡ്ഡേ ഉണ്ടായിരുന്നുള്ളൂ. അതാകട്ടെ നിറയെ പ്രാവുകൾ കൂടുകെട്ടിയിരുന്നതും. സംയോജനത്തിനായി താമസിയാതെ ഇവിടെ എത്തിച്ചേരാൻ പോകുന്ന അഞ്ചു മിസ്സൈലുകളെ കൂട്ടിയിണക്കാനുള്ള സ്ഥലവും സൗകര്യവും എവിടെ? പരിസ്ഥിതിപരിശോധനാകേന്ദ്രവും ഏവിയോണിക്സ് പരീക്ഷണ ശാലയും ഒരേപോലെ കുത്തിത്തിരുകിയതും ആവശ്യത്തിന് ഉപകരണങ്ങളില്ലാത്തവയുമായിരുന്നു.

അടുത്തുള്ള ഇമാറ്റ് കാഞ്ചപ്രദേശം ഞാൻ സന്ദർശിച്ചു. ദശാബ്ദങ്ങൾക്കുമുൻപ് ഡി ആർ ഡി എൽ വികസിപ്പിച്ചെടുത്ത ടാങ്ക്വേധ മിസ്സൈലുകളുടെ പരീക്ഷണസ്ഥലമായി ഉപയോഗിച്ചിരുന്നിടമാണത്. കാര്യമായ വൃക്ഷങ്ങളൊന്നുമില്ലാതെ തരിശായിക്കിടന്ന ആ ഭൂപ്രദേശത്ത് അവിടവിടെയായി ഡക്കാൻ പീഠഭൂമിയുടെ സവിശേഷതയായ വലിയ പാറക്കഷണങ്ങൾ മുഴച്ചു നിന്നിരുന്നു. ഈ പാറകളിലൊക്കെ അപാരമായ ഊർജ്ജം കുടികൊള്ളുന്നതായി എനിക്കു തോന്നി. മിസ്സൈൽ പ്രോജക്ടുകൾക്കുവേണ്ട സംയോജന പുറത്തിറക്കൽ സൗകര്യങ്ങൾ ഇവിടെ സ്ഥാപിക്കാൻ ഞാൻ തീരുമാനിച്ചു. അടുത്ത മൂന്നു വർഷത്തേക്ക് ഇതെന്റെയൊരു ദൗത്യമായിമാറി.

ഒരു ഇനേർഷ്യൽ ഇൻസ്ട്രമെന്റേഷൻ ലാബറട്ടറി, സമ്പൂർണ്ണ പരിസ്ഥിതി ഇലക്ട്രോണിക് യുദ്ധോപകരണ(ഇ എം ഐ/ഇ എം സി) പരിശോധനശാല, സംയോജിതവസ്തുക്കളുടെ ഒരു ഉത്പാദനശാല, ഉന്നത എന്താൾപി ശാല, ഏറ്റവും ആധുനികമായ മിസ്സൈലുകളുടെ സംയോജനത്തിനും പുറത്തിറക്കലിനുമുള്ള ഒരു കേന്ദ്രം എന്നീ അത്യാധുനിക സാങ്കേതികസൗകര്യങ്ങളോടുകൂടിയ ഒരു മോഡൽ ഹൈ ടെക്നോളജി സെന്റർ സ്ഥാപിക്കാനുള്ള ഒരു നിർദ്ദേശം ഞങ്ങൾ തയ്യാറാക്കി. ഏത് അളവിലും വളരെ ഭീമമായ ഒരു ചുമതലയായിരുന്നു ഇത്. പൂർണ്ണമായും വ്യത്യസ്തമായൊരുതരം വൈദഗ്ദ്ധ്യവും മനക്കരുത്തും ദൃഢനിശ്ച

യവും ആവശ്യമായിരുന്നു ഈ പ്രോജക്ടിന്റെ സാക്ഷാത്കാരത്തിന്. ലക്ഷ്യങ്ങളും ഉദ്ദേശ്യങ്ങളുമെല്ലാം ഇവിടെ സൃഷ്ടിക്കപ്പെട്ടുകഴിഞ്ഞു. ഇനി ഇവയെല്ലാം വിവിധ ഏജൻസികളിൽനിന്നുമുള്ള ഒരു കൂട്ടം ആളുകൾക്കു മനസ്സിലാക്കിക്കൊടുക്കുകയും അവരുമായി പങ്കുവയ്ക്കുകയും വേണം. ടീമിന്റെ നേതാവ് ഉണ്ടാക്കിയെടുക്കുകയും നിലനിർത്തുകയും ചെയ്യേണ്ടുന്ന പ്രശ്നപരിഹാരത്തിലധിഷ്ഠിതമായ ആശയവിനിമയപ്രക്രിയകളിലൂടെയാണ് ഇതു സാധിക്കേണ്ടിയിരുന്നത്. ഇപ്രകാരമെല്ലാം ചെയ്യാൻ ഏറ്റവും അനുയോജ്യനായ വ്യക്തി ആരായിരിക്കും? ആവശ്യമായ നേതൃത്വഗുണങ്ങൾ ഒട്ടെല്ലാംതന്നെ ഞാൻ എം വി സൂര്യകാന്തറാവുവിൽ കണ്ടെത്തി. ഇനി, ആർ സി ഐ യുടെ സൃഷ്ടിയിൽ ഒട്ടുവളരെ സ്ഥാപനങ്ങൾ പങ്കെടുക്കേണ്ടതുണ്ട് എന്നതിനാൽ അധികാരശ്രേണിസംബന്ധമായ പരിഗണനകളൊക്കെ ഒരാൾ നോക്കേണ്ടതുണ്ട്. അന്ന് അൻപതുകളുടെ അന്ത്യത്തിലെത്തിനില്ക്കുകയായിരുന്ന സൂര്യകാന്തറാവുവിനെ സഹായിക്കാൻ, മുപ്പതുകളുടെ മധ്യത്തിൽ നില്ക്കുകയായിരുന്ന കൃഷ്ണമോഹനെ ഞാൻ തിരഞ്ഞെടുത്തു. അനുസരണത്തിലും ഗുണദോഷിക്കലിലും ആശ്രയിക്കുക എന്നതിനുമുപരിയായി, കൃഷ്ണമോഹൻ ആളുകളെ അവരുടെ ജോലിയിടങ്ങളിലെ പ്രവൃത്തികളിൽ പൂർണമായി മുഴുകുന്നതിനു പ്രേരിപ്പിച്ചുകൊള്ളും.

അംഗീകൃതനടപടിക്രമമനുസരിച്ച് ആർ സി ഐ യ്ക്കു വേണ്ട കെട്ടിടനിർമ്മാണപ്രവർത്തനങ്ങൾക്കായി ഞങ്ങൾ മിലിറ്ററി എൻജിനീയറിങ് സർവീസി (എം ഇ എസ്)നെ സമീപിച്ചു. ഈ ചുമതല നിറവേറ്റുന്നതിന് ഏകദേശം അഞ്ചു വർഷത്തെ കാലയളവ് വേണ്ടിവരുമെന്നാണ് അവർ സൂചിപ്പിച്ചത്. ഈ പ്രശ്നം പ്രതിരോധമന്ത്രാലയത്തിലെ ഉന്നതതലത്തിൽ ആഴത്തിലുള്ള ചർച്ചയ്ക്ക് വിധേയമാക്കുകയും പ്രതിരോധസംബന്ധമായ കെട്ടിടനിർമ്മാണങ്ങളുടെ ചുമതല പുറത്തുനിന്നുമുള്ള ഒരു കൺസ്ട്രക്ഷൻ കമ്പനിയെ ഏല്പിക്കുക എന്ന ഒരു സുപ്രധാന തീരുമാനം എടുക്കുകയും ചെയ്തു. ഭൂമിയുടെ വടിവ് കാണിക്കുന്ന ചിത്രങ്ങൾ കിട്ടാനും നിർമ്മാണമേഖലയിലേക്കുള്ള പാതകളുടെ രൂപരേഖ തയാറാക്കുക, സൗകര്യങ്ങൾ സ്ഥാപിക്കേണ്ട കൃത്യമായ ഇടങ്ങൾ നിർണ്ണയിക്കുക എന്നിവയ്ക്കായി ഇമാറ്റ് കാഞ്ചയുടെ വ്യോമചിത്രങ്ങൾ എടുക്കാനുമായി സർവേ ഒഫ് ഇന്ത്യ, നാഷണൽ റിമോട്ട് സെൻസിങ് ഏജൻസി എന്നീ സ്ഥാപനങ്ങളുമായി ലെയ്സൺബന്ധം സ്ഥാപിച്ചു. കേന്ദ്ര ഭൂഗർഭജല ബോർഡാകട്ടെ ആ പാറക്കൂട്ടങ്ങൾക്കിടയിൽ ഇരുപതു ജലസ്രോതസ്സുകൾ കണ്ടെത്തി. പ്രതിദിനം 50 ലക്ഷം ലിറ്റർ വെള്ളവും മണിക്കൂറിൽ 40 മെഗാവാട്ട് വൈദ്യുതശക്തിയും നല്കുവാനുള്ള അടിസ്ഥാനസൗകര്യങ്ങളും ആസൂത്രണം ചെയ്യപ്പെട്ടു.

ഈ സമയത്തുതന്നെയാണ് കേണൽ എസ് കെ സൽവാൻ ഞങ്ങളുടെ സ്ഥാപനത്തിൽ ചേർന്നത്. ഒരു മെക്കാനിക്കൽ എൻജിനീയറായ അദ്ദേഹം തന്നോടൊപ്പം അളവില്ലാത്തത്ര ഊർജ്ജവും കൊണ്ടുവന്നു; നിർമ്മാണത്തിന്റെ അന്തിമഘട്ടമായപ്പോഴേക്കും പാറക്കൂട്ടങ്ങൾക്കിടയിലായി പുരാതനമായൊരു ആരാധനാസ്ഥലം സൽവാൻ കണ്ടെത്തി. ഇതൊരു പുണ്യസ്ഥലമായിരുന്നെന്ന്

എനിക്കു തോന്നി. ഞാൻ വിസ്മയിച്ചു. മിസ്സൈൽസംവിധാനങ്ങളുടെ രൂപകല്പന പ്രകാരമുള്ള പണികൾ ആരംഭിച്ചുകഴിഞ്ഞിരിക്കുകയും അവയുടെ സംയോജന ത്തിനും പുറത്തിറക്കലിനുംവേണ്ടിയുള്ള വികസനപ്രവർത്തനങ്ങൾക്ക് തുടക്കം കുറിക്കുകയും ചെയ്തിരിക്കുന്നതിനാൽ മിസ്സൈലിൻെറ പരീക്ഷണപ്പറക്കലുകൾ ക്കായി അനുയോജ്യമായൊരു സ്ഥലം തെരയുന്നതായിരുന്നു അടുത്തപടി. 'ഷാറും' ആന്ധ്രാപ്രദേശിലായതിനാൽ, അനുയോജ്യമായൊരു സ്ഥലത്തിനാ യുള്ള തിരച്ചിൽ കിഴക്കൻ തീരപ്രദേശങ്ങളിലൂടെ മുന്നേറി അവസാനം ഒറീസ്സയിലെ ബാലസോറിൽ എത്തിച്ചേർന്നു. വടക്കുകിഴക്കൻ കടൽതീരത്തെ ഒരു ഭൂപ്രദേശം ദേശീയ ടെസ്റ്റ് റേഞ്ചിനും കണ്ടെത്തി. നിർഭാഗ്യവശാൽ, ആ സ്ഥലത്തു പാർ ക്കുന്ന ജനങ്ങളെ ഒഴിപ്പിക്കുന്നതു സംബന്ധിച്ച രാഷ്ട്രീയപ്രശ്നങ്ങളിൽ ആ പ്രോജക്ട് മുഴുവനായിത്തന്നെ അവതാളത്തിലാകുമെന്ന അവസ്ഥ വന്നു. ആക യാൽ ഒറീസ്സയിലെ ബാലസോർ ജില്ലയിലുള്ള ഛന്ദിപ്പൂരിലെ യുക്തതാ പരീ ക്ഷണ സ്ഥാപന(പ്രൂഫ് എക്സ്പെരിമെൻറൽ എസ്റ്റാബ്ലിഷ്മെൻറ്)ത്തോടു ചേർന്ന് അടിസ്ഥാന സൗകര്യങ്ങൾക്കുവേണ്ടിയുള്ള ഒരു ഇടക്കാല ഏർപ്പാട് ഉണ്ടാക്കാൻ ഞങ്ങൾ തീരുമാനിച്ചു. ഇടക്കാല പരിശോധനാ മേഖല (ഇൻെററിം ടെസ്റ്റ് റേഞ്ച്)എന്ന പേരിൽ അറിയപ്പെട്ട ഇതിൻെറ നിർമ്മാണത്തിന് 30 കോടി രൂപയും ലഭ്യമാക്കി. ഇലക്ട്രോ ഒപ്റ്റിക്കൽ ട്രാക്കിങ് ഉപകരണങ്ങൾ, ഒരു ട്രാക്കിങ് ടെലിസ്കോപ്പ് സിസ്റ്റം, ഒരു ഇൻസ്ട്രമെൻേറഷൻ ട്രാക്കിങ് റഡാർ എന്നി വയ്ക്കുള്ള നൂതനവും പണച്ചെലവു കുറഞ്ഞതുമായ വിശദാംശങ്ങൾ ഡോ. എച്ച് എസ് രാമറാവുവും അദ്ദേഹത്തിൻെറ ടീമുംകൂടി അതിഭംഗിയായി തയ്യാ റാക്കി. വിക്ഷേപണത്തറയും മേഖലയുടെ അടിസ്ഥാനസൗകര്യങ്ങളും നിർമ്മി ക്കാനുള്ള ചുമതല ലെഫ്റ്റനൻറ് ജനറൽ ആർ എസ് ദേസ്വാളും മേജർ ജനറൽ കെ എൻ സിങ്ങും ഏറ്റെടുത്തു. ഛന്ദിപ്പൂരിൽ മനോഹരമായൊരു പക്ഷിസങ്കേത മുണ്ടായിരുന്നു. അതിനു യാതൊരു ശല്യവും വരാത്തവിധത്തിലാവണം ടെസ്റ്റ് റേഞ്ചിന് രൂപം കൊടുക്കാൻ എന്നു ഞാൻ എൻജിനീയർമാരോട് പ്രത്യേകം ആവശ്യപ്പെട്ടു.

എനിക്ക് ജീവിതത്തിലേറ്റവും സംതൃപ്തിപകർന്ന അനുഭവം, ഒരുപക്ഷേ, ആർ സി ഐ യുടെ സൃഷ്ടിയായിരുന്നു. കളിമണ്ണിൽനിന്നും അനശ്വര സൗന്ദ ര്യമുള്ള കലാശില്പങ്ങൾ രൂപപ്പെടുത്തിയെടുക്കുമ്പോൾ ഒരു കളിമൺശില്പി ക്കുണ്ടാകുന്ന അതേ ആഹ്ലാദമായിരുന്നു, മിസ്സൈൽ ടെക്നോളജിയുടെ മിക വാർന്ന ഈ കേന്ദ്രത്തിൻെറ വികസനത്തിൽ എനിക്ക് അനുഭവപ്പെട്ടത്.

ഐ ജി എം ഡി പി യുടെ പ്രവർത്തനങ്ങൾ നേരിട്ടു കണ്ടു മനസ്സിലാക്കു വാനായി 1983 സെപ്റ്റംബറിൽ പ്രതിരോധവകുപ്പുമന്ത്രി ആർ വെങ്കട്ടരാമൻ ഡി ആർ ഡി എൽ സന്ദർശിക്കുകയുണ്ടായി. ഞങ്ങളുടെ ലക്ഷ്യങ്ങൾ നേടിയെ ടുക്കുന്നതിനാവശ്യമായ വിഭവങ്ങളുടെയെല്ലാം ഒരു ലിസ്ററ് തയ്യാറാക്കുവാൻ അദ്ദേഹം ഉപദേശിച്ചു. ലിസ്റ്റ് തയ്യാറാക്കുമ്പോൾ ഒന്നുംതന്നെ വിട്ടുപോകാതിരി ക്കാൻ പ്രത്യേകം ശ്രദ്ധിക്കണമെന്നും ഞങ്ങളുടെ സ്വന്തം ക്രിയാത്മകഭാവന

കളും വിശ്വാസവുംകൂടി അതിൽ ചേർക്കണമെന്നും അദ്ദേഹം ആവശ്യപ്പെട്ടു. “നിങ്ങൾ വിഭാവനം ചെയ്യുന്നതെന്തോ, അതുതന്നെയാണ് സംഭവിക്കുക. നിങ്ങൾ വിശ്വസിക്കുന്നതെന്തോ, അത് നിങ്ങൾ നേടുകയും ചെയ്യുന്നു.” അദ്ദേഹം പറഞ്ഞു. ഐ ജി എം ഡി പി ക്കു മുന്നിൽ അനന്തസാധ്യതകളുടെ ഒരു ചക്രവാളം നീണ്ടുകിടക്കുന്നത് ഡോ. അരുണാചലത്തിനും എനിക്കും ദൃശ്യമായി; ഞങ്ങളുടെ അത്യുത്സാഹം പടർന്നു പിടിക്കുന്നതായിരുന്നു. രാജ്യത്തെ ഏറ്റവും പ്രഗല്ഭരായ വിദഗ്ദ്ധർ ഐ ജി എം ഡി പി യിലേക്ക് ആകർഷിക്കപ്പെടുന്നതുകണ്ട് ഞങ്ങൾ ത്രസിക്കുകയും വർധിതവീര്യരാകുകയും ചെയ്തു. ഒരു വിജയിയോടൊത്തുപോകാൻ ആരാണിഷ്ടപ്പെടാത്തത്? വിജയിക്കാനായി പിറവിയെടുത്ത ഒരു സ്ഥാപനമാണ് ഐ ജി എം ഡി പി എന്ന ശ്രുതി എങ്ങും പരന്നു.

12

ഞങ്ങളന്ന് 1984ലേക്കുള്ള ലക്ഷ്യങ്ങൾ നിർണ്ണയിക്കുവാനുള്ള ഒരു യോഗത്തിലായിരുന്നു. അപ്പോഴാണ് ജനുവരി 3-ാം തീയതി വൈകുന്നേരം ബോംബെയിൽ വെച്ച് ഡോ. ബ്രഹ്മപ്രകാശ് അന്തരിച്ചതായുള്ള വാർത്ത വന്നത്. എന്നെ സംബന്ധിച്ചിടത്തോളം അത് വൈകാരികമായി വലിയൊരു നഷ്ടമായിരുന്നു. എന്തെന്നാൽ ഔദ്യോഗിക ജീവിതത്തിലെ ഏററവുമധികം വെല്ലുവിളികൾ നിറഞ്ഞ ഒരു കാലയളവിൽ അദ്ദേഹത്തിൻെറ കീഴിൽ പ്രവർത്തിക്കുവാൻ ഭാഗ്യം സിദ്ധിച്ച ഒരുവനാണു ഞാൻ. അദ്ദേഹത്തിൻെറ എളിമയും മനുഷ്യത്വവും തികച്ചും അനുകരണീയമായിരുന്നു. എസ് എൽ വി-ഇ 1 പരീക്ഷണം പരാജയപ്പെട്ട ദിവസം അദ്ദേഹം നല്കിയ ആശ്വാസദായകമായ സാന്ത്വനത്തിൻെറ സ്മരണകൾ ഉണർന്നപ്പോൾ എൻെറ ദുഃഖത്തിൻെറ ആഴം കൂടി.

പ്രൊഫ. സാരാഭായിയാണ് വി എസ് എസ് സിയുടെ സ്രഷ്ടാവ് എങ്കിൽ അതിനെ ഒരു സംഭവമാക്കി മാററിയത് ഡോ. ബ്രഹ്മപ്രകാശാണ്. ആ സ്ഥാപനത്തിന് ഏററവുമധികം പരിചരണം ആവശ്യമായിരുന്നപ്പോൾ അദ്ദേഹമതിനെ പരിപോഷിപ്പിച്ചു. എൻെറ നേതൃത്വശേഷി രൂപപ്പെടുത്തിയെടുത്തതിൽ ഡോ. ബ്രഹ്മപ്രകാശ് വലിയൊരു പങ്കുവഹിച്ചിട്ടുണ്ട്. യഥാർത്ഥത്തിൽ, അദ്ദേഹവുമായുള്ള ബന്ധം എൻെറ ജീവിതത്തിൽ ഒരു വഴിത്തിരിവായിരുന്നു. അദ്ദേഹത്തിൻെറ എളിമ എന്നെ മയപ്പെടുത്തുകയും എൻെറ രൂക്ഷമായ സമീപനരീതി ഉപേക്ഷിക്കാൻ സഹായിക്കുകയും ചെയ്തു. തൻെറ കഴിവുകളും സദ്ഗുണങ്ങളും പുറത്തുകാണിക്കാതിരിക്കുന്നതിൽ മാത്രം ഒതുങ്ങിനിന്നില്ല അദ്ദേഹത്തിൻെറ ലാളിത്യം. തൻെറ കീഴിൽ പണിയെടുത്ത എല്ലാത്തരം ആളുകളുടെയും അന്തസ്സിനെ ബഹുമാനിക്കുന്നതിലും ആർക്കുംതന്നെ — ലീഡർക്കുപോലും — തെററുപററിക്കൂടായ്കയില്ല എന്ന പരമാർത്ഥം അംഗീകരിക്കുന്നതിലും അതു മുഴുകി നിന്നിരുന്നു. ഒരു ക്ഷീണഗാത്രൻെറ ശാരീരികഘടനയുള്ള ഒരു ബുദ്ധിരാക്ഷസനായിരുന്നു ഡോ. ബ്രഹ്മപ്രകാശ്. ഒരു ശിശുവിൻെറ നിഷ്കളങ്കത അദ്ദേഹത്തിനുണ്ടായിരുന്നു. ഞാൻ അദ്ദേഹത്തെ എപ്പോഴും കരുതിപ്പോന്നിട്ടുള്ളത് ശാസ്ത്രജ്ഞന്മാർക്കിടയിലെ ഒരു വിശുദ്ധനായിട്ടാണ്.

ഡി ആർ ഡി എല്ലിൻെറ ഈ നവോത്ഥാന കാലഘട്ടത്തിൽ, പി ബാനർജിയും കെ വി രമണസായിയും അവരുടെ ടീമംഗങ്ങളും ചേർന്നു വികസിപ്പിച്ചെടുത്ത ഒരു ഉയര നിയന്ത്രണ സംവിധാനവും വാഹനത്തിൽ വയ്ക്കാവുന്ന ഒരു കമ്പ്യൂട്ടറും പ്രവർത്തനസജ്ജമായി വരുന്നുണ്ടായിരുന്നു. ഏതു പുതിയ

മിസ്സൈൽ വികസന പരിപാടിയെ സംബന്ധിച്ചിടത്തോളവും ജീവൽപ്രധാനമായിരുന്നു ഇവരുടെ പരിശ്രമങ്ങളുടെ വിജയം. അതേ സമയംതന്നെ ഈ സുപ്രധാന സംവിധാനം പരീക്ഷിച്ചുനോക്കാനായി ഞങ്ങൾക്ക് ഒരു മിസ്സൈലും വേണമായിരുന്നു.

തലപുകയ്ക്കുന്ന നിരവധി കൂടിയാലോചനകൾക്കുശേഷം ഈ സംവിധാനം പരീക്ഷിക്കാനായി ഒരു 'ഡെവിൾ' മിസ്സൈലിനെ താത്കാലികമായി തട്ടിക്കൂട്ടിയെടുക്കാൻ ഞങ്ങൾ തീരുമാനിച്ചു. ഒരു 'ഡെവിൾ' മിസ്സൈലിനെ അഴിച്ച് നിരവധി പരിഷ്കാരങ്ങൾ വരുത്തി, വിശദമായ ഉപസംവിധാന പരിശോധനകൾ കഴിച്ച്, മിസ്സൈൽ പുറത്തിറക്കൽസംവിധാനം പുനഃക്രമീകരിക്കുകയും ചെയ്തു. താത്കാലികമായി ഒരു വിക്ഷേപിണി സ്ഥാപിച്ചശേഷം പ്രഥമ തദ്ദേശീയ സ്ട്രാപ് ഡൗൺ ഇനേർഷ്യൽ ഗൈഡൻസ് സംവിധാനം പരീക്ഷിക്കാനായി 1984 ജൂൺ 26-ന് പ്രവർത്തനം പരിഷ്കരിച്ച, പരിധി വർദ്ധിപ്പിച്ച ഒരു 'ഡെവിൾ' മിസ്സൈൽ തൊടുത്തുവിട്ടു. ഈ സംവിധാനം അതിൻെറ എല്ലാ ആവശ്യങ്ങളും നിറവേററി. ഇതുവരെ വിപരീത സാങ്കേതികവിദ്യയുടെ പരിധിയിൽ മാത്രം നിന്നിരുന്ന ഇന്ത്യൻ മിസ്സൈൽ വികസനത്തെ സംബന്ധിച്ചിടത്തോളം സ്വന്തം സംവിധാനങ്ങൾ രൂപകല്പന ചെയ്യുക എന്ന നിലയിലേക്കുള്ള വളർച്ചയുടെ ചരിത്രത്തിൽ ഇത് പ്രഥമവും സുപ്രധാനവുമായൊരു ചവിട്ടുപടിയായിരുന്നു. ദീർഘകാലമായി നിഷേധിക്കപ്പെട്ടിരുന്ന ഒരു അവസരം ഡി ആർ ഡി എല്ലിലെ മിസ്സൈൽ ശാസ്ത്രജ്ഞന്മാർ വിനിയോഗിച്ചിരിക്കുകയാണ്. ഏവർക്കും കേൾക്കാനാകുംവിധം ഉച്ചത്തിലുള്ളതും വ്യക്തവുമായിരുന്നു ആ സന്ദേശം: 'നമുക്കും ഇത് ചെയ്യാൻ കഴിയും!'

വാർത്ത ഡൽഹിയിലെത്താൻ അധികം വൈകിയില്ല. ഐ ജി എം ഡി പിയുടെ പുരോഗതി തനിക്ക് നേരിട്ടു വിലയിരുത്താനുള്ള താത്പര്യം പ്രധാനമന്ത്രി ഇന്ദിരാഗാന്ധി പ്രകടിപ്പിച്ചു. ഞങ്ങളാകെ ആവേശഭരിതരായി. ഓരോരുത്തരും ഏററവും മികവു കാട്ടാൻ മോഹിച്ചു. സ്ഥാപനമാകെ ആവേശഭരിതമായി. 1984 ജൂലൈ 19-ന് ശ്രീമതി ഗാന്ധി ഡി ആർ ഡി എൽ സന്ദർശിച്ചു.

തന്നിലും തൻെറ പ്രവൃത്തികളിലും തൻെറ രാജ്യത്തിലും വളരെയധികം അഭിമാനബോധമുള്ള ഒരു വ്യക്തിയായിരുന്നു പ്രധാനമന്ത്രി ഇന്ദിരാഗാന്ധി. പൊതുവെ വിനീതമായ എൻെറ മനോഘടനയിൽ തൻെറ സ്വന്തം അമിതാഭിമാനബോധത്തിൽനിന്നും അല്പം അവർ വെച്ചുതന്നിട്ടുള്ളതിനാൽ ഡി ആർ ഡി എല്ലിൽവെച്ച് അവരെ സ്വീകരിക്കുന്നത് ഒരു ബഹുമതിയായി ഞാൻ കരുതി. താൻ എണ്ണൂറ് ദശലക്ഷം ജനങ്ങളുടെ നായികയാണെന്ന ശക്തമായ ബോധ്യം അവർക്കുണ്ടായിരുന്നു. ഏററവും മികച്ച രീതിയിൽ ചിട്ടപ്പെടുത്തിയതായിരുന്നു അവരുടെ ഓരോ ചുവടുവെപ്പും, ഓരോ നോട്ടവും, ഓരോ കരചലനവും ഒക്കെ. നിയന്ത്രിത മിസ്സൈലുകളുടെ മേഖലയിലുള്ള ഞങ്ങളുടെ പ്രവൃത്തികളിൽ അവരർപ്പിച്ച ആദരവ് ഞങ്ങളുടെ കർമ്മവീര്യത്തെ ഉത്തേജിതമാക്കാൻ ഏറെ ഉപകരിക്കുകയുണ്ടായി.

ഡി ആർ ഡി എല്ലിൽ ചെലവഴിച്ച ഒരു മണിക്കൂർ സമയംകൊണ്ട് അവർ

പറക്കൽസംവിധാനപദ്ധതികൾമുതൽ ബഹുമുഖ വികസന പരീക്ഷണശാലകൾ വരെ ഐ ജി എം ഡി പിയുടെ വൈവിധ്യമാർന്ന വശങ്ങൾ എല്ലാം പരിശോധിച്ചു. അവസാനം അവർ രണ്ടായിരത്തോളം ആളുകൾ വരുന്ന ഡി ആർ ഡി എൽ സമൂഹത്തെ അഭിസംബോധന ചെയ്യുകയുണ്ടായി. ഞങ്ങൾ തയ്യാറാക്കിക്കൊണ്ടിരിക്കുന്ന പറക്കൽസംവിധാനങ്ങളുടെ സമയക്രമങ്ങളെക്കുറിച്ച് അവർ അന്വേഷണം നടത്തി. " 'പൃഥ്വി'യുടെ പരീക്ഷണപ്പറക്കൽ നിങ്ങൾ എന്നേക്കാണ് വച്ചിരിക്കുന്നത്?" ശ്രീമതി ഗാന്ധി ചോദിച്ചു. "1987 ജൂണിൽ." ഞാൻ മറുപടി നൽകി. ഉടൻതന്നെ അവർ ഇങ്ങനെ പ്രതികരിച്ചു: ''ഈ സമയക്രമം ത്വരിതപ്പെടുത്താൻ എന്താണ് ആവശ്യമുള്ളതെന്ന് എന്നോടു പറയാമോ?'' ശാസ്ത്രസാങ്കേതിക പ്രവർത്തനങ്ങളുടെ ഫലങ്ങൾ വേഗത്തിൽ നേടാൻ അവർ ആഗ്രഹിച്ചു. "നിങ്ങളുടെ ദ്രുതപ്രവർത്തനത്തിലാണ് മുഴുവൻ രാഷ്ട്രത്തിൻെറയും പ്രത്യാശ." അവർ പറഞ്ഞു. ഐ ജി എം ഡി പി സമയക്രമം പാലിച്ചാൽ മാത്രം പോരാ, മികവും നേടണമെന്നുകൂടി അവർ എന്നോടു പറയുകയുണ്ടായി. "നിങ്ങളുടെ നേട്ടം എന്തുമായിക്കൊള്ളട്ടെ, നിങ്ങളതിൽ പൂർണമായും സംതൃപ്തരാകരുത്. മാത്രമല്ല, സ്വന്തം കഴിവുതെളിയിക്കാനുള്ള നിരന്തര പരിശ്രമത്തിലുമായിരിക്കണം നിങ്ങൾ," അവർ കൂട്ടിച്ചേർത്തു. അടുത്ത ഒരു മാസത്തിനകം തൻെറ പുതിയ പ്രതിരോധവകുപ്പു മന്ത്രി എസ് ബി ചവാനെ ഞങ്ങളുടെ പ്രോജക്ടുകൾ അവലോകനം ചെയ്യാൻ അയച്ചുകൊണ്ട് അവർ തൻെറ താത്പര്യവും പിന്തുണയും വ്യക്തമാക്കി. ശ്രീമതി ഗാന്ധിയുടെ ഈ പിന്തുടരൽസമീപനം ആകർഷകമായിരുന്നു എന്നു മാത്രമല്ല ഫലപ്രദവുംകൂടിയായിരുന്നു. ഇന്ന് 'മികവ്' എന്ന പദം ഐ ജി എം ഡി പി യുടെ പര്യായമാണെന്ന് നമ്മുടെ രാജ്യത്തെ ബഹിരാകാശഗവേഷണവുമായി ബന്ധപ്പെട്ട ഓരോരുത്തർക്കും അറിയാം.

സ്വന്തമായി വളർത്തിയെടുത്തതെങ്കിലും തികച്ചും കാര്യക്ഷമമായ കാര്യനിർവഹണതന്ത്രങ്ങൾ ഞങ്ങൾക്ക് ഉണ്ടായിരുന്നു. പ്രോജക്ടിൻെറ പ്രവർത്തനങ്ങൾസംബന്ധിച്ചുള്ള തുടർനടപടികളുമായി ബന്ധപ്പെട്ടതായിരുന്നു അതിലൊരു തന്ത്രം. സാധ്യമായ ഒരു മാർഗ്ഗത്തിൻെറ സാങ്കേതികവും മുറപ്രകാരമുള്ളതുമായ വിശകലനം, പ്രവൃത്തികേന്ദ്രങ്ങളിൽവെച്ചുള്ള അതിൻെറ പരിശോധന, സഹപ്രവർത്തനത്തിലുള്ളവരുടെ പൊതുസമിതിയിൽവെച്ച് ഇതിനേക്കുറിച്ചുള്ള അതിൻെറ ചർച്ച, ഏവരുടെയും പിന്തുണ ഉറപ്പാക്കിയശേഷം അതു നടപ്പാക്കൽ എന്നിവയാണ് ഈ തന്ത്രത്തിൽ അടിസ്ഥാനപരമായി ഉൾക്കൊണ്ടിരുന്നത്. നിരവധി മൗലിക ആശയങ്ങൾ ബന്ധപ്പെട്ട പ്രവൃത്തികേന്ദ്രങ്ങളിലെ തൃണമൂലതലത്തിൽനിന്ന് ഉയർന്നുവന്നു. വിജയകരമായ ഈ പരിപാടിയിലെ ഏററവും പ്രധാനമായ കാര്യനിർവഹണതന്ത്രം ചൂണ്ടിക്കാട്ടാൻ നിങ്ങൾ ആവശ്യപ്പെട്ടാൽ എനിക്ക് എടുത്തുകാട്ടാനുള്ളത് കർമ്മോന്മുഖമായ ഈ തുടർനടപടികളാണ്. രൂപകല്പന, ആസൂത്രണം, പിൻതുണ സേവനങ്ങൾ എന്നിവയുമായി ബന്ധപ്പെട്ട് വിവിധ പരീക്ഷണശാലകളിലും പിന്നെ, പരിശോധനാസ്ഥാപനങ്ങൾ, വിദ്യാഭ്യാസസ്ഥാപനങ്ങൾ എന്നിവയിലും നടന്നുവന്നിരുന്ന ജോലികളിലെല്ലാം

തുടർനടപടികൾവഴി സൗഹൃദപരമായ രീതിയിൽ അതിവേഗമുള്ള പുരോഗതി നേടിയെടുക്കാൻ കഴിഞ്ഞു. ഗൈഡഡ് മിസ്സൈൽ പ്രോഗ്രാം ഓഫീസിലെ പ്രവർത്തനയന്ത്രം വാസ്തവത്തിൽ ഇതായിരുന്നു: ഒരു പ്രവൃത്തികേന്ദ്രത്തിലേക്ക് നിങ്ങൾക്കൊരു കത്തെഴുതണമെങ്കിൽ ഒരു ഫാക്സ് സന്ദേശം അയയ്ക്കുക; നിങ്ങൾക്കൊരു ഫാക്സോ ടെലക്സോ അയയ്ക്കണമെങ്കിൽ ടെലിഫോൺ ചെയ്യുക; ഇനി, ടെലിഫോണിലൂടെയുള്ള ചർച്ചയാണ് ആ സന്ദർഭത്തിൽ ആവശ്യമെങ്കിൽ നേരിട്ടു സ്ഥലം സന്ദർശിക്കുക.

1984 സെപ്ററംബർ 27-ന് ഡോ. അരുണാചലം ഐ ജി എം ഡി പി യുടെ സ്ഥിതിയെക്കുറിച്ച് ഒരു സമഗ്രഅവലോകനം നടത്തിയ വേളയിൽ ഈ സമീപനത്തിൻെറ ശക്തി വെളിപ്പെടുകയുണ്ടായി. നടത്തിപ്പിൻെറ ആദ്യവർഷത്തിലെ പുരോഗതിയും പ്രശ്നങ്ങളും വിമർശനാത്മകമായി അവലോകനം ചെയ്യാൻ ഡി ആർ ഡി ഒ യുടെ പരീക്ഷണശാലകൾ, ഐ എസ് ആർ ഒ, വിദ്യാഭ്യാസസ്ഥാപനങ്ങൾ, ഉത്പാദനസ്ഥാപനങ്ങൾ എന്നിവിടങ്ങളിൽനിന്നുള്ള വിദഗ്ദ്ധർ ഒത്തുചേർന്നു. ഇമാററ് കാഞ്ചയിൽ സൗകര്യങ്ങൾ ഒരുക്കുക, ഒരു പരിശോധനാകേന്ദ്രം സ്ഥാപിക്കുക എന്നീ സുപ്രധാന തീരുമാനങ്ങൾ ഈ അവലോകനവേളയിൽ ഉരുത്തിരിഞ്ഞുവന്നു. സ്ഥലത്തിൻെറ തനിമ നിലനിറുത്താനായി ഇമാററ് കാഞ്ചയിൽ വരാൻ പോകുന്ന അടിസ്ഥാനസൗകര്യങ്ങൾക്ക് 'റിസർച്ച് സെൻറർ ഇമാററ്' (ആർ സി ഐ) എന്നുതന്നെ പേരു കൊടുത്തു.

അവലോകനസമിതിയിൽ ഒരു പഴയ പരിചയക്കാരനെ, ററി എൻ ശേഷനെ കാണാനായത് സന്തോഷകരമായ ഒരനുഭവമായി. എസ് എൽ വി-3 ൻെറ കാലം മുതൽക്കുതന്നെ ഞങ്ങൾ പരസ്പരസൗഹൃദം വളർത്തിയെടുത്തിരുന്നു. എന്നിരുന്നാലും ഈ സമയം, അവതരിപ്പിക്കപ്പെട്ട സമയക്രമങ്ങൾ സാമ്പത്തികനിർദ്ദേശങ്ങളുടെ പ്രയോഗക്ഷമത എന്നിവയെക്കുറിച്ച് പ്രതിരോധസെക്രട്ടറി എന്ന നിലയിൽ മൂർച്ചയേറിയതായിരുന്നു ശേഷൻെറ ചോദ്യങ്ങൾ. വാക്കുകളാൽ എതിരാളിയെ മുട്ടുകുത്തിക്കുന്നതിൽ ആനന്ദം കണ്ടെത്തിയിരുന്ന ഒരാളായിരുന്നു ശേഷൻ. മൂർച്ചയേറിയ പരിഹാസത്താൽ ശേഷൻ എതിരാളിയെ ഇളിഭ്യനാക്കും. ഉച്ചത്തിൽ സംസാരിക്കുകയും ചിലപ്പോഴൊക്കെ വലിയ തർക്കങ്ങൾ ഉന്നയിക്കുകയുമൊക്കെ ചെയ്യുമെങ്കിലും, അവസാനമാകുമ്പോഴേക്കും, നടപ്പിലാക്കാൻ പററിയ ഒരു പരിഹാരമാർഗ്ഗത്തിനായി ലഭ്യമായ എല്ലാ സ്രോതസ്സുകളും പരമാവധി ഉപയോഗിക്കാമെന്ന് അദ്ദേഹം എല്ലായ്പോഴും ഉറപ്പാക്കുമായിരുന്നു. വ്യക്തിപരമായ തലത്തിൽ ശേഷൻ ഏറെ ഹൃദയാലുവും മററുള്ളവരെക്കുറിച്ച് പരിഗണനയുള്ളയാളുമാണ്. ഐ ജി എം ഡി പി യിൽ നടപ്പാക്കിയിരുന്ന ആധുനിക സാങ്കേതികവിദ്യയെ സംബന്ധിച്ച അദ്ദേഹത്തിൻെറ ചോദ്യങ്ങൾക്ക് ഉത്തരം പറയാൻ എൻെറ ടീമിന് അതിയായ താത്പര്യമായിരുന്നു. കാർബൺ-കാർബൺ സംയോജിതവസ്തുക്കളുടെ തദ്ദേശീയ വികസനത്തെക്കുറിച്ചുള്ള അദ്ദേഹത്തിൻെറ നിഗൂഢത ദ്യോതിപ്പിക്കുന്ന ജിജ്ഞാസ ഞാനിന്നും ഓർക്കുന്നുണ്ട്. ഒരു സ്വകാര്യവും ഞാൻ നിങ്ങളെ അറിയിക്കട്ടെ: 31 ഇംഗ്ലീഷ് അക്ഷരങ്ങളും അഞ്ചു വാക്കുകളുമുള്ള

എന്റെ മുഴുവൻ പേരിൽ എന്നെ വിളിക്കാൻ ഇഷ്ടപ്പെടുന്ന, ഒരുപക്ഷേ ലോകത്തിലെ ഒരേയൊരു മനുഷ്യൻ ശേഷനായിരിക്കും—അവുൾ പക്കീർ ജൈനുലാബ്ദീൻ അബ്ദുൾ കലാം എന്ന്.

ഡി ആർ ഡി ഒ, ശാസ്ത്രീയവ്യാവസായിക ഗവേഷണ സമിതി (സി എസ് ഐ ആർ), ഐ എസ് ആർ ഒ, വിവിധ വ്യവസായങ്ങൾ എന്നിവയുമായി ബന്ധപ്പെട്ട 12 വിദ്യാഭ്യാസസ്ഥാപനങ്ങളിലും 30 പരീക്ഷണശാലകളിലുമായി മിസ്സൈൽ പരിപാടി ഒരേസമയം പുരോഗമിക്കുകയും രൂപകല്പന, വികസനം, ഉത്പാദനം എന്നിവയിൽ അവ ഭാഗഭാക്കുകളാകുകയും ചെയ്തു. യഥാർത്ഥത്തിൽ 50 പ്രൊഫസർമാരും 100 ഗവേഷണ വിദ്യാർത്ഥികളും താന്താങ്ങളുടെ സ്ഥാപനങ്ങളിലെ ലാബറട്ടറികളിൽവെച്ചുതന്നെ മിസ്സൈലുമായി ബന്ധപ്പെട്ട പ്രശ്നങ്ങളിന്മേൽ പണിയെടുക്കുകയുണ്ടായി. ഈ പങ്കാളിത്തത്തിലൂടെ ആ ഒരു വർഷത്തിൽ നേടിയെടുക്കാൻ കഴിഞ്ഞ പണിയുടെ ഗുണമേന്മ, ഞങ്ങളുടെ കാര്യപരിപാടികൾക്ക് കേന്ദ്രീകൃതമായ സമയക്രമം വെച്ചാൽ ഏത് വികസന പദ്ധതിയും നമ്മുടെ രാജ്യത്തുതന്നെ നിർവഹിക്കാനാകുമെന്നതിനെക്കുറിച്ച് എനിക്ക് വലിയ ആത്മവിശ്വാസമേകി. ഈ അവലോകനത്തിന് നാലുമാസം മുൻപ്, 1984 ഏപ്രിൽ-ജൂൺ കാലഘട്ടത്തിലാണെന്നു തോന്നുന്നു, മിസ്സൈൽ പ്രോഗ്രാമിലുൾപ്പെട്ട ഞങ്ങൾ ആറുപേർ വിവിധ വിദ്യാഭ്യാസാങ്കണങ്ങൾ സന്ദർശിക്കുകയും ഭാവിവാഗ്ദാനങ്ങളായ യുവബിരുദധാരികളെ പട്ടികയിൽ ചേർക്കുകയുമുണ്ടായി. മിസ്സൈൽ പ്രോഗ്രാമിന്റെ ഒരു രൂപരേഖ ഏകദേശം 350 പേരോളം വരുന്ന പ്രൊഫസർമാരുടെയും ഭാഗഭാഗിത്വകാംക്ഷികളായ വിദ്യാർത്ഥികളുടെയും മുമ്പാകെ ഞങ്ങൾ അവതരിപ്പിക്കുകയും അവരുടെ പങ്കാളിത്തം അഭ്യർത്ഥിക്കുകയും ചെയ്തു. ഏതാണ്ട് 300 യുവ എൻജിനീയർമാർ ഞങ്ങളുടെ പരീക്ഷണശാലകളിൽ ചേരുമെന്നു പ്രതീക്ഷിക്കുന്നതായി ഞാൻ അവലോകന സമിതിയെ അറിയിച്ചു.

സാങ്കേതികവിദ്യയിൽ മുൻകൈ എടുക്കുന്നതു സംബന്ധിച്ച തന്റെ നിർദ്ദേശം ശക്തമായി മുന്നോട്ടുവയ്ക്കാൻ അന്നത്തെ നാഷണൽ എയ്റോനോട്ടിക്കൽ ലാബറട്ടറിയുടെ ഡയറക്ടർ റോദ്ദാം നരസിംഹ ഈ അവലോകനവേളയെ ഉപയോഗിച്ചു. ലക്ഷ്യങ്ങൾ സുവ്യക്തമാണെങ്കിൽ സുപ്രധാന സാങ്കേതിക വെല്ലുവിളികളെ നേരിടാൻതക്ക കഴിവുള്ളവർ രാജ്യത്ത് വേണ്ടത്രയുണ്ടെന്ന് 'ഹരിതവിപ്ലവാ'നുഭവങ്ങൾ അനുസ്മരിച്ചുകൊണ്ട് അദ്ദേഹം ചൂണ്ടിക്കാട്ടി.

സമാധാനാവശ്യങ്ങൾക്കായി ഇന്ത്യ തന്റെ പ്രഥമ ആണവവിസ്ഫോടനം നടത്തിയപ്പോൾ, ഒരു ആണവായുധം സ്ഫോടനവിധേയമാക്കുന്ന ലോകത്തെ ആറാമത്തെ രാഷ്ട്രമെന്ന് നാം സ്വയം പ്രഖ്യാപിച്ചു. എസ് എൽ വി-3 വിക്ഷേപിക്കുമ്പോൾ നാം, ഉപഗ്രഹവിക്ഷേപണശേഷിയുള്ള അഞ്ചാമത്തെ രാജ്യമായിരുന്നു. നാമെന്നാണ് ലോകത്ത് ആദ്യമായോ രണ്ടാമതായോ ഒരു സാങ്കേതിക നേട്ടം കൈവരിക്കുന്ന രാജ്യമായിത്തീരാൻ പോകുന്നത്?

അവലോകനസമിതി അംഗങ്ങൾ തങ്ങളുടെ അഭിപ്രായങ്ങളും സംശയങ്ങളും പ്രകടിപ്പിക്കുന്നത് ഞാൻ ശ്രദ്ധാപൂർവം ശ്രവിക്കുകയും അവരുടെ കൂട്ടായ വിജ്ഞാനത്തിൽനിന്നും പഠിക്കുകയും ചെയ്തിരുന്നു. ഒരു തരത്തിൽ അത് എനിക്കൊരു വലിയ വിദ്യാഭ്യാസവേളയായിരുന്നു. ഒരു വിരോധാഭാസമെന്തെന്നാൽ, സ്കൂൾ പഠനവേളയിലെല്ലാം നമ്മെ വായിക്കാനും എഴുതാനും സംസാരിക്കുവാനും പഠിപ്പിക്കുന്നുണ്ട്; പക്ഷേ, ശ്രദ്ധിക്കുവാൻ പഠിപ്പിക്കുന്നില്ല. ഇന്നും അവസ്ഥ ഇതുപോലെതന്നെ തുടരുന്നു. പരമ്പരാഗതമായി ഇന്ത്യൻ ശാസ്ത്രജ്ഞന്മാർ വളരെ നല്ല പ്രഭാഷകരാണ്, പക്ഷേ, ശ്രദ്ധിക്കാനുള്ള ശേഷി വേണ്ടവിധം വികസിപ്പിച്ചെടുത്തിട്ടില്ല. നല്ല കരുതലോടെ ശ്രദ്ധിക്കുന്നവരാകാൻ ഞങ്ങൾ നിശ്ചയിച്ചിരുന്നു. പ്രവർത്തനസജ്ജമായ ഉപയോഗയോഗ്യതയാകുന്ന അടിത്തറയിന്മേലല്ലേ സാങ്കേതികഘടനകൾ പടുത്തുയർത്തപ്പെടുക? സാങ്കേതിക പ്രായോഗികവിജ്ഞാനമല്ലേ ഇതിൻെറ ഇഷ്ടികകൾ? സൃഷ്ടിപരമായ വിമർശനത്തിൻെറ കുമ്മായക്കൂട്ടിലല്ലേ ഈ ഇഷ്ടികകൾ പരസ്പരം ബന്ധിതമാകുന്നത്? അടിത്തറ ഇട്ടുകഴിഞ്ഞു, ഇഷ്ടികകൾ ചുട്ടെടുത്തു, ഇപ്പോൾ ഞങ്ങളുടെ പ്രവൃത്തികളെ കൂട്ടിയോജിപ്പിക്കാനുള്ള സിമൻറ് കൂട്ടിക്കൊണ്ടിരിക്കുകയാണ്.

കഴിഞ്ഞ മാസത്തെ അവലോകനത്തിൽനിന്നും ഉരുത്തിരിഞ്ഞുവന്ന പ്രവർത്തന രൂപരേഖ സംബന്ധമായ ജോലികളിൽ മുഴുകിയിരിക്കുകയായിരുന്നു ഞങ്ങൾ. പെട്ടെന്നാണ് ആ വാർത്ത വന്നത്, ശ്രീമതി ഗാന്ധി വധിക്കപ്പെട്ടിരിക്കുന്നു. ഇതിനെത്തുടർന്ന് പരക്കെയുള്ള അക്രമങ്ങളെയും ലഹളകളെയുംകുറിച്ചുള്ള വാർത്തകളുമെത്തി. ഹൈദരാബാദ് നഗരത്തിൽ കർഫ്യൂ പ്രഖ്യാപിച്ചു. ഞങ്ങൾ 'പെർട്ട് ചാർട്ടു'കളെല്ലാം ചുരുട്ടിവെച്ചിട്ട്, ജീവനക്കാരുടെ സുരക്ഷിതമായ മടക്കയാത്ര ക്രമീകരിക്കുവാനായി ഒരു നഗരഭൂപടം മേശമേൽ നിവർത്തിയിട്ടു. ഒരു മണിക്കൂറിനകം ഞങ്ങളുടെ പരീക്ഷണശാല ഒരു വിജനഭൂമിപോലെയായി. ഞാൻ ഏകനായി എൻെറ ഓഫീസിൽ ഇരിക്കുകയായിരുന്നു. ശ്രീമതി ഗാന്ധിയുടെ മരണത്തിൻെറ സാഹചര്യങ്ങൾ വളരെ വിപത്സൂചന നൽകുന്നവയായിരുന്നു. കേവലം മൂന്നു മാസങ്ങൾക്കു മുമ്പത്തെ അവരുടെ സന്ദർശനത്തിൻെറ സ്മരണകൾ എൻെറ ദുഃഖത്തിൻെറ ആഴം വർദ്ധിപ്പിച്ചു. മഹത്തായ ജീവിതത്തിൻെറ ഉടമകൾക്ക് ഇത്തരം ദാരുണമായ അന്ത്യം ഉണ്ടാകുന്നത് എന്തുകൊണ്ടാണ്? ഇത്തരമൊരു സാഹചര്യത്തിൽ എൻെറ പിതാവ് ആരോടോ പറഞ്ഞ വാക്കുകൾ ഞാൻ ഓർമ്മിച്ചു: "കറുപ്പും വെളുപ്പും നൂലിഴകൾ ഒരു തുണിയിൽ നെയ്തു ചേർത്തിരിക്കുന്നതു പോലെയാണ് സൂര്യനുകീഴിൽ നല്ലതും ചീത്തയുമായ മനുഷ്യർ ഒരുമിച്ചു താമസിക്കുന്നത്. കറുപ്പോ വെളുപ്പോ ആയ ഏതെങ്കിലുമൊരു ഇഴ പൊട്ടുമ്പോൾ നെയ്ത്തുകാരൻ തുണി മൊത്തം പരിശോധിക്കുന്നു. അദ്ദേഹം പിന്നീട് തറിയും പരിശോധിക്കും." ഞാൻ പരീക്ഷണശാലയിൽനിന്നും പുറത്തേക്കു പോകുമ്പോൾ റോഡിൽ ഒരൊററയാൾപോലും ഉണ്ടായിരുന്നില്ല. പൊട്ടിയ ഇഴയുടെ തറിയെക്കുറിച്ചുതന്നെ ഞാൻ ചിന്തിച്ചുകൊണ്ടിരുന്നു.

ശ്രീമതി ഗാന്ധിയുടെ മരണം ശാസ്ത്രസമൂഹത്തിന് അപാരമായൊരു നഷ്ടമായിരുന്നു. രാജ്യത്തെ ശാസ്ത്രീയ ഗവേഷണങ്ങൾക്ക് അവർ വലിയ ഉത്തേജനം നല്കി. പക്ഷേ, തിരിച്ചടികളിൽനിന്നും എളുപ്പം മുക്തമാകാൻ കഴിവുള്ള രാജ്യമാണ് ഇന്ത്യ. ആയിരക്കണക്കിനു മനുഷ്യരുടെ ജീവനും ഭീമമായ അളവ് വസ്തുവകകളും വിലയായി കൊടുത്തുകൊണ്ടാണെങ്കിലും അത് ശ്രീമതി ഗാന്ധിയുടെ വധത്തിൻെറ ഞെട്ടലിനെ ക്രമേണ ഉൾക്കൊണ്ടു. അവരുടെ പുത്രൻ രാജീവ്ഗാന്ധി ഇന്ത്യയുടെ പുതിയ പ്രധാനമന്ത്രിയായി. അദ്ദേഹം തെരഞ്ഞെടുപ്പിൽ ഇറങ്ങുകയും ശ്രീമതി ഗാന്ധിയുടെ നയപരിപാടികൾ—ഇൻറഗ്രേറ്റഡ് ഗൈഡഡ് മിസ്സൈൽ ഡെവലപ്മെൻറ് പ്രോഗ്രാമും അതിൻെറ ഒരു ഭാഗമാണ് — മുന്നോട്ടു കൊണ്ടുപോകാനുള്ള ജനസമ്മതി നേടുകയും ചെയ്തു.

1985-ലെ വേനൽക്കാലത്തോടെ ഇമാററ്റ് കാഞ്ചയിൽ മിസ്സൈൽ ടെക്നോളജി റിസർച്ച് സെൻറർ പണിയാനുള്ള പ്രാഥമികജോലികൾ പൂർത്തിയായി. പ്രധാനമന്ത്രി രാജീവ്ഗാന്ധി 1985 ആഗസ്ററ് 3-ന് റിസർച്ച് സെൻറർ ഇമാററ്റി (ആർ സി ഐ)ൻെറ തറക്കല്ലിട്ടു. ഇതുവരെയുള്ള പുരോഗതിയിൽ അദ്ദേഹം സന്തുഷ്ടനാണെന്നു തോന്നി. ഏറെ ഹൃദയഹാരിയായ ശിശുസഹജമായ ഒരുതരം ജിജ്ഞാസ അദ്ദേഹത്തിനുണ്ടായിരുന്നു. അദ്ദേഹത്തിൻെറ അമ്മ ഒരു വർഷം മുമ്പ് ഞങ്ങളെ സന്ദർശിച്ചപ്പോൾ പ്രകടിപ്പിച്ച കരുത്തും നിശ്ചയദാർഢ്യവും ചെറിയ വ്യത്യാസത്തോടെയാണെങ്കിലും അദ്ദേഹത്തിലുമുണ്ടായിരുന്നു. കഠിനജോലി ചെയ്യിക്കുന്ന ഒരാളുടേതുപോലെയായിരുന്നു ശ്രീമതി ഗാന്ധിയുടെ വ്യക്തിത്വം. എന്നാൽ, പ്രധാനമന്ത്രി രാജീവ്ഗാന്ധിക്കാകട്ടെ ആരെയും നേട്ടങ്ങൾ കൊയ്യാൻ പ്രേരിപ്പിക്കുന്ന ഒരുതരം നൈസർഗ്ഗിക വ്യക്തിപ്രഭാവമാണുണ്ടായിരുന്നത്. ഇന്ത്യൻ ശാസ്ത്രജ്ഞന്മാർ അഭിമുഖീകരിക്കുന്ന ക്ലേശങ്ങൾ ബോധ്യപ്പെട്ടെന്ന് ഡി ആർ ഡി എൽ കുടുംബത്തോടു പറഞ്ഞ അദ്ദേഹം, കൂടുതൽ സൗകര്യപ്രദമായ ഔദ്യോഗിക ജീവിതത്തിനായി വിദേശങ്ങളിലേക്ക് ചേക്കേറാതെ ഇവിടെനിന്ന് തങ്ങളുടെ മാതൃഭൂമിയിൽ ജോലിചെയ്യുന്നവരോട് തനിക്കുള്ള കൃതജ്ഞതയും പ്രകടിപ്പിക്കുകയുണ്ടായി. ദൈനംദിനജീവിതത്തിലെ നിസ്സാരപ്രശ്നങ്ങളിൽനിന്നും മുക്തനാകാതെ ആർക്കും ഇത്തരം ജോലിയിൽ ശ്രദ്ധ കേന്ദ്രീകരിക്കാനാവുകയില്ലെന്ന് ചൂണ്ടിക്കാട്ടിയ അദ്ദേഹം, ഒരു ശാസ്ത്രജ്ഞൻെറ ജീവിതം കൂടുതൽ സൗകര്യപ്രദമാക്കാൻ ചെയ്യാനാകുന്നതെല്ലാം ചെയ്യുമെന്ന് ഞങ്ങൾക്ക് ഉറപ്പും തന്നു.

അദ്ദേഹത്തിൻെറ സന്ദർശനം കഴിഞ്ഞ് ഒരാഴ്ചയ്ക്കകം അമേരിക്കൻ വ്യോമസേനയുടെ ക്ഷണപ്രകാരം ഞാൻ ഡോ. അരുണാചലത്തോടൊപ്പം അമേരിക്കൻ ഐക്യനാടുകളിലേക്കു പോയി. നാഷണൽ എയ്റോനോട്ടിക്കൽ ലാബറട്ടറിയിലെ റോദ്ദാം നരസിംഹയും എച്ച് എ എല്ലിലെ കെ കെ ഗണപതിയും ഞങ്ങളെ അനുഗമിച്ചു. വാഷിങ്ടണിലെ പെൻറഗണിലുള്ള ജോലി കഴിഞ്ഞ് നോർത്രോപ് കോർപ്പറേഷൻ സന്ദർശിക്കാനായി ലോസ് എയ്ഞ്ചൽസിലേക്കുള്ള യാത്രയ്ക്കിടയിൽ ഞങ്ങൾ സാൻഫ്രാൻസിസ്കോയിൽ ഇറങ്ങി. എൻെറ

പ്രിയപ്പെട്ട ഗ്രന്ഥകാരനായ റോബർട്ട് ഷുള്ളർ നിർമ്മിച്ച ക്രിസ്ററൽ കത്തീഡ്രൽ സന്ദർശിക്കുന്നതിന് ഞാൻ ഈ സന്ദർഭം വിനിയോഗിച്ചു. ഒരു മൂലയിൽനിന്നും അടുത്ത മൂലയിലേക്ക് 400 അടിയിലേറെ ദൂരമുള്ള ചതുഷ്ശിഖരനക്ഷത്രാകൃതിയിലുള്ള ഈ സമ്പൂർണ്ണ സ്ഫടികമന്ദിരത്തിന്റെ തീക്ഷ്ണസൗന്ദര്യം എന്നെ വിസ്മയഭരിതനാക്കി. ഒരു ഫുട്ബോൾ മൈതാനത്തേക്കാൾ 100 അടി നീളക്കൂടുതലുള്ള സ്ഫടികമേലാപ്പ് ആകാശത്തിൽ പൊന്തിക്കിടക്കുകയാണെന്നു തോന്നും. സംഭാവനകൾവഴി ഷുള്ളർ സമാഹരിച്ച നിരവധി ദശലക്ഷം ഡോളർ ചെലവാക്കിയാണ് ഈ ഭദ്രാസനദേവാലയം പണിതീർത്തത്. ''കീർത്തി ആർക്കു കിട്ടുന്നു എന്നതിനെച്ചൊല്ലി വേവലാതിപ്പെടാത്ത വ്യക്തിയിലൂടെ ഈശ്വരന് അതിമഹത്തായ കാര്യങ്ങൾ നിർവഹിക്കാൻ കഴിയും,'' ഷുള്ളർ എഴുതുന്നു, ''ദൈവം നിങ്ങളെ വിജയത്താൽ അലങ്കരിക്കുംമുൻപ്, 'വലിയ സമ്മാനം' കൈകാര്യം ചെയ്യാൻ തക്കവിധം എളിമയുള്ളവനാണ് താനെന്ന് നിങ്ങൾ സ്വയം തെളിയിക്കേണ്ടതുണ്ട്.'' ഇമാററ് കാഞ്ചയിൽ ഒരു റിസർച്ച് സെൻറർ നിർമ്മിക്കാൻ എന്നെ സഹായിക്കണമെന്ന് ഷുള്ളറുടെ ദേവാലയത്തിൽവച്ച് ഞാൻ സർവേശ്വരനോടു പ്രാർത്ഥിച്ചു—എന്റെ ക്രിസ്ററൽ കത്തീഡ്രൽ അതായിരിക്കണം.

13

ഞങ്ങളുടെ യുവ എൻജിനീയർമാർ, കൃത്യമായിപ്പറഞ്ഞാൽ 280 പേർ, ഡി ആർ ഡി എല്ലിൻെറ ചലനഗതികളെത്തന്നെ മാറ്റിമറിച്ചുകളഞ്ഞു. അത് ഞങ്ങൾക്കെല്ലാം വിലപ്പെട്ടൊരു അനുഭവമായിരുന്നു. ചെറുപ്പക്കാരുടേതായ ഈ ടീമുകളിലൂടെ ഞങ്ങളിപ്പോൾ ഒരു പുനഃപ്രവേശന സാങ്കേതികവിദ്യയും ഘടനയും ഒരു മില്ലിമെട്രിക് വേവ് റഡാറും ഒരു ഫേസ്ഡ് അരെ റഡാറും റോക്കറ്റ് സംവിധാനങ്ങളും അതുപോലുള്ള ഉപകരണങ്ങളും വികസിപ്പിച്ചെടുക്കാൻതക്ക ഒരു സ്ഥിതിയിലായി. ഞങ്ങൾ ഈ ചുമതലകൾ യുവശാസ്ത്രജ്ഞന്മാരെ ആദ്യമായി ഏല്പിച്ചപ്പോൾ തങ്ങളുടെ ജോലിയുടെ പ്രാധാന്യത്തെക്കുറിച്ച് പൂർണ്ണമായും ഗ്രഹിക്കുവാൻ അവർക്കു കഴിഞ്ഞിരുന്നില്ല. ഒരിക്കലതു ചെയ്തുകഴിഞ്ഞപ്പോളാകട്ടെ, തങ്ങളിൽ അർപ്പിതമായിരിക്കുന്ന വമ്പിച്ച വിശ്വാസത്തിൻെറ ഭാരത്തിൻ കീഴിൽ ഇത് അത്ര എളുതല്ല എന്നവർക്കു തോന്നി. ഒരു ചെറുപ്പക്കാരൻ എന്നോടു പറഞ്ഞത് ഞാനിന്നും ഓർമ്മിക്കുന്നു: "ഞങ്ങളുടെ കൈയിൽ വലിയ ഉണ്ടകളില്ല, പിന്നെയെങ്ങനെ ഞങ്ങൾക്ക് മുന്നേറാൻ കഴിയും?" ഞാൻ അദ്ദേഹത്തോടു പറഞ്ഞു, 'വെടിവെച്ചുകൊണ്ടേയിരിക്കുന്നവൻെറ കൈയിൽ ഒരു വലിയ ഉണ്ട ഒരു ചെറിയ ഉണ്ടയാണ്. ആകയാൽ ശ്രമിച്ചുകൊണ്ടേയിരിക്കുക." ഈ യുവ ശാസ്ത്രാന്തരീക്ഷത്തിൽ വിപരീതമനോഭാവങ്ങൾ അനുകൂലമായി മാറുകയും മുൻപ് അസാധ്യമെന്നു കരുതിയിരുന്ന കാര്യങ്ങൾ നടക്കുകയും ചെയ്തത് എങ്ങനെയെന്നത് അത്യത്ഭുതകരമായിരുന്നു. ഈ യുവസംഘത്തിൻെറ ഭാഗമാകുകവഴി പ്രായംചെന്ന പല ശാസ്ത്രജ്ഞർക്കും യൗവനം തിരിച്ചു കിട്ടിയതു പോലെയായി.

ജോലിയുടെ നേരായ രസം, യഥാർത്ഥ തമാശ, നിലയ്ക്കാത്ത ആവേശം എന്നിവ കുടികൊള്ളുന്നത്, അതു ചെയ്യുക എന്ന പ്രക്രിയയിലാണ്; അല്ലാതെ അത് ഉണ്ടായിരിക്കുകയും അവസാനിച്ചിരിക്കുകയും ചെയ്യുന്നതിലല്ല. ഇത് എന്നും എനിക്ക് വ്യക്തിപരമായി അനുഭവമുള്ള കാര്യമാണ്. വിജയപ്രാപ്തിയിൽ ഉൾച്ചേർന്നിരിക്കുന്നതായി എനിക്കു ബോധ്യമുള്ള നാലു ഘടകങ്ങളിലേക്ക് തിരിച്ചുപോകാം: ലക്ഷ്യനിർണ്ണയം, ക്രിയാത്മകചിന്ത, വിഭാവനം ചെയ്യൽ, വിശ്വാസം എന്നിവയിലേക്ക്.

ഞങ്ങൾ ഇതിനകം ലക്ഷ്യനിർണ്ണയം വിശദമായിത്തന്നെ നിർവഹിക്കുകയും ഈ ലക്ഷ്യങ്ങളെക്കുറിച്ച് യുവശാസ്ത്രജ്ഞരിൽ ക്രിയാത്മകചിന്ത ജ്വലിപ്പിക്കുകയും ചെയ്തുകഴിഞ്ഞിരുന്നു. അവലോകനയോഗങ്ങളിൽ ഓരോ ടീമിലേയും

ഏറ്റവും പ്രായം കുറഞ്ഞ ശാസ്ത്രജ്ഞൻ തങ്ങളുടെ പ്രവർത്തനം അവതരിപ്പിക്കണമെന്ന് ഞാൻ നിർബന്ധം പിടിക്കാറുണ്ടായിരുന്നു. സംവിധാനത്തെ സമ്പൂർണ്ണമായി വിഭാവനം ചെയ്യാൻ അത് അവരെ സഹായിക്കും. ക്രമേണ, വിശ്വാസത്തിന്റേതായ ഒരു അന്തരീക്ഷം വളർന്നുവരാൻ തുടങ്ങി. സാരവത്തായ സാങ്കേതിക പ്രശ്നങ്ങളിന്മേൽ യുവശാസ്ത്രജ്ഞർ മുതിർന്ന സഹപ്രവർത്തകരോടു ചോദ്യങ്ങൾ ഉന്നയിക്കാനാരംഭിച്ചു. യാതൊന്നിനെയും അവർ ഭയക്കാതിരുന്നതുകൊണ്ട് ഒന്നും തന്നെ അവരെ വിരട്ടിയിരുന്നില്ല. അവർക്ക് സംശയങ്ങളുണ്ടായിരുന്നെങ്കിൽ, അവർ അവയെ മറികടന്നു. അതിവേഗം അവരെല്ലാം നല്ല ശക്തന്മാരായി മാറി. വിശ്വാസമുള്ള ഒരു വ്യക്തി ഒരിക്കലും ഒന്നിനു മുന്നിലും കീഴടങ്ങുകയില്ല. പരിഭ്രമവും പിറുപിറുപ്പുമൊക്കെ അവന് പിന്തുണ കിട്ടാത്തതുകൊണ്ടും മോശമായ പെരുമാറ്റത്തെ നേരിടേണ്ടിവരുന്നതുകൊണ്ടും ഉണ്ടാകുന്നതാണ്. പകരം ഇത്തരമൊരു വ്യക്തി പ്രശ്നങ്ങളെ നേർക്കുനേർ കൈകാര്യം ചെയ്താൽ പിന്നെ, ഇപ്രകാരം ഉറപ്പായി പറയും, 'ദൈവത്തിന്റെ ഒരു പൈതൽ എന്ന നിലയിൽ എനിക്കു സംഭവിക്കാവുന്ന എന്തിനെക്കാളും വലുതാണു ഞാൻ.' പ്രായം കൂടിയ ശാസ്ത്രജ്ഞരുടെ അനുഭവസമ്പത്തും പ്രായം കുറഞ്ഞ സഹപ്രവർത്തകരുടെ നൈപുണ്യവും സമഞ്ജസമായി സംയോജിപ്പിച്ചുകൊണ്ടുള്ള ഒരു പ്രവർത്തനാന്തരീക്ഷത്തെ ഞാൻ എന്നും സജീവമായി കാത്തുസൂക്ഷിക്കുമായിരുന്നു. യുവത്വവും വാർദ്ധക്യവും തമ്മിലുള്ള ക്രിയാത്മകമായ ഈ ആശ്രയത്വം ഡി ആർ ഡി എല്ലിൽ ഏറെ ഉത്പാദനപരവും ഗുണപരവുമായൊരു തൊഴിൽ സംസ്കാരം സൃഷ്ടിച്ചു.

1985 സെപ്റ്റംബർ 16-ാം തീയതി ശ്രീഹരിക്കോട്ടയിലെ 'ഷാർ' പരീക്ഷണ മേഖലയിൽനിന്നും 'ത്രിശൂൽ' കുതിച്ചുയർന്നപ്പോൾ ഇൻഡ്യൻ മിസ്സൈൽപരിപാടിയിലെ പ്രഥമ വിക്ഷേപണം സംഭാവ്യമാകുകയായിരുന്നു. ഖര ഇന്ധന റോക്കറ്റ് മോട്ടോറിന്റെ പറക്കൽവേളയിലെ പ്രകടനം പരിശോധിക്കാനുള്ള നിയന്ത്രിതപറക്കൽ മാത്രമായിരുന്നു അത്. ഭൂമിയിൽനിന്നും മിസ്സൈലിന്റെ പാത പിൻതുടരാൻ രണ്ട് സി ബാൻഡ് റഡാറുകളും കലൈഡോ തിയോഡലൈറ്റുകളും(കെ റ്റി എൽ) ഉപയോഗിച്ചു. പരീക്ഷണം വിജയകരമായി. വിക്ഷേപിണി, റോക്കറ്റ് മോട്ടോർ, ടെലിമെട്രി സംവിധാനങ്ങൾ എന്നിവ ആസൂത്രണം ചെയ്തതുപോലെതന്നെ പ്രവർത്തിച്ചു. പക്ഷേ, വായുപ്രവാഹതുരങ്കത്തിൽവെച്ചുള്ള പരിശോധനയിൽ കണക്കുകൂട്ടിയതിനെക്കാൾ അധികമായിരുന്നു അന്തരീക്ഷവായുചലനംകൊണ്ടുള്ള പിൻവലിവ്. സാങ്കേതികനേട്ടം, അനുഭവസമ്പത്ത് ആർജ്ജിക്കൽ എന്നീ കാഴ്ചപ്പാടുകളിൽ നോക്കിയാൽ ഈ പരീക്ഷണംകൊണ്ട് നേട്ടമൊന്നുമുണ്ടായില്ല. എന്നാൽ, രൂക്ഷമായ സമ്മർദ്ദത്തിനു വഴങ്ങിയോ വിപരീത സാങ്കേതികവിദ്യയിലൂടെയോ അല്ലാതെയോ തങ്ങൾക്ക് മിസ്സൈലുകൾ പറപ്പിക്കാനാകും എന്ന് എന്റെ ഡി ആർ ഡി എൽ സുഹൃത്തുക്കളെ ഓർമ്മപ്പെടുത്താനായി എന്നതാണ് ഇതിന്റെ ശരിയായ നേട്ടം. ഒറ്റയടിക്ക് ഡി ആർ ഡി എൽ ശാസ്ത്രജ്ഞരുടെ ആത്മബലത്തിൽ ഒരു ബഹുതലവികസനംതന്നെ അനുഭവപ്പെട്ടു.

ഇതിനെത്തുടർന്ന് വൈമാനികനില്ലാത്ത ലക്ഷ്യവിമാനത്തിന്റെ (പി റ്റി എ)

വിജയകരമായി പരീക്ഷണപ്പറക്കൽ നടത്തി. ബാംഗ്ലൂർ ആസ്ഥാനമാക്കിയ എയ്റോനോട്ടിക്കൽ ഡെവലപ്മെൻറ് എസ്റ്റാബ്ലിഷ്മെൻറ് (എ ഡി ഇ) രൂപ കല്പന ചെയ്ത പി റ്റി എയുടെ റോക്കറ്റ് മോട്ടോറുകൾ വികസിപ്പിച്ചെടുത്തത് ഞങ്ങളുടെ എൻജിനീയർമാരായിരുന്നു. ഡി റ്റി ഡി & പി(വ്യോമം)യുടെ മാതൃകാ അംഗീകാരം ലഭിച്ചതായിരുന്നു ഈ മോട്ടോർ. പ്രവർത്തനസജ്ജമായതു മാത്രമല്ല, ഉപയോഗിക്കാനുള്ള സ്ഥാപനങ്ങളുടെ അംഗീകാരവുംകൂടി ലഭിച്ച മിസ്സൈൽ ഹാർഡ്വെയർ വികസിപ്പിച്ചെടുക്കുന്നതിനുവേണ്ടിയുള്ള ചെറുതും എന്നാൽ നിർണ്ണായകവുമായ ഒരു ചുവടുവെപ്പായിരുന്നു ഇത്. ഡി ആർ ഡി എല്ലിൽ നിന്നുള്ള സാങ്കേതികവിദ്യയുംകൂടി ഉപയോഗിച്ച്, ആശ്രയയോഗ്യവും വ്യോമ യാനസജ്ജവും ഉന്നതമായ കുതിപ്പ്-ഭാര അനുപാതവുമുള്ള റോക്കറ്റ് മോട്ടോർ നിർമ്മിക്കാൻ ഒരു സ്വകാര്യമേഖലാസ്ഥാപനത്തെ ചുമതലപ്പെടുത്തി. ഞങ്ങൾ ഏക പരീക്ഷണശാലാ പ്രോജക്ടുകളിൽ നിന്നും ബഹുപരീക്ഷണശാലാ പ്രോജ ക്ടുകളിലൂടെ ക്രമേണ പരീക്ഷണശാലാവ്യവസായമേഖലാ സംരംഭങ്ങളിലേക്ക് പുരോഗമിക്കുകയായിരുന്നു. നാല് വ്യത്യസ്ത സ്ഥാപനങ്ങളുടെ മഹത്തായ സംഗമബിന്ദുവിനെ പ്രതിനിധീകരിക്കുന്നതായിരുന്നു പി റ്റിഎയുടെ വികസനം. ഞാനൊരു സംഗമകേന്ദ്രത്തിൽ നില്ക്കുന്നതായും എ ഡി ഇ, ഡി റ്റി ഡി & പി (വ്യോമം), ഐ എസ് ആർ ഒ എന്നിവയിൽനിന്നും വരുന്ന പാതകളിലേക്ക് നോക്കു ന്നതായും എനിക്കു തോന്നി. ഡി ആർ ഡി എൽ ആയിരുന്നു നാലാമത്തെ പാത; മിസ്സൈൽ സാങ്കേതികവിദ്യയിലെ ദേശീയ സ്വയംപര്യാപ്തതയിലേക്കുള്ള ഒരു രാജപാത.

രാജ്യത്തെ വിദ്യാഭ്യാസസ്ഥാപനങ്ങളുമായുള്ള പങ്കാളിത്തത്തിൽ ഒരു ചുവടുകൂടി മുന്നോട്ടു വെച്ചുകൊണ്ട് ഞങ്ങൾ ഇന്ത്യൻ ഇൻസ്റ്റിറ്റ്യൂട്ട് ഒഫ് സയൻസിലും (ഐ ഐ എസ്സി) യാദവ്പൂർ സർവകലാശാലയിലും സംയുക്ത ആധുനിക സാങ്കേതിക പരിപാടികൾ തുടങ്ങി. എനിക്ക് വിദ്യാഭ്യാസസ്ഥാപന ങ്ങളുടെ പരിശുദ്ധിയോട് ആഴത്തിൽ വേരുറച്ച ആദരവും മികവുറ്റ വിദ്യാഭ്യാസ പ്രവർത്തകരോട് ബഹുമാനവും എന്നും ഉണ്ടായിരുന്നു. വികസനപ്രക്രിയയിൽ വിദ്യാഭ്യാസപ്രവർത്തകർ നടത്തുന്ന നിക്ഷേപത്തെ ഞാൻ വളരെയേറെ വിലമ തിച്ചു. അവയുടെ ഫാക്കൽറ്റികളുടെ വിദഗ്ദ്ധസേവനം ഈ സ്ഥാപനങ്ങൾക്ക് നേരത്തേതന്നെ ഔദ്യോഗികമായ അഭ്യർത്ഥനകൾ നല്കുകയും ഡി ആർ ഡി എല്ലിന് അതിൻെറ പ്രോജക്ടുകൾ കൈകാര്യം ചെയ്യുന്നതിനു ലഭ്യമാക്കാൻ വേണ്ട ക്രമീകരണങ്ങൾ ഏർപ്പെടുത്തുകയും ചെയ്തിരുന്നു.

വിവിധ മിസ്സൈൽ സംവിധാനങ്ങൾക്കായി വിദ്യാഭ്യാസസ്ഥാപനങ്ങൾ നല്കിയ ചില സംഭാവനകൾ ഞാൻ എടുത്തുകാട്ടട്ടെ. ഒരു പൂർവ മാർഗ്ഗനിർദ്ദേ ശിത മിസ്സൈലായിട്ടാണ് 'പൃഥ്വി' രൂപകല്പന ചെയ്തിരുന്നത്. ലക്ഷ്യത്തിൽ കൃത്യമായി ചെന്നു തറയ്ക്കുന്നതിനുവേണ്ടി അതിൻെറ പാത നിർണ്ണയിക്കുവാ നുള്ള രാശികളെല്ലാം നേരത്തേതന്നെ അതിൻെറ തലച്ചോറായ, അതിൽത്തന്നെ യുള്ള ഒരു കംപ്യൂട്ടറിൽ കൊടുത്തിരിക്കണം. യാദവ്പൂർ സർവകലാശാലയിലെ ഒരു സംഘം യുവ എൻജിനീയറിങ് ബിരുദധാരികൾ പ്രൊഫ. ഘോഷലിൻെറ

മാർഗ്ഗനിർദ്ദേശത്തിൻകീഴിൽ ഇതിനാവശ്യമായ, കാര്യക്ഷമമായ മാർഗ്ഗനിർദ്ദേശ ആൽഗരിതം (കംപ്യൂട്ടറിന് ആവശ്യമായ ഗണനരീതി) വികസിപ്പിച്ചെടുത്തു. 'ആകാശി'ന് വിവിധ ലക്ഷ്യങ്ങളെ വേധിക്കാൻ വേണ്ട വ്യോമപ്രതിരോധ സോഫ്റ്റ് വെയർ ഐ എ എസ് സി യിലെ ബിരുദാനന്തരബിരുദവിദ്യാർത്ഥികൾ പ്രൊഫ. ഐ ജി ശർമ്മയുടെ കീഴിൽ രചിക്കുകയുണ്ടായി. 'അഗ്നി'യുടെ പുനഃപ്രവേശന വാഹന രൂപകല്പനാരീതി വികസിപ്പിച്ചെടുത്തത് മദ്രാസ് ഐ ഐ റ്റി യിലെ ഒരു യുവസംഘവും ഡി ആർ ഡി ഒ യിലെ ശാസ്ത്രജ്ഞരും ചേർന്നാണ്. 'നാഗി' നു വേണ്ട ഏറ്റവും നവീനമായ സന്ദേശ സംസ്കരണ ആൽഗരിതങ്ങൾ ഒസ്മാനിയാ സർവകലാശാലയിലെ സമുദ്രസഞ്ചാര ഇലക്ട്രോണിക്സ് ഗവേഷണ-പരിശീലനവിഭാഗം വികസിപ്പിച്ചെടുത്തു. യഥാർത്ഥത്തിൽ, നമ്മുടെ വിദ്യാഭ്യാസ സ്ഥാപനങ്ങളുടെ സജീവ പങ്കാളിത്തമുണ്ടായിരുന്നില്ലെങ്കിൽ നമുക്കു വേണ്ട ആധുനികമായ സാങ്കേതികലക്ഷ്യങ്ങൾ നേടിയെടുക്കുക എന്നത് ദുഷ്കരമായിത്തീർന്നേനെ.

'അഗ്നി'യിലെ പേലോഡിൻെറ കാര്യത്തിലുണ്ടായ വിജയംനേടലിൻെറ മാതൃക നമുക്കൊന്ന് പരിഗണിക്കാം. ഒരു ദ്വിഘട്ടറോക്കറ്റ് സംവിധാനമായ 'അഗ്നി' യിൽ രാജ്യത്ത് ഇദംപ്രഥമമായി വികസിപ്പിച്ചെടുത്ത പുനഃപ്രവേശന സാങ്കേതികവിദ്യ ഉപയോഗിച്ചിരുന്നു. എസ് എൽ വി-3ൽ നിന്നും പരിഷ്കരിച്ചെടുത്ത ഒരു ഫസ്റ്റ് സ്റ്റേജ് സോളിഡ് റോക്കറ്റ് മോട്ടോറുപയോഗിച്ച് ഉയർത്തിയ അതിൻെറ വേഗത പൃഥ്വിയുടെ ലിക്വിഡ് റോക്കറ്റ് എൻജിനുകൾ ഘടിപ്പിച്ച രണ്ടാമത്തെ ഘട്ടങ്ങൾ വർദ്ധിപ്പിച്ചു. 'അഗ്നി'യെ സംബന്ധിച്ചിടത്തോളം പേലോഡ് ശബ്ദവേഗത്തിൻെറ നിരവധി മടങ്ങ് വേഗതയിലാണ് ലക്ഷ്യത്തിലേക്ക് അയയ്ക്കുന്നത്. ഒരു പുനഃപ്രവേശന പേടകഘടനയുടെ രൂപകല്പനയും വികസനവും ഇതിനു വേണ്ടിയിരുന്നു. നിയന്ത്രണത്തിനായുള്ള ഇലക്ട്രോണിക് സംവിധാനങ്ങൾ അടക്കമുള്ള പേലോഡ് പുനഃപ്രവേശന പേടകഘടനയിലാണ് വെച്ചിരിക്കുക.പേടകത്തിൻെറ പുറംചട്ടയിലെ താപനില 2,500 ഡിഗ്രി സെൽഷ്യസിനെക്കാൾ കൂടുതലായിരിക്കുമ്പോളും അകത്തെ താപനില 410 ഡിഗ്രി സെൽഷ്യസിൽ ഒതുക്കിക്കൊണ്ട് പേലോഡിനെ സംരക്ഷിക്കുകയാണ് ഇതിൻെറ ഉദ്ദേശ്യം. പേടകത്തിൽത്തന്നെയുള്ള ഒരു കംപ്യൂട്ടറോടുകൂടിയ പൂർവ മാർഗ്ഗനിർദ്ദേശ സംവിധാനമാണ് പേലോഡിനെ ആവശ്യമുള്ള ലക്ഷ്യത്തിലേക്ക് നയിക്കുന്നത്. ഏത് പുനഃപ്രവേശന മിസ്സൈൽ സംവിധാനത്തിലും ഇത്തരം ഉന്നതതാപത്തിലും ഉരുകാത്ത കാർബൺ-കാർബൺ സംയോജിതവസ്തുകൊണ്ടുള്ള 'നോസ് കോൺ' നിർമ്മിക്കാനുള്ള മുഖ്യ ചട്ടക്കൂടായി മാറുന്നത് നേരത്തേ തയ്യാറാക്കിവയ്ക്കുന്ന ത്രിമാന ഘടനകളാണ്. ഡി ആർ ഡി ഒ യിലെയും സി എസ് ഐ ആറിലെയും നാല് പരീക്ഷണശാലകൾ 18 മാസത്തെ ചുരുങ്ങിയ കാലയളവിൽ ഇത് നേടിയെടുത്തു—ഒരു ദശാബ്ദം നീണ്ട ഗവേഷണവും വികസനവുംകൊണ്ടു മാത്രമേ മറ്റു രാജ്യങ്ങൾക്ക് ഇത്തരമൊരു നേട്ടം കൈവരിക്കാനായുള്ളു!

'അഗ്നി' പേലോഡ് രൂപകല്പനയിൽ ഉണ്ടായിരുന്ന മറ്റൊരു വെല്ലുവിളി,

അത് അന്തരീക്ഷത്തിലേക്ക് പുനഃപ്രവേശിക്കുന്ന സമയത്തെ ഭയങ്കരമായ വേഗത യായിരുന്നു. ശബ്ദപ്രവേഗത്തിന്റെ പന്ത്രണ്ടിരട്ടി വേഗത്തിലാകും (ശാസ്ത്ര ഭാഷയിൽ നമ്മളിതിന് '12 മാക്' എന്നു പറയും.) 'അഗ്നി' ഭൗമാന്തരീക്ഷത്തിലേക്ക് പുനഃപ്രവേശിക്കുക. ഈ അത്യുന്നതവേഗതയിൽ പേടകത്തെ എങ്ങനെ നിയ ന്ത്രണത്തിൽ നിർത്തും എന്നതിനെക്കുറിച്ച് ഞങ്ങൾക്ക് യാതൊരു രൂപവുമില്ലാ യിരുന്നു. ഒരു പരീക്ഷണം നടത്തിനോക്കാം എന്നാണെങ്കിൽ അത്ര വലിയ വേഗം സൃഷ്ടിക്കാൻ കഴിവുള്ളൊരു വായുപ്രവാഹതുരങ്കം ഞങ്ങൾക്കൊട്ടില്ലതാനും. ഞങ്ങളിതിനായി അമേരിക്കയുടെ സഹായം തേടുകയാണെങ്കിൽ, അവർ തങ്ങ ളുടെ തനതു നേട്ടമായി കാണുന്ന ഒന്നിനുവേണ്ടി നമ്മൾ മോഹിക്കുകയാണെ ന്നാകും കരുതുക. ഇനി, അതിൽ സഹകരിക്കാമെന്ന് അവർ സമ്മതിച്ചാൽ ത്തന്നെ ഞങ്ങളുടെ മൊത്തം പ്രോജക്ടിനു വകയിരുത്തിയിരിക്കുന്ന തുകയെ ക്കാൾ വലിയൊരു സംഖ്യ നമ്മുടെ വായുപ്രവാഹസജ്ജീകരണിക്കായി (വിൻഡ് ടണൽ ജനറേറ്റർ) അവർ ആവശ്യപ്പെടുകയും ചെയ്യേനെ. ഈ സംവിധാനത്തെ എങ്ങനെ മറികടക്കാം എന്നതായിരുന്നു ഇവിടുത്തെ പ്രശ്നം. ഐ ഐ എസ്സി യിലെ പ്രൊഫ. എസ് എം ദേശ് പാണ്ഡെ, ദ്രവഗതികത്തിന്റെ മേഖലയിൽ പ്രവർത്തിക്കുന്ന മിടുക്കരായ നാലു യുവശാസ്ത്രജ്ഞരെ കണ്ടെത്തി. ആറു മാസത്തിനകം അവർ അതീതശബ്ദ (ഹൈപ്പർ സോണിക്) മേഖലയിലെ ദ്രവ ഗതികഗണത്തിനായുള്ള ഒരു സോഫ്റ്റ്‌വെയർ വികസിപ്പിച്ചെടുത്തു. ലോക ത്തുള്ള ഇത്തരം ചിലതിൽ ഒന്നായിരുന്നു അത്.

ഞങ്ങളുടെ മറ്റൊരു നേട്ടം, 'അനുകല്പന' എന്നപേരിൽ ഐ ഐ എസ്സി യിലെ പ്രൊഫ. ഐ ജി ശർമ്മ വികസിപ്പിച്ചെടുത്ത ഒരു സോഫ്റ്റ്‌വെയറായിരുന്നു. മിസ്സൈലിന്റെ സഞ്ചാരപഥം പഠനാവശ്യങ്ങൾക്കായി കംപ്യൂട്ടറിൽ കൃത്രിമമായി സൃഷ്ടിക്കാൻ കഴിവുള്ള ഒന്നായിരുന്നു ഇത്. 'ആകാശി'ന്റെ വിഭാഗത്തിൽപ്പെട്ട ആയുധസംവിധാനത്തിന്റെ ബഹുലക്ഷ്യവേധനശേഷി വിലയിരുത്താൻവേണ്ടി യാണിതു വികസിപ്പിച്ചെടുത്തത്. യാതൊരു രാജ്യവും ഇത്തരമൊരു സോഫ്റ്റ് വെയർ നമുക്ക് തരുമായിരുന്നില്ല. നാമത് തദ്ദേശീയമായിത്തന്നെ വികസിപ്പി ച്ചെടുത്തു.

ശാസ്ത്രീയമായ കഴിവുകളിൽ കുതിപ്പു സൃഷ്ടിച്ചതിന്റെ മറ്റൊരുദാഹരണ മായി, സോളിഡ് ഫിസിക്സ് ലാബറട്ടറി (എസ് പി എൽ), സെൻട്രൽ ഇലക്ട്രോ ണിക്സ് ലിമിറ്റഡ് (സി ഇ എൽ) എന്നിവയുമായി ചേർന്നു പ്രവർത്തിച്ചിരുന്ന ഡൽഹി ഐ ഐ റ്റിയിലെ പ്രൊഫ. ഭാരതി ഭട്ട് പാശ്ചാത്യ രാജ്യങ്ങളുടെ കുത്തക തകർത്തുകൊണ്ട് ഫെറൈറ്റ് ഫേസ് ഷിഫ്റ്ററുകൾ (തരംഗത്തിന്റെ സ്ഥിതി മാറ്റുവാനുള്ള ഒരു ഉപകരണം) വികസിപ്പിച്ചെടുത്തു. 'ആകാശി'നെ നിരീക്ഷിക്കാനും ഗതി പരിശോധിക്കാനും വഴികാണിക്കാനുമുള്ള ബഹുമുഖ ഉപയോഗവും ബഹുമുഖശേഷിയുമുള്ള ത്രിമാന തരംഗസ്ഥിതസൈനിക റഡാ റുകളിലാണ് ഇതിന്റെ ഉപയോഗം. ആർ സി ഐ യിൽ എന്റെ സഹപ്രവർത്ത കനായിരുന്ന ബി കെ മുഖോപാധ്യായയോടുചേർന്ന് ഖരക്പൂർ ഐ ഐ റ്റി

യിലെ പ്രൊഫ. സറാഫ്, 'നാഗി'ന്റെ സീക്കർ ഹെഡിനായുള്ള (ഗതി പരിശോധിക്കാനുള്ള ഒരു ഉപകരണം) മില്ലി മെട്രിക് വേവ് ആന്റിന (മില്ലീമീറ്റർ കണക്കിൽ ദൈർഘ്യമുള്ള തരംഗങ്ങൾ സ്വീകരിക്കുകയും പ്രസരിപ്പിക്കുകയും ചെയ്യുന്ന ഉപകരണം: എം എം ഡബ്ല്യു) രണ്ടു വർഷത്തിനകം നിർമ്മിച്ചത് അന്തർദ്ദേശീയ നിലവാരത്തിൽത്തന്നെയുള്ള ഒരു റിക്കാർഡായി. എസ് പി എൽ, ആർ സി ഐ എന്നിവയുമായി സഹകരിച്ച് പിലാനിയിലെ സെൻട്രൽ ഇലക്ട്രിക്കൽ ആൻഡ് ഇലക്ട്രോണിക്സ് റിസർച്ച് ഇൻസ്റ്റിറ്റ്യൂട്ട് (സി ഇ ഇ ആർ ഐ) ഒരു ഇംപാറ്റ് ഡയോഡ് (വൈദ്യുത പ്രവാഹത്തെ സവിശേഷമായി ക്രമീകരിക്കുന്ന ഒരു ഘടകം) വികസിപ്പിച്ചെടുത്തു. എം എം ഡബ്ല്യു ഉപകരണങ്ങളുടെ ഹൃദയമാകുന്ന ഈ ഘടകങ്ങളുടെ സൃഷ്ടിയിൽ വൈദേശിക സാങ്കേതിക ആശ്രിതത്വത്തെ അതു തരണം ചെയ്തു.

പ്രോജക്ട് സംബന്ധമായ പണികൾ ഒഴുകിപ്പരന്നതോടെ പ്രകടനനിലവാരം വിലയിരുത്തുകയെന്നത് കൂടുതൽ കൂടുതൽ ബുദ്ധിമുട്ടുപിടിച്ചതായിത്തീർന്നു. വിലയിരുത്തലുമായി ബന്ധപ്പെട്ട ഒരു നയമാണ് ഡി ആർ ഡി ഒ യ്ക്ക് ഉണ്ടായിരുന്നത്. ഏതാണ്ട് അഞ്ഞൂറോളം ശാസ്ത്രവിദഗ്ദ്ധരെ നയിച്ചുകൊണ്ടിരുന്ന എനിക്ക് ആന്വൽ കോൺഫിഡൻഷ്യൽ റിപ്പോർട്ടുകളുടെ (എ സി ആർ) രൂപത്തിൽ അവരുടെ പ്രകടനവിലയിരുത്തലിന് അന്തിമരൂപം നല്കണമായിരുന്നു. സ്ഥാനക്കയറ്റങ്ങൾ ശുപാർശ ചെയ്യുന്നതിനും മറ്റുമൊക്കെയായി ഈ വിലയിരുത്തലുകൾ പുറമേനിന്നുള്ള വിദഗ്ദ്ധർ ഉൾപ്പെട്ട ഒരു സമിതിക്ക് അയച്ചുകൊടുക്കുകയാണ് പതിവ്. എന്റെ ഈ ജോലിഭാഗത്തെ പലരും ഉദാരതയില്ലാതെയാണ് നോക്കിക്കണ്ടത്. ഒരു സ്ഥാനക്കയറ്റം കൈവിട്ടുപോകുന്നത് എനിക്കവരോട് അനിഷ്ടമായതിനാലാണെന്ന് പലരും സൗകര്യപൂർവം വ്യാഖ്യാനിച്ചിരുന്നു. മറ്റ് സഹപ്രവർത്തകരുടെ ഉദ്യോഗക്കയറ്റമാകട്ടെ, ഞാൻ അവർക്ക് ആത്മനിഷ്ഠമായി അനുവദിച്ചു കൊടുത്ത ഉപകാരങ്ങളായും ചിലർ കണ്ടു. പ്രകടനമൂല്യനിർണ്ണയമെന്ന ചുമതല ഏല്പിക്കപ്പെടുകവഴി എനിക്ക് യഥാർത്ഥത്തിൽ, ശാസ്ത്രീയ പ്രയത്നങ്ങളുടെ ജാഗരൂകനായൊരു ന്യായാധിപനായി മാറേണ്ടിവന്നു.

ഒരു വിധികർത്താവിനെ ശരിക്കും മനസ്സിലാക്കണമെങ്കിൽ നിങ്ങൾ തുലാസുകളുടെ കടംകഥ അറിഞ്ഞിരിക്കണം. ഒരു വശത്ത് കുമിഞ്ഞുകൂടിക്കിടക്കുന്ന പ്രത്യാശ; മറുവശത്ത് ഉറഞ്ഞുകൂടിയ ആശങ്ക. തുലാസ് താഴുമ്പോൾ, ഉജ്ജ്വലമായ ശുഭപ്രതീക്ഷ നിശ്ശബ്ദമായി പരിഭ്രാന്തിയായിത്തീരുന്നു.

ഒരു വ്യക്തി തന്നെത്തന്നെ നോക്കുമ്പോൾ, തന്റെ കണ്ടെത്തലുകളെ തെറ്റായി വിധിക്കുവാൻ സാധ്യതയുണ്ട്. അയാൾ തന്റെ ഉദ്ദേശ്യമെന്തെന്നു പരിശോധിക്കുന്നു. മിക്കവർക്കും വളരെ നല്ല ഉദ്ദേശ്യങ്ങളാണുള്ളത്. അതുകൊണ്ട് തങ്ങൾ ചെയ്യുന്നതെല്ലാം മികച്ചതാണെന്ന് അവർ സ്വയം നിശ്ചയിക്കുന്നു. ഏതെങ്കിലും വ്യക്തി തന്റെ പ്രവൃത്തികളെ വസ്തുനിഷ്ഠമായി വിധിക്കുവാൻ സാധ്യതയില്ല; അവ തന്റെ സദുദ്ദേശ്യങ്ങൾക്ക് കടകവിരുദ്ധമായിരിക്കാനിടയുണ്ട്, മിക്കവാറും അങ്ങനെയാണുതാനും. മിക്ക മനുഷ്യരും ജോലിക്കുവരുന്നത് അതു ചെയ്യണമെന്ന നല്ല ഉദ്ദേശ്യത്തോടുകൂടിയാണ്. അവരിൽ മിക്കവരും

തങ്ങൾക്ക് സൗകര്യമായി തോന്നുന്ന രീതിയിൽ ജോലികളിലൂടെ കടന്നുപോവുകയും സായാഹ്നമാകുമ്പോഴേക്കും ഒരുതരം കൃതാർത്ഥതാബോധവുമായി സ്വന്തം ഗൃഹങ്ങളിലേക്കു മടങ്ങിപ്പോകുകയും ചെയ്യുന്നു. അവർ തങ്ങളുടെ ഉദ്ദേശ്യങ്ങളെ മാത്രം വിലയിരുത്തുന്നു. ഒരു വ്യക്തി, തൻെറ കർത്തവ്യങ്ങൾ കൃത്യസമയത്ത് ചെയ്തുതീർക്കണം എന്ന സദുദ്ദേശ്യത്തോടെ ജോലിയെടുത്തിരുന്നു എന്നതിനാൽ കാലതാമസങ്ങളെല്ലാം തൻെറ നിയന്ത്രണത്തിന് അതീതമായിരുന്നു എന്ന് വിചാരിക്കുന്നു. കാലതാമസമുണ്ടാക്കാൻ അയാൾക്ക് ഒട്ടും ഉദ്ദേശ്യമുണ്ടായിരുന്നില്ല. പക്ഷേ, അയാളുടെ പ്രവൃത്തിയോ പ്രവൃത്തിരാഹിത്യമോ ആ താമസത്തിന് കാരണമായി എങ്കിൽ അത് ഉദ്ദേശ്യപൂർവകമല്ലെന്നു പറയാമോ?

ഒരു യുവശാസ്ത്രജ്ഞനെന്ന നിലയിലുള്ള എൻെറ ദിനങ്ങളിലേക്ക് സ്മരണകളിലൂടെ കണ്ണോടിക്കുമ്പോൾ ആ നിമിഷം ഞാൻ ആരായിരുന്നുവോ, അതിനെക്കാൾ മികച്ചതാകാനുള്ള ആഗ്രഹമായിരുന്നു ഞാൻ അനുഭവിച്ച ഏറ്റവും സ്ഥിരവും ശക്തവുമായ വികാരങ്ങളിലൊന്ന് എന്നു ഞാൻ മനസ്സിലാക്കുന്നു. വളരെ നിസ്സാരമായ കൊച്ചുകൊച്ചു കാര്യങ്ങളിൽ കുഴഞ്ഞുമറിഞ്ഞ് ചെളി പുരളാനും അതുവഴി ആലസ്യത്തിൽ ആണ്ടുപോകാനും എൻെറ മനസ്സിനെ അനുവദിക്കാതിരിക്കാനുള്ള ശക്തമായൊരു ഉൾപ്രേരണ എനിക്കുണ്ടായിരുന്നു. കൂടുതൽ അനുഭവങ്ങളാർജ്ജിക്കാനും കൂടുതൽ അറിയാനും കൂടുതൽ ആവിഷ്കരിക്കാനും ഞാൻ മോഹിച്ചു. തന്നത്താൻ വളരാനും മെച്ചപ്പെടാനും നിർമ്മലമാക്കാനും വികസിക്കാനുമാണ് ഞാൻ ആശിച്ചുപോന്നത്. എൻെറ ഔദ്യോഗിക ജീവിതത്തെ വളർത്തിയെടുക്കാനുള്ള ബാഹ്യപ്രേരണകളൊന്നുംതന്നെ എനിക്ക് ഒരിക്കലും ഉണ്ടായിരുന്നില്ല. എനിക്ക് ആകെ ഉണ്ടായിരുന്നത് എന്നിൽത്തന്നെ കൂടുതൽ തിരയാനുള്ള ആന്തരികമായ ഒരു ആവേശമായിരുന്നു. ഞാൻ എവിടം വരെ എത്തി എന്നതിലുപരി, എനിക്കിനിയും എവിടംവരെ പോകാനുണ്ട് എന്ന ചിന്തയായിരുന്നു എൻെറ പ്രചോദനത്തിൻെറ താക്കോൽ. ആകപ്പാടെ നോക്കുമ്പോൾ എന്താണു ജീവിതം? പരിഹൃതമാകാത്ത പ്രശ്നങ്ങളുടെയും സന്ദിഗ്ദ്ധമായ വിജയങ്ങളുടെയും ക്ലിപ്തരൂപമില്ലാത്ത പരാജയങ്ങളുടെയും ഒരു മിശ്രിതം മാത്രം!

ജീവിതത്തെ നാം നേരിടേണ്ടതിനുപകരം പലപ്പോഴും നാമതിനെ അപഗ്രഥിച്ചുകൊണ്ടുമാത്രമിരിക്കുന്നു എന്നതാണ് കുഴപ്പം. കാരണങ്ങളും ഫലങ്ങളും അറിയാൻ വേണ്ടി മനുഷ്യർ തങ്ങളുടെ പരാജയങ്ങളെ കീറിമുറിച്ചു പരിശോധിക്കുന്നു. എന്നാൽ അവയെ നേരിടുകയും അവയെ കീഴ്പെടുത്താനുള്ള അനുഭവസമ്പത്ത് ആർജ്ജിച്ച് അത്തരം പരാജയങ്ങൾ വീണ്ടും ഉണ്ടാകുന്നതു തടയുകയും ചെയ്യുന്നത് അപൂർവ്വമായി മാത്രം. എൻെറ വിശ്വാസം ഇതാണ്: ക്ലേശങ്ങളിലൂടെയും പ്രശ്നങ്ങളിലൂടെയും ഈശ്വരൻ നമുക്ക് വളരാനുള്ള അവസരം നല്കുന്നു. അതുകൊണ്ട്, നിങ്ങളുടെ ആശകളും സ്വപ്നങ്ങളും ലക്ഷ്യങ്ങളുമൊക്കെ തകർന്നു വീഴുമ്പോൾ അവയ്ക്കിടയിൽ തിരഞ്ഞുനോക്കുക, ആ തകർച്ചയുടെ അവശിഷ്ടങ്ങൾക്കിടയിൽ ഒളിഞ്ഞുകിടക്കുന്ന ഒരു സുവർണ്ണാവസരം നിങ്ങൾ കണ്ടെത്തിയേക്കാം.

തങ്ങളുടെ പ്രകടനനിലവാരം ഉയർത്താനും മനസ്സിടിവിനെ മറികടക്കാനും വേണ്ട പ്രചോദനം ആളുകൾക്കു നല്കുക എന്നത് ഓരോ നേതാവിനും എല്ലായ്പോഴും ഒരു വെല്ലുവിളിതന്നെയാണ്. പ്രവർത്തനരംഗശക്തികളുടെ സംതുലനാവസ്ഥയും സ്ഥാപനങ്ങളിലെ മാററത്തോടുള്ള ചെറുത്തുനില്പും തമ്മിൽ ഒരു സാദൃശ്യം ഞാൻ കണ്ടിട്ടുണ്ട്. അനുകൂലിക്കുന്ന ചില ശക്തികളും ചെറുക്കുന്ന മററു ചില ശക്തികളും എതിരായിനില്ക്കുന്ന ഒരു പ്രവർത്തനരംഗത്തെ ചുരുൾ സ്പ്രിങ്ങായി നമുക്ക് മാറ്റത്തെ സങ്കല്പിക്കാം. മേൽനോട്ടത്തിൻെറ സമ്മർദ്ദം, ജോലിസ്ഥാനങ്ങളിലെ വളർച്ചാസാദ്ധ്യതകൾ, സാമ്പത്തിക തത്ത്വങ്ങൾ എന്നീ അനുലോമശക്തികളെ വർദ്ധിപ്പിച്ചുകൊണ്ടോ സംഘത്തിൻെറ നിയാമകതത്ത്വങ്ങൾ, സാമൂഹ്യവാദങ്ങൾ, പണിചെയ്യുന്നതിൽനിന്നും ഒഴിവാക്കൽ എന്നീ പ്രതിലോമശക്തികളെ കുറച്ചുകൊണ്ടോ ഓരോ സാഹചര്യങ്ങളെയും നമുക്ക് ആശിച്ച ഫലങ്ങളുടെ നേർവഴിക്ക് തിരിച്ചുവിടാൻ സാധിക്കും. പക്ഷേ, ഇത് ഒരു ഹ്രസ്വകാലയളവിലേക്കും ഒരു നിശ്ചിതപരിധിവരേക്കും മാത്രമേ കഴിയൂ. കുറച്ചു സമയത്തിനു ശേഷം, ഒരു സ്പ്രിങ് ചുരുൾ എന്നപോലെ ചെറുക്കുന്ന ശക്തികൾ കൂടുതൽ ശക്തിയോടെ അനുകൂലശക്തികളെ മുറുക്കെ കൂടുതൽ ഞെരുക്കിപ്പിടിച്ചാലും പുറകിലേക്ക് തള്ളുന്നു. അതിനാൽ, അനുകൂലശക്തികളിൽ അനുബന്ധമായ വർദ്ധനവ് ഉണ്ടാകാൻ ഇടവരാത്തവിധം പ്രതിരോധശക്തികളെ കുറ യ്ക്കുക എന്നതായിരിക്കും താരതമ്യേന നല്ലൊരു സമീപനം. ഒരു മാറ്റത്തെ കൊണ്ടുവരാനും അത് നിലനിറുത്താനും ഈ സ്ഥിതിയിൽ അല്പം ഊർജ്ജം മാത്രം മതി.

ഞാൻ മുകളിൽ സൂചിപ്പിച്ച ശക്തികളുടെ പരിണതഫലമാണ് 'പ്രചോദനം'. ഈ ശക്തി ഒരു വ്യക്തിയെ സംബന്ധിച്ചിടത്തോളം ആന്തരികമായ ഒന്നാണ്. തൊഴിൽ സാഹചര്യങ്ങളിലെ തൻെറ പെരുമാററത്തിന് അടിത്തറ ഇടുന്നതും ഇതുതന്നെ. എൻെറ അനുഭവത്തിൽ ഒട്ടുമിക്ക മനുഷ്യരും വളർച്ചയ്ക്കും മികവിനും ആത്മസാക്ഷാത്കാരത്തിനുമുള്ള ശക്തമായ ഒരു ആന്തരികപ്രചോദനം ഉള്ളവരാണ്. എന്നാൽ ഇവയുടെ സമ്പൂർണ്ണമായ ആവിഷ്കാരത്തിന് പ്രചോദിപ്പിക്കുകയും അനുവദിക്കുകയും ചെയ്യുന്ന ഒരു തൊഴിൽസാഹചര്യത്തിൻെറ അഭാവമാണ് പ്രശ്നം. അനുയോജ്യമായൊരു സംഘടനാ സംവിധാനവും തൊഴിൽരൂപരേഖയും നല്കിക്കൊണ്ടും കഠിനാദ്ധ്വാനത്തെ അംഗീകരിക്കുകയും പ്രശംസിക്കുകയും ചെയ്തുകൊണ്ടും വളരെ ഉന്നതമായൊരു ഉത്പാദനക്ഷമതാനിലവാരം കൈവരിക്കുന്നതിൽ നേതാക്കൾക്ക് വളരെയേറെ ചെയ്യാൻ കഴിയും.

1983-ൽ, ഐ ജി എം ഡി പി യുടെ സമാരംഭവേളയിൽ, ഇത്തരമൊരു അനുകൂലാന്തരീക്ഷം സൃഷ്ടിക്കാൻ ഞാൻ ആദ്യ ശ്രമം നടത്തി. അന്ന് പ്രോജക്ടുകൾ രൂപകല്പനാഘട്ടത്തിലായിരുന്നു. പ്രകടനനിലവാരത്തിൽ ഏററവും ചുരുങ്ങിയത് 40 ശതമാനം മുതൽ 50 ശതമാനംവരെ വർദ്ധനവ് പുനഃസംഘടനകൊണ്ടുണ്ടായി. തുടർന്നു പിന്നിട്ട സുപ്രധാനവും അപ്രധാനവുമായ നാഴികക്കല്ലുകൾ ഇന്ന് ഒന്നിലധികം പരിപാടികൾ വികസനത്തിനും പറക്കൽപരിശോധനയ്ക്കും സജ്ജമാകുന്ന വിധത്തിൽ ഈ പരിപാടിക്ക് ദൂരക്കാഴ്ചയും നിരന്തരമായ പ്രതി

ബദ്ധതയും നേടിക്കൊടുത്തു. യുവശാസ്ത്രജ്ഞരുടെ സംഘത്തെ പ്രോജക്ടിലേക്ക് എടുക്കുക വഴി ശരാശരി പ്രായം 42-ൽ നിന്നും 33 ആയി കുറച്ചു. രണ്ടാമതൊരു പുനഃസംഘടനയ്ക്കുകൂടി സമയമായെന്ന് എനിക്കു തോന്നി. പക്ഷേ, എങ്ങനെയാണത് നിർവഹിക്കേണ്ടത്? ഗൈഡഡ് മിസ്സൈൽ പരിപാടിയുടെ വികസനപ്രവർത്തനങ്ങൾക്ക് ഒരു മുന്നാക്കം നല്കാനാകുംവിധം അന്നു ലഭ്യമായിരുന്ന മൊത്തം 'പ്രചോദനശേഖര'ത്തിന്റെ (motivational inventory) ഒരു കണക്കു ഞാൻ എടുത്തു. ഈ വാക്കുകൊണ്ട് എന്താണ് അർത്ഥമാക്കുന്നതെന്ന് ഞാൻ നിങ്ങളോടൊന്നു വിശദീകരിച്ചുകൊള്ളട്ടെ. മൂന്നുതരം ധാരണകൾകൊണ്ടാണ് ഒരു നേതാവിന്റെ പ്രചോദനശേഖരം തയ്യാറാക്കുന്നത്: ആളുകൾ, തങ്ങളുടെ ജോലികളിൽ സംതൃപ്തി ഉണ്ടാക്കുമെന്ന് പ്രതീക്ഷിക്കുന്ന ആവശ്യങ്ങളെക്കുറിച്ചുള്ള ധാരണ, ജോലി രൂപരേഖയാൽ പ്രചോദനത്തിന്മേലുണ്ടാകുന്ന ഫലത്തെക്കുറിച്ചുള്ള ധാരണ, പിന്നെ, ആളുകളുടെ പെരുമാററത്തെ സ്വാധീനിക്കുന്നതിൽ ക്രിയാത്മകമായ പ്രബലീകരണത്തിനുള്ള ശക്തിയെക്കുറിച്ചുള്ള ധാരണ എന്നിവ.

1983-ലെ പുനഃസംഘടന നടത്തിയത് നവീകരണം ലക്ഷ്യമാക്കിയാണ്. എ വി രങ്കറാവുവും കേണൽ ആർ സ്വാമിനാഥനും ചുണയോടെ കൈകാര്യം ചെയ്ത അതിസങ്കീർണ്ണമായൊരു പ്രയത്നമായിരുന്നു ഇത്. ഒരൊററ വിദഗ്ദ്ധനെ മാത്രം ഉൾപ്പെടുത്തിക്കൊണ്ട് ഞങ്ങൾ പുതുതായി ചേർന്ന യുവശാസ്ത്രജ്ഞരുടെ ഒരു സംഘം രൂപീകരിക്കുകയും അഴിച്ചിറക്കാവുന്നതും വാഹനത്തിൽ ഉറപ്പിച്ചതുമായ ഒരു സ്ട്രാപ്ഡൗൺ ഇനെർഷ്യൽ ഗൈഡൻസ് സിസ്ററം നിർമ്മിക്കുക എന്ന വൻവെല്ലുവിളി അവർക്ക് എറിഞ്ഞുകൊടുക്കുകയും ചെയ്തു. വാഹനത്തിൽ സ്ഥാപിച്ചിരിക്കുന്ന ഒരു കംപ്യൂട്ടറും കുതിപ്പുസംവിധാനത്തിലെ റാംറോക്കററും ചേർന്നതാണീ സംവിധാനം. രാജ്യത്ത് ഇദംപ്രഥമമായായിരുന്നു ഇത്തരം കാര്യങ്ങൾക്കൊരു ശ്രമം നടക്കുന്നത്. മാത്രമല്ല, ഇതിന്റെ സാങ്കേതികവിദ്യ ആഗോള നിലവാരത്തിലുള്ള സംവിധാനങ്ങളോട് തുലനം ചെയ്യാവുന്നതുമായിരുന്നു. ജൈറോയും ആക്സിലറോമീററും* ചേർന്ന ഘടകം, സംവേദിനിയിൽനിന്നും വരുന്ന സന്ദേശങ്ങളെ കൈകാര്യം ചെയ്യുന്നതിനുള്ള ഇലക്ട്രോണിക് സംവിധാനം എന്നിവയെ കേന്ദ്രീകരിച്ചുള്ളതായിരുന്നു ഗൈഡൻസ് ടെക്നോളജി. വാഹനത്തിൽ സ്ഥാപിച്ചിരിക്കുന്ന കംപ്യൂട്ടർ ദൗത്യത്തിന്റെ ഗണനങ്ങളും പറക്കലിന്റെ ക്രമങ്ങളും നിർവഹിക്കുന്നു. ഒരു ബൂസ്ററർ റോക്കററിനാൽ അത്യധിക പ്രവേഗങ്ങളിൽ ദീർഘനേരം പറക്കുമ്പോൾ (ഇന്ധനജ്വലനത്തിന് അധികമായി ആവശ്യമായ) വായു നല്കാനുള്ളതാണ് റാംറോക്കററ് സംവിധാനം. ടീമുകൾ ഈ സംവിധാനങ്ങൾ രൂപകല്പന ചെയ്തുവെന്നു മാത്രമല്ല, ഉപയോഗപ്രദമായ ഉപകരണങ്ങളാക്കി അവയെ വികസിപ്പിച്ചെടുക്കുകയും ചെയ്തു. പിന്നീട് 'പൃഥ്വി'യും 'അഗ്നി'യും മികവാർന്ന ഫലങ്ങളോടെ ഇത്തരം ഉപകരണങ്ങൾ ഉപയോഗിക്കുകയുണ്ടായി. ചെറുപ്പക്കാരുടേതായ ഈ ടീമുകളുടെ പ്രയത്നം രാജ്യത്തിനെ

*വാഹനത്തിനുണ്ടാകുന്ന ഏതുവിധ ചരിവുകളെയും തിരിച്ചറിയുന്ന സംവേദിനിയാണ് 'ജൈറോ' വാഹനത്തിന്റെ വേഗതാവർദ്ധനയുടെ നിരക്ക് കണക്കാക്കുന്ന ഉപകരണമാണ് 'ആക്സിലറോമീററർ.'

സംരക്ഷിത സാങ്കേതികവിദ്യകളുടെ കാര്യത്തിൽ സ്വയംപര്യാപ്തമാക്കി. ഉത്സാഹ ഭരിതമായ യുവമനസ്സുകളുമായുള്ള സംസർഗ്ഗംകൊണ്ട് ഞങ്ങളുടെ ബൗദ്ധിക ശേഷി നവീകരിക്കപ്പെടുകയും എടുത്തു പറയാവുന്ന ഈ സവിശേഷനേട്ടങ്ങൾ കൈവരിക്കാൻ കഴിയുകയും ചെയ്തു.

മാനവശേഷിയുടെ നവീകരണത്തിനുപുറമെ, പ്രോജക്ട്ഗ്രൂപ്പുകളുടെ ശക്തി വർദ്ധനയിലും ശ്രദ്ധ പതിപ്പിക്കേണ്ടതുണ്ടായിരുന്നു. മിക്കവാറും ആളുകൾ തങ്ങളുടെ സാമൂഹികവും തൻപ്രമാണിത്തവും ആത്മസാക്ഷാത്കാരപരവുമായ ആവശ്യങ്ങളെ ജോലിസ്ഥലത്തുവെച്ച് തൃപ്തിപ്പെടുത്താൻ ശ്രമിക്കും. നല്ലൊരു ലീഡർ വ്യത്യസ്തമായ രണ്ടുതരം പരിസരപ്രത്യേകതകളെ തിരിച്ചറിഞ്ഞിരിക്കണം. ഒന്ന്, വ്യക്തിയുടെ ആവശ്യങ്ങളെ തൃപ്തിപ്പെടുത്താൻ സഹായിക്കുന്നതും അടുത്തത്, തൻെറ ജോലിയിൽ അതൃപ്തി സൃഷ്ടിക്കുന്നതുമാണ്. തങ്ങളുടെ ജീവിതത്തെ സാർത്ഥകമാക്കുന്നതിൽ സുപ്രധാനമെന്ന് അവർ കരുതുന്ന മൂല്യങ്ങളും ലക്ഷ്യങ്ങളുമായി ബന്ധപ്പെട്ട ചില സവിശേഷതകൾ ആളുകൾ തങ്ങളുടെ തൊഴിലിൽ തേടുന്നതായി ഞങ്ങൾ നിരീക്ഷിക്കുകയുണ്ടായി. ഒരു പ്രവൃത്തി, തൊഴിലാളികളുടെ നേട്ടത്തിനും അംഗീകാരത്തിനും ഉത്തരവാദിത്തത്തിനും വളർച്ചയ്ക്കും പുരോഗതിക്കുമുള്ള ത്വരയെ തൃപ്തിപ്പെടുത്തുമെങ്കിൽ, അവർ ലക്ഷ്യങ്ങൾ നേടിയെടുക്കുന്നതിനുവേണ്ടി കഠിനപ്രയത്നം നടത്തും.

ഒരിക്കൽ തൻെറ ജോലി തൃപ്തികരമായിക്കഴിഞ്ഞാൽ ഒരുവൻ താൻ ജോലി നിർവഹിച്ച സാഹചര്യങ്ങളെയും ചുററുപാടുകളെയും വീക്ഷിക്കുകയായി. ഭരണ സംവിധാനത്തിൻെറ നയങ്ങളെയും തൻെറ നേതാവിൻെറ ഗുണഗണങ്ങളെയും സുരക്ഷിതത്വം, സ്ഥാനമഹിമ, തൊഴിൽവ്യവസ്ഥകൾ എന്നിവയെയും അയാൾ നിരീക്ഷിക്കുന്നു. പിന്നീട് അയാൾ ഈ ഘടകങ്ങളെ താനും സഹസ്ഥാനീയരുമായുള്ള വ്യക്തിബന്ധങ്ങളുമായി കൂട്ടിയിണക്കും. ഈ സ്ഥിരീകരണഘടകങ്ങളിലൂടെ അയാൾ തൻെറ വ്യക്തിജീവിതത്തെ വിലയിരുത്തുന്നു. ഈ സമസ്ത വശങ്ങളുടെയും സമഗ്രഫലമാണ് ഒരു വ്യക്തിയുടെ ശ്രമത്തിൻെറയും പ്രകടനത്തിൻെറയും അളവും ഗുണനിലവാരവും നിർണ്ണയിക്കുന്നത്.

1983-ൽ ഉരുത്തിരിഞ്ഞുവന്ന മാതൃസംഘടന ഈ ആവശ്യകതകൾ നിറവേററുന്നതിന് ഏറ്റവും മെച്ചപ്പെട്ട ഒരു സംവിധാനമാണെന്നു. തെളിഞ്ഞു. അതുകൊണ്ട്, പരീക്ഷണശാലയുടെ ഈ ഘടന നിലനിറുത്തിക്കൊണ്ടുതന്നെ ഞങ്ങളൊരു പ്രയത്ന രൂപകല്പനാപരിശ്രമം ഏറെറടുത്തു. സാങ്കേതികവിദ്യാനിയന്ത്രണസ്ഥാനത്തു പ്രവൃത്തിയെടുക്കുന്ന ശാസ്ത്രജ്ഞരെ, ഒരേയൊരു പ്രോജക്ടുമായിമാത്രം ബന്ധപ്പെടുന്ന രീതിയിൽ സിസ്ററം മാനേജർമാരാക്കി. മിസ്സൈലിൻെറ ഹാർഡ്‌വെയർ വികസനവുമായി ബന്ധപ്പെട്ടു പ്രവർത്തിക്കുന്ന പൊതു, സ്വകാര്യമേഖലാസ്ഥാപനങ്ങളുമായി ഇടപെടുവാൻ, വികസനാത്മക നിർമ്മാണ വിദഗ്ദ്ധനായി ദീർഘകാലം പ്രവർത്തിച്ചിട്ടുള്ള പി കെ ബിശ്വാസിൻെറ കീഴിൽ ഒരു ബാഹ്യനിർമ്മാണവിഭാഗം രൂപീകരിച്ചു. തന്മൂലം സ്ഥാപനത്തിനകത്തുള്ള നിർമ്മാണസംവിധാനങ്ങളുടെ മേലുള്ള സമ്മർദ്ദം കുറഞ്ഞു. പുറമെ ചെയ്യിക്കാനാ

കാത്ത ജോലികളിന്മേൽ കൂടുതൽ ശ്രദ്ധ കേന്ദ്രീകരിക്കാൻ അവർക്കതു സഹായകമായി ഈ ജോലിതന്നെയുണ്ടായിരുന്നു മൂന്നു ഷിഫ്ററും പൂർണ്ണമായി വിനിയോഗിക്കുവാൻ.

ഞങ്ങൾ 1988-ലേക്ക് പ്രവേശിച്ചപ്പോഴേക്കും 'പൃഥ്വി'യുടെ ജോലികൾ ഏതാണ്ട് പൂർത്തിയാവുകയായിരുന്നു. സംവഹനഭാരത്തിലെ ഏററക്കുറച്ചിലുകളുമായി താദാത്മ്യം പ്രാപിക്കുന്നതിനുവേണ്ടി മുൻപേ നിശ്ചയിച്ചു ക്രമീകരിക്കാവുന്ന മൊത്തം കുതിപ്പുസംവിധാനമുള്ള സംയുക്ത ദ്രവഇന്ധന (എൽ പി) റോക്കററ് എൻജിനുകൾ രാജ്യത്ത് ഇദംപ്രഥമമായി ഒരു മിസ്സൈലിൽ ഉപയോഗിക്കുവാൻ പോവുകയായിരുന്നു. ഇപ്പോൾ പ്രോജക്ടിൻെറ വിജയം, സുന്ദരവും ഞാനും 'പൃഥ്വി' ടീമിനു നല്കിക്കൊണ്ടിരുന്ന നയതീരുമാനങ്ങളുടെ വ്യാപ്തിക്കും ഗുണനിലവാരത്തിനും പുറമെ, രചനാത്മക ആശയങ്ങളെ പ്രവർത്തനയോഗ്യമായ ഉത്പന്നങ്ങളാക്കി മാററുന്നതിലും ടീമംഗങ്ങൾ നല്കുന്ന സംഭാവനകളുടെ ഗുണമേന്മയെയും ഉറപ്പിനെയുംകൂടി ആശ്രയിച്ചാണിരിക്കുന്നത്. ഇക്കാര്യത്തിൽ വൈ ജ്ഞാനേശ്വർ, പി വേണുഗോപാലൻ എന്നിവരോടു ചേർന്ന് സ്തുത്യർഹമായ ജോലിതന്നെ ചെയ്തു. അഭിമാനത്തിൻെറയും നേട്ടത്തിൻെറയും ഒരു ബോധം അവർ സ്വന്തം ടീമിൽ നിറയ്ക്കുകയുണ്ടായി. ഈ റോക്കററ് എൻജിനുകളുടെ പ്രാധാന്യം 'പൃഥ്വി' പ്രോജക്ടിൽ മാത്രം ഒതുങ്ങിനില്ക്കുന്ന ഒന്നായിരുന്നില്ല — അതൊരു ദേശീയനേട്ടമായിരുന്നു. ഇവരുടെ സംയുക്തനേതൃത്വത്തിൻകീഴിൽ എൻജിനീയർമാരുടെയും ടെക്നീഷ്യന്മാരുടെയും വിപുലമായ ഒരു സംഘം, അവർ ഓരോരുത്തരും വ്യക്തിഗതമായി നിർവഹിക്കുവാൻ ബാധ്യസ്ഥരായിരുന്ന ലക്ഷ്യങ്ങൾക്കു പുറമെ ടീമിൻെറകൂടി ലക്ഷ്യങ്ങൾ മനസ്സിലാക്കുകയും അതിനായി സ്വയം സമർപ്പിക്കുകയും ചെയ്തു. ആ ടീം ഒന്നടങ്കംതന്നെ തങ്ങൾക്കു സ്വയം വ്യക്തമായ ദിശയിൽ പ്രവർത്തിക്കുകയുണ്ടായി. ഒപ്പം ചേർന്നു പ്രവർത്തിച്ചുകൊണ്ട് കിർക്കീയിലെ ആയുധനിർമ്മാണശാലയും .അവർ ഈ എൻജിനുകളിലെ ഇന്ധനത്തിൻെറ ഇറക്കുമതി ചെയ്യുന്ന ഘടകങ്ങളെ പൂർണ്ണമായി ഒഴിവാക്കുകയും ചെയ്തു.

സുന്ദരത്തിൻെറയും സരസ്വതിൻെറയും സുരക്ഷിതവും കാര്യക്ഷമവുമായ കരങ്ങളിൽ പേടകത്തിൻെറ വികസനപ്രക്രിയ സംബന്ധമായ കാര്യങ്ങൾ ഏല്പിച്ചുകൊണ്ട് ഞാൻ ദൗത്യത്തിൻെറ മർമ്മപ്രധാനമായ വേറെ കാര്യങ്ങളിൽ ശ്രദ്ധ ചെലുത്താൻ തുടങ്ങി. മിസ്സൈൽ അനായാസം ഉയർന്നു പൊങ്ങുന്നതിനുവേണ്ടിയുള്ള വിക്ഷേപണവിടുതൽയന്ത്രസംവിധാനം (എൽ ആർ എം) വികസിപ്പിച്ചെടുക്കാൻ വേണ്ടി ആഴത്തിലുള്ള ആസൂത്രണങ്ങൾ നടന്നു. ഡി ആർ ഡി എല്ലും സ്ഫോടകവസ്തുഗവേഷണ, വികസനപരീക്ഷണശാല(ഇ ആർ ഡി എൽ)യും ചേർന്ന് സംയുക്തമായി വികസിപ്പിച്ചെടുത്ത, എൽ ആർ എമ്മിനെ താങ്ങിനിറുത്താനുള്ള സ്ഫോടനാത്മകസാക്ഷാകൾ (എക്സ്പ്ലോസീവ് ബോൾട്ടുകൾ) വിവിധ പ്രവൃത്തികേന്ദ്രങ്ങൾ തമ്മിലുള്ള സഹകരണത്തിൻെറ ഉത്തമോദാഹരണമായിരുന്നു.

വ്യോമസഞ്ചാരത്തിൽ ഏർപ്പെട്ടിരിക്കുമ്പോൾ, ധ്യാനാത്മകമായ ചില നിമിഷങ്ങളിലേക്കു വഴുതിവീഴുന്നതും താഴെ, ഭൂമിയുടെ ദൃശ്യങ്ങളിലേക്ക് നോക്കിക്കൊണ്ടിരിക്കുന്നതും എനിക്കെപ്പോഴും താത്പര്യമുള്ള കാര്യങ്ങളായിരുന്നു. വിദൂരത്തിലിരുന്നു നോക്കുമ്പോൾ കാണുന്ന കാഴ്ചകൾ എത്രയോ മനോഹരം, എത്രയോ രഞ്ജകം, എത്ര സമാധാനപരം! അപ്പോഴൊക്കെ ഞാൻ അത്ഭുതപ്പെടുമായിരുന്നു, ഒരു ജില്ലയെ മറ്റൊരു ജില്ലയിൽനിന്നും ഒരു സംസ്ഥാനത്തെ മറ്റൊരു സംസ്ഥാനത്തിൽനിന്നും ഒരു രാജ്യത്തെ മറ്റൊരു രാജ്യത്തിൽനിന്നും വേർതിരിക്കുന്ന അതിർവരമ്പുകൾ എവിടെ? ഒരുപക്ഷേ, ജീവിതത്തിലെ എല്ലാ പ്രവർത്തനങ്ങളുമായും ഇടപെടുമ്പോൾ ഒരുതരം അകലം പാലിക്കലും നിസ്സംഗതയും ആവശ്യമായിരിക്കാം.

ബാലസോറിലെ ഇടക്കാല ടെസ്ററ് റേഞ്ചിൻെറ പണി പൂർത്തിയാകാൻ ഇനിയും ഒരു വർഷമെങ്കിലുംകൂടി വേണ്ടിവന്നിരുന്നതിനാൽ 'പൃഥ്വി'യുടെ വിക്ഷേപണത്തിനായി ഞങ്ങൾക്ക് 'ഷാറി'ൽ പ്രത്യേകമായ സൗകര്യങ്ങൾ ഒരുക്കിയിരുന്നു. ലോഞ്ച്പാഡ്, ബ്ലോക്ക്ഹൗസ്, കൺട്രോൾ കൺസോളുകൾ, മൊബൈൽ ടെലിമിട്രിസ്റ്റേഷനുകൾ എന്നിവ ഇതിൽ ഉൾപ്പെട്ടു. അപ്പോഴേക്കും 'ഷാർ' കേന്ദ്രത്തിൻെറ ഡയറക്ടറായിക്കഴിഞ്ഞിരുന്ന എൻെറ പഴയ സുഹൃത്ത് എം ആർ കുറുപ്പുമായി എനിക്ക് ആഹ്ലാദകരമായൊരു പുനഃസമാഗമം ഉണ്ടായി. 'പൃഥ്വി' വിക്ഷേപണപരിപാടിയിൽ കുറുപ്പുമൊത്ത് പ്രവർത്തിക്കാനായത് എനിക്ക് ഏറെ ചാരിതാർത്ഥ്യം തന്നു. ഡി ആർ ഡി ഒ, ഐ എസ് ആർ ഒ എന്നിവയും ഡി ആർ ഡി എൽ, 'ഷാർ' എന്നിവയും തമ്മിലുള്ള അതിർത്തിരേഖകൾ മറന്നുകൊണ്ട് കുറുപ്പ് ഒരു ടീമംഗമെന്ന നിലയിൽതന്നെ 'പൃഥ്വി'ക്കുവേണ്ടി പ്രവർത്തിച്ചു. ലോഞ്ച്പാഡിൽ ഞങ്ങളോടൊപ്പം കുറുപ്പും ദീർഘനേരം കഴിച്ചുകൂട്ടുമായിരുന്നു. റേഞ്ച്ടെസ്ററിങ്, റേഞ്ച്സേഫ്ടി എന്നീ കാര്യങ്ങളിലുള്ള തൻെറ അനുഭവസമ്പത്തുകൊണ്ട് അദ്ദേഹം ഞങ്ങളെ തുണയ്ക്കുകയുണ്ടായി. മാത്രമല്ല, ഇന്ധനം നിറയ്ക്കലിൽവരെ അത്യുത്സാഹപൂർവ്വം ജോലിചെയ്യുക വഴി അദ്ദേഹം 'പൃഥ്വി'യുടെ കന്നി വിക്ഷേപണ യത്നത്തെ അനുസ്മരണീയമായ ഒരു അനുഭവമാക്കിത്തീർത്തു.

1988 ഫെബ്രുവരി 25-ാംതീയതി 11.23 മണിക്ക് 'പൃഥ്വി' വിക്ഷേപിക്കപ്പെട്ടു. രാജ്യത്തെ റോക്കററ് ശാസ്ത്രചരിത്രത്തിൽ ഒരു പുതുയുഗാരംഭം കുറിച്ച ഒരു സംഭവമായിരുന്നു അത്. 'പൃഥ്വി' എന്നത് 1,000 കിലോഗ്രാം വരുന്ന ഒരു പരമ്പരാഗത ആയുധത്തെ 150 കിലോമീററർ അകലെ 50 മീററർ സി ഇ പി എന്ന കൃത്യതയോടെ കൊണ്ടുചെന്നിടാൻ കഴിവുള്ളൊരു സർഫസ് -ടു -സർഫസ് മിസ്സൈൽ മാത്രമായിരുന്നില്ല; പ്രത്യുത, അത് രാജ്യത്തിൻെറ ഭാവിയിലുള്ള എല്ലാ ഗൈഡഡ് മിസ്സൈലുകളുടെയും പ്രാക്‌രൂപംകൂടിയായിരുന്നു. ഒരു ദീർഘദൂര ഭൂതല മിസ്സൈൽ എന്നതിൽനിന്നും ഒരു വ്യോമമിസ്സൈൽ സംവിധാനമായി വികസിപ്പിച്ചെടുക്കാനുള്ള സൗകര്യം അതിൽ ഇപ്പൊഴേ ഉണ്ടായിരുന്നു എന്നു മാത്രമല്ല, കപ്പലിനുള്ളിൽ സ്ഥാപിച്ച് ഉപയോഗപ്പെടുത്തുന്നതിനും കഴിയുമായിരുന്നു.

ഒരു മിസ്സൈലിൻെറ സൂക്ഷ്മത അതിൻെറ വൃത്താകാരപിശകു സാധ്യത (സർക്കുലർ എറർ പ്രോബബിൾ: സി ഇ പി)എന്ന മാത്രയിൽ ആവിഷ്കരിക്കപ്പെടുന്നു. തൊടുത്തുവിട്ട മിസ്സൈലുകളുടെ 50 ശതമാനവും ചെന്നുപതിക്കാൻ സാധ്യതയുള്ള ഒരു വൃത്താകാരമേഖലയുടെ വ്യാസാർദ്ധമാണ് ഈ മാത്ര. മററൊരു തരത്തിൽ പറഞ്ഞാൽ, ഒരു മിസ്സൈലിന് ഒരു കിലോമീററർ സി ഇ പി ഉണ്ടെങ്കിൽ (ഗൾഫ് യുദ്ധത്തിൽ ഇറാഖ് ഉപയോഗിച്ച 'സ്കഡ്' മിസ്സൈൽപോലെ) അതിനർത്ഥം, അവയിൽ പാതിയും ലക്ഷ്യത്തിൻെറ ഒരു കിലോമീററർ പരിധിക്കുള്ളിൽ പതിക്കുമെന്നാണ്. പരമ്പരാഗതമായ ഒരു അതിശക്തസ്ഫോടകവസ്തു വഹിക്കുന്ന, ഒരു കിലോമീററർ സി ഇ പി ഉള്ള ഒരു മിസ്സൈൽ നിശ്ചിത സൈനികലക്ഷ്യങ്ങളായ ഒരു സേനാദലത്തിനോ അതിൻെറ നിയന്ത്രണകേന്ദ്രത്തിനോ വ്യോമതാവളത്തിനോ നാശംവിതയ്ക്കുകയോ കേടുപാടുകൾ വരുത്തുകയോ ചെയ്യുമെന്ന് സാധാരണഗതിയിൽ പ്രതീക്ഷിക്കാനാവുകയില്ല. എന്നാൽ, നിശിത ലക്ഷ്യങ്ങളല്ലാത്ത ഒരു നഗരത്തിനോ മററോ എതിരെ അവ ഫലപ്രദമായിരിക്കും. 1944 സെപ്ററംബറിനും 1945 മാർച്ചിനും ഇടയിൽ ലണ്ടനെതിരെ പ്രയോഗിച്ച ജർമ്മൻ വി-2 മിസ്സൈലുകൾക്ക് പരമ്പരാഗത അതിശക്ത സ്ഫോടകവസ്തുവും 17 കിലോമീററർ എന്ന അതിവിസ്തൃത സി ഇ പിയുമാണ് ഉണ്ടായിരുന്നത്. എങ്കിലും ലണ്ടനിൽ പതിച്ച 500 വി -2കൾ 21,000ലേറെ അപകടങ്ങൾ ഉണ്ടാക്കുന്നതിലും 2,00,000 ഭവനങ്ങൾ നശിപ്പിക്കുന്നതിലും വിജയിച്ചു. പാശ്ചാത്യ രാജ്യങ്ങൾ ആണവ നിർവ്യാപനകരാറിനെക്കുറിച്ച് തൊണ്ടകാറി ആക്രോശിക്കവേ, ഞങ്ങൾ 50 മീററർ സി ഇ പി എന്ന സൂക്ഷ്മത കൈവരിക്കുന്നതിനുള്ള കാതലായ മാർഗ്ഗനിർദ്ദേശ, നിയന്ത്രണ സാങ്കേതികവിദ്യ വികസിപ്പിക്കുന്നതിൽ ശ്രദ്ധയൂന്നി. 'പൃഥ്വി' പരീക്ഷണങ്ങളുടെ വിജയത്തോടെ, ആണവായുധം ഇല്ലാതെയും, ആക്രമണം സംഭവിക്കാമെന്ന മരവിപ്പിക്കുന്ന യാഥാർത്ഥ്യം, സംഭാവ്യമായ ഒരു സാങ്കേതികവിദ്യാ ഗൂഢാലോചനാസിദ്ധാന്തത്തെക്കുറിച്ചുള്ള കുശുകുശുക്കലിലേക്ക് മാത്രമായി ഈ വിമർശകരെ നിശ്ശബ്ദരാക്കി.

'പൃഥ്വി'യുടെ വിക്ഷേപണം സൗഹൃദമില്ലാത്ത അയൽരാജ്യങ്ങളിലേക്ക് ആഘാതതരംഗങ്ങളയച്ചു. പാശ്ചാത്യചേരിയുടെ പ്രാഥമിക പ്രതികരണം ഞെട്ടലിൻേറതായിരുന്നുവെങ്കിൽ പിന്നീടത് രോഷമായിമാറി. ഗൈഡഡ് മിസ്സൈലുകളുമായി ഏതെങ്കിലും വിദൂരബന്ധമെങ്കിലുമുള്ള വസ്തുക്കൾപോലും വാങ്ങുന്നതിനെതിരെ ഇന്ത്യയ്ക്കുമേൽ ഒരു സപ്തരാഷ്ട്ര സാങ്കേതികവിദ്യാ ഉപരോധവും വന്നു. ഗൈഡഡ് മിസ്സൈലുകളുടെ രംഗത്ത് ഒരു സ്വയംപര്യാപ്ത രാഷ്ട്രമായുള്ള ഇന്ത്യയുടെ ഉദയം വികസിതരാഷ്ട്രങ്ങളെയൊന്നാകെ ഇളക്കിമറിച്ചു.

14

ഇന്ത്യയ്ക്ക് റോക്കറ്റ്ശാസ്ത്രവിദ്യയിലുള്ള കാതലായ ശേഷി അചഞ്ചലമായി, സംശയാതീതമായി, ശക്തമായി വീണ്ടും സ്ഥാപിക്കപ്പെട്ടുകഴിഞ്ഞു. പ്രബല മായ സൈനികേതര ശൂന്യാകാശവ്യവസായവും ബാഹ്യസഹായമില്ലാതെ നില നില്ക്കുന്ന മിസ്സൈൽ അധിഷ്ഠിതപ്രതിരോധശേഷിയും, തങ്ങൾ സ്വയം വൻശക്തി കളെന്നു വിളിക്കുന്ന പരിമിതമായ രാജ്യങ്ങളുടെ സംഘത്തിലേക്ക് ഇന്ത്യയെയും കൊണ്ടു വന്നിരിക്കുകയാണ്. എന്നും ബുദ്ധൻെറയോ ഗാന്ധിയുടെയോ പ്രബോ ധനങ്ങളെ പിന്തുടരാൻ പ്രേരിപ്പിക്കപ്പെട്ടിരുന്ന ഇന്ത്യ എങ്ങനെ, എന്തുകൊണ്ട് ഒരു മിസ്സൈൽ ശക്തിയായി മാറി എന്ന ചോദ്യത്തിന് വരുംതലമുറകൾക്കുവേണ്ടി ഉത്തരം പറയേണ്ടതുണ്ട്.

രണ്ടു നൂററാണ്ടുകൾ നീണ്ടുനിന്ന കീഴ്പെടുത്തലും അടിച്ചമർത്തലും നിഷേ ധങ്ങളുമെല്ലാം ഇന്ത്യൻജനതയുടെ സർഗശക്തിയെയും കാര്യശേഷിയെയും നശിപ്പിക്കുന്നതിൽ പരാജയപ്പെട്ടിട്ടുണ്ട്. സ്വാതന്ത്ര്യം നേടി പരമാധികാരം സ്ഥാപി ച്ചതിനുശേഷം വെറും ഒരൊററ ദശാബ്ദത്തിനകം തികച്ചും സമാധാനപരമായ ഉപയോഗങ്ങൾക്കായുള്ള ഇന്ത്യയുടെ ബഹിരാകാശ, ആണവോർജ്ജപരിപാടി കൾക്ക് തുടക്കംകുറിച്ചു. മിസ്സൈൽവികസന നിക്ഷേപത്തിന് വേണ്ട പണമോ സായുധസേനകളിൽനിന്നും കൃത്യമായ ആവശ്യപ്പെടലുകളോ ഉണ്ടായിരുന്നില്ല. എങ്കിലും 1962-ലെ കയ്പേറിയ അനുഭവങ്ങൾ നമ്മെ മിസ്സൈൽ വികസനത്തി നായുള്ള ചില പ്രാഥമിക, അടിസ്ഥാനചുവടുവെപ്പുകൾ നടത്താൻ പ്രേരിപ്പിച്ചു.

ഒരു 'പൃഥ്വി' മാത്രം മതിയോ? നാലഞ്ച് മിസ്സൈൽ സംവിധാനങ്ങളുടെ തദ്ദേ ശീയ വികസനം നമ്മെ വേണ്ടത്ര ശക്തരാക്കുമോ? അല്ലെങ്കിൽ, ആണവായുധങ്ങൾ കൈവശം ഉണ്ടാകുന്നത് നമ്മെ കൂടുതൽ ശക്തരാക്കുമോ? ഒരു വലിയ സാകല്യ ത്തിൻെറ ഭാഗങ്ങൾ മാത്രമാണ് മിസ്സൈലുകളും ആണവായുധങ്ങളും. എൻെറ കാഴ്ചയിൽ അത്യാധുനിക സാങ്കേതികവിദ്യയുടെ രംഗത്ത് നമ്മുടെ രാജ്യത്തി ൻെറ സ്വയംപര്യാപ്തതയെ പ്രതിനിധാനംചെയ്യുന്ന ഒന്നാണ് 'പൃഥ്വി'യുടെ വിക സനം. ഉന്നത സാങ്കേതികവിദ്യയെന്നത് അളവററ പണത്തിൻെറയും ബൃഹ ത്തായ അടിസ്ഥാനസൗകര്യങ്ങളുടെയും പര്യായമാണ്. ദൗർഭാഗ്യവശാൽ ഇതി ലൊന്നുപോലും വേണ്ടത്ര അളവിൽ ലഭ്യമായിരുന്നില്ല. പിന്നെ ഞങ്ങൾക്കെന്തു ചെയ്യാൻ കഴിയും? രാജ്യത്ത് ലഭ്യമായ വിഭവങ്ങളെല്ലാം സ്വരുക്കൂട്ടി 'അഗ്നി' മിസ്സൈലിനെ ഒരു സാങ്കേതികവിദ്യാപ്രദർശനപ്രോജക്ടായി വികസിപ്പിച്ചെ ടുത്തു എന്നതൊരു ഉത്തരം നല്കുമോ?

ഏതാണ്ടൊരു ദശാബ്ദത്തിനുമുമ്പ് ഐ എസ് ആർ ഒ യിൽവച്ച് ഞങ്ങൾ

'റെക്സി'(REX)നെക്കുറിച്ച് ചർച്ചചെയ്ത വേളയിൽത്തന്നെ എനിക്ക് നല്ല ഉറപ്പുണ്ടായിരുന്നു, ഒററക്കെട്ടായി യത്നിക്കുന്ന ഇന്ത്യൻ ശാസ്ത്രജ്ഞർക്കും സാങ്കേതിക വിദഗ്ദ്ധർക്കും ഈ സാങ്കേതികവിദ്യാമുന്നേറ്റം കൈവരിക്കുവാനുള്ള കഴിവുണ്ടെന്ന്. ശാസ്ത്രഗവേഷണശാലകളും വിദ്യാഭ്യാസസ്ഥാപനങ്ങളും കൈകോർത്തുകൊണ്ടുള്ള ഒരു പരിശ്രമത്തിലൂടെ ഇന്ത്യയ്ക്ക് അത്യാധുനികമായ സാങ്കേതിക വിദ്യകൾ നേടിയെടുക്കാമെന്ന കാര്യം നല്ല ഉറപ്പാണ്. ഇന്ത്യൻ വ്യവസായമേഖലയെ, അവർ സ്വയം ചമച്ചെടുത്ത, കേവലം നിർമ്മാണശാലകളെന്ന പ്രതിച്ഛായയിൽനിന്നും ആർക്കെങ്കിലും മോചിപ്പിക്കാൻ സാധിക്കുമെങ്കിൽ അവയ്ക്ക് തദ്ദേശീയമായി വികസിപ്പിച്ചെടുത്ത സാങ്കേതികവിദ്യകൾ സ്വാംശീകരിച്ച് അത്യുജ്ജ്വല നേട്ടങ്ങൾ കൈവരിക്കാൻ കഴിയും. ഇതു നിർവഹിക്കാനായി ഞങ്ങളൊരു ത്രിതല തന്ത്രമാണ് സ്വീകരിച്ചത് — ബഹുസ്ഥാപന പങ്കാളിത്തം (കൺസോർസിയം), സംയോജിത സമീപനം, പ്രബലപ്പെടുത്തൽ സാങ്കേതികവിദ്യ. 'അഗ്നി' സൃഷ്ടിക്കാനായി കൂട്ടിയുരച്ച ശിലാഖണ്ഡങ്ങളാണ് ഇവ.

അഞ്ഞൂറിലേറെ ശാസ്ത്രജ്ഞന്മാരടങ്ങിയതായിരുന്നു 'അഗ്നി' ടീം. 'അഗ്നി' വിക്ഷേപണം എന്ന ഭീമമായ പ്രയത്നത്തിനായി നിരവധി സ്ഥാപനങ്ങളെ ഒരു ശൃംഖലയിലെന്നവണ്ണം കോർത്തിണക്കുകയുണ്ടായി. 'അഗ്നി' ദൗത്യത്തിന് അടിസ്ഥാനപരമായ രണ്ട് ക്രമീകരണങ്ങളാണുണ്ടായിരുന്നത് — ജോലിയും ജോലിക്കാരും. തൻെറ ലക്ഷ്യസാക്ഷാത്കാരത്തിനായി ഓരോ അംഗവും തൻെറ ടീമിലെ മററെല്ലാ അംഗങ്ങളെയും ആശ്രയിക്കേണ്ടിയിരുന്നു. അത്തരം സന്ദർഭങ്ങളിൽ സാധാരണ ഉണ്ടാകാൻ സാധ്യതയുള്ള രണ്ടു കാര്യങ്ങളാണ് വൈരുദ്ധ്യങ്ങളും ആശയക്കുഴപ്പങ്ങളും. ജോലികളുടെ നിർവഹണവേളയിൽ ഓരോ നേതാവും ജോലിക്കാരോടുള്ള കരുതൽ കാക്കുന്നത് താന്താങ്ങളുടെ വ്യക്തിപരമായ രീതികളിലാണ്. ഫലപ്രാപ്തിക്കായി ചിലർ ജോലിക്കാരോട് യാതൊരു പരിഗണനയും കാണിക്കാറില്ല. ലക്ഷ്യപ്രാപ്തിക്കായി അവർ ആളുകളെ ഉപയോഗിക്കുന്നു എന്നു മാത്രം. ചിലർ ജോലിക്ക് കുറച്ചു പ്രാധാന്യമേ കൊടുക്കാറുള്ളൂ. അവർ തങ്ങളോടൊത്ത് ജോലിചെയ്യുന്നവരുടെ ഊഷ്മളതയും അംഗീകാരവും നേടിയെടുക്കാനായി പരിശ്രമിക്കുന്നു. എന്നാൽ, ജോലിയുടെ ഗുണമേന്മയിലും മാനുഷികബന്ധങ്ങളുടെ കാര്യത്തിലും സാധ്യമായതിൽ ഏററവും ഉന്നതമായ ഉദ്ഗ്രഥനമാണ് ഈ ടീം നേടിയെടുത്തത്.

മുഴുകൽ, പങ്കെടുക്കൽ, പ്രതിജ്ഞാബദ്ധത എന്നിവയായിരുന്നു പ്രവർത്തനത്തിൻെറ സുപ്രധാന സംജ്ഞകൾ. ഓരോരുത്തരും അവരവരുടെ ടീമിൽ സ്വയം പ്രേരിതരായി പ്രവർത്തിക്കുന്നതു കാണപ്പെട്ടു. 'അഗ്നി'യുടെ വിക്ഷേപണം ശാസ്ത്രജ്ഞരുടെ മാത്രം പൊതുലക്ഷ്യമായിരുന്നില്ല; അത് അവരുടെ കുടുംബാംഗങ്ങളുടെയുംകൂടിയായിരുന്നു. ഇലക്ട്രിക്കൽ ഇൻറഗ്രേഷൻ ടീമിൻെറ ലീഡറായിരുന്നു വി ആർ നാഗരാജ്. പൂർണമായും അർപ്പണബോധമുള്ള സാങ്കേതികജ്ഞനായിരുന്ന നാഗരാജ് സംയോജനചട്ടത്തിനു സമീപമായിരിക്കുന്ന വേളകളിൽ ഭക്ഷണം, ഉറക്കം എന്നീ പ്രാഥമികാവശ്യങ്ങൾ പോലും വിസ്മരിക്കുമായിരുന്നു. ഐ ററി ആറിൽ പണിയെടുത്തുകൊണ്ടിരിക്കുമ്പോൾ അദ്ദേഹത്തിൻെറ അളിയൻ

മൃതിയടഞ്ഞു. 'അഗ്നി'യുടെ വിക്ഷേപണം ലക്ഷ്യമാക്കിയുള്ള അദ്ദേഹത്തിന്റെ യത്നത്തിന് ഭംഗം വരുത്തരുതെന്നു കരുതി അദ്ദേഹത്തിന്റെ കുടുംബം ഈ വാർത്ത നാഗരാജിൽനിന്നും മറച്ചു പിടിച്ചു.

1989 ഏപ്രിൽ 20-നാണ് 'അഗ്നി'യുടെ വിക്ഷേപണം നിശ്ചയിച്ചിരുന്നത്. ഇത്തരമൊരു സംരംഭം ഇതിനുമുമ്പുണ്ടായിട്ടില്ല. ബഹിരാകാശ വാഹനവിക്ഷേപണങ്ങൾക്കുവേണ്ടതിനുപരിയായി വിപുലമായ സുരക്ഷാക്രമീകരണങ്ങൾ ഇതിൽ അന്തർഭവിച്ചിരുന്നു. രണ്ടു റഡാറുകൾ, മൂന്നു വിദൂര യന്ത്രമാപന കേന്ദ്രങ്ങൾ, ഒരു വിദൂര കല്പന നല്കൽകേന്ദ്രം, നാല് വൈദ്യുതവീക്ഷണ പാത നിർണയ ഉപകരണങ്ങൾ എന്നിവ മിസ്സൈലിന്റെ പരിപഥം പരിശോധിക്കാനായി സ്ഥാപിച്ചിട്ടുണ്ടായിരുന്നു. ഇതിനുപുറമെ, കാർ നിക്കോബാർ ദ്വീപിലെ വിദൂര യന്ത്രമാപനകേന്ദ്രം (ISTRAC), 'ഷാറി'ന്റെ റഡാറുകൾ എന്നിവയും വാഹനത്തെ നിരീക്ഷിക്കാനായി ഏറ്റെടുത്ത് വിന്യസിക്കുകയുണ്ടായി. മിസ്സൈലിനകമേയുള്ള വൈദ്യുതസംഭരണികളിൽനിന്നും പ്രസരിക്കുന്ന വൈദ്യുതശക്തിയെ ക്രമീകരിക്കാനും സംവിധാനത്തിലെ വിവിധ സമ്മർദ്ദങ്ങൾ നിയന്ത്രിക്കാനുമായി ചടുലമായ മേൽനോട്ടം ഒരുക്കിയിരുന്നു. വോൾട്ടേജിലോ മർദ്ദത്തിലോ എന്തെങ്കിലും വ്യതിയാനം ശ്രദ്ധയിൽപ്പെട്ടാലുടൻ പ്രത്യേകമായി രൂപകല്പനചെയ്തുവച്ചിരിക്കുന്ന സ്വയം നിറുത്തൽസംവിധാനം 'നിർത്തൂ' എന്ന സന്ദേശം നല്കും. തകരാറ് പരിഹരിച്ചശേഷം മാത്രമേ പറക്കൽ പ്രവർത്തനങ്ങൾ വീണ്ടും പിന്തുടരുകയുള്ളൂ. ടി-36 മണിക്കൂറിൽ വിക്ഷേപണത്തിനുള്ള കൗണ്ട്-ഡൗൺ (പൂജ്യത്തിലെത്തുമ്പോൾ വിക്ഷേപണമെന്ന് നിശ്ചയിച്ചുകൊണ്ടുള്ള താഴേക്ക് എണ്ണൽ) ആരംഭിച്ചു. ടി-7.5 മിനിട്ടു മുതലുള്ള എണ്ണൽ കംപ്യൂട്ടറാണ് ചെയ്യുക.

വിക്ഷേപണത്തിനുമുമ്പുള്ള സർവതയ്യാറെടുപ്പുകളും നിശ്ചിതപരിപാടിയനുസരിച്ചുതന്നെ നടന്നു. വിക്ഷേപണവേളയിൽ സമീപസ്ഥങ്ങളായ ഗ്രാമങ്ങളിലെ ജനങ്ങളെ സുരക്ഷിതത്വകാരണങ്ങളാൽ ഒഴിപ്പിക്കാൻ ഞങ്ങൾ തീരുമാനിച്ചിരുന്നു. ഇത് മാധ്യമങ്ങളുടെ ശ്രദ്ധ പിടിച്ചെടുക്കുകയും കുറെ വിവാദങ്ങളിലേക്ക് നയിക്കുകയുംചെയ്തു. 1989 ഏപ്രിൽ 20 വന്നെത്തിയപ്പോഴേക്കും രാഷ്ട്രത്തിന്റെ മുഴുവൻ ശ്രദ്ധയും ഞങ്ങളിലായി. പരീക്ഷണപ്പറക്കൽ അലസിപ്പിക്കാൻ നയതന്ത്രമാർഗങ്ങളിലൂടെ വിദേശരാജ്യങ്ങൾ സമ്മർദ്ദങ്ങൾ ചെലുത്തിയെങ്കിലും ഭാരതസർക്കാർ ഞങ്ങളുടെ പിന്നിൽ പാറപോലെ ഉറച്ചുനില്ക്കുകയും ഞങ്ങളുടെ ജോലിക്കുള്ള ഏതു തടസ്സത്തെയും ചെറുക്കുകയും ചെയ്തു. ഞങ്ങൾ ടി-14 സെക്കൻഡിലെത്തിയപ്പോൾ ഏതോ ഉപകരണങ്ങളിലൊന്നിന്റെ പ്രവർത്തനം പിശകിയെന്നു സൂചിപ്പിച്ചുകൊണ്ട് 'നിർത്തുക' എന്ന സന്ദേശം കംപ്യൂട്ടർ നല്കി. ആ പിശക് ഉടനെ പരിഹരിച്ചു. അതിനിടെ നിമ്ന, മേഖലയ്ക്കുള്ള കേന്ദ്രവും ഒരു 'നിർത്തൽ' ആവശ്യപ്പെടുകയുണ്ടായി. തുടർന്നുവന്ന ഏതാനും സെക്കൻഡുകളിൽ നിരവധി 'നിർത്തലു'കൾ വേണ്ടിവരുകയും തത്ഫലമായി വീണ്ടെടുക്കാനാകാത്തവിധം ആന്തരിക വൈദ്യുത ഉപഭോഗം നടന്നുകഴിയുകയും ചെയ്തു. അതോടെ ഞങ്ങൾക്ക് വിക്ഷേപണം ഉപേക്ഷിക്കാതെ തരമില്ലെന്നായി. മിസ്സൈൽ തുറന്ന് അതിലെ വൈദ്യുതവിതരണ സംവിധാനങ്ങൾ പുനഃസ്ഥാപിക്കേണ്ട

തുണ്ട്. ഇതിനകം തൻെറ കുടുംബത്തിൽ നടന്ന അത്യാഹിതം അറിഞ്ഞ നാഗരാജ് വിതുമ്പലോടെ എൻെറ പക്കൽ വന്ന് മൂന്നു ദിവസത്തിനകം തിരിച്ചുവരാമെന്ന് ഉറപ്പുപറഞ്ഞുപോയി. ഈ ധീരന്മാരുടെ ചരിതങ്ങൾ ഒരു ചരിത്രഗ്രന്ഥങ്ങളിലും രേഖപ്പെടുത്തുകയില്ലായിരിക്കാം, പക്ഷേ, നിശ്ശബ്ദരായ ഇത്തരം മനുഷ്യരുടെ കഠിനാധ്വാനത്തിന്മേലാണ് തലമുറകൾ ഉത്കർഷം പ്രാപിക്കുകയും രാഷ്ട്രങ്ങൾ പുരോഗമിക്കുകയും ചെയ്യുന്നത്. നാഗരാജിനെ യാത്രയാക്കിയശേഷം, ഞാനെൻെറ ടീമംഗങ്ങളുമായി സന്ധിച്ചു. ഞെട്ടലിലും വ്യഥയിലും മുഴുകിയിരിക്കുകയായിരുന്നു അവർ. എൻെറ 'എസ് എൽ വി-3 അനുഭവം' ഞാനവരുമായി പങ്കുവെച്ചു, "അന്ന് എനിക്കെൻെറ വിക്ഷേപണവാഹനം കടലിൽ പതിച്ചുപോയെങ്കിലും പിന്നീട് വിജയം പ്രാപിക്കാൻ കഴിഞ്ഞു. നിങ്ങളുടെ മിസൈൽ ഇപ്പോഴും നിങ്ങളുടെ മുന്നിൽത്തന്നെയുണ്ടല്ലോ. യഥാർത്ഥത്തിൽ നിങ്ങൾക്കൊന്നും നഷ്ടപ്പെട്ടിട്ടില്ല, ഏതാനും ആഴ്ചകളുടെ പുനഃപ്രവർത്തനമല്ലാതെ." എൻെറ ഈ വാക്കുകൾ അവരെ സ്തംഭനാവസ്ഥയിൽനിന്നു മോചിപ്പിക്കുകയും ഉപസംവിധാനങ്ങൾ തിരിച്ചെടുത്ത് പുനരുജ്ജീവിപ്പിക്കാനായി ടീമൊന്നാകെ തിരിച്ചുപോകുകയും ചെയ്തു.

പത്രക്കാർ അവരുടെ ആയുധമെടുത്തു പയറ്റി. വിക്ഷേപണം നീട്ടിവെച്ചതിനെപ്പററി അവർ, തങ്ങളുടെ വായനക്കാരുടെ ഭാവനാവിലാസങ്ങൾക്കിണങ്ങുംവിധം വിവിധങ്ങളായ വ്യാഖ്യാനങ്ങൾ നല്കി. ഒരു ഉത്പന്നം വിതരണക്കാരനു തിരിച്ചുനല്കിക്കൊണ്ട്, ഇത് "'അഗ്നി'പോലെയാണ്, ചെലവാകയില്ല," എന്നു പറയുന്ന ഒരു വ്യാപാരിയെ കാർട്ടൂണിസ്ററ് സുധീർധാർ ചിത്രീകരിച്ചു. വിക്ഷേപണം നീട്ടിവെച്ചത് ഒരു പ്രസ് ബട്ടൺ സ്വിച്ചു ശരിയാംവണ്ണം പ്രവർത്തിക്കാതിരുന്നതുകൊണ്ടാണെന്ന് വിശദീകരിക്കുന്ന ഒരു 'അഗ്നി' ശാസ്ത്രജ്ഞനെ മറെറാരു കാർട്ടൂണിസ്ററ് വരച്ചുവെച്ചു. പത്രപ്രതിനിധികളെ ആശ്വസിപ്പിക്കുന്ന ഒരു നേതാവിനെയാണ് 'ഹിന്ദുസ്ഥാൻ ടൈംസ്' അവതരിപ്പിച്ചത്: "യാതൊരു ആശങ്കയും വേണ്ട...ഇതു തികച്ചും സമാധാനപരവും അക്രമരഹിതവുമായ ഒരു മിസൈലാകുന്നു."

അടുത്ത പത്തു ദിവസങ്ങൾ രാവും പകലുമായി നടന്ന വിശദമായ വിശകലനങ്ങൾക്കുശേഷം ഞങ്ങളുടെ ശാസ്ത്രജ്ഞർ 1989 മെയ് 1-ന് മിസൈൽ വീണ്ടും വിക്ഷേപണത്തിനു തയ്യാറാക്കി. പക്ഷേ, കംപ്യൂട്ടർ പരിശോധനയ്ക്കിടയിൽ ടി-10 സെക്കൻഡിൽ വീണ്ടും 'നിർത്തൽ' സന്ദേശം വന്നു. ദൗത്യത്തിൻെറ ആവശ്യകതയ്ക്കനുസൃതമായി നിയന്ത്രണ ഉപകരണങ്ങളിലൊന്നായ എസ്.1-ററിവിസി പ്രവർത്തിക്കാത്തതാണ് കാരണമെന്നു വിശദമായ അന്വേഷണം സൂചിപ്പിച്ചു. വിക്ഷേപണം വീണ്ടും നീട്ടിവെക്കേണ്ടിവന്നു. ഇത്തരം കാര്യങ്ങൾ റോക്കററ്വിദ്യയുടെ രംഗത്ത് സാധാരണമാണ്. വിദേശങ്ങളിലും ഇതൊക്കെ സംഭവിക്കുന്നു. പക്ഷേ, ഏറെ കാത്തിരിക്കുന്ന ജനത ഞങ്ങളുടെ വിഷമതകൾ മനസ്സിലാക്കാനുള്ള അവസ്ഥയിലായിരുന്നില്ല. കുറേ രൂപാനോട്ടുകൾ എണ്ണിക്കൊണ്ട് മറെറാരുവനോട് ഇപ്രകാരം പറയുന്ന ഒരാളെ ചിത്രീകരിക്കുന്ന കേശവിൻെറ കാർട്ടൂൺ 'ഹിന്ദു'വിൽ വന്നു: "അതെ, പരീക്ഷണസ്ഥലത്തിനടുത്തുള്ള എൻെറ ചെററക്കുടിലിൽനിന്നും മാറിയതിനുള്ള നഷ്ടപരിഹാരമാണിത്...ഇനി കുറച്ചു നീട്ടിവെക്ക

ലുകൾകൂടി കഴിഞ്ഞാൽ എനിക്കു സ്വന്തമായൊരു വീടു പണിയാം...” മററൊരു കാർട്ടൂണിസ്ററ് ‘അഗ്നി’ക്കൊരു പുതിയ പേരു നല്കി: ‘ഐ ഡി ബി എം ഇൻറർമിററൻറ്ലി ഡിലെയ്ഡ് ബാലിസ്ററിക് മിസ്സൈൽ.’ (ഇടയ്ക്കിടെ കാലതാമസം വരുന്ന ബാലിസ്ററിക് മിസ്സൈൽ). ‘അഗ്നി’ക്ക് ആവശ്യം തങ്ങളുടെ വെണ്ണ ഇന്ധനമായി ഉപയോഗിക്കുക എന്നായിരുന്നു ‘അമൂലി’ൻെറ കാർട്ടൂൺ നിർദ്ദേശിച്ചത്!

എൻെറ ടീമിനെ കുറച്ചുസമയത്തേക്ക് ഐ ററി ആറിൽ വിട്ടിട്ട് ഞാൻ ഡി ആർ ഡി എൽ-ആർ സി ഐ സമൂഹത്തോട് സംസാരിക്കാനായി പോയി. 1989 മെയ് 8-ാം തീയതി ജോലിസമയം കഴിഞ്ഞ് ആ സമൂഹം ഒന്നടങ്കം ഒത്തുകൂടി. രണ്ടായിരത്തിൽപ്പരംവരുന്ന അവരോട് ഞാൻ ഇപ്രകാരം സംസാരിച്ചു: ‘അഗ്നി’ പോലൊരു സംവിധാനം വികസിപ്പിക്കുന്ന രാജ്യത്തെ പ്രഥമ സ്ഥാപനമാകാനുള്ള അവസരം ഒരു പരീക്ഷണശാലയ്ക്കോ ഗവേഷണവികസനസ്ഥാപനത്തിനോ അസുലഭമായേ കിട്ടാറുള്ളൂ. നമുക്ക് മഹത്തായൊരു അവസരം ലഭിച്ചിരിക്കുയാണ്. സ്വാഭാവികമായും ഏത് മഹത്തായ അവസരത്തോടൊപ്പവും അതേ അളവിൽത്തന്നെ വലിയ വെല്ലുവിളികളും ഉണ്ടായിരിക്കും. നാം ഇട്ടെറിഞ്ഞുപോകുകയോ, പ്രശ്നങ്ങൾ നമ്മെ തോല്പിക്കാൻ അനുവദിക്കുകയോ അരുത്. നമ്മിൽനിന്നും വിജയത്തിൽ കുറഞ്ഞ യാതൊന്നും രാജ്യം അർഹിക്കുന്നില്ല. അതുകൊണ്ട് നാം വിജയത്തെമാത്രം ലക്ഷ്യമാക്കുക.” ഞാനെൻെറ പ്രഭാഷണം ഏതാണ്ട് അവസാനിപ്പിച്ചതായിരുന്നു, അപ്പോഴേക്കും ഞാൻ എൻെറ ആളുകളോട് വീണ്ടും ഒരു ദർശനത്തിലെന്നപോലെ ഇപ്രകാരം പറഞ്ഞു: “ഞാനിതാ നിങ്ങളോടു വാഗ്ദാനംചെയ്യുന്നു, ഈ മാസാവസാനത്തിനു മുമ്പുതന്നെ ‘അഗ്നി’ വിജയകരമായി വിക്ഷേപിച്ചതിനുശേഷം നാം തിരിച്ചുവരും.”

രണ്ടാം പരിശ്രമത്തിലെ ഘടകപരാജയകാരണത്തിൻെറ വിശദമായ വിശകലനം നിയന്ത്രണസംവിധാനത്തിൻെറ നവീകരണത്തിലേക്ക് നയിച്ചു. ഡി ആർ ഡി ഒ-ഐ എസ് ആർ ഒ ടീമിനെയാണ് ഈ പണി ഏല്പിച്ചത്. ഈ ടീം ഐ എസ് ആർ ഒ യുടെ ദ്രവഇന്ധനസംവിധാന സമുച്ചയത്തിൽ (എൽ പി എസ് സി) വെച്ച് ഒന്നാംഘട്ട നിയന്ത്രണസംവിധാനത്തിൻെറ നവീകരണം പൂർത്തിയാക്കുകയും അപാരമായ ഏകാഗ്രത, ഇച്ഛാശക്തി എന്നിവയാൽ പണി ഏററവും ചുരുങ്ങിയ സമയംകൊണ്ട് നിർവ്വഹിക്കുകയുംചെയ്തു. നൂറുകണക്കിന് ശാസ്ത്രജ്ഞരും ജീവനക്കാരും എങ്ങനെ തുടർച്ചയായി ജോലിചെയ്ത് 10 ദിവസത്തിനകം സംവിധാനത്തെ ശരിപ്പെടുത്തി സ്വീകാര്യക്ഷമമാക്കാൻ കഴിഞ്ഞു എന്നത് തികച്ചും വിസ്മയകരമാണ്. പതിനൊന്നാം ദിവസം, ശരിപ്പെടുത്തിയ സംവിധാനവും വഹിച്ചുകൊണ്ടുള്ള വിമാനം തിരുവനന്തപുരത്തുനിന്നും പറന്നുയർന്ന് ഐ ററി ആറിനു സമീപം വന്നിറങ്ങി. പ്രതികൂലമായ അന്തരീക്ഷസ്ഥിതിയുടെ ഊഴമായിരുന്നു അപ്പോൾ. ഒരു ചുഴലിക്കാററിൻെറ ഭീഷണി ഞങ്ങൾക്കുമേൽ തങ്ങിനില്ക്കുന്നുണ്ടായിരുന്നു. എല്ലാ ജോലികേന്ദ്രങ്ങളും തമ്മിൽ ഉപഗ്രഹ വാർത്താവിനിമയം, ഉന്നതാവൃത്തിതരംഗബന്ധങ്ങൾ എന്നിവയാൽ കൂട്ടിയിണക്കി. ഓരോ പത്തു മിനിട്ടിലും കാലാവസ്ഥാ വിവരണങ്ങൾ ഞങ്ങളിലേക്ക് ഒഴുകിയെത്താൻ തുടങ്ങി.

അവസാനം വിക്ഷേപണം. 1989 മെയ് 22-നെന്ന് നിശ്ചയിച്ചു. തലേന്നുരാത്രി ഡോ. അരുണാചലവും ജന. കെ എൻ സിങ്ങും ഞാനും വിക്ഷേപണത്തിനു സാക്ഷ്യംവഹിക്കാൻ ഐ ററി ആറിലെത്തിയിരുന്ന പ്രതിരോധവകുപ്പുമന്ത്രി കെ സി പാന്തും ഒരുമിച്ച് ഉലാത്തുകയായിരുന്നു. ഒരു പൗർണമിരാവായിരുന്നു അത്. സമുദ്രത്തിൽ ഇതാ വേലിയേററമായി. സർവശക്തൻെറ മഹത്ത്വവും ശക്തിയും പാടിപ്പുകഴ്ത്താനെന്നവണ്ണം ആഞ്ഞടിച്ച് ഇരമ്പിമറയുന്ന തിരമാലകൾ. നാളത്തെ 'അഗ്നി' പരീക്ഷണത്തിൽ ഞങ്ങൾ വിജയിക്കുമോ? ഞങ്ങളുടെയെല്ലാം മനസ്സിൽ ഈ ചോദ്യമുണ്ടായിരുന്നു, പക്ഷേ, മനോഹരമായി ആ നറുംനിലാവ് സൃഷ്ടിച്ച ആനന്ദവേളയ്ക്കൊരു വിരാമമിടാൻ ഞങ്ങളാരും തയ്യാറായില്ലെന്നു മാത്രം. നീണ്ട മൗനത്തെ ഭേദിച്ചുകൊണ്ട് അവസാനം പ്രതിരോധവകുപ്പുമന്ത്രി എന്നോടു ചോദിച്ചു: "കലാം! നാളെ 'അഗ്നി'യുടെ വിജയം ആഘോഷിക്കാൻ ഞാനെന്താണു ചെയ്യേണ്ടത്?" പെട്ടെന്നെനിക്കൊരു ഉത്തരം ആലോചിച്ചുപറയാൻ കഴിയാത്തത്ര ലളിതമായൊരു ചോദ്യം. എനിക്കെന്താണു വേണ്ടിയിരുന്നത്? എനിക്കില്ലാത്ത തെന്തായിരുന്നു? എന്നെയെന്താണ് ഇനിയും സന്തോഷവാനാക്കുക? അപ്പോൾ എനിക്കൊരു ഉത്തരം കിട്ടി; "ആർ സി ഐ യിൽ നടാൻ ഞങ്ങൾക്ക് ഒരു ലക്ഷം വൃക്ഷത്തൈകൾ വേണം" ഞാൻ പറഞ്ഞു. സൗഹൃദത്തിൻേറതായൊരു പ്രകാശം അദ്ദേഹത്തിൻെറ മുഖത്തു പരന്നു "'അഗ്നി'ക്കുവേണ്ടി താങ്കൾ വാങ്ങു ന്നത് ഭൂമിമാതാവിൻെറ അനുഗ്രഹങ്ങളാണല്ലോ." പ്രതിരോധവകുപ്പുമന്ത്രി കെ സി പാന്ത് തിരിച്ചടിച്ചു."നാളെ നാം വിജയിക്കും." അദ്ദേഹം മുൻകൂട്ടി പറഞ്ഞു.

പിറേറന്ന് 07.10 മണിക്ക് 'അഗ്നി' ആകാശത്തേക്ക് കുതിച്ചുയർന്നു. സൂക്ഷ്മത യാർന്നൊരു വിക്ഷേപണം. ഒരു പാഠപുസ്തകത്തിലെ പരിപഥത്തിലൂടെയെന്ന വണ്ണം കൃത്യമായി അതു പറന്നു. പറക്കലിൻെറ എല്ലാ രാശികളെയും അതു നിറ വേററി. ദുഃസ്വപ്നങ്ങളാൽ വേട്ടയാടപ്പെട്ട ഒരു രാത്രിയിൽനിന്നും മനോഹരമാ യൊരു സുപ്രഭാതത്തിലേക്കുള്ള ഉണർന്നെണീക്കൽപോലെയായിരുന്നു അത്. വിവിധ പ്രവൃത്തികേന്ദ്രങ്ങളിലായി അഞ്ചു സംവത്സരങ്ങൾ നീണ്ട അവിരാമമായ അധ്വാനത്തിനുശേഷമാണ് ഞങ്ങൾ ആ വിക്ഷേപണത്തറയിൽ എത്തിയത്. കഴിഞ്ഞ അഞ്ചാഴ്ചകൾ ഞങ്ങൾ അപ്രതീക്ഷിതങ്ങളായ അഗ്നിപരീക്ഷകളുടെ ഒരു പരമ്പരയിലൂടെ കടന്നുപോയി. സംഗതി അപ്പാടെ നിറുത്തിവെക്കാൻ എല്ലാ യിടത്തുനിന്നുമുണ്ടായ സമ്മർദ്ദങ്ങളെ ഞങ്ങൾ അതിജീവിച്ചു. അവസാനം ഞങ്ങ ളതു നിർവഹിക്കുകതന്നെചെയ്തു! എൻെറ ജീവിതത്തിലെ മഹത്തായ നിമിഷ ങ്ങളിൽ ഒന്നായിരുന്നു അത്. കേവലം 600 സെക്കൻഡുകൾ നീണ്ടുനിന്ന പ്രൗഢ മായ ആ പറക്കൽ ഞങ്ങളുടെ സർവ ക്ഷീണവും ഞൊടിയിട കൊണ്ട് കഴുകിക്ക ളഞ്ഞു. വർഷങ്ങളുടെ അധ്വാനത്തിൻെറ എത്ര ഉജ്ജ്വലമായൊരു പരിസമാപ്തി! അന്നു രാത്രി, എൻെറ ഡയറിക്കുറിപ്പുകളിൽ ഞാനിങ്ങനെ എഴുതി:

അഗ്നിയെയങ്ങനെ കാണരുതേ,
ദുഃശകുനങ്ങൾ തകർക്കാനായി
അഥവാ തൻ കരുത്തു കാട്ടാനായി
നിങ്ങളുയർത്തിവിട്ടൊരാസ്ത്രിയായി

കാണുക ഇതിനെ ഓരോ ഭാരതീയൻ തൻ
ഹൃദയേ ജ്വലിക്കുമഗ്നിയായ്
നൽകരുതേയിതിന്
ഒരാഗ്നേയാസ്ത്രത്തിന്നാകൃതിപോലും.
അത്രയ്ക്കതീ നാടിൻ ജ്വലിക്കു-
മഭിമാനത്തോടൊട്ടി നിൽപ്പൂ
ആകയാലിതു തേജസ്വിയല്ലൊ.

പ്രധാനമന്ത്രി രാജീവ്ഗാന്ധി അഗ്നിവിക്ഷേപണത്തെ ഇപ്രകാരം വിശേഷിപ്പിച്ചു: "സ്വയംപര്യാപ്തമായ രീതികളാൽ നമ്മുടെ സ്വാതന്ത്ര്യത്തെയും സുരക്ഷിതത്വത്തിനെയും സംരക്ഷിക്കാനുള്ള തുടർച്ചയായ പ്രവർത്തനത്തിലെ വലിയൊരു നേട്ടം. രാഷ്ട്രത്തിൻെറ പ്രതിരോധത്തിനായുള്ള ആധുനികസാങ്കേതികവിദ്യകൾ തദ്ദേശീയമായി വികസിപ്പിച്ചെടുക്കാനുള്ള നമ്മുടെ പ്രതിബദ്ധതയുടെ പ്രതിഫലനമാണ് 'അഗ്നി'യിലൂടെയുള്ള സാങ്കേതികവിദ്യാപ്രകടനം." "താങ്കളുടെ പ്രയത്നങ്ങളിൽ രാജ്യം അഭിമാനംകൊള്ളുന്നു-" അദ്ദേഹം എന്നോടു പറഞ്ഞു. തൻെറ സ്വപ്നത്തിൻെറ സാഫല്യമായിട്ടാണ് രാഷ്ട്രപതി വെങ്കട്ടരാമൻ 'അഗ്നി' യുടെ വിജയത്തെ കണ്ടത്. സിംലയിൽനിന്നും അദ്ദേഹം ഈ സന്ദേശം അയച്ചു: "ഇത് താങ്കളുടെ ആത്മസമർപ്പണത്തിനും കഠിനാദ്ധ്വാനത്തിനും പ്രതിഭയ്ക്കുമുള്ളൊരു പുരസ്കാരമാണ്."

ഈ സാങ്കേതികദൗത്യത്തെക്കുറിച്ച് സ്ഥാപിതതാല്പര്യക്കാർ ഒരുപാട് തെറ്റായ വിവരവും വിവരക്കേടും പരത്തിവിടുകയുണ്ടായി. 'അഗ്നി'യെ ഒരു ആണവായുധസംവിധാനം മാത്രമായി ഒരിക്കലും വിഭാവനംചെയ്തിരുന്നില്ല. അതിവിദൂരങ്ങളിലേക്ക് ഉന്നത സൂക്ഷ്മതയോടെ ആണവേതര ആയുധങ്ങൾ പ്രയോഗിക്കാനുള്ള കഴിവ് വികസിപ്പിച്ചെടുക്കാനുള്ള ഒരു അവസരം ഉണ്ടാക്കുകയാണതു ചെയ്തത്. സമകാലീന യുദ്ധതതത്ത്വങ്ങളുടെ പശ്ചാത്തലത്തിൽ വളരെ വലിയ പ്രസക്തിയുള്ള ഒന്നായിരുന്നു ഇതു ഞങ്ങൾക്കു നല്കിയ പ്രായോഗികമായ ആണവേതരസാധ്യത.

ഒരു വളരെ അറിയപ്പെടുന്ന അമേരിക്കൻ പ്രതിരോധ പ്രസിദ്ധീകരണത്തിലെ വാർത്തകൾ പ്രകാരം 'അഗ്നി'യുടെ പരീക്ഷണം ഉഗ്രകോപമാണ് ഉയർത്തിയത്, വിശേഷിച്ചും അമേരിക്കയിൽ. ദ്വിവിധ ഉപയോഗമുള്ളതും മിസ്സൈലുമായി ബന്ധമുള്ളതുമായ എല്ലാ സാങ്കേതികവിദ്യാകൈമാററങ്ങളും ഒപ്പം സമസ്ത ബഹുരാഷ്ട്ര സഹായങ്ങളും നിറുത്തൽ ചെയ്യുമെന്ന് അമേരിക്കൻ കോൺഗ്രസ് അംഗങ്ങൾ ഭീഷണിപ്പെടുത്തി.

പശ്ചിമജർമനിയുടെ സഹായത്താലാണ് ഇന്ത്യ 'അഗ്നി' നിർമ്മിച്ചതെന്ന് ഒരു മിസ്സൈൽ യുദ്ധോപകരണവിദഗ്ദ്ധനായി അറിയപ്പെടുന്ന ഗാരി മിലോളിൻ 'ദ് വാൾസ്ട്രീററ് ജേണലി'ൽ അവകാശപ്പെട്ടു. ജർമ്മൻ വ്യോമബഹിരാകാശ ഗവേഷണ സ്ഥാപനമാണ് (ഡി എൽ ആർ) 'അഗ്നി'യുടെ മാർഗനിർദ്ദേശക സംവിധാനം, പ്രഥമഘട്ട റോക്കററ്, സംയോജിതവസ്തുകൊണ്ടുള്ള നാസികാഗ്രം എന്നിവ വികസിപ്പിച്ചതെന്നും 'അഗ്നി'യുടെ വ്യോമഗതികമാതൃക പരിശോധനാ

വിധേയമാക്കിയത് ഡി എൽ ആറിൻെറ വായുപ്രവാഹതുരങ്കത്തിലാണെന്നും വായിച്ച ഞാൻ ഹൃദയംഗമമായി ചിരിച്ചുപോയി. ഡി എൽ ആറിൽ നിന്നും ഉടൻ തന്നെ നിഷേധക്കുറിപ്പ് വന്നു. ഫ്രാൻസാകണം 'അഗ്നി'യുടെ ഗതിനിർണയ ഇല ക്ട്രോണിക് സംവിധാനങ്ങൾ നല്കിയതെന്നായിരുന്നു അവരുടെ അഭ്യൂഹം. എൻെറ 1962-ലെ നാലു മാസത്തെ വാള്ളോപ്സ് ദ്വീപുവാസക്കാലത്താണ് 'അഗ്നി'ക്കു വേണ്ടതെല്ലാം ആർജ്ജിച്ചതെന്നു പറയുന്നിടംവരെ അമേരിക്കൻ സെനററ് അംഗം ജെഫ് ബിൻഗാമാൻ പോകുകയുണ്ടായി. ഞാൻ 25 വർഷത്തിനും മുമ്പാണ് വാള്ളോപ്സ് ദ്വീപിൽ പോയത് എന്നതും 'അഗ്നി'യിൽ ഉപയോഗിച്ചിരിക്കുന്ന സാങ്കേതികവിദ്യ അമേരിക്കൻ ഐക്യനാടുകളിൽപോലും അന്ന് നിലവിലുണ്ടായിരുന്നില്ല എന്നതുമാണ് യാഥാർത്ഥ്യം.

ഇന്നത്തെ ലോകത്തിൽ സാങ്കേതികമായ പിന്നോക്കാവസ്ഥ അടിമത്തത്തിലേക്കാണ് നമ്മെ നയിക്കുക. ഇക്കാരണത്താൽ നമുക്കു നമ്മുടെ സ്വാതന്ത്ര്യത്തിൽ വിട്ടുവീഴ്ച ചെയ്യാൻ കഴിയുമോ? ഈ ഭീഷണിക്കെതിരെ നമ്മുടെ രാജ്യത്തിൻെറ സുരക്ഷിതത്വവും ഐക്യവും ഉറപ്പാക്കേണ്ടത് നമ്മുടെ അവശ്യം നിർവഹിക്കേണ്ട കടമയാണ്. സാമ്രാജ്യത്വത്തിൽനിന്നുള്ള നമ്മുടെ രാജ്യത്തിൻെറ വിമോചനത്തിനായി യുദ്ധംചെയ്ത പൂർവികന്മാർ നമുക്ക് ഒസ്യത്തായിത്തന്ന ഈ വിശ്വാസത്തിനോട് നാം സത്യസന്ധത പാലിക്കേണ്ടയോ? സാങ്കേതികവിദ്യാപരമായി നാം സ്വയംപര്യാപ്തരായിരിക്കുമ്പോൾ മാത്രമേ നമുക്ക് നമ്മുടെ സുരക്ഷിതത്വം ഉറപ്പാക്കാൻ കഴിയുകയുള്ളൂ.

'അഗ്നി'യുടെ വിക്ഷേപണകാലംവരെ ഇന്ത്യൻ സായുധസേനകൾ സംഘടിപ്പിക്കപ്പെട്ടിരുന്നത് നമ്മുടെ ദേശീയ അഖണ്ഡത സുരക്ഷിതമാക്കുക, ചുററുമുള്ള രാജ്യങ്ങളിലെ കോളിളക്കങ്ങളിൽനിന്നും നമ്മുടെ രാജ്യത്തിലെ ജനാധിപത്യ വ്യവസ്ഥ ഭദ്രമായി സൂക്ഷിക്കുക, എന്തെങ്കിലും ഇടപെടലുകൾക്കുള്ള ആഗ്രഹം വെച്ചുപുലർത്തുന്ന രാജ്യങ്ങൾക്ക് അതിനുള്ള ചെലവ് താങ്ങാനാകാത്ത നിലയിലേക്ക് ഉയർത്തുക എന്നിങ്ങനെയുള്ള തികച്ചും പ്രതിരോധപരമായ ഒരു പ്രവർത്തനശൈലിക്കുവേണ്ടിയായിരുന്നു. 'അഗ്നി'യുടെ വരവോടെ, തങ്ങളുൾപ്പെട്ട യുദ്ധങ്ങൾ തടയാൻ കഴിയുന്ന അവസ്ഥയിലേക്ക് ഇന്ത്യ എത്തി.

'അഗ്നി' ഐ ജി എം ഡി പി യുടെ പഞ്ചവത്സരസമാപ്തി കുറിച്ചു. ഇപ്പോൾ ഇത് സുപ്രധാനമായ പുനഃപ്രവേശന സാങ്കേതികവിദ്യാരംഗത്ത് നമ്മുടെ കഴിവ് പ്രകടിപ്പിക്കുകയും 'പൃഥ്വി', 'ത്രിശൂൽ' എന്നീ യുദ്ധതന്ത്ര മിസ്സൈലുകളുടെ പരീക്ഷണപ്പറക്കലുകൾ നടത്തുകയും ചെയ്തുകഴിഞ്ഞതോടെ ഇനി 'നാഗി'ൻെറയും 'ആകാശി'ൻെറയും വിക്ഷേപണങ്ങൾ നമ്മെ ഒട്ടുംതന്നെ അന്താരാഷ്ട്രമത്സരമില്ലാത്ത മേഖലകളിലേക്ക് എത്തിക്കും. സുപ്രധാനമായ സാങ്കേതികവിദ്യാമുന്നേറ്റങ്ങൾ ഉൾക്കൊള്ളുന്നതാണ് ഈ രണ്ടു മിസ്സൈലുകളും. നമ്മുടെ ശ്രമങ്ങൾ അവയിൽ നിശിതമായിത്തന്നെ കേന്ദ്രീകരിക്കേണ്ട ആവശ്യമുണ്ടായിരുന്നു.

ബോംബെയിലെ മഹാരാഷ്ട്ര ശാസ്ത്ര അക്കാദമി 1989 സെപ്ററംബറിൽ എന്നെ ജവഹർലാൽ നെഹ്രു സ്മാരകപ്രഭാഷണം നടത്താനായി ക്ഷണിക്കുകയുണ്ടായി. 'അസ്ത്ര' എന്ന തദ്ദേശീയ വ്യോമവ്യോമ മിസ്സൈൽ ഉണ്ടാക്കുന്ന

തിനെക്കുറിച്ചുള്ള എൻെറ പദ്ധതികൾ ശാസ്ത്രലോകത്തെ നവമുകുളങ്ങളുമായി പങ്കുവെക്കുവാൻ ഞാൻ ഈ അവസരം ഉപയോഗിച്ചു. ഇത് ഒരു ഇന്ത്യൻ ലഘു ഭാര യുദ്ധവിമാനത്തിൻെറ (എൽ സി എ) വികസനവുമായി നല്ലവണ്ണം യോജി ച്ചുപോകും. 'നാഗ്' മിസ്സൈൽ സംവിധാനത്തിനുവേണ്ടിയുള്ള ഇൻഫ്രാറെഡ് പ്രതിബിംബന (ഐ ഐ ആർ), മില്ലിമെട്രിക് തരംഗ (എം എം ഡബ്ല്യു) റഡാർ സാങ്കേതികവിദ്യയ്ക്കായുള്ള ഞങ്ങളുടെ പ്രവർത്തനങ്ങൾ നമ്മെ മിസ്സൈൽ സാങ്കേതികവിദ്യാരംഗത്തെ അന്തർദ്ദേശീയ ഗവേഷണവികസനപ്രവർത്തന ങ്ങളുടെ മുൻനിരയിൽ എത്തിച്ചിട്ടുണ്ടെന്ന് ഞാനവരോട് പറഞ്ഞു. പുനഃപ്രവേ ശനസാങ്കേതികവിദ്യയിൽ ആധിപത്യം നേടുന്ന കാര്യത്തിൽ കാർബണും കാർബണും ചേർന്നുള്ളതും മററു ചേരുവകൾ ചേർന്നുള്ളതുമായ സംയോജിത വസ്തുക്കൾ വഹിച്ച നിർണായകമായ പങ്കിലേക്കും ഞാൻ അവരുടെ ശ്രദ്ധ ക്ഷണി ക്കുകയുണ്ടായി. സാങ്കേതിക പിന്നോക്കാവസ്ഥയുടെ മരവിപ്പിക്കുന്ന ബന്ധന ങ്ങളെ തകർത്തെറിഞ്ഞുപോരാനും വ്യവസായവത്കൃതരാഷ്ട്രങ്ങളോടുള്ള വിധേയത്വമാകുന്ന ഉറയൂരിക്കളഞ്ഞുപോകാനും രാജ്യം തീരുമാനിച്ചപ്പോൾ പ്രധാനമന്ത്രി ഇന്ദിരാഗാന്ധി തുടക്കമിട്ട ഒരു സാങ്കേതികവിദ്യായത്നത്തിൻെറ പരിസമാപ്തിയാണ് 'അഗ്നി'.

1988 സെപ്തംബർ അവസാനം നടത്തിയ 'പൃഥ്വി'യുടെ ദ്വിതീയ വിക്ഷേ പണവും വലിയൊരു വിജയമായിരുന്നു. ഇന്ന് ലോകത്തിലുള്ള സർഫസ് ടു സർഫസ് മിസ്സൈലുകളിലേക്കുംവെച്ച് ഏററവും മികച്ചതാണ് 'പൃഥ്വി'യെന്ന് തെളിയിക്കപ്പെട്ടുകഴിഞ്ഞിട്ടുണ്ട്. അതിന് 1,000 കിലോഗ്രാം ഭാരം വഹിച്ച് 250 കിലോമീററർ ദൂരത്തുള്ള 50 മീററർ വ്യാസാർദ്ധമുള്ള ഒരു വൃത്തമേഖലയ്ക്കു ള്ളിൽ പതിപ്പിക്കാൻ കഴിയും. യുദ്ധമേഖലയിലെ സ്ഥിതിഗതികൾക്കനുസൃത മായി അതീവ ഹ്രസ്വമായ സമയംകൊണ്ട് അസംഖ്യം ഭാരദൂര ചേരുവകൾ കംപ്യൂട്ടർ സഹായത്തോടെ നേടിയെടുക്കുവാൻ ഇതിന് കഴിവുണ്ട്. രൂപകല്പന, പ്രവർത്തനങ്ങൾ, വിന്യാസം എന്നീ സമസ്തകാര്യങ്ങളിലും ഇത് നൂറുശതമാനവും തദ്ദേശീയമാണുതാനും. ഇതിൻെറ വികസനവേളയിൽത്തന്നെ ബി ഡി എല്ലിലെ ഉത്പാദനസൗകര്യങ്ങളും ഒപ്പം വികസനവിധേയമാക്കിയതിനാൽ വൻതോതിൽ ഉത്പാദിപ്പിക്കാനും കഴിയും. സ്തുത്യർഹമായ ഈ പ്രയത്നത്തിൻെറ സാധ്യതകൾ ഞൊടിയിടയിൽ മനസ്സിലാക്കിയ കരസേന 'പൃഥ്വി', 'ത്രിശൂൽ' മിസ്സൈൽ സംവി ധാനങ്ങൾക്ക് ഓർഡർ നല്കാനായി സി സി പി ഐയെ സമീപിച്ചത്, മുൻപൊ രിക്കലും അനുഭവിച്ചിട്ടില്ലാത്ത ഒരു കാര്യമായിരുന്നു.

IV
ധ്യാനം
(1991-   )

"നാം സൃഷ്ടിക്കുന്നു, സംഹരിക്കുന്നു
പിന്നെ വീണ്ടും പുനഃസൃഷ്ടിക്കുന്നു
ആരോരുമറിയാത്ത രൂപങ്ങളിൽ."

അൽവാഖയാ
ഖുറാൻ 56:61

15

1990-ലെ റിപ്പബ്ലിക് ദിനത്തിൽ രാഷ്ട്രം അതിൻെറ മിസ്സൈൽപരിപാടിയുടെ വിജയം ആഘോഷിച്ചു. ഡോ. അരുണാചലത്തോടൊപ്പം എനിക്കും 'പദ്മവിഭൂഷൺ' നൽകപ്പെട്ടു. എൻെറ സഹപ്രവർത്തകരിൽ രണ്ടുപേർ—ജെ സി ഭട്ടാചാര്യയും ആർ എൻ അഗർവാളും—'പദ്മശ്രീ' പുരസ്കാരത്താലും ആദരിക്കപ്പെടുകയുണ്ടായി. സ്വതന്ത്രഭാരതചരിത്രത്തിൽ ഇദംപ്രഥമമായിട്ടാണ് ഒരേ സ്ഥാപനവുമായി ബന്ധപ്പെട്ട ഇത്രയധികം ശാസ്ത്രജ്ഞർ പുരസ്കാരപട്ടികയിൽ സ്ഥാനം പിടിക്കുന്നത്. ഒരു ദശാബ്ദത്തിനുമുമ്പു ലഭിച്ച 'പദ്മഭൂഷണെ'ക്കുറിച്ചുള്ള സജീവസ്മരണകൾ എന്നിലേക്കു കടന്നുവന്നു. അന്നത്തെപ്പോലെതന്നെയാണ് ഇന്നും എൻെറ ജീവിതം — മുഖ്യമായും പുസ്തകങ്ങൾ, കടലാസുകൾ, പിന്നെ വാടകയ്ക്കെടുത്ത ഏതാനും കട്ടിൽ, മേശ, കസേര ഇവകളാലും അലംകൃതമായ പത്തടി വീതിയും പന്ത്രണ്ടടി നീളവുമുള്ളൊരു മുറിയിൽ. അന്ന് എൻെറ മുറി തിരുവനന്തപുരത്തായിരുന്നുവെങ്കിൽ ഇന്നത് ഹൈദരാബാദിലാണ്. എൻെറ പ്രാതലിനായി ഇഡ്ഡലിയും മോരും കൊണ്ടുവന്ന പാചകശാലയിലെ പരിചാരകൻ പുരസ്കാരലബ്ധിയിൽ നിശ്ശബ്ദമായി അനുമോദിച്ചുകൊണ്ട് പുഞ്ചിരിച്ചു. എൻെറ നാട്ടുകാർ എനിക്കു നല്കിയ അംഗീകാരം എന്നെ വല്ലാതെ സ്പർശിച്ചു. നിരവധി ശാസ്ത്രജ്ഞന്മാരും എൻജിനീയർമാരും വിദേശത്ത് പണം സമ്പാദിക്കുവാനായി തങ്ങൾക്കു കിട്ടുന്ന ആദ്യഅവസരത്തിൽത്തന്നെ ഈ നാടു വിട്ടു പോകാറുണ്ട്. അവർക്കു മികച്ച സാമ്പത്തികനേട്ടങ്ങൾ ഉണ്ടാകുന്നുവെന്നതു നേരുതന്നെ. പക്ഷേ, സ്വന്തം നാട്ടുകാരിൽനിന്നും കിട്ടുന്ന ഈ സ്നേഹത്തിനും ബഹുമാനത്തിനും പകരം വയ്ക്കാൻ മറെറന്തിനെങ്കിലും കഴിയുമോ?

നിശ്ശബ്ദധ്യാനത്തിൽ മുഴുകി കുറെനേരം ഞാനങ്ങനെ ഏകാകിയായി ഇരുന്നു. രാമേശ്വരത്തെ മണലും കക്കകളും; രാമനാഥപുരത്തെ ഇയ്യാദുരൈ സോളമൻെറ പരിചരണം; ട്രിച്ചിയിൽ ബഹു. സെക്യൂറാ അച്ചൻെറയും മദ്രാസിൽ പ്രൊഫ. പണ്ടാലയുടെയും മാർഗനിർദേശം; ബാംഗ്ലൂരിലെ ഡോ. മേദിരത്തയുടെ പ്രോത്സാഹനം; പ്രൊഫ. മേനോനുമൊത്തുള്ള ഹോവർക്രാഫ്ററ് യാത്ര, പ്രൊഫ. സാരാഭായിയോടൊത്തുള്ള വെളുപ്പാൻകാലത്തെ തിൽപ്പട്ട് മേഖലാ സന്ദർശനം; എസ് എൽ വി-3 പരാജയത്തിൻെറയന്നത്തെ ഡോ. ബ്രഹ്മപ്രകാശിൻെറ സൗഖ്യദായക സ്പർശം; എസ് എൽ വി-3 വിക്ഷേപണത്തിൻെറ ദിവസത്തിലെ ദേശീയ ആഹ്ലാദത്തിമർപ്പ്: ശ്രീമതി ഗാന്ധിയുടെ അഭിനന്ദനത്തിൻേറതായ പുഞ്ചിരി, എസ് എൽ വി-3നുശേഷമുള്ള വി എസ് എസ് സി യിലെ നിലയ്ക്കാത്ത

ആഹ്ലാദാരവങ്ങൾ, ഡി ആർ ഡി ഒ യിലേക്ക് എന്നെ ക്ഷണിച്ച ഡോ. രാമണ്ണയുടെ വിശ്വാസം; ഐ ജി എം ഡി പി, ആർ സി ഐ യുടെ സൃഷ്ടി, പൃഥ്വി, അഗ്നി... ഓർമ്മകളുടെ വേലിയേറ്റം എന്നെ മുക്കിക്കളഞ്ഞു. ഈ മനുഷ്യരൊക്കെ ഇന്നെവിടെയാണ്? എൻെറ പിതാവ്, പ്രൊഫ. സാരാഭായി, ഡോ. ബ്രഹ്മപ്രകാശ്? എനിക്കവരെയൊന്നു കാണാനും എൻെറ ആഹ്ലാദം പങ്കുവെക്കാനും കഴിഞ്ഞിരുന്നുവെങ്കിൽ എന്നു ഞാനാശിച്ചു. ഏറെക്കാലമായി കൈവിട്ടുപോയ തങ്ങളുടെ കുഞ്ഞിനെ വാരിപ്പുണരുന്ന മാതാപിതാക്കളെപ്പോലെ സ്വർഗത്തിൻെറ പൈതൃക ബലങ്ങളും പ്രകൃതിയുടെ മാതൃത്വപരവും പ്രാപഞ്ചികവുമായ ബലങ്ങളും ചേർന്ന് എന്നെ ആലിംഗനംചെയ്യുന്നുവെന്ന് എനിക്കു തോന്നി. എൻെറ ഡയറിയിൽ ഞാൻ ഇപ്രകാരം കുത്തിക്കുറിച്ചു:

ദൂരേ! മനോരഥങ്ങളേ,
അലട്ടരുതേയീയാത്മാവിനെ ഇനിമേൽ!
കർമ്മം കവർന്നെടുത്തെൻ ഉണർവ്വാർന്ന
രാവുകളും തിരക്കാർന്ന പകലുകളും
എങ്കിലുമെത്തുന്നു ഓർമ്മകൾ
രാമേശ്വരം കടപ്പുറത്തിൻെറ
വേട്ടയാടുന്നവയെൻ സ്വപ്താർദ്ര
നയനങ്ങളെയിപ്പൊഴും!

രണ്ടാഴ്ചയ്ക്കുശേഷം, അയ്യരും അദ്ദേഹത്തിൻെറ ടീമും മിസ്സൈൽ പ്രോഗ്രാമിനു കിട്ടിയ അവാർഡുകൾ 'നാഗി'ൻെറ കന്നിവിക്ഷേപണത്തോടൊപ്പം ആഘോഷിച്ചു. തൊട്ടടുത്ത ദിവസം അവർ ഈ ആഘോഷം ആവർത്തിക്കുകവഴി, പൂർണ്ണമായും സംയോജിതവസ്തുക്കളിൽ തീർത്ത പ്രഥമ ഇന്ത്യൻ വ്യോമഘടനയും കുതിപ്പുസംവിധാനവും ഇരട്ടപരീക്ഷണത്തിന് വിധേയമാക്കി. തദ്ദേശീയമായ താപവൈദ്യുതസംഭരണികളുടെ കാര്യശേഷിയും ഈ പരീക്ഷണങ്ങൾ തെളിയിച്ചു.

നിലവിലുള്ള ആഗോളനിലവാരത്തിന് തത്തുല്യമായ 'തൊടുക്കുക-മറക്കുക' (fire-and-forget) എന്ന ശേഷിയുള്ള മൂന്നാംതലമുറ ടാങ്ക്വേധമിസ്സൈൽ സംവിധാനം കൈവശമുള്ള രാഷ്ട്രം എന്ന നില ഇന്ത്യ കൈവരിച്ചുകഴിഞ്ഞിരുന്നു. തദ്ദേശീയമായ സംയോജിതവസ്തു സാങ്കേതികവിദ്യ ഒരു സുപ്രധാന നാഴികക്കല്ലു പിന്നിട്ടുകഴിഞ്ഞു. 'അഗ്നി'യുടെ വിജയകരമായ വികസനത്തിലേക്കു നയിച്ച സംയോജിതസമീപനത്തിൻെറ കാര്യക്ഷമത 'നാഗി'ൻെറ വിജയംമൂലം ഒന്നുകൂടി ഉറപ്പാക്കാൻ സാധിച്ചു.

'നാഗ്' രണ്ട് സുപ്രധാന സാങ്കേതികവിദ്യകൾ ഉപയോഗിക്കുന്നുണ്ട് — തന്നെ നയിക്കുന്ന റഡാർമിഴികളായ പ്രതിബിംബന ഇൻഫ്രാറെഡ് (ഐ ഐ ആർ) സംവിധാനവും മില്ലിമെട്രിക് തരംഗ(എം എം ഡബ്ല്യു) സംവിധാനവും. അത്യന്തം ആധുനികമായ ഈ സംവിധാനങ്ങൾ മൊത്തം വികസിപ്പിച്ചെടുക്കാൻ ഇന്ത്യയിലെ ഒരു പരീക്ഷണശാലയ്ക്കും ഒറ്റയ്ക്ക് കഴിവുണ്ടായിരുന്നില്ല. പക്ഷേ,

വിജയിക്കണമെന്നുള്ള ത്വര നിലനിന്നു, അത് ഏറെ ഫലപ്രദമായൊരു സംയുക്ത പ്രവർത്തനത്തിലേക്ക് നയിക്കുകയുംചെയ്തു. ചണ്ഡീഗഢിലെ അർധചാലക സമുച്ചയം വൈദ്യുതചാർജിനാൽ കൂട്ടിയിണക്കപ്പെട്ട ഘടക ((സി സി ഡി — ചാർജ് കപ്പ്ൾഡ് ഡിവൈസസ്) ശ്രേണി വികസിപ്പിച്ചെടുത്തിരുന്നു. തരംഗങ്ങൾ തിരിച്ചറിയാനുള്ളതും സംവിധാനത്തോട് ഇണങ്ങുന്നതുമായ മെർക്കുറി കാഡ്മിയം റെല്യൂറൈഡ് (എം സി ററി) ഡൽഹിയിലെ ഖരസ്ഥിതി ഊർജ്ജ തന്ത്ര പരീക്ഷണശാല നിർമ്മിച്ചെടുത്തു. ജൂൾസ്-തോംസൺ പ്രഭാവത്തിൽ അധിഷ്ഠിതമായ ഒരു ശീതീകരണസംവിധാനം ഡൽഹിയിലെ പ്രതിരോധശാസ്ത്ര കേന്ദ്രം (ഡി എസ് സി) തദ്ദേശീയമായി വികസിപ്പിച്ചെടുത്തു. ഡെറാഡൂണിലെ പ്രതിരോധ ഇലക്ട്രോണിക്സ് പ്രയോഗ പരീക്ഷണശാല (DEAL) സ്വീകരണ പ്രക്ഷേപണ ഉപകരണത്തിൻെറ മുൻഅഗ്രം വികസിപ്പിച്ചെടുക്കുകയുണ്ടായി.

സവിശേഷമായ ഗാലിയം ആഴ്സെനൈഡ് ഉൽസർജിനി, സ്കോട്കി ബാരിയർ മിക്സർ ഡയോഡുകൾ, ആൻറിന സംവിധാനത്തിനോട് ഉപകരണങ്ങളെ ഇണക്കാനുള്ള ഒതുക്കമുള്ള കംപാരററർ — ഈ ഉന്നത സാങ്കേതിക ഉപകരണങ്ങളൊക്കെ ഇന്ത്യയ്ക്കു വില്ക്കുന്നതിൽ നിരോധനമുണ്ടായിരുന്നു; പക്ഷേ, അന്താരാഷ്ട്രനിയന്ത്രണങ്ങൾക്ക് നവീകരിച്ച യത്നങ്ങളെ അമർത്തി വയ്ക്കാനാവുകയില്ല.

അതേ മാസത്തിൽതന്നെ മധുര കാമരാജ് സർവകലാശാലയിൽ അവരുടെ ബിരുദദാന പ്രഭാഷണം നടത്താനായി ഞാൻ പോയി. മധുരയിൽ എത്തിയ ഞാൻ, അപ്പോഴേക്കും 80 വയസ്സുള്ള ഒരു പുരോഹിതനായി മാറിക്കഴിഞ്ഞിരുന്ന എൻെറ ഹൈസ്കൂൾ അദ്ധ്യാപകൻ ഇയ്യാദുരൈ സോളമനെക്കുറിച്ച് അന്വേഷിച്ചു. മധുരയുടെ പ്രാന്തപ്രദേശത്തൊരിടത്ത് അദ്ദേഹം താമസിക്കുന്നുണ്ടെന്ന് എനിക്ക് അറിവുകിട്ടി. ഞാനൊരു ടാക്സി പിടിച്ച് അദ്ദേഹത്തിൻെറ ഭവനം തേടിപ്പോയി. ആ ദിവസം ഞാൻ ബിരുദദാനപ്രഭാഷണം നടത്താൻ പോവുകയാണെന്ന് ബഹു. സോളമൻ അറിഞ്ഞിരുന്നു. പക്ഷേ, അവിടെയെത്തിച്ചേരാൻ അദ്ദേഹത്തിന് മാർഗമൊന്നുമുണ്ടായിരുന്നില്ല. അത് തികച്ചും വൈകാരികമായൊരു പുനഃസമാഗമമായിരുന്നു, അദ്ധ്യാപകനും അദ്ധ്യേതാവും തമ്മിൽ. അന്ന് പരിപാടിക്ക് ആദ്ധ്യക്ഷ്യം വഹിക്കുകയായിരുന്ന തമിഴ്നാട് ഗവർണർ ഡോ. പി സി അലക്സാണ്ടർ, തൻെറ പൂർവകാല വിദ്യാർത്ഥിയെ വിസ്മരിക്കാത്ത വയോധികനായ ഈ അദ്ധ്യാപകനെ കണ്ടിട്ട് അദ്ദേഹത്തോട് വേദി പങ്കിടുവാൻ അഭ്യർത്ഥിക്കുകയുണ്ടായി.

“ഓരോ സർവകലാശാലയുടെയും ഓരോ ബിരുദദാനദിനവും ഊർജ്ജ സംഭരണിയുടെ പ്രവാഹദ്വാരങ്ങൾ തുറക്കുന്നതുപോലെയാണ്. ഒരിക്കൽ, സ്ഥാപനങ്ങളും പ്രസ്ഥാനങ്ങളും വ്യവസായങ്ങളും ഈ ആയുധമെടുത്തു ധരിക്കുന്നതോടെ അത് രാഷ്ട്രനിർമ്മാണപ്രക്രിയയ്ക്ക് സഹായകമായി ഭവിക്കുന്നു,” യുവബിരുദധാരികളോട് ഞാൻ പറഞ്ഞു. ഏതാണ്ട് അര ശതാബ്ദംമുമ്പ് ബഹു. സോളമൻ പറഞ്ഞ വാക്കുകൾ ഞാൻ പ്രതിധ്വനിപ്പിക്കുകയാണെന്ന്

എനിക്കു തോന്നി. പ്രഭാഷണാനന്തരം ഞാൻ ഗുരുവിനെ പ്രണമിച്ചു. "മഹാത്മാരായ സ്വപ്നദർശികളുടെ മഹത്തായ സ്വപ്നങ്ങൾ എന്നും സഫലമായിട്ടുണ്ട്." ബഹു. സോളമനോട് ഞാൻ പറഞ്ഞു. "കലാം! നീയെൻെറ ലക്ഷ്യങ്ങളിൽ എത്തുകമാത്രമല്ല ചെയ്തത്, നീയവയെ നിഷ്പ്രഭമാക്കുകകൂടി ചെയ്തു." വികാരങ്ങളാൽ ഇടർച്ച വീണ സ്വരത്തിൽ അദ്ദേഹമെന്നോട് പറഞ്ഞു.

അടുത്ത മാസം എനിക്ക് ട്രിച്ചിയിൽ പോകേണ്ടിവന്നപ്പോൾ സെൻറ് ജോസഫ്സ് കോളേജ് സന്ദർശിക്കാനും ഞാൻ ആ അവസരം ഉപയോഗിച്ചു. ബഹു. സെക്യൂറ അച്ചനെയോ ബഹു. എറാർട്ട് അച്ചനെയോ പ്രൊഫ. സുബ്രഹ്മണ്യത്തെയോ പ്രൊഫ. അയ്യം പെരുമാൾ കോനാരെയോ പ്രൊഫ. തോതാത്രി അയ്യങ്കാരെയോ ഞാനവിടെ കണ്ടില്ല. പക്ഷേ, സെൻറ് ജോസഫ്സിൻെറ എടുപ്പുകളിലെ ഓരോ ശിലകളും ഈ മഹാത്മാക്കളുടെ വിജ്ഞാനത്തിൻെറ മുദ്ര പേറുന്നതായി എനിക്കു തോന്നി. ഞാൻ അവിടുത്തെ യുവവിദ്യാർത്ഥികളുമായി സെൻറ് ജോസഫ്സിലെ എൻെറ സ്മരണകൾ പങ്കുവെക്കുകയും എന്നെ രൂപപ്പെടുത്തിയ ഗുരുവര്യന്മാർക്ക് സ്മരണാഞ്ജലികൾ അർപ്പിക്കുകയുംചെയ്തു.

'ആകാശി'ൻെറ ഒരു പരീക്ഷണവിക്ഷേപണംകൊണ്ടാണ് ഞങ്ങൾ രാജ്യത്തിൻെറ നാല്പത്തിനാലാം സ്വാതന്ത്ര്യദിനം ആഘോഷിച്ചത്. പ്രഹ്ലാദയും അദ്ദേഹത്തിൻെറ ടീമും ഇരട്ട അടിസ്ഥാനമുള്ള ഒരു പരിഷ്കരിച്ച സംയുക്തഖര ഇന്ധനത്തിൽ അധിഷ്ഠിതമായ പുതിയൊരു ഖരഇന്ധന അധിക കുതിപ്പു സംവിധാനം വിലയിരുത്തി നോക്കി. അഭൂതപൂർവമായ ഉന്നത ഊർജ്ജഗുണമുള്ള ഈ ഇന്ധനം ദീർഘദൂര സർഫസ് ടു എയർ മിസ്സൈലുകൾക്ക് സാക്ഷാത്കരിക്കാൻ അനിവാര്യമായിരുന്നു. അങ്ങനെ രാഷ്ട്രം മർമ്മപ്രധാനമായ മേഖലകളിൽ ഒരു സുപ്രധാന ഭൗമാധിഷ്ഠിത വ്യോമപ്രതിരോധ ചുവടുവെപ്പ് നടത്തി.

1990-ൻെറ അന്ത്യത്തോടെ യാദവ്പൂർ സർവകലാശാല ഒരു വിശേഷാൽ ബിരുദദാനയോഗത്തിൽവച്ച് എനിക്ക് 'ഡോക്ടർ ഒഫ് സയൻസ്' എന്ന ബഹുമതി നല്കി. അതേ ബിരുദദാനച്ചടങ്ങിൽവച്ചാണ് ഐതിഹാസികനായ നെൽസൺ മണ്ഡേലയ്ക്കും ഡോക്ടറേററ് നല്കി ആദരിച്ചത്. അദ്ദേഹത്തിൻെറ പേരോടൊപ്പം എൻെറ പേരും കണ്ടപ്പോൾ ഞാനൊന്നു പരിഭ്രമിച്ചു. മണ്ഡേലയെപ്പോലൊരു ഇതിഹാസവുമായി എനിക്കെന്താണൊരു പൊതുവായുള്ളത്? ഒരു പക്ഷേ, അതു ഞങ്ങളുടെ ദൗത്യങ്ങളിൽ ഞങ്ങൾ പാലിച്ച നിരന്തര നിഷ്ഠ ആയിരിക്കാം. വലിയൊരു സംഘം ജനതയ്ക്ക് ആത്മാഭിമാനം നേടിക്കൊടുക്കാനുള്ള മണ്ഡേലയുടെ ദൗത്യവുമായി താരതമ്യം ചെയ്യുമ്പോൾ എൻെറ രാജ്യത്ത് റോക്കററ് ശാസ്ത്രവിദ്യ വളർത്താനുള്ള എൻെറ ദൗത്യം ഒന്നുമല്ലായിരിക്കാം. എങ്കിലും ഞങ്ങളുടെ അഭിനിവേശതീവ്രതകൾതമ്മിൽ യാതൊരു വ്യത്യാസവും ഇല്ലായിരുന്നു. "വേഗം ലഭിക്കുന്ന കൃത്രിമമായ സന്തോഷങ്ങൾക്കു പിന്നാലെ പായാതെ കനപ്പെട്ട നേട്ടങ്ങൾ കരഗതമാക്കുവാനായി കൂടുതൽ അർപ്പണബോധമുള്ളവരാകുക—" യുവസദസ്സിനായുള്ള എൻെറ ഉപദേശം ഇതായിരുന്നു.

മിസ്സൈൽ കൗൺസിൽ 1991 ഡി ആർ ഡി എല്ലിനും ആർ സി ഐ ക്കും ഒരു

മുൻകൈയെടുക്കൽ വർഷമായി പ്രഖ്യാപിച്ചു. ഐ ജി എം ഡി പി യിൽ ഞങ്ങൾ കൺകറൻറ് എൻജിനീയറിങ്ങിൻെറ മാർഗ്ഗം സ്വീകരിച്ചപ്പോൾ ഞങ്ങളൊരു പരുക്കൻ പാതയാണ് തിരഞ്ഞെടുത്തത്. 'പൃഥ്വി'യുടെയും 'ത്രിശൂലി'ൻെറയും വികസനാത്മക പരിശ്രമങ്ങൾ പൂർത്തിയായതോടെ അവയുടെ പരീക്ഷണങ്ങളായിരുന്നു ഇനി ചെയ്യേണ്ടിയിരുന്നത്. ഉപയോഗിക്കുന്നവർക്കു വേണ്ടിയുള്ള പരീക്ഷണങ്ങൾ ഒരു വർഷത്തിനകം ആരംഭിക്കാൻ ഞാൻ സഹപ്രവർത്തകരെ ഉദ്ബോധിപ്പിച്ചു. അതൊരു ദുഷ്കരമായ കൃത്യമാണെന്ന് എനിക്കറിയാമായിരുന്നു. എങ്കിലും അത് ഞങ്ങളെ നിരുത്സാഹപ്പെടുത്താൻ പോന്നതായിരുന്നില്ല.

റിയർ അഡ്മിറൽ മോഹൻ റിട്ടയർ ചെയ്തു. അദ്ദേഹത്തിൻെറ ഡെപ്യൂട്ടി ആയിരുന്ന കപൂർ ആണ് 'ത്രിശൂൽ' ഏറെറടുക്കേണ്ടിയിരുന്നത്. മിസ്സൈൽ സേനാവ്യൂഹനിയന്ത്രണത്തെപ്പററി മോഹനുണ്ടായിരുന്ന അറിവിനെയും ധാരണയെയും ഞാൻ എക്കാലവും ആദരിച്ചുപോന്നിരുന്നു. ഈ രംഗത്ത് രാജ്യത്തെ മറേറതൊരു പ്രഗല്ഭനെയും കടത്തിവെട്ടാനുള്ള കഴിവാണ് ഈ നാവിക അദ്ധ്യാപകശാസ്ത്ര വിദഗ്ദ്ധനുണ്ടായിരുന്നത്. 'ത്രിശൂൽ' മീററിങ്ങുകളിൽ സേനാവ്യൂഹത്തിൻെറ ദൃശ്യരേഖാ മാർഗനിർദ്ദേശസംവിധാന(CLOS-Command Line Of Sight)ത്തിൻെറ വിവിധ വശങ്ങളെക്കുറിച്ച് അദ്ദേഹം നടത്താറുള്ള തുറന്ന അഭിപ്രായപ്രകടനങ്ങൾ എന്നും എൻെറ സ്മരണയിൽ തങ്ങിനില്ക്കും. ഐ ജി എം ഡി പി പ്രോജക്ട് ഡയറക്ടറുടെ ആധികളെ വിശദീകരിച്ചുകാണിക്കുന്നതിന് അദ്ദേഹമെഴുതിയ ഒരു കാവ്യശകലം ഒരിക്കൽ അദ്ദേഹം എന്നെ കാണിച്ചു. പിരിമുറുക്കം ഒഴിവാക്കാനുള്ള നല്ലൊരു മാർഗമായിരുന്നു അത്:

അസാധ്യമാം സമയപരിധികൾ,
ചവിട്ടും 'പെർട്ട്'ചാർട്ടുകളും
ഉന്മത്തനാക്കുന്നു ഇവ എന്നെ ഒരു നീർക്കോഴിയെപ്പോൽ
ആധികൂട്ടാനിതാ'എംസി'ക്കുള്ള അവതരണങ്ങൾ
പരിഹരിക്കുമോഎന്തെങ്കിലും ഇവ, ദൈവത്തിനറിയാം.
ഒഴിവുദിനങ്ങളിലും സമ്മേളനങ്ങൾ, രാത്രികളിൽപോലും
കുടുംബമതു കണ്ടു മടുത്തു
അവരിതാ പടകൂട്ടുകയായി
മുടിപറിച്ചെറിയുവാൻ കരം തരിക്കുന്നു
പക്ഷേ, ഹാ കഷ്ടം അതിനെനിക്കിനി
ഇല്ലല്ലോ ഒരൊറ്റതലമുടിപോലും!

ഞാൻ അദ്ദേഹത്തോടു പറഞ്ഞു: "ഞാൻ എൻെറ പ്രശ്നങ്ങളെല്ലാം ഡി ആർ ഡി എല്ലിലെയും ആർ സി ഐ യിലെയും മററ് പരീക്ഷണശാലകളിലെയും ഏററവും മികച്ച ടീമുകൾക്കു വിട്ടുകൊടുത്തിരിക്കുകയാണ്. തന്മൂലം എൻെറ തലയിൽ തലമുടി നല്ലവണ്ണം വളരുന്നുണ്ട്."

1991-ൻെറ തുടക്കം ഒരു ദുശ്ശകുനവുമായിട്ടായിരുന്നു. 1991 ജനുവരി 15-നു രാത്രി ഇറാഖും അമേരിക്കൻ നേതൃത്വത്തിലുള്ള സഖ്യകക്ഷിസേനയും തമ്മിൽ നടന്ന ഗൾഫ്യുദ്ധം പൊട്ടിപ്പുറപ്പെട്ടു. അന്ന് ഇന്ത്യൻ വ്യോമമണ്ഡലത്തിലാകെ

വ്യാപിച്ചുകഴിഞ്ഞിരുന്ന സാററലൈററ് ടെലിവിഷൻ ശൃംഖലയ്ക്ക് നന്ദിപറയുക, എന്തെന്നാൽ ഒററയടിക്ക് റോക്കററുകളും മിസ്സൈലുകളും നമ്മുടെ രാഷ്ട്രത്തിൻെറ മുഴുവൻ ഭാവനയെയും കീഴടക്കി. ആളുകൾ 'കോഫീഹൗസു'കളിലും ചായക്കടകളിലുമൊക്കെയിരുന്ന് സ്കഡിനെയും പാട്രിയററിനെയുമൊക്കെപ്പററി ചർച്ചചെയ്യാൻ തുടങ്ങി. കുട്ടികളാകട്ടെ, മിസ്സൈലിൻെറ ആകൃതിയിൽ കെട്ടിയുണ്ടാക്കിയ കടലാസുപട്ടങ്ങൾ പറപ്പിക്കാനും അമേരിക്കൻ ടെലിവിഷൻ ശൃംഖലകളിലൂടെ അവർ കണ്ട രീതികളിൽ 'വാർഗെയിംസ്' കളിക്കാനും ആരംഭിച്ചു. ഗൾഫുയുദ്ധക്കാലത്ത് വിജയകരമായി നടത്തിയ 'പൃഥ്വി'യുടെയും 'ത്രിശൂലി'ൻെറയും പരീക്ഷണവിക്ഷേപണം ഉത്കണ്ഠാകുലമായൊരു രാജ്യത്തെ സമാശ്വസിപ്പിക്കാൻ പര്യാപ്തമായി. ഗതിസ്തംഭനം ഉണ്ടാകാത്ത ബാൻഡുകളിൽ മൈക്രോവേവ് ഫ്രീക്വൻസികൾ ഉപയോഗിച്ചുകൊണ്ടുള്ള പൃഥ്വിയുടെയും ത്രിശൂലിൻെറയും മാർഗ്ഗനിർദ്ദേശസംവിധാനത്തിൻെറ ഇഷ്ടാനുസരണം ക്രമീകരിച്ചുവെക്കാവുന്ന പരിപഥശേഷിയെക്കുറിച്ച് വന്ന പത്രവാർത്തകൾ വിപുലമായ ബോധവത്കരണത്തിന് ഇട നല്കി. ഗൾഫ്യുദ്ധത്തിൽ പ്രയോഗിക്കപ്പെട്ടുകൊണ്ടിരുന്ന മിസ്സൈലുകളും നമ്മുടെ ആയുധവാഹിനികളും തമ്മിലുള്ള സാമ്യങ്ങൾ കണ്ടെത്താൻ രാജ്യം വൈകിയില്ല. 'പൃഥ്വി' സ്കഡിനെക്കാൾ നല്ലതാണോ, പാട്രിയററിനെപ്പോലെ പ്രവർത്തിക്കാൻ 'ആകാശി'നാകുമോ എന്നും മററുമൊക്കെയുള്ള ചോദ്യങ്ങളെ എനിക്ക് പതിവായി നേരിടേണ്ടിവരുമായിരുന്നു. എന്നിൽനിന്നും, 'അതെ', 'എന്തുകൊണ്ടു പാടില്ല' എന്നീ മറുപടികൾ കേൾക്കുമ്പോൾ ആളുകളുടെ മുഖം അഭിമാനത്താലും സംതൃപ്തിയാലും പ്രശോഭിതമാകും.

എൺപതുകളിലെയും തൊണ്ണൂറുകളിലെയും സാങ്കേതികവിദ്യകൾ ഉപയോഗിച്ചുള്ള സംവിധാനങ്ങൾ രംഗത്തിറക്കിയ സഖ്യകക്ഷികൾക്ക് വ്യക്തമായ സാങ്കേതികമുൻതൂക്കമുണ്ടായിരുന്നു. ഇറാഖാകട്ടെ മിക്കവാറും അറുപതുകളിലെയും എഴുപതുകളിലെയും മൂപ്പെത്തിയ യുദ്ധസംവിധാനങ്ങളുപയോഗിച്ചാണ് പയററിയിരുന്നത്.

അപ്പോൾ, ഇവിടെയാണ് ആധുനികലോകക്രമത്തിലേക്കുള്ള താക്കോൽ കിടക്കുന്നത് —സാങ്കേതികമികവിലൂടെയുള്ള മേൽക്കൈ. അറിയപ്പെടുന്നതും ഉയർന്നുവരാവുന്നതുമായ എതിരാളികളുടെ അത്യാധുനിക സാങ്കേതികശക്തിയെ നശിപ്പിക്കുക, എന്നിട്ട് ആ അസമത്വം മുതലാക്കി നിങ്ങളുടെ ഇഷ്ടാനുസരണമുള്ള വ്യവസ്ഥകൾ നിർദ്ദേശിക്കുക. യുദ്ധത്തിലെ മുഖ്യമായ സംഗതി ശത്രുവിൻെറമേൽ ശാരീരികമായ വൻനാശം വരുത്തുക എന്നതല്ല, പ്രത്യുത, അവർ മാനസികമായി അടിയറവു പറയത്തക്കവണ്ണം അവരുടെ ഇച്ഛാശക്തി തകർക്കുക എന്നതാണെന്ന് 2000 ത്തിലേറെ വർഷങ്ങൾക്കുമുമ്പ് ചൈനയിലെ യുദ്ധതന്ത്രജ്ഞനായിരുന്ന സുൻസു പരിചിന്തനം ചെയ്തു പറഞ്ഞപ്പോൾ അദ്ദേഹം ഇരുപതാം നൂററാണ്ടിലെ യുദ്ധരംഗങ്ങൾ മുൻകൂട്ടിക്കാണുകയായിരുന്നിരിക്കണം. ഗൾഫ്യുദ്ധത്തിൽ ഉപയോഗിച്ച ഇലക്ട്രോണിക് യുദ്ധതന്ത്രവുമായി കൂട്ടിയിണക്കിയ മിസ്സൈൽശക്തി സൈനിക തന്ത്രജ്ഞർക്ക് നല്ലൊരു വിരുന്നായിരുന്നു.

മിസ്സൈലുകളും ഇലക്ട്രോണിക്സും വൈജ്ഞാനികതന്ത്രങ്ങളും മുഖ്യകഥാപാത്രങ്ങളായ ഇരുപത്തൊന്നാം നൂററാണ്ടിലെ യുദ്ധനാടകരംഗത്തിൻെറ തിരശ്ശീല ഉയർത്തലായിത്തീർന്നു അത്.

ഇന്ത്യയിൽ ഇന്നും സാങ്കേതികവിദ്യ എന്ന പദം ഒട്ടുമിക്ക ആളുകളുടെ മനസ്സിലേക്ക് ആവാഹിക്കുന്നത് പുകപടലമുയർത്തുന്ന ഉരുക്കുനിർമ്മാണശാലകളുടെയോ കിരുകിരുപ്പുണ്ടാക്കുന്ന യന്ത്രങ്ങളുടെയോ ചിത്രങ്ങളാണ്. സാങ്കേതികവിദ്യ എന്ന പദം സൂചിപ്പിക്കുന്നതിനെക്കുറിച്ചുള്ള അപര്യാപ്തമായൊരു ധാരണയാണ് അത്. മധ്യകാലഘട്ടത്തിൽ നടന്ന കടിഞ്ഞാണിൻെറ കണ്ടുപിടിത്തം കൃഷിരീതികളിൽ വൻമാററങ്ങൾ വരുത്തി. അതുപോലെതന്നെയുള്ളൊരു സാങ്കേതികമുന്നേററമാണ് നൂററാണ്ടുകൾക്കുശേഷം ഉണ്ടായ ബെസ്സിമർ ചൂളയുടെ ആവിഷ്കാരം. ഇതിനേക്കാളുപരി, സാങ്കേതികവിദ്യയിൽ, അതിനെതന്നിൽ പ്രയോഗിക്കുകയോ പ്രയോഗിക്കാതിരിക്കുകയോ ചെയ്യുന്ന തന്ത്രങ്ങളും യന്ത്രങ്ങളും ഉൾപ്പെടുന്നു. ഇതിൽ രാസപ്രതിപ്രവർത്തനങ്ങൾ നടത്താനുള്ള മാർഗ്ഗങ്ങൾ, മത്സ്യം വളർത്താനുള്ള രീതികൾ, കളനശീകരണ തന്ത്രങ്ങൾ, നാടകശാലകളെ പ്രകാശിപ്പിക്കൽ, രോഗികളെ ചികിത്സിക്കൽ, ചരിത്രാദ്ധ്യാപനം, യുദ്ധംചെയ്യൽ, എന്തിന് അവയെ തടയുകപോലും ഉൾപ്പെടുന്നുണ്ട്.

ഇന്ന് ഏററവും ആധുനികമായ സാങ്കേതികപ്രവർത്തനങ്ങൾ ഒട്ടുമിക്കവയും നിർവഹിക്കപ്പെടുന്നത് സംയോജനനിരകളിലും 'തുറന്ന അടുപ്പു'കളിൽ നിന്നുമൊക്കെ ഏറെ ദൂരെയായിട്ടാണ്. മാത്രമോ, ഇലക്ട്രോണിക്സിലും ബഹിരാകാശസാങ്കേതികവിദ്യയിലും ഒട്ടുമിക്ക നവീനവ്യവസായങ്ങളിലും താരതമ്യേന നിശ്ശബ്ദവും വെടിപ്പുള്ളതുമായ ചുററുപാടുകളാണ് അവയുടെ സവിശേഷത; എന്തിന് അനിവാര്യതപോലുമാണത്. ലളിതമായ പതിവുകൃത്യങ്ങൾ ചെയ്യുന്ന ആളുകളുടെ വൻ സമൂഹത്താൽ വലയംചെയ്യപ്പെട്ട സംയോജനപഥങ്ങൾ ഇന്ന് കാലഹരണപ്പെട്ടുകഴിഞ്ഞിരിക്കുന്നു. സാങ്കേതികവിദ്യയിലെ മാററങ്ങൾക്കൊത്ത് ചുവടു വെക്കുംമുമ്പ് സാങ്കേതികവിദ്യയെ സംബന്ധിച്ച നമ്മുടെ പ്രതീകങ്ങൾ നിർബന്ധമായും മാറണം. സാങ്കേതികവിദ്യ സ്വയം വളരുന്ന ഒന്നാണെന്ന കാര്യം നാം മറന്നുകൂടാ. സാങ്കേതികവിദ്യ കൂടുതൽ സാങ്കേതികവിദ്യകളെ സാധ്യമാക്കുന്നു. വാസ്തവത്തിൽ, സാങ്കേതികവിദ്യാനവീകരണം എന്നത് മൂന്നു ഘട്ടങ്ങൾ ചേർന്നുണ്ടായ സ്വയം പ്രബലീകരിക്കുന്ന ഒരു ചക്രമാണ്. ആദ്യത്തേത്, സംഭാവ്യമായൊരു ആശയത്തിൻെറ രൂപരേഖ ഉൾക്കൊള്ളുന്ന സൃഷ്ടിപരമായ ഘട്ടമാണ്. പ്രായോഗിക ഉപയോഗംകൊണ്ടുവേണം ഇതിനെ സാക്ഷാത്കരിക്കാൻ. അവസാനം ഇത് സമൂഹത്തിൽ വിലയം പ്രാപിക്കുന്നു. അതോടെ അതിൻെറ പ്രക്രിയ പൂർത്തിയായി. ഇങ്ങനെ, നവീനാശയം ഘനീഭവിച്ച സാങ്കേതികവിദ്യയുടെ ലയനം സൃഷ്ടിപരമായ നവീനാശയങ്ങളുടെ ജനനത്തിന് കാരണമാകുന്നതോടെ ഒരു ചാക്രികഘട്ടം അവസാനിക്കും. മൊത്തത്തിൽ, വികസിതരാജ്യങ്ങളിൽ ഈ ചക്രത്തിലെ ഓരോ ചുവടുകളും തമ്മിലുള്ള സമയാന്തരാളം കുറഞ്ഞുവരുകയാണ്. ഇന്ത്യയിൽ നാം ആ ഘട്ടത്തിലേക്ക് പുരോഗമിക്കുന്നതേയുള്ളു — വലയം പൂർത്തിയാകുന്ന ഘട്ടം.

സാങ്കേതികവിദ്യയിൽ മുൻതൂക്കമുണ്ടായിരുന്ന സഖ്യകക്ഷികളുടെ വിജയത്തോടെ ഗൾഫ്യുദ്ധം അവസാനിച്ചതിനുശേഷം തൽസംബന്ധമായി ഉയർന്നുവന്ന പ്രശ്നങ്ങൾ ചർച്ച ചെയ്യാനായി ഡി ആർ ഡി എല്ലിലെയും ആർ സി ഐയിലെയും 500-ൽപരം ശാസ്ത്രജ്ഞർ ഒത്തുകൂടി. സദസ്സിനുമുന്നിൽ ഞാനൊരു ചോദ്യം അവതരിപ്പിച്ചു. മററു രാഷ്ട്രങ്ങളുമായുള്ള സാങ്കേതികമോ ആയുധപരമോ ആയ സമതുലനാവസ്ഥ സാധ്യമാണോ, ആണെങ്കിൽ അതിനു വേണ്ടി ശ്രമിക്കണമോ? ഇതിന്മേലുള്ള ചർച്ചകൾ കുറെക്കൂടി ഗൗരവതരമായ ചോദ്യങ്ങളിലേക്ക് നയിച്ചു: ഉപയോഗക്ഷമമായ ഇലക്ട്രോണിക് യുദ്ധസന്നാഹ പിൻബലം എങ്ങനെ സ്ഥാപിക്കാം? മിസ്സൈൽ വികസനം, അതുപോലെതന്നെ ആവശ്യമായ എൽ സി എ പോലുള്ള സംവിധാനങ്ങളുടെ വികസനവുമായി എപ്രകാരം ഒത്തുചേർത്തുകൊണ്ടുപോകാം, ഒന്നു തള്ളിക്കൊടുത്താൽ പുരോഗതി കൈവരിക്കാൻ കഴിയുന്ന മർമ്മസ്ഥാനങ്ങൾ ഏതൊക്കെയാണ്?

മൂന്നു മണിക്കൂർ നീണ്ട ഒരു സജീവമായ ചർച്ചയുടെ അന്ത്യത്തിലൊരു സമവായം ഉരുത്തിരിഞ്ഞുവന്നു; സൈനികശേഷിയിലെ അസമത്വം പരിഹരിക്കാനായി, ഉണ്ടാവാൻ സാധ്യതയുള്ള എതിരാളിക്ക് നിശ്ചിതമേഖലകളിലുള്ള അതേ കാര്യശേഷി കൈവരിക്കുക എന്നതല്ലാതെ മററ് മാർഗമൊന്നുമില്ല. 'പൃഥ്വി'യുടെ പുറത്തിറക്കലിലെ സൂക്ഷ്മതയിലുള്ള കുറഞ്ഞ സി ഇ പി, 'ത്രിശൂലി'നു വേണ്ടിയുള്ള 'കാ' (Ka) ബാൻഡ് മാർഗനിർദേശന സംവിധാനം സൂക്ഷ്മമാക്കൽ, 'അഗ്നി'യുടെ പുനഃപ്രവേശനപ്രതലങ്ങളെല്ലാം കാർബൺ-കാർബൺ സംയോജിതവസ്തുവിൽ തീർക്കൽ എന്നിവ വർഷാവസാനത്തോടെ നേടിയെടുക്കുമെന്ന് ശാസ്ത്രജ്ഞർ പ്രതിജ്ഞചെയ്തു. ഈ പ്രതിജ്ഞ പിന്നീട് അവർ നിറവേററുകയും ചെയ്തു. ട്യൂബുകളിലുള്ള 'നാഗി'ൻെറ വിക്ഷേപണങ്ങൾ, ശബ്ദപ്രവേഗത്തിൻെറ മൂന്നിരട്ടി കവിഞ്ഞ വേഗത്തിൽ സമുദ്രനിരപ്പിന് ഏഴു മീററർ മുകളിലൂടെയുള്ള 'ത്രിശൂലി'ൻെറ പറപ്പിക്കൽ എന്നിവയ്ക്കും ആ വത്സരം സാക്ഷ്യം വഹിച്ചു. കപ്പലിൽനിന്നും വിക്ഷേപിക്കുന്ന ആൻറി-സീ-സ്കിമ്മർ മിസ്സൈലിൻെറ തദ്ദേശീയമായ വികസനത്തിലുള്ള ഒരു നിർണായക നേട്ടമായിരുന്നു രണ്ടാമത്തേത്.

അതേ വർഷംതന്നെ എനിക്ക് ബോംബെ ഐ ഐ ററി യിൽനിന്നും ഡോക്ടർ ഒഫ് സയൻസ് എന്ന ഓണററി ബിരുദം ലഭിച്ചു. ബിരുദദാനാവസരത്തിൽ പ്രൊഫ. ബി നാഗ് വായിച്ച പ്രശംസാപത്രത്തിൽ എന്നെ 'ഇരുപത്തൊന്നാം നൂററാണ്ടിൻെറ വെല്ലുവിളികൾ നേരിടാനുള്ള ഭാരതത്തിൻെറ ഭാവി ബഹിരാകാശപരിപാടികൾക്കു വേണ്ടിയുള്ള സുദൃഢമായൊരു സാങ്കേതികാടിത്തറയുടെ സൃഷ്ടിക്കു പിന്നിലെ പ്രചോദന'മായി വിശേഷിപ്പിക്കുകയുണ്ടായി. കൊള്ളാം, പ്രൊഫ. നാഗ് ഒരുപക്ഷേ, എളിമയോടെ പറഞ്ഞതാകാം അത്. എന്നാൽ ഇന്ത്യ, 36,000 കിലോമീററർ ഉയരത്തിലുള്ള ഒരു ഭൂസ്ഥിരഭ്രമണപഥത്തിൽ സ്വന്തം ഉപഗ്രഹം എത്തിക്കുന്ന അതിൻെറ സ്വന്തം വിക്ഷേപണവാഹനവുമായി അടുത്ത നൂററാണ്ടിലേക്കു പ്രവേശിക്കുമെന്ന് ഞാൻ ദൃഢമായി വിശ്വസിക്കുന്നു. ഇന്ത്യയും ഒരു മിസ്സൈൽ ശക്തിയായിത്തീരും. അപാരമായ വീര്യം കുടികൊള്ളുന്നൊരു രാജ്യമാണ് ഇന്ത്യ.

ലോകം അതിൻെറ പൂർണസാധ്യത കാണുകയോ പൂർണശക്തി മനസ്സിലാക്കുകയോ ചെയ്യുന്നില്ലെങ്കിലും അതിനെയിനിയാർക്കും അവഗണിക്കുവാനുള്ള ധൈര്യമുണ്ടാവുകയില്ല.

ഒക്ടോബർ 15-ന് എനിക്ക് 60 വയസ്സു തികഞ്ഞു. ഔദ്യോഗികജീവിതത്തിൽനിന്നു വിരമിക്കാനായി ഞാൻ കാത്തിരുന്നു. താഴേക്കിടയിലുള്ള പ്രതിഭാശാലികളായ കുട്ടികൾക്കുവേണ്ടി ഒരു പാഠശാല തുറക്കുവാനായിരുന്നു എൻെറ പ്ലാൻ. ഇൻഡ്യാഗവണ്മെൻറിൻെറ ശാസ്ത്രസാങ്കേതികവകുപ്പ് അദ്ധ്യക്ഷനായിരുന്ന എൻെറ സുഹൃത്ത് പ്രൊഫ. പി രാമറാവു, അദ്ദേഹംതന്നെ 'റാവുകലാം സ്കൂൾ' എന്നു പേരിട്ട് ഈ സ്ഥാപനത്തിൻെറ പങ്കാളിത്തംവരെ ഉറപ്പിക്കുകയുണ്ടായി. ചില ദൗത്യങ്ങളുടെ നിർവഹണവും ചില നാഴികക്കല്ലുകളുടെ താണ്ടലും മാത്രമല്ല, അവ എത്ര സുപ്രധാനമോ പ്രത്യക്ഷത്തിൽ എത്ര ആകർഷകമോ ആയിക്കൊള്ളട്ടെ, മനുഷ്യജീവിതത്തിൻെറ ആകെത്തുക എന്ന കാര്യത്തിൽ ഞങ്ങൾ ഏകാഭിപ്രായക്കാരായിരുന്നു. എന്നാൽ, ഞങ്ങൾ ഇരുവരേയും ജോലിയിൽനിന്നു വിരമിക്കാൻ ഭാരതസർക്കാർ അനുവദിക്കാതിരുന്നതുകൊണ്ട് ഈ പരിപാടി ഞങ്ങൾക്കു നീട്ടിവെക്കേണ്ടിവന്നു.

ഈ കാലയളവിലാണ് ഞാൻ എൻെറ സ്മരണകൾ രേഖപ്പെടുത്തിവെയ്ക്കാനും ചില കാര്യങ്ങളെക്കുറിച്ചുള്ള എൻെറ നിരീക്ഷണങ്ങളും അഭിപ്രായങ്ങളും വെളിപ്പെടുത്താനും തീരുമാനിച്ചത്.

കാഴ്ചപ്പാടുകളിലെ അവ്യക്തതയും ലക്ഷ്യബോധമില്ലായ്മയുമാണ് ഇൻഡ്യയിലെ യുവജനങ്ങൾ അഭിമുഖീകരിക്കുന്ന ഏററവും വലിയ പ്രശ്നം എന്നെനിക്കു തോന്നി. അപ്പോളാണ്, എന്നെ ഇന്നത്തെ ഞാനാക്കിയ സാഹചര്യങ്ങളെയും വ്യക്തികളെയുംകുറിച്ച് എഴുതുവാൻ ഞാൻ നിശ്ചയിച്ചത്. കുറച്ചു വ്യക്തികൾക്ക് ആദരവ് അർപ്പിക്കുകയോ എൻെറ ജീവിതത്തിൻെറ ചില വശങ്ങൾ എടുത്തുകാട്ടുകയോ ചെയ്യുക എന്നതു മാത്രമായിരുന്നില്ല ആശയം. ഞാൻ പറയാൻ ആഗ്രഹിച്ചതെന്താണെന്നുവെച്ചാൽ ആരും, അവനെത്ര ദരിദ്രനോ, അവസരം നിഷേധിക്കപ്പെട്ടവനോ ചെറിയവനോ ആയിക്കൊള്ളട്ടെ, ജീവിതത്തെക്കുറിച്ച് ഉത്സാഹം മന്ദീഭവിച്ചവനായിക്കൂടാ. പ്രശ്നങ്ങൾ ജീവിതത്തിൻെറ ഒരു ഭാഗമാണ്. സഹനമാണ് വിജയത്തിൻെറ സത്ത. ആരോ പറഞ്ഞതുപോലെ:

ദൈവം വാഗ്ദാനം ചെയ്തിട്ടില്ല
ആകാശത്തിനെപ്പോഴും നീലനിറം,
പൂക്കൾ വിതറിയ ഊടുവഴികൾ
ജീവിതത്തിലുടനീളം

ദൈവം വാഗ്ദാനം ചെയ്തിട്ടില്ല
മഴയില്ലാതെ വെയിലിനെ,
ദുഃഖമില്ലാതെ ആനന്ദത്തെ,
വേദനയില്ലാതെ സമാധാനത്തെ

എൻെറ ജീവിതം ആർക്കും ഒരു മാതൃകയാക്കാൻ കഴിയുമെന്നു പറയാൻ

തക്കവണ്ണം ഞാൻ ഒരു അത്യഭിമാനിയാകുകയില്ല. പക്ഷേ, അറിയപ്പെടാ ത്തൊരു നാട്ടിൽ, പിന്നാക്കം നില്ക്കുന്ന ഒരു സാമൂഹ്യവ്യവസ്ഥയിൽ കഴിഞ്ഞു കൂടുന്ന ഏതെങ്കിലും പാവപ്പെട്ട കുട്ടി എൻെറ ജീവിതഭാഗധേയം രൂപപ്പെട്ടുവന്ന മാർഗ ത്തിൽആശ്വാസത്തിൻേറതായ കണിക കണ്ടെത്തയേക്കാം. അത്തരം കുട്ടികളെ അവരുടെ പിന്നാക്കാവസ്ഥയെന്നും ഒരാശയ്ക്കും വകയില്ലെന്നുമുള്ള മിഥ്യാ ബോധത്തിൻെറ ബന്ധനത്തിൽ സ്വയം മോചിതരാകാൻ ഇത് ഒരുപക്ഷേ, സഹാ യിച്ചേക്കും. അവരിപ്പോൾ എവിടെയായാലും ദൈവം അവരുടെകൂടെയുണ്ടെന്ന് അവർ മനസ്സിലാക്കിയിരിക്കണം. അവിടുന്ന് അവരോടൊപ്പമുള്ളപ്പോൾ അവർക്കെതിരെ നില്ക്കാൻ ആർക്കു കഴിയും?

എന്നാൽ ദൈവം വാഗ്ദാനം ചെയ്തിട്ടുണ്ട്
പകലിനായി ബലം,
തൊഴിലിനായി വിശ്രമം,
വഴിക്കായി വെളിച്ചവും.

എൻെറ നിരീക്ഷണത്തിൽ, ഒട്ടുമിക്ക ഭാരതീയരും തങ്ങളുടെ ജീവിതം മുഴു വനും അനിവാര്യമായ ക്ലേശങ്ങൾ അനുഭവിക്കുന്നത് തങ്ങളുടെ വികാരങ്ങളെ എങ്ങനെ കൈകാര്യം ചെയ്യണമെന്നറിവില്ലാത്തതുകൊണ്ടാണ് അവരുടെ അജ്ഞതമൂലമാണ്. അവർ ഒരുതരം മനഃശാസ്ത്രപരമായ ജഡതയാൽ മരവിപ്പിക്ക പ്പെട്ടിരിക്കുന്നു. 'അടുത്ത ഏററവും നല്ല മാർഗ്ഗം', 'സാധ്യമായ ഒരേയൊരു മാർഗ്ഗം അല്ലെങ്കിൽ പരിഹാരം', 'സ്ഥിതി ഗതികൾ മെച്ചപ്പെടുംവരെ' എന്നൊക്കെയുള്ള പ്രയോഗങ്ങൾ നമ്മുടെ ബിസിനസ് സംഭാഷണങ്ങളിൽ സാധാരണ കേൾക്കാറു ള്ളതാണ്. പരക്കെയുള്ള ഇത്തരം പരാജയമനഃസ്ഥിതിപരമായ ചിന്താരൂപങ്ങ ളിലും നിഷേധാത്മകപെരുമാററ ങ്ങളിലും സ്വയം പ്രകടിതമാകുന്ന, ആഴത്തിൽ വേരുറപ്പിച്ച സ്വഭാവരീതികളെ ക്കുറിച്ച് എന്തുകൊണ്ട് എഴുതിക്കൂടാ? ഞാൻ ഒരുപാട് മനുഷ്യരോടൊത്തും സ്ഥാപനങ്ങളോടുചേർന്നും ജോലിയെടുത്തി ട്ടുണ്ട്. മാത്രമല്ല, എന്നെ വിരട്ടുകയല്ലാതെ സ്വന്തം കാര്യശേഷി തെളിയിക്കാൻ മററു മാർഗ്ഗമൊന്നുമില്ലാത്തവിധം സ്വന്തം പരിമിതികളാൽ അത്രയ്ക്ക് നിറഞ്ഞ മനുഷ്യരുമായും എനിക്ക് ഇടപെടേണ്ടിവന്നിട്ടുണ്ട്. ഭാരതീയശാസ്ത്രത്തിൻെറയും സാങ്കേ തികവിദ്യയുടെയും ദുരന്തമുദ്രയായ ബലിയാടാക്കൽ കുരുക്കുകളെക്കു റിച്ച് എന്തുകൊണ്ട് എഴുതിക്കൂടാ? പിന്നെ, സ്ഥാപനങ്ങൾക്ക് വിജയം വരിക്കാ നുള്ള മാർഗ്ഗങ്ങളെക്കുറിച്ച്? ഓരോ ഭാരതീയൻെറയും ഹൃദയത്തിൽ മറഞ്ഞുകിട ക്കുന്ന അഗ്നിക്ക് ചിറകുകൾ വെയ്ക്കട്ടെ, അങ്ങനെ മഹത്തായ ഈ രാഷ്ട്ര ത്തിൻെറ ആകാശത്തെ പ്രകാശിപ്പിക്കട്ടെ.

16

ശാസ്ത്രംപോലെയല്ല സാങ്കേതികവിദ്യ. അതൊരു ഗ്രൂപ്പ് പ്രവർത്തനമാണ്. വ്യക്തിഗത ബുദ്ധിവൈഭവത്തിലല്ല അത് അധിഷ്ഠിതമായിരിക്കുന്നത്, പ്രത്യുത, പലരുടെ ധിഷണകൾ തമ്മിൽ പരസ്പരം ബന്ധപ്പെട്ടു പ്രവർത്തിക്കുന്നതിലാണ്. റിക്കാർഡ് സമയത്തിനുള്ളിൽ അഞ്ച് അത്യാധുനിക മിസ്സൈൽ സംവിധാനങ്ങൾ ഉണ്ടാക്കാനുള്ള കഴിവ് നമ്മുടെ രാഷ്ട്രത്തിനുണ്ടാക്കിക്കൊടുത്തു എന്ന വസ്തുതയിലല്ല ഐ ജി എം ഡി പിയുടെ ഏറ്റവും വലിയ വിജയം എന്നു ഞാൻ കരുതുന്നു. അതിലൂടെ ശാസ്ത്രജ്ഞരുടെയും എൻജിനീയർമാരുടെയും ഏതാനും പ്രഗല്ഭ ടീമുകളെ വാർത്തെടുക്കാൻ കഴിഞ്ഞു എന്നതാണ് പ്രധാനപ്പെട്ട വിജയം. ഇന്ത്യൻ റോക്കറ്റ് ശാസ്ത്രത്തിലെ എന്റെ വ്യക്തിപരമായ നേട്ടങ്ങളെക്കുറിച്ച് ആരെങ്കിലും ചോദിക്കുകയാണെങ്കിൽ, ചെറുപ്പക്കാരുടേതായ ടീമുകൾക്ക് അവരുടെ ദൗത്യങ്ങളിൽ തങ്ങളുടെ ഹൃദയവും ആത്മാവും സമർപ്പിക്കാൻ കഴിയുന്ന ഒരു അന്തരീക്ഷം സൃഷ്ടിച്ചു കൊടുക്കാൻ എനിക്കു കഴിഞ്ഞു എന്നതാണെന്ന് ഞാൻ പറയും.

ടീമുകൾ, അവ രൂപംകൊണ്ടുവരുന്ന ഘട്ടങ്ങളിൽ, ചുറുചുറുക്കുള്ള കുട്ടികളെപ്പോലെയാണ്. കുട്ടികളെപ്പോലെതന്നെ ഉത്തേജിപ്പിക്കപ്പെടുന്നവരും, ഊർജ്ജസ്വലത നിറഞ്ഞവരും, ആവേശഭരിതരും, ജിജ്ഞാസുക്കളും, തൃപ്തിപ്പെടുത്താനും മികവുകാട്ടാനും ദാഹിക്കുന്നവരുമാണവർ. കുട്ടികളുടെ കാര്യത്തിലെന്നപോലെ, ഗുണപരമായ ഈ കഴിവുകളൊക്കെ, തെറ്റായ വഴിക്കു നയിക്കുന്ന മാതാപിതാക്കളുടെ പെരുമാറ്റത്താൽ നശിപ്പിക്കപ്പെടാം. ടീമുകൾ വിജയകരമായി പ്രവർത്തിക്കണമെങ്കിൽ അന്തരീക്ഷം പുതിയ പുതിയ രീതികൾ പരീക്ഷിക്കാനുള്ള അവസരം നല്കണം. ഡി റ്റി ഡി & പി (വ്യോമം), ഐ എസ് ആർ ഒ, ഡി ആർ ഡി ഒ എന്നിവിടങ്ങളിലെയൊക്കെ എന്റെ പ്രവർത്തനകാലത്ത് ഇത്തരം നിരവധി വെല്ലുവിളികളെ ഞാൻ നേരിട്ടിട്ടുണ്ട്. പക്ഷേ, എന്റെ ടീമുകൾക്ക് ഞാൻ എന്നും നവീകരണത്തിനും സന്ദിഗ്ദ്ധാവസ്ഥകളെ എതിരിടു ന്നതിനുമുള്ള അന്തരീക്ഷം എല്ലായ്പോഴും ഞാൻ ഉറപ്പാക്കിയിരുന്നു.

എസ് എൽ വി-3 പ്രോജക്ടിനുവേണ്ടിയും പിന്നീട് ഐ ജി എം ഡി പിക്കു വേണ്ടിയും ഞങ്ങൾ ആദ്യം പ്രോജക്ട് ടീമുകൾ രൂപീകരിക്കാൻ തുടങ്ങിയപ്പോൾ ഈ ടീമുകളിൽ പ്രവർത്തിക്കുന്ന ആളുകൾക്ക് തങ്ങൾ ഈ സ്ഥാപനങ്ങളുടെ മോഹങ്ങളുടെ മുൻനിരയിൽത്തന്നെ നില്ക്കുന്നതായിട്ടാണ് അനുഭവപ്പെട്ടത്. ഈ ടീമുകളിൽ മനഃശാസ്ത്രപരമായ നിക്ഷേപം നല്ലൊരു തോതിൽ നടത്തിയ

തോടെ അവർ വളരെ വ്യക്തതയുള്ളവരും മർമ്മസ്ഥാനത്തുള്ളവരുമായിത്തീർന്നു. കൂട്ടായ ശ്രേയസ്സ് നേടുന്നതിനായി അവരോരോരുത്തരും അനുപാതമില്ലാത്ത, സംഭാവനകൾ നല്കുമെന്നു പ്രതീക്ഷിക്കപ്പെട്ടിരുന്നു.

സ്ഥാപനപരമായ പിൻബലം എത്തിച്ചു കൊടുക്കുന്ന സംവിധാനത്തിൽ എന്തെങ്കിലും പരാജയമുണ്ടായാൽ ടീം തന്ത്രങ്ങളിൽ നടത്തിയ നിക്ഷേപമൊക്കെ പാഴായിപ്പോകുമെന്ന് എനിക്കറിയാമായിരുന്നു. അത്തരുണത്തിൽ ടീമുകളെ ശരാശരി വർക്കിങ് ഗ്രൂപ്പുകളായി തരംതാഴ്ത്തേണ്ടി വരും. അവിടെയും അനുവദിക്കപ്പെട്ട പരിതഃസ്ഥിതികൾ വെച്ചുകൊണ്ട്. അവരിലർപ്പിച്ച ഉന്നതപ്രതീക്ഷകൾ നിറവേറ്റുന്നതിൽ ആ ഗ്രൂപ്പുകൾ പരാജയപ്പെട്ടേക്കാം. പലതവണയും ക്ഷമ നശിച്ച് നിയന്ത്രണങ്ങൾ വെയ്ക്കേണ്ടിവരുന്നതിൻെറ വക്കുവരെയും സംഘടന എത്തുകയുണ്ടായി. ടീംപ്രവർത്തനവുമായി ബന്ധപ്പെട്ട അനിശ്ചിതത്വത്തിൻെറയും സങ്കീർണ്ണതയുടെയും ഉയർന്ന അളവ് പലപ്പോഴും വേണ്ടത്ര ജാഗ്രതയില്ലാത്തവർക്ക് കെണിയായി മാറാറുണ്ട്.

എസ് എൽ വി-3 പ്രോജക്ടിൻെറ പ്രാരംഭവർഷങ്ങളിൽ അതിൻെറ ഗതി സ്പർശവേദ്യമായതോ ഉടനേ ദൃശ്യമോ അല്ലാതിരുന്നതിനാൽ എനിക്കു പലപ്പോഴും മുകളിൽനിന്നുള്ള അസ്വസ്ഥതകളെ നേരിടേണ്ടിവന്നിട്ടുണ്ട്. എസ് എൽ വി-3ൻെറ മേൽ സംഘടനയ്ക്ക് നിയന്ത്രണം നഷ്ടപ്പെട്ടെന്നും സംഘത്തിന് തടയിടാതെ പോയാൽ ആകെ അലങ്കോലത്തിനും ആശയക്കുഴപ്പത്തിനും കാരണമാകുമെന്നും പലരും വിചാരിക്കുകയുണ്ടായി. എന്നാൽ എല്ലാ സന്ദർഭങ്ങളിലും ഈ ഭീതി വെറും ഭാവനാപരമാണെന്ന് തെളിയുകയും ചെയ്തു. ഞങ്ങളുടെ ടീമുകൾക്ക് സംഘടനാപരമായ ലക്ഷ്യങ്ങളോടുള്ള ഉത്തരവാദിത്തത്തെയും പ്രതിബദ്ധതയെയും വിലകുറച്ചു കണ്ട, ശക്തമായ അധികാരസ്ഥാനങ്ങളിലിരിക്കുന്ന നിരവധി പേരുണ്ടായിരുന്നു; ഉദാഹരണത്തിന് വി എസ് എസ് സി യിൽത്തന്നെ. ഇവരുമായി രഞ്ജിപ്പിലെത്തുക എന്നത് മൊത്തം പ്രവർത്തനങ്ങളുടെ സുപ്രധാനമായൊരു ഭാഗമാണ്. ഡോ. ബ്രഹ്മപ്രകാശ് ഇത് അതീവ സാമർത്ഥ്യത്തോടെ നിർവഹിക്കുകയുണ്ടായി.

നിങ്ങൾ ഒരു പ്രോജക്ട് ടീമായി പ്രവർത്തിക്കുമ്പോൾ വിജയത്തിനുള്ള മാനദണ്ഡങ്ങളെക്കുറിച്ച് നിങ്ങൾക്കൊരു സങ്കീർണ്ണ കാഴ്ചപ്പാട് വികസിപ്പിച്ചെടുക്കേണ്ടിവരും. ഒരു ടീമിൻെറ പ്രകടനത്തെക്കുറിച്ച് എപ്പോഴും വിവിധതരത്തിലുള്ളതും പലപ്പോഴും പരസ്പരസംഘർഷം ഉളവാക്കുന്നതുമായ പ്രതീക്ഷകൾ ഉണ്ടായിരിക്കും. പിന്നെ, സ്ഥാപനത്തിനു പുറത്തു സബ്കോൺട്രാക്ടർമാരുടെയും സ്ഥാപനത്തിനകത്തെതന്നെ സവിശേഷ വൈദഗ്ദ്ധ്യമുള്ള വകുപ്പുകളുടെയും ആവശ്യങ്ങൾ, പരിമിതികൾ എന്നിവയെ ഉൾക്കൊള്ളിക്കാനുള്ള ശ്രമത്തിനിടയിൽ പ്രോജ്കട് ടീം പലപ്പോഴും വിഘടിച്ചുപോകാറുണ്ട്. നല്ല പ്രോജക്ട് ടീമുകൾക്ക് വിജയകരമായ മാനദണ്ഡങ്ങളെക്കുറിച്ചുള്ള ചർച്ചകൾ നടത്താനുള്ള സുപ്രധാന വ്യക്തിയെ, അല്ലെങ്കിൽ വ്യക്തികളെ പെട്ടെന്ന് കണ്ടെത്താൻ കഴിയും. തങ്ങളുടെ ആവശ്യങ്ങൾക്കുവേണ്ടി ഈ സുപ്രധാന വ്യക്തികളുമായി സംഭാഷണ

ങ്ങൾ നടത്തുക, അവയ്ക്കായി അവരിൽ പ്രേരണ ചെലുത്തുക എന്നുള്ളതൊക്കെയാണ് ടീം ലീഡറുടെ ചുമതലകളിലെ ഒരു നിർണ്ണായക ഘടകം.സ്ഥിതിവിശേഷം വികസിക്കുകയോ മാറുകയോ ചെയ്യുന്നതനുസരിച്ച് സംഭാഷണങ്ങൾ ക്രമമായി മുന്നോട്ടുപോകുന്നുവെന്ന് ഉറപ്പു വരുത്തുകയും ചെയ്യേണ്ടതുണ്ട്. പുറമെയുള്ളവർ ഇഷ്ടപ്പെടാത്ത എന്തെങ്കിലും ഒരു കാര്യമുണ്ടെങ്കിൽ അത് അപ്രതീക്ഷിതമായി അസുഖകരമായ അവസ്ഥകളുണ്ടാക്കും. നല്ല ടീമുകൾ അത്തരം കാര്യങ്ങളൊന്നുമില്ലെന്ന് ഉറപ്പാക്കും.

എസ് എൽ വി-3 ടീം അവരുടെതന്നെ ആന്തരികമായ വിജയമാനദണ്ഡങ്ങൾ വികസിപ്പിച്ചെടുത്തു. ഞങ്ങൾ ഞങ്ങളുടെ തനതായ നിലവാരങ്ങളും പ്രതീക്ഷകളും ലക്ഷ്യങ്ങളും സ്പഷ്ടമാക്കി. വിജയപ്രാപ്തിക്കു വേണ്ടി എന്തു സംഭവിക്കണം എന്നും വിജയത്തെ എങ്ങനെ അളക്കണം എന്നും ഗണിച്ചെടുക്കുവാൻ ഞങ്ങൾക്ക് തനതായ മാർഗം ഉണ്ടായിരുന്നു. ഉദാഹരണമായി, ഞങ്ങളുടെ യത്നങ്ങൾ ഞങ്ങളെങ്ങനെയാണ് നിർവഹിക്കാൻ പോകുന്നത്, എന്തൊക്കെ നിലവാരമനുസരിച്ച് ആരൊക്കെ എന്തൊക്കെ ചെയ്യണം, സമയപരിധികളെന്തൊക്കെ, സ്ഥാപനത്തിലെ ഇതരരെ അപേക്ഷിച്ച് ടീം എങ്ങനെ സ്വയം പെരുമാറണം എന്നൊക്കെ.

ഒരു ടീമിനുള്ളിലെ വിജയമാനദണ്ഡങ്ങളിൽ എത്തിച്ചേരുന്ന പ്രക്രിയ സങ്കീർണ്ണവും പാടവം ആവശ്യമുള്ളതുമായ ഒന്നാണ്. എന്തെന്നാൽ ഉപരിതലത്തിനു താഴെ ഒരുപാടു കാര്യങ്ങൾ സംഭവിക്കുന്നുണ്ട്. മേൽപ്പരപ്പിൽ നോക്കിയാൽ, ടീം പ്രോജക്ട് ദൗത്യത്തിൻെറ ലക്ഷ്യങ്ങൾ നേടാനായി, എളുപ്പത്തിൽ കാര്യങ്ങളൊക്കെ നീക്കുന്നതായി തോന്നും. തങ്ങൾക്കെന്താണു വേണ്ടതെന്ന് പറഞ്ഞറിയിക്കാനുള്ള കഴിവിൻെറ കാര്യത്തിൽ ആളുകൾ വളരെ ദരിദ്രരാണെന്നത് പക്ഷേ, ഞാൻ ആവർത്തിച്ചു കണ്ടിട്ടുള്ളതാണ്. തങ്ങൾക്കു വേണ്ടാത്ത ചില പ്രവൃത്തികൾ ചെയ്യുന്ന ഒരു പ്രവൃത്തികേന്ദ്രം കാണുന്നതുവരെ. ഒരു പ്രോജക്ട് ടീമംഗം വാസ്തവത്തിൽ ഒരു അപസർപ്പകനെപ്പോലെയാണ് പെരുമാറേണ്ടത്. പ്രോജക്ട് എങ്ങനെയെല്ലാമാണ് മുന്നോട്ടുപോകുന്നത് എന്നതിൻെറ സൂചനകൾക്കു വേണ്ടതായ അന്വേഷണത്തിൽ അയാൾ ഏർപ്പെടണം. എന്നിട്ടു തെളിവിൻേറതായ ഈ വ്യത്യസ്ത ശകലങ്ങളെല്ലാം പ്രോജക്ടിൻെറ ആവശ്യങ്ങളെയും അതിനുവേണ്ട കാര്യങ്ങളെയുംകുറിച്ച് വ്യക്തവും സമഗ്രവും ആഴത്തിലുള്ളതുമായ ധാരണ പടുത്തുയർത്തുന്നതിനുവേണ്ടി ശ്രദ്ധാപൂർവം ഒരുമിച്ചു ചേർത്തുവയ്ക്കുകയും വേണം.

മറ്റൊരു തലത്തിൽ, പ്രോജക്ടിൻെറ ലീഡർ, പ്രോജക്ട് ടീമുകളും വർക്ക് സെൻററുകളും തമ്മിലുള്ള ബന്ധത്തെ പ്രോത്സാഹിപ്പിക്കുകയും വികസിപ്പിച്ചെടുക്കുകയും ചെയ്യേണ്ടതാണ്. ഈ രണ്ടു കൂട്ടർക്കും തങ്ങളുടെ പരസ്പരാശ്രിതത്വത്തെക്കുറിച്ചും പ്രോജക്ടിൽ ഇരുവർക്കും പങ്കുണ്ടെന്ന വസ്തുതയെക്കുറിച്ചും മനസ്സിൽ വ്യക്തമായ ധാരണയുണ്ടായിരിക്കണം. ഇനിയും മറ്റൊരു തലത്തിൽ, ഓരോ വിഭാഗവും മറ്റേ വിഭാഗത്തിൻെറ കഴിവുകളെ വിലയിരുത്തുകയും ശക്തിയും ദൗർബല്യവും കണ്ടെത്തുകയും ചെയ്യേണ്ടതുണ്ട്. എന്താണ്

ചെയ്യേണ്ടത്, എങ്ങനെയാണ് ചെയ്യേണ്ടത് എന്നതൊക്കെ ആസൂത്രണം ചെയ്യുവാൻ ഇതാവശ്യമാണ്. വാസ്തവത്തിൽ ഈ കളിയെല്ലാംതന്നെ ഒരു കോൺട്രാക്റ്റിൻെറ നടപടിക്രമംപോലെ കാണാവുന്നതേയുള്ളൂ. ഓരോ പാർട്ടിയും മറ്റേ പാർട്ടിയിൽനിന്ന് എന്താണ് പ്രതീക്ഷിക്കുന്നത് എന്ന് ആരായുകയും ഒരു ഒത്തുതീർപ്പിൽ എത്തിച്ചേരുകയും ചെയ്യുന്നതിനെ സംബന്ധിച്ചാണിത്; ഇത് മറ്റേ പാർട്ടിയുടെ പരിമിതികളെക്കുറിച്ച് യാഥാർത്ഥ്യബോധത്തോടെ മനസ്സിലാക്കുന്നതിനെ സംബന്ധിച്ചാണ്. ഇത് വിജയമാനദണ്ഡങ്ങളെ പരസ്പരം അറിയിക്കുന്നതിനെ സംബന്ധിച്ചും ബന്ധങ്ങളുടെ പ്രവർത്തനത്തെ നിർവഹിച്ചുകൊണ്ടുള്ള ഏതാനും ലളിതനിയമങ്ങൾ വിശദീകരിക്കുന്നതിനെ സംബന്ധിച്ചുമാണ്; എന്നാൽ ഇതിനെല്ലാമുപരി, ഭാവിയിൽ എന്തെങ്കിലും മോശമായ ആശ്ചര്യസംഭവങ്ങൾ ഉണ്ടാകുന്നത് ഒഴിവാക്കാനായി സാങ്കേതികവും വ്യക്തിപരവുമായ തലങ്ങളിലെ ബന്ധങ്ങളിൽ വ്യക്തത വികസിപ്പിച്ചെടുക്കാനുള്ള ഏറ്റവും മികച്ച മാർഗമാണിത്. ഐ ജി എം ഡി പി യിൽ ശിവതാണുപിള്ളയും അദ്ദേഹത്തിൻെറ ടീമും അവരുടെ 'പേസ്' (PACE— Programme, Analysis, Control, Evaluation) എന്ന് സ്വയം വികസിപ്പിച്ചെടുത്ത ടെക്നിക്കിലൂടെ ഈ രംഗത്ത് ശ്രദ്ധേയമായ ചില കാര്യ ങ്ങൾ ചെയ്യുകയുണ്ടായി. അവർ നിത്യവും ഉച്ചയ്ക്ക് പന്ത്രണ്ടു മുതൽ ഒരു മണിവരെ ഒരു പ്രോജക്ട് ടീമും ഏതെങ്കിലുമൊരു വർക്ക്സെൻററുമായി ഒന്നിച്ചിരുന്ന് നിർണായകപാതയെക്കുറിച്ച് ചർച്ച ചെയ്യുകയും അവർക്കിടയിൽ വിജയത്തിൻേറതായ ഒരു തലം സൃഷ്ടിച്ചെടുക്കുകയും ചെയ്യുമായിരുന്നു. എങ്ങനെ വിജയിക്കണം എന്ന് ആസൂത്രണം ചെയ്യുന്നതിലെ ആവേശവും ഭാവിവിജയത്തെക്കുറിച്ചുള്ള ദർശനവും തടുക്കാനാകാത്ത ഒരുതരം പ്രചോദനം ഉണ്ടാക്കും. ഇതിന് എല്ലായ്പോഴും സംഗതികൾ സംഭവിപ്പിക്കാൻ കഴിയുമെന്ന് ഞാൻ കണ്ടിട്ടുണ്ട്.

'ടെക്നോളജി മാനേജ്മെൻറ്' എന്ന ആശയത്തിൻെറ വേരുകൾ, അനുരഞ്ജനം ആഗ്രഹിക്കുന്നതും ഉത്പാദന കേന്ദ്രീകൃതവുമായ കാര്യനിർവഹണഘടനകൾ തമ്മിലുണ്ടായ സംഘർഷങ്ങളിൽനിന്നും അറുപതുകളുടെ ആദ്യത്തിൽ ഉടലെടുത്ത ഡെവലപ്മെൻറ് മാനേജ്മെൻറ് മോഡലുകളിലാണുള്ളത്. അടിസ്ഥാനപരമായി രണ്ടുതരം കാര്യനിർവഹണ ശൈലികളുണ്ട്: ചെലവുചുരുക്കുന്ന തൊഴിലാളികളെ വിലമതിക്കുന്ന 'മൗലിക' രീതി (പ്രൈമൽ), സംഘടനാപരമായ തൊഴിലാളിയെ വിലമതിക്കുന്ന 'യുക്തിഭദ്ര' രീതി (റാഷണൽ). ഒരു സാങ്കേതികവിദ്യാ വ്യക്തിയായ തൊഴിലാളിയെ ചുറ്റിപ്പറ്റിയുള്ളതാണ് എൻെറ മാനേജ്മെൻറ് ആശയം. 'മൗലിക' കാര്യനിർവഹണ ചിന്താസരണി ആളുകളെ അവരുടെ സ്വാശ്രയത്വത്തെപ്രതി അംഗീകരിക്കുമ്പോൾ യുക്തിഭദ്രകാര്യനിർവാഹകർ ആശ്രിതത്വത്തെ അംഗീകരിക്കുന്നു. ഞാനവരെ വിലയിരുത്തുന്നത് പരസ്പരാശ്രിതത്വത്താലാണ്. 'മൗലിക' കാര്യ നിർവാഹകൻ സ്വതന്ത്ര സംരംഭങ്ങ ളിൽ വൈദഗ്ദ്ധ്യം കാട്ടുമ്പോൾ യുക്തിഭദ്ര നിർവാഹകനാകട്ടെ സഹകരണസംരംഭങ്ങളെ സേവിക്കുന്നു. ഞാൻ അവതരിപ്പിക്കുന്നതാകട്ടെ പരസ്പരാശ്രയത്വത്തിൽ അധിഷ്ഠിതമായ സംയുക്തസംരംഭങ്ങൾ എന്ന ആശയമാണ്, വിഭിന്നശക്തികളെ ഒന്നിച്ചു

ചേർക്കൽ, വ്യക്തികളെക്കൊണ്ടുള്ള ശൃംഖലതീർക്കൽ, സ്രോതസ്സുകൾ, സമയക്രമങ്ങൾ, ചെലവുകൾ, എന്നിങ്ങനെ.

ആശയപരമായ തലത്തിൽ സ്വയം സഫലീകരണ(self-actualisation)ത്തിൻെറ പുതുമനഃശാസ്ത്രം ആദ്യമായി അവതരിപ്പിച്ചത് ഏബ്രഹം മാസ്ലോ ആയിരുന്നു. യൂറോപ്പിൽ റുഡോൾഫ് സ്റ്റെയ്നറും റെഗ് റെവാൻസും ഈ ആശയത്തെ വ്യക്തിഗതമായ പഠനത്തിൻെറയും സ്ഥാപനത്തിൻെറ നവീകരണത്തിൻെറയുമായ ഒരു സംവിധാനമായി വികസിപ്പിച്ചെടുത്തു. ആംഗ്ലോ ജർമ്മൻ മാനേജ്മെൻറ് തത്ത്വശാസ്ത്രജ്ഞനായ ഫ്രിസ്സ് ഷൂമാക്കർ ബുദ്ധതത്ത്വാധിഷ്ഠിതമായ സാമ്പത്തിക ശാസ്ത്രം അവതരിപ്പിക്കുകയും 'ചെറുതാണ് ചേതോഹരം' എന്ന ആശയം ആവിഷ്കരിക്കുകയുംചെയ്യുകയുണ്ടായി. ഇൻഡ്യാ ഉപഭൂഖണ്ഡത്തിൽ, മഹാത്മാ ഗാന്ധി തൃണമൂലതലത്തിലുള്ള സാങ്കേതികവിദ്യയ്ക്ക് ഊന്നൽ കൊടുക്കുകയും വ്യാപാരലോകത്തെ കേന്ദ്രബിന്ദുവായി ഉപഭോക്താവിനെ പ്രതിഷ്ഠിക്കുകയും ചെയ്തു. പുരോഗതിയാൽ നയിക്കപ്പെടുന്ന അടിസ്ഥാനസൗകര്യങ്ങൾ ജെ ആർ ഡി ടാറ്റ കൊണ്ടുവന്നു. ഡോ. ഹോമി ജഹാംഗീർ ഭാഭയും പ്രൊഫ. വിക്രം സാരാഭായിയും സമ്പൂർണത (ടോട്ടാലിറ്റി), അനർഗളത (ഫ്ലോ) എന്നീ പ്രകൃതിനിയമങ്ങളിൽ സുവ്യക്തമായി ഊന്നിക്കൊണ്ട് ഉന്നതവും സാങ്കേതികവിദ്യയിൽ അധിഷ്ഠിതവുമായ ആണവോർജ്ജ, ബഹിരാകാശ പരിപാടികൾ അവതരിപ്പിക്കുകയുണ്ടായി. ഡോ. ഭാഭയുടെയും പ്രൊഫ. സാരാഭായിയുടെയും വികസനാത്മക തത്ത്വശാസ്ത്രത്തെ വികസിപ്പിച്ചുകൊണ്ട് ഡോ. എം എസ് സ്വാമിനാഥൻ, സമഗ്രത (ഇൻറഗ്രിറ്റി) എന്ന മറ്റൊരു പ്രകൃതിതത്ത്വത്തെ ആധാരമാക്കി പ്രവർത്തിക്കുന്ന ഹരിതവിപ്ലവത്തെ ഇന്ത്യയിൽ കൊണ്ടുവന്നു. ക്ഷീരസംസ്കരണ വ്യവസായത്തിലെ ഒരു വിപ്ലവത്തിലൂടെ ഡോ. വർഗീസ് കുര്യൻ അതിശക്തമായ സഹകരണപ്രസ്ഥാനം കൊണ്ടുവന്നു. പ്രൊഫ. സതീഷ് ധവാൻ ബഹിരാകാശ ഗവേഷണത്തിൽ ദൗത്യ കാര്യനിർവഹണപരമായ ആശയങ്ങൾ വികസിപ്പിച്ചെടുത്തു.

ഐ ജി എം ഡി പി യിൽ, ഞാൻ ബഹിരാകാശഗവേഷണത്തിൽ ഡോ. ബ്രഹ്മപ്രകാശിൻെറ ഉന്നത സാങ്കേതികവിദ്യാ സംവിധാനം സ്വീകരിച്ചുകൊണ്ട് പ്രൊഫ. സാരാഭായിയുടെ ദർശനത്തെയും പ്രൊഫ. ധവാൻെറ ദൗത്യത്തെയും കൂട്ടിയിണക്കാൻ ശ്രമിക്കുകയുണ്ടായി. 'ഇൻഡ്യൻ ഗൈഡഡ് മിസ്സൈൽ പ്രോഗാം' സ്ഥാപിക്കുന്നതിൽ ഞാൻ 'അന്തർലീനത' (ലേറ്റൻസി) എന്ന പ്രകൃതിനിയമം ചേർക്കാൻ പരിശ്രമിച്ചു. പൂർണ്ണമായും തദ്ദേശീയമായ ഒരുതരം ടെക്നോളജിക്കൽ മാനേജ്മെൻറ് രീതി സൃഷ്ടിക്കാൻ വേണ്ടിയായിരുന്നു അത്. എൻെറ ചിന്തകൾ കൂടുതൽ വ്യക്തതയോടെ വിശദീകരിക്കാൻവേണ്ടി ഞാൻ ചില രൂപകങ്ങളിലേക്ക് തിരിയട്ടെ.

ആവശ്യങ്ങൾ, നവീകരണം, പരസ്പരാശ്രയത്വം, സ്വാഭാവികപ്രവാഹം എന്നിവയുടെ സ്വയംസഫലീകരണം ഉണ്ടെങ്കിൽ മാത്രമേ ടെക്നോളജിക്കൽ മാനേജ്മെൻറ് എന്ന വൃക്ഷം വേരുപിടിക്കുകയുള്ളൂ. വളർച്ചയുടെ മാതൃകകൾ പരിണാമപ്രക്രിയയുടേതുപോലെയാണ്: സാവകാശമുള്ള മാറ്റങ്ങളുടെയും പൊടു

ന്നനേയുള്ള രൂപഭേദങ്ങളുടെയും സംയോജനമായി കാര്യങ്ങൾ നീങ്ങുന്നു; ഓരോ രൂപഭേദവും ഒന്നുകിൽ കൂടുതൽ സങ്കീർണതലത്തിലുള്ള ഒരു പുതുമ യിലേക്കുള്ള ചാട്ടത്തിന് അല്ലെങ്കിൽ ഒരു പൂർവതലത്തിലേക്കുള്ള വിനാശകരമായ തകർച്ചയ്ക്ക് കാരണമാകുന്നു; മുന്നിട്ടുനിൽക്കുന്ന മാതൃകകൾ ആയാസത്തി ലാകുമ്പോൾ വിജയത്തിൻെറ ഒരു സുനിശ്ചിതമായ മൂർദ്ധന്യത്തിലെത്തുന്നു; മാറ്റത്തിൻെറ നിരക്ക് എന്നും ത്വരിതമായിട്ടുതന്നെയാകുന്നു എന്നൊക്കെയാണ് ഇതിനർത്ഥം.

എല്ലാ പ്രവർത്തനങ്ങളും നിർമ്മാണപരമായ, എല്ലാ നയങ്ങളും താത്ത്വിക മായ, എല്ലാ തീരുമാനങ്ങളും രഞ്ജകമായ, തന്മാത്രാഘടനയാണ് വൃക്ഷത്തിൻെറ തായ്ത്തടി. വിഭവങ്ങൾ, ആസ്തികൾ, പ്രവർത്തനങ്ങൾ, ഉത്പന്നങ്ങൾ എന്നിവ യാണ് വൃക്ഷത്തിൻെറ ശാഖകൾ. നിരന്തരമായൊരു പ്രകടനനിലവാര മൂല്യ നിർണയത്തിലൂടെ, തിരുത്തൽപരമായ പുതുക്കലിലൂടെ തായ്ത്തടി ഇവയെ പരിപോഷിപ്പിച്ചുകൊണ്ടിരിക്കുന്നു.

ടെക്നോളജിക്കൽ മാനേജ്മെൻറ് എന്ന ഈ വൃക്ഷത്തെ സശ്രദ്ധം പരി പാലിച്ചാൽ ഇത് നമുക്ക് ഉപയുക്തമായ അടിസ്ഥാന സൗകര്യങ്ങൾ എന്ന ഫല ങ്ങൾ നൽകും: സ്ഥാപനങ്ങളുടെ സാങ്കേതികവിദ്യാപരമായ പ്രബലീകരണം, വ്യക്തികളിൽ സാങ്കേതികമായ കാര്യശേഷി സൃഷ്ടിക്കൽ, പിന്നെ ആത്യന്തി കമായി രാഷ്ട്രത്തിൻെറ സ്വാശ്രയത്വം, പൗരജനങ്ങളുടെ ജീവിതഗുണനിലവാരം മെച്ചപ്പെടൽ എന്നീ ഫലങ്ങൾ.

1983-ൽ ഐ ജി എം ഡി പി ക്ക് അനുവാദം ലഭിച്ചപ്പോൾ ഞങ്ങൾക്ക് ആവശ്യ മായ ഒരു സാങ്കേതികാടിത്തറ ഉണ്ടായിരുന്നില്ല. വൈദഗ്ദ്ധ്യത്തിൻെറ ചില സങ്കേത ങ്ങൾ ഉണ്ടായിരുന്നുവെങ്കിലും ആ സാങ്കേതിക നൈപുണ്യത്തെ ഉപയോഗ പ്പെടുത്താൻ ഞങ്ങളെ അധികാരപ്പെടുത്തിയിട്ടുണ്ടായിരുന്നില്ല. പ്രോഗ്രാമിലുൾ പ്പെട്ട നാനാവിധ പ്രോജക്ടുകൾ തികച്ചും ഒരു വെല്ലുവിളിതന്നെയായി. എന്തെ ന്നാൽ അത്യാധുനികമായ അഞ്ച് മിസ്സൈൽ സംവിധാനങ്ങൾ ഞങ്ങൾക്ക് ഒരേ സമയം വികസിപ്പിച്ചെടുക്കേണ്ടിയിരുന്നു. പ്രോജക്ടുക്കൾക്ക് ആവശ്യമായ വിഭവ ങ്ങളുടെ നീതിപൂർവമായ പങ്കുവെപ്പ്, മുൻഗണനാക്രമം സ്ഥാപിക്കൽ, ആവശ്യ മായ മാനവശേഷിയുടെ പടിപടിയായുള്ള നിയോഗം എന്നിവ ഇതിനാവശ്യമായി വന്നു. സാന്ദർഭികമായി പറയട്ടെ, ഐ ജി എം ഡി പി ക്ക് 78 പങ്കാളികളുണ്ടാ യിരുന്നു. പൊതുമേഖലാസ്ഥാപനങ്ങൾ, ഓർഡിനൻസ് ഫാക്ടറികൾ, സ്വകാര്യ വ്യവസായ സ്ഥാപനങ്ങൾ, പ്രൊഫഷണൽ സൊസൈറ്റികൾ എന്നിവയിലായി പടർന്നു കിടക്കുന്ന 36 ടെക്നോളജി സെൻററുകളും 41 പ്രൊഡക്ഷൻ സെൻററുകളും ഇതിലുൾപ്പെടും; ഇതിനും പുറമെ, ഗവണ്മെൻറിൽ സുഘടിതമായ ഒരു ഉദ്യോഗസ്ഥശൃംഖലയും. പ്രോഗ്രാമിൻെറ മാനേജ്മെൻറിൽ, സാങ്കേതി കോത്പന്നങ്ങളുടെ കാര്യത്തിലെന്നപോലെ, ഞങ്ങളുടെ തനതാവശ്യങ്ങൾക്കും കഴിവുകൾക്കും അനുയോജ്യമായ അളവെടുത്തു തയ്യാറാക്കിയ തരത്തിലുള്ള ഒരു മാതൃക വികസിപ്പിച്ചെടുക്കാൻ ഞങ്ങൾ ശ്രമം നടത്തി. എവിടെയോ വികസിത

മായ ആശയങ്ങളും ഞങ്ങൾ കടമെടുത്തു. തികച്ചും അതേ രൂപത്തിലല്ലെന്നു മാത്രം. ഞങ്ങളുടെ ശക്തിയായി ഞങ്ങൾ മനസ്സിലാക്കിയതും, ഞങ്ങളുടെ കുറവുക ളായി ഞങ്ങൾ വേർതിരിച്ചറിഞ്ഞതുമായ കാര്യങ്ങളുടെ വെളിച്ചത്തിൽ അവയെ സ്വീകരിച്ചു. അങ്ങനെ, നമ്മുടെ റിസർച്ച് ലാബറട്ടറികളിലും സർക്കാർ സ്ഥാപന ങ്ങളിലും സ്വകാര്യ വ്യവസായങ്ങളിലും പ്രതിഭയും കഴിവുമുള്ള എത്രയെത്ര ആളുകളാണ് മറഞ്ഞുകിടക്കുന്നതെന്ന് വെളിവാക്കാൻ ഞങ്ങളുടെ അനുയോ ജ്യമായ മാനേജ്മെൻറും പരസ്പരം സഹകരിച്ചുകൊണ്ടുള്ള പരിശ്രമങ്ങളും ഉപ കരിച്ചു.

ഐ ജി എം ഡി പിയുടെ ടെക്നോളജി മാനേജ്മെൻറ് തത്ത്വശാസ്ത്രം മിസ്സൈൽ വികസനത്തിനു മാത്രമായിട്ടുള്ളതായിരുന്നില്ല. വിജയം കൊയ്യാനുള്ള ദേശീയ ത്വരയെയും ലോകം ഇനിയൊരിക്കലും കായികമോ, സാമ്പത്തികമോ ആയ ശക്തി കളാൽ നിയന്ത്രിക്കപ്പെടുകയില്ല എന്ന അവബോധത്തെയും ഇത് പ്രതിനിധാനം ചെയ്യുന്നു. വാസ്തവത്തിൽ ഈ രണ്ടു ശക്തികളും സാങ്കേതികവൈഭവത്തിലൂടെ ഒലിച്ചുപോകും. ടെക്നോളജിയിൽ മേധാവിത്തമുള്ള രാഷ്ട്രങ്ങളേ മേലിൽ സ്വാത ന്ത്ര്യവും പരമാധികാരവും ആസ്വദിക്കുകയുള്ളൂ. ടെക്നോളജി ആദരിക്കുന്നത് ടെക്നോളജിയെ മാത്രമാണ്. തന്നെയുമല്ല, ഞാൻ ആദ്യമേ പറഞ്ഞതുപോലെ, ശാസ്ത്രത്തിൽനിന്നു വ്യത്യസ്തമായി ടെക്നോളജി ഒരു ഗ്രൂപ്പ് പ്രവർത്തനമാണ്. ഇത് വളരുന്നത് വ്യക്തിഗതബുദ്ധിയിലല്ല. പരസ്പരം ഇടപെടുന്നതും തുടർച്ചയായി പരസ്പരം സ്വാധീനം ചെലുത്തുന്നതുമായ ധിഷണകളിലാണ്. ഞാൻ ഐ ജി എം ഡി പി യെ അതാക്കിത്തീർക്കാനാണ് ശ്രമിച്ചത്: മിസ്സൈൽ സംവിധാനങ്ങൾ കൂടി ഉണ്ടാക്കുന്ന ഒരു 78 അംഗ ഇന്ത്യൻ കുടുംബം.

നമ്മുടെ ശാസ്ത്രജ്ഞന്മാരുടെ ജീവിതത്തെയും കാലത്തെയുംകുറിച്ച് ഒട്ടു വളരെ ഊഹാപോഹങ്ങളും താത്ത്വികവത്കരണങ്ങളുമുണ്ടായിട്ടുണ്ട്. പക്ഷേ, അവർ എങ്ങോട്ടു പോകാൻ ആഗ്രഹിക്കുന്നുവെന്നോ എങ്ങനെ അവർ ആ സ്ഥാനത്ത് എത്തിയെന്നോ മനസ്സിലാക്കാനുള്ള അന്വേഷണങ്ങൾ വേണ്ടത്ര നടക്കുന്നില്ല. ഞാൻ ഇന്നീ വ്യക്തിയായിത്തീരാൻ നടത്തിയ പോരാട്ടങ്ങളുടെ കഥ നിങ്ങളുമായി പങ്കുവയ്ക്കുമ്പോൾ, ഞാൻ ഒരുപക്ഷേ, ഈ യാത്രയെക്കു റിച്ചുള്ള ഒരു ഉൾക്കാഴ്ച നിങ്ങൾക്ക് ഉണ്ടാക്കിത്തരുവാൻ ശ്രമിക്കുകയായിരുന്നു. ഇത് കുറച്ചു യുവാക്കളെയെങ്കിലും നമ്മുടെ സമൂഹത്തിലെ ആധിപത്യശക്തി കൾക്കെതിരെ ഒരു നിലപാടെടുക്കാൻ കഴിവുള്ളവരാക്കുമെന്ന് ഞാൻ പ്രത്യാ ശിക്കുന്നു. ജനങ്ങളെ ബാഹ്യമായ ബഹുമതികൾക്കും, ധനത്തിനും, മാന്യത യ്ക്കും, സ്ഥാനങ്ങൾക്കും, സ്ഥാനക്കയറ്റങ്ങൾക്കും, ഇതരരിൽനിന്നും തൻെറ ജീവിതശൈലിക്കു കിട്ടുന്ന അംഗീകാരത്തിനും, ആചാരപരമായ ബഹുമതികൾ ക്കും, എല്ലാത്തരം സ്ഥാനചിഹ്നങ്ങൾക്കും പിന്നാലെയുള്ള പാച്ചിലിന് അടിമ യാക്കാനുള്ള, തന്നിലടങ്ങിയിരിക്കുന്ന കഴിവാണ് സാമൂഹികമായ ഈ ആധി പത്യശക്തിയുടെ ഒരു പ്രത്യേക സ്വഭാവവിശേഷം.

ഈ ലക്ഷ്യങ്ങളെ വിജയകരമായി പിന്തുടരണമെങ്കിൽ അവർ ഉപചാര ക്രമത്തിൻെറ വിപുലമായ നിയമങ്ങൾ പഠിക്കുകയും മാമൂലുകൾ, പാരമ്പര്യങ്ങൾ, പെരുമാറ്റച്ചട്ടങ്ങൾ എന്നിവ നല്ലവണ്ണം മനസ്സിലാക്കുകയും വേണം. സ്വയം കീഴ്പ്പെടുത്തുന്ന ഈ ജീവിതരീതിയെ തൂത്തെറിയുവാൻ ഇന്നത്തെ യുവജനങ്ങൾ ശ്രമിക്കേണ്ടതുണ്ട്. ഭൗതികനേട്ടങ്ങൾക്കും ബഹുമതികൾക്കുംവേണ്ടി പ്രവർത്തിക്കുന്ന സംസ്കാരത്തെ തള്ളിക്കളയണം. ധനികരും ശക്തരും പഠിപ്പുള്ളവരുമായ മനുഷ്യർ തങ്ങളിൽ സമാധാനം കണ്ടെത്താനായി ക്ലേശിക്കുന്നതു കാണുമ്പോൾ, ഞാൻ അഹ്മദ് ജലാലുദ്ദീനെയും ഇയ്യാദുരൈ സോളമനെയും പോലുള്ള വ്യക്തികളെ ഓർത്തുപോകുന്നു.

സമ്പാദ്യമൊന്നുംതന്നെയില്ലാതിരുന്ന അവർ എത്ര സന്തോഷവാന്മാരായിരുന്നു!

ഭൗമ ശംഖൊലി മുഴങ്ങുന്ന കോറമണ്ടൽ തീരദേശത്ത്,
മണൽപ്പരപ്പിനു മധ്യത്തിലായി
ശരിക്കും സമ്പന്നരാം ചിലർ ജീവിച്ചിരുന്നു:
ഒരു കോട്ടൺ ലുങ്കി, ഒരു പാതി മെഴുകുതിരി
പിടിയറ്റുപോയ പഴയൊരു കൂജയും
മണൽപ്പരപ്പിലെയീ മന്നന്മാരുടെ
ലൗകിക ആസ്തികൾ ഇവ മാത്രമായിരുന്നു.

ആശ്രയിക്കാനായി യാതൊന്നുമില്ലാതെ അവരെങ്ങനെ അത്ര സുരക്ഷിതത്വബോധമനുഭവിച്ചു? അവർ തങ്ങളുടെ നിലനിൽപ്പിനുള്ളത് ഉള്ളിൽ നിന്നു സംഭരിച്ചെന്ന് ഞാൻ വിശ്വസിക്കുന്നു. അവർ ആന്തരിക സങ്കേതങ്ങളിൽ അധിമധികമായി ആശ്രയിച്ചു, ഞാൻ മുൻപേ സൂചിപ്പിച്ച ബാഹ്യമുറകളിൽ കുറവായും. നിങ്ങളുടെ ആന്തരിക സന്ദേശങ്ങളെക്കുറിച്ച് നിങ്ങൾ ബോധവാനാണോ? നിങ്ങളവയിൽ വിശ്വാസമർപ്പിക്കുന്നുവോ? നിങ്ങളുടെ സ്വന്തം ജീവിതത്തിന്മേലുള്ള നിയന്ത്രണത്തിൻെറ മുഖ്യകടിഞ്ഞാൺ നിങ്ങളുടെ കൈയിൽത്തന്നെയുണ്ടോ? ഇത് മനസ്സിലാക്കിക്കൊള്ളുക, നിങ്ങളെ കൈകാര്യം ചെയ്യാൻ നിരന്തരമായി ശ്രമിക്കുകയും കൂച്ചുവിലങ്ങുകൾ ഇടുവിക്കുകയും ചെയ്യുന്ന ബാഹ്യസമ്മർദ്ദങ്ങളെ ഒഴിവാക്കിക്കൊണ്ട് എത്ര തീരുമാനങ്ങൾ നിങ്ങൾക്ക് എടുക്കാൻ കഴിയുന്നുവോ, നിങ്ങളുടെ ജീവിതം അത്രയും മെച്ചപ്പെടും, നിങ്ങളുടെ സമൂഹം അത്രയും മെച്ചമുള്ളതായിത്തീരും. ശക്തരും ആന്തരികചോദനകളാൽ നയിക്കപ്പെടുകയും ചെയ്യുന്ന വ്യക്തികളെ നേതാക്കളായി ലഭിക്കുകവഴി രാജ്യമൊന്നാകെ ഗുണമനുഭവിക്കും. സ്വന്തം കാര്യം നോക്കിനടത്തുന്ന പൗരാവലി, വ്യക്തികളെന്ന നിലയിൽ സ്വയം അറിയുകയും വിശ്വസിക്കുകയും ചെയ്യുന്ന ജനങ്ങളുള്ള രാജ്യം, ഇവ മനഃസാക്ഷിക്കുത്തില്ലാത്ത ഏത് അധികാരിയുടെയും നിക്ഷിപ്തതാത്പര്യങ്ങളുടെയും ചരടുവലികളിൽനിന്ന് വിമുക്തമായിരിക്കും.

നിങ്ങളുടെ ആന്തരികമായ വിഭവങ്ങളെ, പ്രത്യേകിച്ചും ഭാവനയെ സ്വന്തം ജീവിതത്തിൽ നിക്ഷേപിക്കാനുള്ള സന്നദ്ധത നിങ്ങൾക്ക് വിജയം നേടിത്തരും.

നിങ്ങൾ സമാനമില്ലാത്ത സ്വന്തം വ്യക്തിത്വത്തിലൂന്നിയ നിലപാടിൽ നിന്നുകൊണ്ട് ഒരു ചുമതല ഏറ്റെടുക്കുമ്പോൾ നിങ്ങളൊരു യഥാർത്ഥ മനുഷ്യവ്യക്തിയായി ത്തീരുന്നു.

നിങ്ങളെയും എന്നെയും ഈ ഭൂമിയിലുള്ള ഓരോരുത്തരേയും തങ്ങളി ലുള്ള രചനാത്മക സാധ്യതകളെ വളർത്തിയെടുക്കാനും സ്വന്തം മനസ്സാക്ഷി ക്കൊത്ത് ജീവിക്കാനുമാണ് ഈശ്വരൻ സ്വാതന്ത്ര്യപൂർവ്വം അയച്ചിട്ടുള്ളത്. നമുക്കു വേണ്ടവ തിരഞ്ഞെടുക്കുന്ന രീതിയിലും നമ്മുടെ ഭാഗധേയം രൂപപ്പെടുത്തിയെടു ക്കുന്നതിലും നാം വ്യത്യാസപ്പെട്ടിരിക്കുന്നുവെന്നു മാത്രം. വളരെ വിഷമംപിടിച്ച ഒരു കളിയാണ് ജീവിതം. ഒരു മനുഷ്യവ്യക്തി ആയിരിക്കാനുള്ള നിങ്ങളുടെ ജന്മാവകാശം മുറുകെപ്പിടിക്കുകവഴി മാത്രമേ നിങ്ങൾക്കതിൽ വിജയം നേടാൻ കഴിയുകയുള്ളു. ഇനി, ഈ അവകാശം നിലനിറുത്തണമെങ്കിൽ, ഒരു കാര്യം എപ്രകാരം നിർവഹിക്കപ്പെടണം എന്ന് മറ്റുള്ളവർ പറയുന്നുവോ അതേപോലെ ചെയ്യാനുള്ള സമ്മർദങ്ങളെ അവഗണിക്കുന്നതിൽ അന്തർഭവിച്ചിരിക്കുന്ന സാമൂ ഹികമോ ബാഹ്യമോ ആയ അപകടസാധ്യതകളെ ഏറ്റെടുക്കാൻ നിങ്ങൾ സന്നദ്ധ രായിരിക്കണംതാനും. ശിവസുബ്രഹ്മണ്യഅയ്യർ തന്റെ അടുക്കളയിൽ എന്നെ ഉച്ചയൂണിനു ക്ഷണിച്ചതിനെ നിങ്ങളെന്തു വിളിക്കും? എന്റെ സഹോദരി സുഹ്റ, എന്നെ എൻജിനീയറിങ് കോളേജിൽ അയയ്ക്കാനായി തന്റെ സ്വർണ്ണവളകളും മാലകളും പണയം വെച്ചതിനെ? ഒരുമിച്ചുള്ള ചിത്രമെടുക്കുമ്പോൾ മുൻനിരയിൽ തന്നോടൊപ്പം ഇരിക്കണമെന്ന് പ്രൊഫ. സ്പോൺഡർ നിർബന്ധിച്ചതിനെ? ഒരു സാധാരണ മോട്ടോർ മേൽപ്പുരപോലുള്ളിടത്തുവെച്ച് ഹോവർക്രാഫ്റ്റ് നിർമ്മിക്കു ന്നതിനെ? സുധാകറിന്റെ ധീരതയെ? ഡോ. ബ്രഹ്മപ്രകാശിന്റെ പിന്തുണയെ? നാരായണന്റെ മാനേജ്മെൻറിനെ? വെങ്കട്ടരാമന്റെ ദർശനത്തെ? അരുണാചല ത്തിന്റെ പ്രേരകശക്തിയെ? ഇവയോരോന്നും ശക്തമായ ആന്തരികശക്തിയുടെയും മുൻകൈയെടുക്കലിന്റെയും തെളിവാണ്. ഇരുപത്തഞ്ച് നൂറ്റാണ്ടുകൾക്കുമുൻപ് പൈഥഗോറസ് പറഞ്ഞപോലെ, "സർവോപരി, സ്വയം ബഹുമാനിക്കുക."

ഞാനൊരു തത്ത്വചിന്തകനല്ല. ഒരു സാങ്കേതികജ്ഞൻ മാത്രം. എന്റെ ജീവിതം മുഴുവൻ ഞാൻ റോക്കറ്റ്ശാസ്ത്രം പഠിക്കാനായി ചെലവഴിച്ചു. എന്നാൽ, വിവിധ സ്ഥാപനങ്ങളിലൂടെ ജനതയുടെ വളരെ വലിയൊരു പരിച്ഛേദവുമായി ഒന്നിച്ച് ജോലിചെയ്തതിനാൽ, എനിക്ക് ഔദ്യോഗികജീവിതമെന്ന പ്രതിഭാസത്തെ നമ്മെ അമ്പരിപ്പിക്കുന്ന അതിന്റെ എല്ലാ സങ്കീർണ്ണതകളോടുംകൂടി മനസ്സി ലാക്കാനുള്ള ഒരവസരം ലഭ്യമായി. ഇതുവരെയുള്ള എന്റെ വിവരണങ്ങളി ലേക്കൊരു തിരിഞ്ഞുനോട്ടം നടത്തുമ്പോൾ, എന്റെ സ്വന്തം നിരീക്ഷണങ്ങ ളെയും നിഗമനങ്ങളെയുംകാൾ യഥാർത്ഥത്തിൽ ഒട്ടും അധികമല്ലാത്ത നിർദേശ ങ്ങൾക്ക് അതൊരു താത്ത്വികപരിവേഷം നൽകുന്നതായി തോന്നുന്നു. ഞാൻ ജീവിച്ച നാടകത്തിലെ യഥാർത്ഥ നായകരായ എന്റെ സഹപ്രവർത്തകർ, സഹായികൾ, ലീഡർമാർ, റോക്കറ്റുകളുടെ സങ്കീർണശാസ്ത്രം, സാങ്കേതിക വിദ്യാകാര്യനിർവഹണത്തിലെ സുപ്രധാന പ്രശ്നങ്ങൾ, എല്ലാം ഒരുതരം രേഖാ

ചിത്ര രൂപത്തിൽ കൈകാര്യം ചെയ്യപ്പെട്ടതായി തോന്നുന്നു. വേദനകളും ഉല്ലാസങ്ങളും, നേട്ടങ്ങളും പരാജയങ്ങളും—സാന്ദർഭികമായും കാലികമായും സ്ഥാനികമായും ഏറെ വ്യത്യാസപ്പെടുന്ന കാര്യങ്ങൾ—എല്ലാം ഒരുമിച്ചു കൂട്ടിയിട്ടുള്ളതായി കാണപ്പെടുന്നു.

നിങ്ങളൊരു വിമാനത്തിൽനിന്നും താഴേക്കു നോക്കുമ്പോൾ മനുഷ്യരും മരങ്ങളും പാറകളും പാടങ്ങളും വീടുകളുമൊക്കെ ഒരൊറ്റ ഭൂപ്രകൃതിയായി തോന്നും, ഒന്നിനെ മറ്റൊന്നിൽനിന്നും തിരിച്ചറിയാൻ വളരെ ബുദ്ധിമുട്ടാണ്. നിങ്ങളിതുവരെ വായിച്ചത് എന്റെ ജീവിതത്തിന്റെ ഇതുപോലുള്ളൊരു വിഗഹവീക്ഷണമാണ്, അങ്ങു ദൂരെനിന്നും കാണപ്പെട്ടതു പോലെ.

എന്റെ സന്ദേഹമാണെന്റെ യോഗ്യത
പിന്നെയെൻ ഭയപ്പാടെല്ലാമും
വ്യതിരിക്തമാണെൻ ഭാവം ചെയ്വതെന്നിരുന്നാലും
പ്രത്യക്ഷമാകുന്നു നിയതം അവിടുത്തെ അനന്ത യോഗ്യത

ആദ്യത്തെ 'അഗ്നി' വിക്ഷേപണത്തോടെ അവസാനിക്കുന്ന ഒരു കാലഘട്ടത്തിന്റെ കഥയാണിത്. ജീവിതമിനിയും മുന്നോട്ടുപോകും. തൊള്ളായിരം ദശലക്ഷം മനുഷ്യരുടെ ഒരൊറ്റ ഐക്യരാഷ്ട്രത്തെപ്പോലെ നാം ചിന്തിച്ചാൽ മഹത്തായ ഈ രാജ്യം എല്ലാ മേഖലകളിലും മഹത്തായ മുന്നേറ്റങ്ങൾതന്നെ നടത്തും; എന്റെ കഥ — രാമേശ്വരം ദ്വീപിലെ മോസ്ക് സ്ട്രീറ്റിൽ നൂറു വർഷത്തിലേറെക്കാലം ജീവിച്ച് അവിടെത്തന്നെ മൃതിയടഞ്ഞ ജൈനുലാബ്ദീന്റെ പുത്രന്റെ കഥ; തന്റെ സഹോദരനെ സഹായിക്കാനായി വർത്തമാനപ്പത്രങ്ങൾ വിറ്റുനടക്കുന്ന ഒരു ബാലന്റെ കഥ; ശിവസുബ്രഹ്മണ്യ അയ്യരാലും ഇയ്യാദുരൈ സോളമനാലും വളർത്തിയെടുക്കപ്പെട്ടൊരു കൊച്ചു ശിഷ്യന്റെ കഥ; പണ്ടാലയെപ്പോലുള്ള അധ്യാപകർ പഠിപ്പിച്ചൊരു വിദ്യാർത്ഥിയുടെ കഥ; എം ജി കെ മേനോനാൽ കണ്ടെത്തപ്പെട്ട, ഐതിഹാസികനായ പ്രൊഫ. സാരാഭായിയാൽ വളർത്തപ്പെട്ട ഒരു എൻജിനീയറുടെ കഥ; പരാജയങ്ങളാലും തിരിച്ചടികളാലും പരീക്ഷിക്കപ്പെട്ടൊരു ശാസ്ത്രജ്ഞന്റെ കഥ; അതിമിടുക്കരും സമർപ്പിതരുമായ വിദഗ്ദ്ധരുടെ വലിയൊരു ടീമാൽ പിന്തുണയ്ക്കപ്പെട്ടൊരു ലീഡറുടെ കഥ. ഈ കഥ എന്നോടൊപ്പം അവസാനിക്കും, ഐഹികമായ അർത്ഥത്തിൽ എനിക്ക് പിൻതുടർച്ച ഇല്ല. ഞാനൊന്നും നേടിയിട്ടില്ല, ഒന്നും നിർമിച്ചിട്ടില്ല, ഒന്നും കൈവശം വെയ്ക്കുന്നുമില്ല — കുടുംബമോ പുത്രന്മാരോ പുത്രിമാരോ യാതൊന്നും.

മഹത്തായ ഈ നാട്ടിലെ ഒരു കിണറാണു ഞാൻ
വറ്റാത്ത ദിവ്യത്വം എന്നീന്നു കോരാൻ
കോടാനുകോടി യുവതീയുവാക്കളെ തേടുന്ന കിണർ
കിണറ്റീന്നെടുത്ത ജലമെന്നപോലെ
പരത്തട്ടെ അവർ എങ്ങും ദൈവകൃപ."

മറ്റുള്ളവർക്കൊരു മാതൃകയായി എന്നെത്തന്നെ പ്രതിഷ്ഠിക്കാൻ ഞാൻ ആഗ്രഹിക്കുന്നില്ല. പക്ഷേ, കുറച്ച് ആത്മാക്കളെങ്കിലും എന്നിൽനിന്നും പ്രചോദനം

ഉൾക്കൊള്ളുകയും അന്തിമമായ സംതൃപ്തി ഒരു ആത്മീയജീവിതത്തിൽ മാത്രമേ കണ്ടെത്താൻ കഴിയുകയുള്ളുവെന്നു മനസ്സിലാക്കുകയും ചെയ്യുമെന്ന് ഞാൻ വിശ്വസിക്കുന്നു. ദൈവത്തിൻെറ ദിവ്യപരിപാലനമാണ് നിങ്ങളുടെ ജന്മാവകാശം. എൻെറ പ്രപിതാമഹൻ അവുളിൻെറയും എൻെറ പിതാമഹൻ പക്കീറിൻെറയും എൻെറ പിതാവ് ജൈനുലാബ്ദീൻെറയും പിന്തുടർച്ച അബ്ദുൾ കലാമിൽ അവസാനിക്കാം, പക്ഷേ, ദൈവത്തിൻെറ കൃപ ഒരിക്കലും അവസാനിക്കുകയില്ല, എന്തെന്നാൽ അത് ശാശ്വതമാണ്.

ഉത്തരാഖ്യാനം

ഈ പുസ്തകം, ഇന്ത്യയുടെ പ്രഥമ ഉപഗ്രഹ വിക്ഷേപണവാഹനം എസ് എൽ വി-3, 'അഗ്നി' എന്നീ പരിപാടികളിലെ എന്റെ ആഴമേറിയ മുഴുകലുമായി ഇഴചേർത്തിരിക്കുകയാണ്. ഈ മുഴുകൽ എന്നെ 1998 മെയിലെ ആണവപരീക്ഷണങ്ങളുമായി ബന്ധപ്പെട്ട അടുത്തകാലത്തെ ദേശീയ സംഭവത്തിലെ പങ്കാളിത്തത്തിലേക്ക് നയിച്ചു. ബഹിരാകാശം, പ്രതിരോധഗവേഷണം, ആണവോർജ്ജം എന്നീ മൂന്ന് ശാസ്ത്രപ്രസ്ഥാനങ്ങളുമായി ബന്ധപ്പെട്ട് പ്രവർത്തിക്കാനുള്ള മഹത്തായ അവസരവും ബഹുമതിയും എനിക്ക് ലഭിച്ചിട്ടുണ്ട്. ഇവയുടെ സ്ഥാപനങ്ങളിൽ പ്രവർത്തിക്കുന്ന കാലത്ത് ഒരു കാര്യം ഞാൻ മനസ്സിലാക്കി—ഏറ്റവും മികച്ച മനുഷ്യരും ഏറ്റവും മികച്ച നവീകരണചിന്തയുള്ള മനസ്സുകളും ധാരാളം ലഭ്യമാണ്. ഈ മൂന്നു സ്ഥാപനങ്ങളിലും പൊതുവായി കാണുന്ന ഒരു സവിശേഷതയുണ്ട്: ശാസ്ത്രജ്ഞരും സാങ്കേതികവിദഗ്ദ്ധരും തങ്ങളുടെ ദൗത്യനിർവഹണവേളയിൽ പരാജയങ്ങളെ ഭയക്കുന്നില്ല. കൂടുതൽ മികവുള്ള ടെക്നോളജിയിലേക്കും തദ്ഫലമായി വിജയത്തിന്റെ ഉന്നതതലങ്ങളിലേക്കും നയിക്കാൻ കഴിവുള്ള തുടർപഠനത്തിന്റെ വിത്തുകൾ ഓരോ പരാജയത്തിലും ഉൾക്കൊണ്ടിരിക്കുന്നു. വലിയ സ്വപ്നദർശികളുംകൂടിയായിരുന്ന ഇവരുടെ സ്വപ്നങ്ങൾ അവസാനം അത്യുജ്ജ്വല നേട്ടങ്ങളായി സാഫല്യത്തെ പ്രാപിച്ചിരിക്കുന്നു. ഈ മൂന്നു ശാസ്ത്രസ്ഥാപനങ്ങളുടെയും സംയോജിത സാങ്കേതിക ബലം എടുത്തു നോക്കിയാൽ അതു തീർച്ചയായും വികസിതലോകത്തു കാണുന്ന ഏറ്റവും മികച്ചതുമായി താരതമ്യം ചെയ്യാവുന്നതായിരിക്കും എന്ന് എനിക്കു തോന്നുന്നു. സർവോപരി, പ്രൊഫ. വിക്രം സാരാഭായി, പ്രൊഫ. സതീഷ് ധവാൻ, ഡോ. ബ്രഹ്മപ്രകാശ് എന്നിങ്ങനെ രാജ്യത്തിന്റെ മഹാക്രാന്തദർശികളുമായി ഒരുമിച്ചു ജോലി ചെയ്യുവാനുള്ള അവസരവും എനിക്ക് ലഭിച്ചിട്ടുണ്ട്. ഇവരെല്ലാം എന്റെ ജീവിതത്തെ വളരെയേറെ സമ്പന്നമാക്കി.

വളർച്ചയ്ക്കും വികസനത്തിനുമായി ഒരു രാജ്യത്തിന് സാമ്പത്തികാഭിവൃദ്ധിയും ശക്തമായ സുരക്ഷിതത്വവും വേണം. 'പ്രതിരോധസംവിധാനത്തിലെ സ്വാശ്രയ ദൗത്യം 1995-2005' സായുധസേനകൾക്ക് ഏറ്റവും നൂതനമായ, മികച്ച ആയുധ സംവിധാനങ്ങൾ ലഭ്യമാക്കും. 'ടെക്നോളജി വിഷൻ 2020' പദ്ധതിയാകട്ടെ, രാജ്യത്തിന്റെ സാമ്പത്തിക വളർച്ചയ്ക്കും അഭിവൃദ്ധിക്കുമായി ചില പരിപാടികൾ നടപ്പാക്കുന്നുണ്ട്. നമ്മുടെ രാഷ്ട്രത്തിന്റെ സ്വപ്നങ്ങളിൽനിന്നും ഉരുത്തിരിഞ്ഞുവന്നതാണ് ഈ രണ്ടു പദ്ധതികളും. ഇവയിൽനിന്നും ഉരുവാകുന്ന വികസനം നമ്മുടെ രാജ്യത്തെ ശക്തവും ഐശ്വര്യപൂർണവുമായ, ഒരു 'വികസിത' രാഷ്ട്രമാക്കുമെന്ന് ഞാൻ ആത്മാർത്ഥമായി പ്രത്യാശിക്കുകയും പ്രാർത്ഥിക്കുകയും ചെയ്യുന്നു.